VIETNAMESE COMMUNISM

VIETNAMESE COMMUNISM

A Research Bibliography

PHAN THIEN CHAU

GREENWOOD PRESS

Westport, Connecticut • London, England

Library of Congress Cataloging in Publication Data

Phan Thien Chau.
 Vietnamese communism.

 Includes indexes.
 1. Communism—Vietnam—Bibliography. I. Title.
Z7165.V5P48 [HX400.V5] 016.33543'09597 75-16961
ISBN 0-8371-7950-5

Library of Congress Catalog Card Number: 75-16961
ISBN 0-8371-7950-5

First published in 1975
Second printing 1977

Greenwood Press, Inc.
51 Riverside Avenue, Westport, Connecticut 06880

Printed in the United States of America

CONTENTS

63342

1. BIOGRAPHIES, MEMOIRS, AND HISTORY OF VIETNAMESE COMMUNISM

2. SOCIETY AND SOCIAL CONDITIONS IN THE DEMOCRATIC REPUBLIC OF VIET NAM

3. GOVERNMENT AND POLITICS IN THE DEMOCRATIC REPUBLIC OF VIET NAM

4. THE VIET NAM WORKERS' PARTY

5. LAND POLICY AND AGRICULTURE

9. FOREIGN RELATIONS

S.1. THE SOUTH: INTERNAL AFFAIRS

S.2. THE SOUTH: MILITARY AND EXTERNAL AFFAIRS

FOREWORD

No publication could make a more opportune appearance in 1975 than Professor
Phan Thien Chau's research bibliography of Vietnamese Communism. The dramatic
consummation of the Vietnamese Communist revolution in the spring of 1975, after
decades of indefatigable struggle against great military if not against great political odds,
makes much of the small body of the existing Western scholarship on Communist
Viet Nam seem shopworn and shallow, even if not all of it is arrogantly prejudiced as
well. The exploitation of the opportunities for further research which Professor Chau's
book suggests and calls for is, therefore, critically important both for an improved
understanding of mainland Southeast Asia's dominant power and for the reform of
what has been, in the past, a relatively poor performance by Western students of
Asian revolutions.

Quite apart from this, our comparative study of revolutions has suffered from an
inevitable lop-sidedness, given the fact that we (as well as our ancestors) have devoted
so much more energy to the study of the English Revolution in the 1600's, or to the
French Revolution in the 1700's, than to Asian revolutions like the Vietnamese one in
our own century. Yet it is even possible that the different analyses of the English
Revolution by Clarendon and Gardiner and Christopher Hill, to say nothing of the
antiquated generalizations about revolution which one finds in Aristotle's *Politics,*
might gain a greater significance and a renewed sense of drama if they could be matched
by an appreciation of the dynamics of that contemporary Southeast Asian revolution
which the newspapers of six continents have just been describing. Until there is an

adequate foundation of research and mature scholarship on the Vietnamese Revolution in existence in the West, the comparative study of revolutions by Western scholars will remain seriously crippled by parochialism.

As Professor Chau's bibliography makes clear, there is no shortage of formal documentation to be examined. And formal documentation is just the beginning. The Vietnamese people, from intellectuals to peasants, are passionate collectors and preservers of virtually every kind of written or spoken material that has historical significance. Northern Vietnam is today a treasurehouse of family registers, recorded folk tales, and ancient stone literary monuments and steles, many of which had to be painstakingly protected from the American Air Force. As an eminent DRV history teacher, Phan Huy Le, pointed out in 1973, sections of road that were briefly used by Vietnamese Tay-son army soldiers in 1789 during their military operations to expel Chinese invaders, were informally named "the Tay-son road" by eighteenth-century peasants, and have kept that informal title for 186 years. Vietnamese villagers have also preserved relics of the career of the Tay-son general, Dang Tien Dong, about whom harassed eighteenth-century court historians can tell us little but whom informal Vietnamese village "historians" regarded so highly that they saved his 1787 imperial commission, the stone literary monument which was erected in his honor in 1797, and his family register.

What vast assortment of local information about the twentieth-century revolution remains to be revealed? Viet Nam is a nation where even the peasants are encouraged to regard their society as a living chronicle of revolutionary events. Scholars have little excuse, therefore, for offering uninformed, one-dimensional studies of the Vietnamese revolution to the world.

Professor Chau's detailed and conscientious labors in bibliographical scholarship now give us the chance to move away from the avalanche of opaque, simple-minded abstractions about Viet Nam which the war years produced, and to grope for a richer, more humanizing knowledge of contemporary Asia's most startling and underrated revolution. For this we are all indebted to him.

Alexander Woodside
Chairman, Vietnamese Studies Coordinating Group
Association for Asian Studies

INTRODUCTION

This bibliography is an attempt to present a systematic assessment of research materials available in North America as of June 1974 on Vietnamese nationalism, communism and revolution. It is an attempt that is preliminary and incomplete in both substance and technique. In terms of contents, the compiler is quite aware that this work is not as comprehensive as it could be. A truly comprehensive bibliography on Vietnamese communism is a major undertaking, preferably done by a team of scholars and assistants, requiring extended time and research travel in various parts of Viet Nam, France, and at least a dozen research institutions in North America. This was plainly impossible to accomplish as I have worked practically alone in this enterprise, under time, budgetary, and political constraints which will be explained later.

In terms of technique, this is a pioneering effort, carried out on a trial-and-error basis, testing for the first time the feasibility of bibliographic works on Viet Nam with standardized formatting for multi-language entries. The final format as used here is far from satisfactory to me, but it is used within the given resource limitations.

Yet, knowing these limitations—which are spelled out below in detail—I have been convinced by knowledgeable colleagues in this field to go ahead and publish it as a guide to further research and thus save others of much toil in duplication of effort.

SCOPE

The bibliography covers most known books and monographs in Vietnamese, English, and French on the origins, the development, and the contemporary state of Marxism-

Leninism in Viet Nam. It also contains a large segment of selected articles dealing with the subject. Sporadic titles in some other languages are also included. Contrary to my wishes, due mainly to the limited funding, I am not able to include here more articles to be found in the major Vietnamese communist publications, such as *Su That, Nhan Dan, Hoc Tap, Quan Doi Nhan Dan, Nghien Cuu Kinh Te, Ha Noi Moi,* and *Thoi Su Pho Thong.* Almost the entirety of the U. S. Joint Publications Research Service (JPRS) *Translations on North Vietnam* is also absent from this compilation.

The introductory bibliographic essay given below provides ample annotations to render the main work more manageable.

CONVENTIONS ADOPTED

All *individual authors* are classified alphabetically according to family name. In Vietnamese, this means keeping the native name order (family name, middle name(s), birth name) without hyphenation. Furthermore, Vietnamese authors are entered by their most popularly known names, e.g. Truong Chinh rather than Dang Xuan Khu. This procedure is in accordance with the latest cataloguing rules proposed by CORMOSEA to the Library of Congress for adoption by the American Library Association. Non-Vietnamese authors are classified by prevailing methods, even though the romanized rendering of Chinese and Russian is not uniform.

Works are computer-sorted alphabetically by title and then author, which means official name of the government and the ministry, bureau or institute issuing them, e.g. VIET NAM DAN CHU CONG HOA. UY BAN KHOA HOC XA HOI. VIEN SU HOC instead of "Vien Su Hoc," as is similarly the case of a political party or organization, e.g. DANG LAO DONG VIET NAM. BAN NGHIEN CUU LICH SU DANG for "Ban Nghien Cuu Lich Su Dang."

Works are computer-sorted alphabetically by author and then title, which means that entries without attributable authors are sorted first, followed by works with attributable authors. (Please refer to "Technical Note" on page xiii.)

When cataloguing *titles* by hand, librarians ignore articles *A, An, The* in English; *Le, La, Les, Un, Une* in French; *Der, Die, Das* in German, and so on, without doing anything to the title as printed. With the computer-sorting method adopted here, such articles are omitted at the beginning of the titles, but are inserted at the end of the titles, preceded by a space and a slash. For example *The Resistance Will Win* is entered as RESISTANCE WILL WIN /THE or *Le Viet Nam en Marche* as VIET NAM EN MARCHE /LE.

The spelling of Viet Nam, North Viet Nam, South Viet Nam, Viet Minh, and Viet Cong at the beginning of a title is standardized as it is in this sentence, in order to enable uniform sorting by the computer which, unlike humans, cannot intermix titles beginning with Viet Nam, Viet-Nam and Vietnam. This convention is a necessary breach of the rule that bibliographic entries must be reproduced "as is," but the alternative would be an even more unacceptable scattering of titles.

Arabic or roman numerals are fully spelled out in whatever language the full titles happened to be, followed immediately by the original number enclosed in parentheses. For example, "25 nam xay dung nen phap che Viet Nam" is rendered into HAI MUOI

LAM (25) NAM XAY DUNG NEN PHAP CHE VIET NAM, or "XVth Anniversary of the Democratic Republic of Viet Nam" into FIFTEENTH (XVTH) ANNIVERSARY OF THE DEMOCRATIC REPUBLIC OF VIET NAM.

In normal bibliographic procedures, quotation marks must enclose an article entry, but here such marks are omitted, as the computer would sort articles separately from books. The only quotation marks remaining are those few found in the original titles.

LIMITATIONS AND LACUNAE

This bibliographic work is limited in many ways which, if not acknowledged, would render it readily vulnerable to criticism:

(1) The lack of Chinese and Japanese sources;

(2) The scarcity of Russian and other non-Vietnamese communist sources;

(3) The absence of many Vietnamese titles which have been actively searched by myself and others, but which are currently unavailable in North America;

(4) The lack of cross-indexing for entries;

(5) The omission of the abundant *JPRS* and *FBIS* translations;

(6) The imperfection of analytical categories as devised;

(7) The inevitable inconsistencies which occurred due to the use of a variety of key-punchers, some of whom knew nothing of bibliographic conventions or foreign languages.

Regardless of its deficiencies as cited above, this is to date the largest attempted compilation of works on Vietnamese nationalism, communism, and revolution available to researchers, with a substantial portion of its entries in the Vietnamese language. It will, hopefully, provide scholars interested in contemporary Vietnamese history, politics, and society a large bibliographic base on which to launch further research. It is to be noted that the majority of entries listed herein are brought together for the first time.

This method of compilation with some modifications is a potentially very useful tool for automated bibliographic accumulation, sorting, and retrieval, allowing for a standardized format for mixed-language bibliographies. It provides bibliographers with another compiling alternative transmittable through data-phone, magnetic tape, and cards.

TECHNICAL NOTE

—*Computer used:* PDP-10, Digital Equipment Corporation.

—*Sorting program:* COBOL.

—*Outputting Programs:* FORTRAN.

—*Data input:* Standard 80-column computer cards.

—*Standardized sequence for multi-card bibliographic entries:*

   —Card 1: Author(s). Card 1 is left blank if no attributable author is known. (overflow into card 2).

   —Card 3: Title (overflow into cards 4, 5 and 6).

   —Card 7: Publication data such as place, publisher, date, pages. (overflow into Card 8).

   —Card 9: Call number whenever available.

—*Standardized card format:*
  —Columns 1-5: Identification label, made of any combination of letters and
    numerals, making each multi-card entry uniquely identifiable. Not printed.
  —Column 6: Card sequence numbered 1 (and sometimes 2) for author; 3 (and often
    4, 5 and 6) for title; 7 (and sometimes 8) for publication data; and 9 for call
    number. Of these, only cards 1 and 3 are necessary for sorting. Not printed.
  —Columns 7-75: Body of information which is printed in the bibliography.
  —Column 76: Terminator of entry. Not printed.
  —Columns 78-80: Analytical categories, from 00 to 99 and 10S to 29S. This informa-
    tion is not printed in the bibliography proper, but is printed in the author index
    and title index.
  —Verification: Columns 1-5 and 77-80 should be identical for all cards within an entry.
—*Sorting steps:*
  (1) Sort by cards numbered "3" on column "6" giving alphabetical listing of titles;
  (2) Sort by cards numbered "1" on column "6" giving alphabetical listing of authors;
  (3) Sort by steps (1) and (2) giving the final alphabetical listing of entries by authors
    and titles as it would appear in this bibliography.
—*Outputting on line-printer:*
Printing of the bibliography is formatted by FORTRAN programs, one for the main
bibliography, one for the author index and one for the title index.

ACKNOWLEDGMENTS

In compiling this work, scrupulous care was taken not to compromise its integrity
through direct or indirect assistance either in materials, funding, or manpower by any
agency or individual connected with any Vietnamese or non-Vietnamese government.
The genesis and development of this work must therefore be explained so that the
scrutinizing reader could understand why an imperfect work is being published.

I began working on a documentary history of Vietnamese communism in September
1968, and I needed some system of classifying source data that could be easily manipu-
lated. Out of curiosity, I also took at that time an introductory course in computer
techniques and application, working with the small IBM 1130. My research for the
documentary history took me, among other places, to Cornell University's Wason
Collection where I did the bulk of work, and also to the uncatalogued holdings in the
Library of Congress' Orientalia Division and the Southeast Asia Collection of Yale
University Library. In order not to duplicate research efforts, I started to encode
already consulted materials on computer cards and compiled a checklist of these before
each research trip. Then came the invitation by the Technical Services Subcommittee
of the Committee on Research Materials on Southeast Asia (CORMOSEA) of the
Association for Asian Studies to participate in a discussion on a rational way of cata-
loguing Vietnamese names in a uniform manner.

I am indebted to Rider College for having provided me with the environment suited
for unfettered research, for the free use of its computer center facilities, for grant-in-aid
which helped me in this and related projects, and for periodic reduction in teaching load.

I am also grateful for the financial assistance granted me by the Viet Nam Studies
Coordinating Group (VSCG) and the Committee on Research Materials on Southeast
Asia (CORMOSEA), both affiliates of the Southeast Asia Council of the Association for
Asian Studies. My special thanks go to John K. Whitmore, University of Michigan, and
Alexander Woodside, Harvard University, past chairmen of the VCSG; to Giok Po Oey,
Southeast Asia Librarian, Wason Collection, Cornell University Library, a friend who has
helped me in many enterprises since 1964, and to A. Kohar Rony, Southeast Asia Librarian,
Orientalia Division, the Library of Congress, both past chairmen of CORMOSEA Sub-
committees; to William S. Turley, Southern Illinois University and Carlyle Thayer of the
Australian National University, both serious scholars of Vietnamese communism, for
their friendship and help.

I would like to thank Greenwood Press for being adventuresome enough to agree to
the publication of this bibliographic work in spite of its obvious flaws.

Finally and above all, I wish to thank my wife, Phuong-Mai, for having valiantly put
up with my erratic research habits. Without her active help, this work could have never
been possible. She has time and again proofread the various compilations, having herself
keypunched more than half of the entries, after the hired keypunchers had exhausted
the allocated funds. She also helped me put the diacritical marks on the final manuscript.

To many others who have helped me with particular phases of the work, whose names
are too many to mention, my very sincere thanks. I alone bear the responsibility for the
shortcomings contained herein.

P.T.C.
Trenton, New Jersey
March 16, 1975

LIST OF ABBREVIATIONS USED

AS	*Asian Survey*
CDSP	*Current Digest of the Soviet Press*
CKCTT	*Cuoc khang chien than thanh*
CNA	*China News Analysis* (Hong Kong)
CONTRIBUTION	*Contribution à l'histoire des mouvements politiques de l'Indochine Française*
CTY	Yale University Library (before a call number)
E	English version available (after VCD; see VCD)
ELE	Editions en langues étrangères (Hanoi)
FEER	*Far Eastern Economic Review* (Hong Kong)
FLPH	Foreign Language Publishing House (Hanoi)
GPO	Government Printing Office (also USGPO)
HT	*Học Tập* (Hanoi)
JPRS	Joint Publications Research Service (also USJPRS)
LC	Library of Congress (before a call number)
N/A	Known to exist, but not available
N/D	No date of publication known
N/P	Place of publication not known
N/PU	Publisher not known
NCLS	*Nghiên Cửu Lịch Sử* (Hanoi)
ND	*Nhân Dân* (Hanoi)

NN	New York Public Library
NVQR	"North Viet Nam Quarterly Report," *China News Analysis*
NXB	Nhà Xuất Bản (publisher)
P	Pages
PAM	Pamphlet (in Cornell Wason Collection); followed usually by VN (for Viet Nam) in call numbers
PR	*Peking Review*
RACE DOC	Race Documents
QDND	*Quan Doi Nhan Dan* (Hanoi)
SEAIQ	*Southeast Asia: An International Quarterly*
TAI LIEU	*Tai lieu tham khao lich su can dai Viet Nam*
USGPO	U.S. Government Printing Office
USJPRS	U.S. Joint Publications Research Service (also JPRS)
USVR	*United States-Vietnam Relations, 1945-1967* (See item 2793)
V	Vietnamese version available (after VCD; see VCD)
VCD	*Viet Cong Documents* as gathered by Douglas Pike (See item 3455)
VCM	*Viet Nam Courier Monthly,* New Series (also VNCM)
VDRN	*Viet Nam Documents and Research Notes*
VN	*Viet Nam*
VNC	*Viet Nam Courier* (weekly, succeeded by the monthly edition)
VNCM	See VCM
VNIR	*Viet Nam Information Bulletin* (Rangoon)
VS	*Vietnamese Studies* (Hanoi)
VTU	*Viet Nam Trade Unions* (Hanoi)
WAT	The "WAT" Collection of SVNNFL documents, gathered by Carlyle A. Thayer
WORKING PAPER	*Working Paper on the North Vietnamese Role in the War in South Viet Nam*

GLOSSARY OF ABBREVIATIONS ENCOUNTERED IN LITERATURE ON VIETNAMESE COMMUNISM

COSVN	"Central Office for South Viet Nam" (US rendering of Trung Uong Cuc Mien Nam)
CPCMLTCHMNVN	CHANH PHU CACH MANG LAM THOI CONG HOA MIEN NAM VIET NAM (Provisional Revolutionary Government, Republic of South Viet Nam)
DCSDD	Dang Cong San Dong Duong (Indochina Communist Party)
DLD or DLDVN	Dang Lao Dong Viet Nam (Viet Nam Workers' Party)
DRV or DRVN	Democratic Republic of Viet Nam (official rendering of Viet Nam Dan Chu Cong Hoa; see VNDCCH)
ICP	Indochina Communist Party (see DCSDD)

MTDTGPMNVN	Mat Tran Dan Toc Giai Phong Mien Nam Viet Nam (see SVNNFL)
NFL	National Front for Liberation (see SVNNFL)
NFLSV	National Front for the Liberation of South Viet Nam (most usual US rendering of MTDTGPMNVN; see SVNNFL)
NLF	National Liberation Front (see SVNNFL)
PAVN	People's Army of Viet Nam (official rendering of Quan Doi Nhan Dan Viet Nam (see QDNDVN, VPA, NVA)
PLAF	People's Liberation Armed Forces (official rendering of Luc Luong Vu Trang Nhan Dan Giai Phong)
PRG	Provisional Revolutionary Government (see PRG/RSVN)
PRG/RSVN	Provisional Revolutionary Government, Republic of South Viet Nam (see CPCLTCHMNVN)
PRP	People's Revolutionary Party (Dang Nhan Dan Cach Mang)
QDNDVN	Quan Doi Nhan Dan Viet Nam (People's Army of Viet Nam)
RSV or RSVN	Republic of South Viet Nam (see PRG/RSVN; not to be confused with the Saigon-based RVN or Republic of Viet Nam)
RVN	Republic of Viet Nam (official rendering of the Saigon Government, Viet Nam Cong Hoa; not to be confused with the RSV or RSVN. See VNCH)
SVN	South Viet Nam
SVNNFL	South Viet Nam National Front for Liberation (official rendering of MTDTGPMNVN)
VC	"Viet Cong" (A RVN-US-coined word, meaning "Vietnamese communist" applied variously to the SVNNFL or the PLAF in a strict sense, or more loosely to opponents of the RVN)
VM	Viet Minh or Viet Nam Doc Lap Dong Minh
VNA	Viet Nam News Agency
VNCH	Viet Nam Cong Hoa (Republic of Viet Nam)
NVA	"North Vietnamese Army" (a US-coined word for the Viet Nam's People's Army. See PAVN)
VNDCCH	Viet Nam Dan Chu Cong Hoa (Democratic Republic of Viet Nam)
VPA	Viet Nam People's Army (Quan Doi Nhan Dan Viet Nam. See also PAVN)
VWP	Viet Nam Workers' Party (see DLDVN)

INTRODUCTORY
BIBLIOGRAPHIC GUIDE
AND BIBLIOGRAPHY

Vietnamese Communism: An Introductory Bibliographic Guide

I. PRIMARY SOURCES

*Breaking Our Chains: Documents on the Vietnamese Revolution of August 1945.
   Hanoi, Foreign Languages Publishing House (hereafter FLPH), 1960, 106p.
      One of the four most important documentary collections in the study
   of Vietnamese communism, the other three being those concerning the
   formation of the Indochina Communist Party (1930), the Second
   National Party Congress (1951) and the Third Party Congress (1960).
   See also Vietnam Cultural Association for National Liberation,
   Factual Records of the Vietnam August Revolution (Hanoi, 1946, 31p.)

A Brief Chronology of Momentous Facts and Events in the History of
   the Democratic Republic of Viet-Nam. Saigon, U.S. Mission, Viet-Nam
   Documents and Research Notes (hereafter VDRN) no. 84, September 1970,
   132p.
   Contains:
   -Chronology of events from March 1945 to June 5, 1970;
   -Landmarks in the Party's History, 1930-1944;
   -Calendar of DRV and VWP dates and events, 1930-1970;
   -Historic days and National holidays.
      See also Nguyễn Kiến Giang. Les Grandes Dates du Parti de la Classe
   Ouvriere du Viet Nam. (Hanoi, Éditions en Langues Etrangeres, 1960,
   76p. illus., maps).

*CHÁNH PHỦ CÁCH MẠNG LÂM THỜI CỘNG HÒA MIỀN NAM VIỆT NAM. South Viet
   Nam Congress of People's Representatives for the Formation of the
   Provisional Revolutionary government of the Republic of South Viet
   Nam. South Viet Nam, Giải Phóng Editions, 1969, 66p. (Đại hội Đại
   biểu Quốc dân Miền Nam Việt-Nam: 6, 7, 8 - 6 - 1969. Paris, Đoàn Kết,
   số 6, tháng 7-1969, 39p.) To be supplemented by Vietnamese Studies
   No. 23, 1970, entitled From the National Front for Liberation to
   the Provisional Revolutionary Government and by VDRN No. 101, entitled
   Provisional Revolutionary Government of the Republic of South Viet Nam,
   Parts I-IV (Saigon, U.S. Mission, Jan. 1972, total of 242p.)

*CHÁNH PHỦ CÁCH MẠNG LÂM THỜI CỘNG HÒA MIỀN NAM VIỆT NAM. Who's Who of
   the Republic of South Viet Nam. South Viet Nam, Giải Phóng Editions,
   1969, 54p.
      Contains biographical sketches and photographs of members of the
   PRG/RSV headed by Huỳnh Tấn Phát and of its Advisory Council, headed
   by Nguyễn Hữu Thọ. To be supplemented by the U.S. Mission's VDRN
   No. 105, Leaders of the PRG-NLF and Affiliated Organization, May 1972
   and No. 111, The Leadership of the PRG, the NFLSV and Their Affiliated
   Organization, 1973).

* An asterisk denotes a work of primary importance.

This essay was first prepared for the SEADAG Ad Hoc Seminar on "Communist
Movements and Regimes in Indochina," New York, September 30, 1974,
entitled "Vietnamese Communism: A Bibliographic Essay." Reprinted with
the permission of SEADAG.

ĐẢNG CỘNG SẢN ĐÔNG DƯƠNG. Chương trình hành động của Đảng Cộng Sản
Đông Dương; Programme d'Action du Parti Communiste Indochinois.
Berlin, Orient-Verlag, 1932.
 In handwriting and printed by photo-offset. In the uncatalogued
holdings of Yale University Sterling Library.

*ĐẢNG LAO ĐỘNG VIỆT NAM. Manifesto and Platform of the Viet-Nam Lao
 Động Party. Supplement to People's China, May 1, 1951.

*ĐẢNG LAO ĐỘNG VIỆT NAM. BAN CHẤP HÀNH TRUNG ƯỞNG ĐẢNG. Những tham luận
 chủ yếu trước Đại hội. Hà Nội, Ban Chấp Hành Trung Ương Đảng, 1960.
 215p. (Title is "Main issues for debate before the [Third National
 Party] Congress").
 This is obviously a very important document without known English
translation. Original is in the uncatalogued holdings of the Library
of Congress as of 1973.

*ĐẢNG LAO ĐỘNG VIỆT NAM. BAN CHẤP HÀNH TRUNG ƯỞNG ĐẢNG. Third National
Congress of the Viet Nam Workers' Party: Documents, Volumes I-III.
Hanoi, FLPH, 1960.
 Proceedings of the meeting held in Hanoi in September 1960.
One of the most important events in the VWP history, setting forth
the twin tasks of building socialism in the North and liberating
the South. Also available as Documentary Record of the Third
National Congress of the Vietnam Lao Dong Party (JPRS, 1961). The
original is: Đại hội Đại Biểu Toàn quốc lần thứ ba Đảng Lao Động
Việt Nam: Văn Kiện Đại Hội (Hà Nội, Ban Chấp Hành Trung Ương Đảng
Lao Động Việt Nam, 1960, tập I-III). The Vietnamese version is on
microfilm (Cornell Wason Film 2584, No. 66A,B,C).

*ĐẢNG LAO ĐỘNG VIỆT NAM. BAN NGHIÊN CỨU LỊCH SỬ ĐẢNG. Bước ngoặt vĩ đại
 cách mạng cận đại Việt Nam. Hà Nội, Ban Chấp Hành Trung Ương Đảng
Lao động Việt Nam, 1961, 139pp.
 Title is "The Great Turning Point in the Recent History of the
Vietnamese Revolution." Deals with the events surrounding the founding
of the Indochina Communist Party (Đảng Cộng Sản Đông Dương) in 1930.
 -Part I. Commentaries
 -Part II. Historical Documents
 -Part III. Research Document
 -Part IV. Reminiscences

*ĐẢNG LAO ĐỘNG VIỆT NAM. Cuộc Kháng Chiến Thần Thánh của nhân dân Việt
 Nam; Những bài viết trong thời kỳ kháng chiến trên các báo Đảng.
Tập I-IV. Hà Nội, sự Thật, 1960-61 (Cornell Wason Film 2316).
 Title is "The sacred war of resistance of the Vietnamese people;
Articles written during the Resistance in the Party's journals."
 -Vol. I. From 23 September 1945 to December 1947 (299p.)
 -Vol. II. From January 1948 to December 1950 (553p.)
 -Vol. III. From January 1951 to December 1952 (496p.)
 -Vol. IV. From January 1953 to July 1954 (461p.)
An indispensable body of materials not otherwise available as the
party journals were clandestine during the period of 1945-1954.

*ĐẢNG LAO ĐỘNG VIỆT NAM. BAN NGHIÊN CỨU LỊCH SỬ ĐẢNG. History of the
August Revolution. Hanoi, FLPH, 1972, 188p.
Official Party history issued in Vietnamese as Cách mạng tháng Tám
(1945) to commemorate its 25th anniversary in 1970. Not to be
confused with Truong Chinh's The August Revolution which was a
collection of articles written in 1946, a year after the Revolution.

*ĐẢNG LAO ĐỘNG VIỆT NAM. BAN NGHIÊN CỨU LỊCH SỬ ĐẢNG. Our President
Hồ Chí Minh. Hanoi, FLPH, 1970, 207p.
Translation of Chủ tịch Hồ Chí Minh: Tóm tắt tiểu sử và sự nghiệp
(Hà Nội, Sự Thật, 1970). Contains Phạm Văn Đồng's speech on the
80th anniversary of Hồ Chí Minh's birth and the official biography
of Hồ Chí Minh by the Committee for the Study of the History of the
Viet Nam Workers' Party. To be supplemented by the several dozens
biographies of Ho Chi Minh in various languages, but most importantly
by TRẦN DÂN TIÊN, Những mẩu chuyện về đời hoạt động của Hồ Chủ tịch
(Hà Nội, Văn Học, 1970, 7th ed.) See also VDRN No. 100, The Ho Chi
Image, 1969-1971, Parts I-II (Saigon, U.S. Mission, 1971) for
posthumous developments.

*ĐẢNG LAO ĐỘNG VIỆT NAM. BAN NGHIÊN CỨU LỊCH SỬ ĐẢNG. An Outline
History of the Viet Nam workers' Party (1930-1970). Hanoi, FLPH,
1970, 183p.
Translation of Bốn mười năm hoạt động của Đảng (Hà Nội, Sự Thật,
1970). An authoritative work by the Committee to Study the History
of the Party. The work is divided into four parts: 1925-1945,
1945-1954, 1954-1965 and 1965-1969. It also contains 3 important
appendices: the 1930 Political Theses of the ICP, the 1951 Political
Program of the VWP and the Third Party Congress Resolution adopted
in 1960. To be consulted also is VDRN No. 76, Forty Years of Party
Activity (Saigon, U.S. Mission, March 1970, 127p.)

*ĐẢNG LAO ĐỘNG VIỆT NAM. BAN NGHIÊN CỨU LỊCH SỬ ĐẢNG. Văn kiện Đảng.
Ha Noi, 1964.
Title is "Documents of the [Viet Nam Workers'] Party." A variant
is Văn kiện lịch sử Đảng (Hà Nội, Trường Nguyễn Ái Quốc xuất bản).
Issued in at least three chronoligical volumes: 1929-1935,
1935-1939, 1939-1945, it has been cited by various North Vietnamese
authors, but is simply unavailable outside Viet Nam. This is
potentially the most important primary source on Vietnamese
communism, covering the period from 1929 to 1945.

HO CHI MINH. Against U.S. Aggression for National Salvation.
Hanoi, FLPH, 1967.
Excerpts from Ho Chi Minh's speeches and writings from February 1951
to his reply to Lyndon Johnson on February 15, 1967.

*HO CHI MINH, et al. Bàn về chiến tranh nhân dân và lực lượng vũ trang
nhân dân. Hà Nội, Nhà xuất bản Quân Đội Nhân Dân, 1966, 376p.
An extremely important anthology, featuring Hồ Chí Minh, Lê Duẩn,
Trường Chinh, Võ Nguyên Giáp, Nguyễn Chí Thanh, Văn Tiến Dũng and
Song Hào. Not yet translated as a body into English. Its nine
parts are entitled as follows:

(1) Revolutionary violence is basic method for grasping power and reaching the goal of the revolution:
(2) People's war is an invention of the era of proletarian revolution and proletarian dictatorship and of the movement of national liberation led by the working class;
(3) Our people's war is a war by all the people, an all-encompassing war, in which self-sufficienty is the main principle;
(4) Unite political struggle with armed struggle;
(5) People's armed forces;
(6) Principles for organizing people's armed forces
(7) The art of the people's war;
(8) The rear base is one of the usual human causes determining victory;
(9) People's war is always victorious, the people's armed forces are invicible.

*HỒ CHÍ MINH. Selected Works, Volumes I-IV, Hanoi, FLPH, 1960-62.
Covers writings and speeches, from 1920 to 1960. Issued in Vietnamese as Hồ Chí Minh Tuyển Tập (Hà Nội, Sự Thật, 1960, 815p.) A condensed and updated edition which includes materials from 1960 to 1969 is found in Selected Writings (1920-1969) (Hanoi, FLPH, 1973, 368p.) The Vietnamese original of this latter collection is found in Vì Độc lập Tự do, Vì Chủ nghĩa Xã hội (Hà Nội, Sự Thật, 1970, 344p.) which may be rendered as "For Independence and Freedom, For Socialism." A variety of reprints of Hồ Chí Minh's works are available in English and dozens other languages, v.g. Hồ Chí Minh on Revolution, edited by Bernard B. Fall (New York, Praeger, 1967 and New American Library Signet Books, 1968, 349p.) or Hồ Chí Minh: Selected Articles and Speeches, 1920-1967, edited by Jack Woddis (New York: International Publishers, 1970, 176p.) among others.

*HỘI LUẬT GIA VIỆT NAM. Nhà nước và Pháp luật; Tập nghiên cứu pháp lý của Hội Luật Gia Việt Nam, Tập I-IV. Hà Nội, Lao Động, 1971.
Title is "The Government and the Law; Legal Research Works by the Viet Nam Lawyers Association." Vol. I-IV.
-Vol. I. Basic Questions on the DRV Constitution of December 31, 1959;
-Vol. II. Lenin and the question of government and law;
-Vol. III. Hồ Chí Minh's contribution to the building of the legal foundations of the democratic state and of socialism in Viet Nam;
-Vol. IV. Twenty-five years building the legal foundation of Viet Nam." The importance of this compendium is readily ascertainable by its contents.

*INDOCHINE. Gouvernement General de l'Indochine, Direction des Affaires Politiques et de la Surete Generale. Contribution a l'Histoire des Mouvements Politiques de l'Incochine Francaise, Documents--Vol. No. IV: Le "Đông-Dương Cộng-Sản Đảng" ou "Parti Communiste Indochinois" (1925-1933). Hanoi, I.D.E.O., 1933, 139p.
A very important documentary study on the beginnings of the ICP containing a historical narrative by L. Marty, Acting Director of Political Affairs and Security Police, and 17 documentary excerpts of primordial importance, cited even by North Vietnamese historians due to the fact that originals are yet to be found. To be supplemented by Vol. No. V: La Terreur Rouge en Annam (1930-1931) which dealt with

the Nghệ-Tỉnh Soviets; and Vol. No. I: Le "Tân-Việt Cách-Mệnh Đảng"
[ou] "Parti Revolutionnaire du Jeune Annam" (1925-1930), an organiza-
tion which died in 1929 but whose remnants formed the Đông-Dương Cộng-
San Liên-Đoàn (Indochinese Communist Federation) which was later
merged into the ICP. This whole series of police studies, now available
on microfilm, is one of the most important open sources on political
developments in Viet Nam between 1925 and 1932.

The Indochinese Peoples Will Win. Hanoi, FLPH, 1970, 150p.
   Official version of the proceedings of the "Summit Conference of the
   Indochinese Peoples" (April 24-25, 1970). The heads of the delegations
   are Phạm Văn Đồng for the DRV, Nguyễn Hữu Thọ for "the People of
   South Viet Nam," Souphanouvong for "the Lao People," and Norodom
   Sihanouk for "the Khmer People." To be supplemented by VDRN No. 80,
   The Indochinese Peoples' Summit Conference (Saigon, U.S. Mission,
   June 1970, 94p.)

*LÊ DUẨN. On Some Present International Problems, 2d ed. Hanoi, FLPH,
   1964.
   Three important speeches delivered respectively in December 1960,
   March 13, 1963 (80th anniversary of the death of Karl Marx) and
   December 1963. The title of the last item is "Some Problems
   Concerning the International Tasks of Our Party," which was also
   reissued in Peking as a pamphlet and published as a separate title
   in Vietnamese (Một vài vấn đề trong nhiệm vụ quốc tế của Đảng Ta.
   Ha Noi, Su That, 1964). It clearly set out the DRV's independent and
   conciliating stance in the early stage of the Sino-Soviet dispute.

*LÊ DUẨN. On the Socialist Revolution in Viet Nam, vols. I-III.
   Hanoi, FLPH, 1965, 110:212:214p.
   Contains writings of the First Secretary of the VWP from 1957 to 1962.
   Volume I deals with general questions; volume II with industrialization
   and agricultural co-operativization; and volume III with ideological
   work, women, youth, education and scientific research. Translation of
   Về Cách mạng Xã hội chủ nghĩa ở Việt Nam (Hà Nội, Sự Thật, 1963).

*LÊ DUẨN. The Vietnamese Revolution: Fundamental Problems, Essential
   Tasks. Hanoi, FLPH, 1970.
   Translation of Dười lá cờ vẻ vang của Đảng, vì Độc lập Tự do,
   vì Chủ nghĩa xã hội, tiến lên giành những thắng lợi mới (Hà Nội,
   Sự Thật, 1970). The most authoritative statement by the First
   Secretary of the VWP opening the celebrations of the 40th anniversary
   of the founding of the Party. Also available in English translation
   by the U.S. Mission in Viet Nam (JUSPAO) as Under the Glorious Party
   Banner, for Independence, Freedom, and Socialism, Let Us Advance and
   Achieve New Victories, released as VDRN No. 77, Saigon, April 1970.
   It was accompanied by a supplement entitled An analysis, for Propaganda
   Cadres, of Le Duan's "Under the Glorious Banner," a translation from
   Tuyen Huan of March-April 1970.

LÊ QUỐC SỬ & PHẠM ĐỨC DƯƠNG. Trần Phú, Tổng Bí Thư Đầu Tiên Của Đảng.
   Hà Nội, Kim Đồng, 1965, 76p. (Title is: "Tran Phu, First Secretary
   General of the Party").

*MẶT TRẬN DÂN TỘC GIẢI PHÓNG MIỀN NAM VIỆT NAM. Dự thảo chánh sách của
  MTDTGPMNVN đối với các dân tộc anh em ở miền Nam Việt Nam. Trà Vinh,
  Ban Tuyên Huân Tỉnh Trà Vinh, n.d., 17p. (Pike document No. 22 in
  Vietnamese with English translation. Title is "Preliminary policy of
  the SVNNFL towards the brotherly nationalities [minority groups] in
  South Viet Nam.") Trà Vinh, where this document is reissued, has a
  high ratio of Khmers living among Vietnamese.

*MẶT TRẬN DÂN TỘC GIẢI PHÓNG MIỀN NAM VIỆT NAM. South Viet Nam National
  Front for Liberation: Documents. South Viet Nam, Giai Phong
  Publishing House, 1968, 150p.
    Contains the initial Manifesto and Program of the SVNNFL, its 1967
  Political Program and various statements from March 1965 to
  November 1968. Variations of these documents are widely available in
  a number of scattered publications. To be consulted in conjunction
  with Một số tài liệu về Tuyên ngôn, Chương trình, lời kêu gọi của
  MTDTGPMNVN, của các Mặt Trận Dân Tộc các Miền và các Tổ chức trong
  Mặt Trận (Ha Noi, Sự Thật, 1961, 121p,, to be found in Cornell Wason
  Film 2584, no. 79) and Cường Lĩnh chính trị của MTDTGPMNVN (Hà Nội,
  Sự Thật, 1967, 38p.)

MẶT TRẬN LIÊN VIỆT. Tuyên Ngôn, Chính Cương và Điều Lê. N.p.,
  Ban Tuyên Truyền, Uỷ ban Liên Việt Toàn quốc, 1951?, 38p.
    ("The Lien Viet Front: Manifesto, Political Program and By-Laws.")
  English translation not known to exist. Original on microfilm
  (Cornell Wason Film 2584, No. 55).

*MẶT TRẬN TỔ QUỐC VIỆT NAM. Third Congress of the Viet Nam Fatherland
  Front (Documents). Hanoi, FLPH, 1972, 182p.
    Proceedings of meeting held in Hanoi in December 1971.

*MẶT TRẬN TỔ QUỐC VIỆT NAM. Viet-Nam Fatherland Front: Resolutions,
  Manifesto, Programme and Statutes, rev. ed. Hanoi, FLPH, 1972, 182p.
    Proceedings of the "All Viet-Nam Congress of the National United
  Front," which was held in Hanoi in early September 1955. The
  Fatherland Front succeeded the Viet Minh and Lien Viet fronts.

NGUYỄN KHẮC VIỆN, ed. Agricultural Problems (I-III). Hanoi,
  Vietnamese Studies No. 2 (vol. I); No. 13 (vol. II): "Rice" No. 27
  (vol. III): "Some Technical Aspects."
    Contain series of articles of theoretical, technical and narrative
  nature. Volumes I and III also contain documents on agricultural
  co-operativization. (See also Việt Nam Dân Chủ Cộng Hòa.
  Documents of Land Reform).

NGUYỄN KHẮC VIỆN, ed. General Education in the D.R.V.N. (Hanoi,
  Vietnamese Studies No. 30, 1971, 203p.)

NGUYỄN KHẮC VIỆN, ed. Mountain Regions and National Minorities in the
  D.R. of Viet Nam (Hanoi, Vietnamese Studies No. 15, 1968, 225p., map)
  and Ethnological Data (Vietnamese Studies No. 32, 1972, 207p. map,
  photos). Deal with ethnic minorities in the DRV.

*ORGWALD. Tactical and Organizational Questions of the Communist Parties of India and Indochina in Questions and answers. N.p. (printed in the U.S.A.), The Pan-Pacific Worker, 1933.
   This is an authoritative work on a critical period of Vietnamese communism. According to William J. Duiker, Orgwald was identified in French Surete files in Paris as the Comintern official Dmitri Manuilsky.

*TRẦN HUY LIỆU, et al., eds. Tài liệu tham khảo lịch sử cách mạng cận đại Việt Nam, Tạp I-XII. Hà Nội, Văn Sử Địa, 1957. (Title translated: "Research materials on contemporary Vietnamese revolution," volumes I-XII).
   One of the major multi-volume works produced by a team headed by a veteran journalist, ICP member, member of the first DRV Cabinet, state laureate historian, editor of Nghiên Cứu Lịch Sử (Historical Research), a monthly journal of high standard until his recent death. Apparently, the collection has not been reissued, and I am not aware of any published English translation. The complete set is available only on microfilm (Cornell Wason Film 2277). It covers the period from 1884 to 1945. Volumes 6 to 12 are especially useful in the study of the 1920-1945 period.

TRẦN VĂN GIÀU. Giai cấp công nhân Việt Nam. Tạp I: 1930-1935; Tạp II: 1936-1945. Hà Nội, Sử Học, 1962.
   Title is "The Vietnamese Working Class, 1930-1945". This study fills the gap between the founding of the ICP and the August Revolution. Detailed study of the working class conditions from a Vietnamese-Marxist point of view. Useful references to activities of the ICP also.

TRẦN VĂN TÂN. Lước Sử Đảng Cộng Sản Đông Dương. Tái Bản Vào Dịp Ngày 6 Tháng Giêng, Sanh Nhựt Đảng Cộng Sản Đông Dương. Saigon, Hội Nghiên Cứu Chủ Nghĩa Các Mác. 1949, 33p.
   Title is: "Outline History of the Indochina Communist Party; reprinted on January 6, anniversary of the founding of the Indochina Communist Party. Saigon, Association for Research on Marxism, 1949" (Cornell Wason Film 2584, No. 36).

*TRƯỜNG CHINH. The August Revolution, 2d ed. Hanoi, FLPH, 1962, 82p.
   Written in August 1946 on the first anniversary of the Revolution, this has been reissued many times in various forms under its Vietnamese title, Cách mạng Tháng Tám Việt-Nam and translated into many languages. Its importance lies in the fact that in the Preface, Trường Chinh wants his readers "to fully understand the policy advocated by the communists in our country for the present period and the great effectiveness of certain Marxist-Leninist methods in mobilizing the masses, adapted to the situation in Indo-China." It was signed "Hanoi, September 20, 1946."

TRƯỜNG CHINH. Bàn về Cách mạng Việt Nam. (Báo cáo đọc tại Đại hội Đại biểu Toàn quốc tháng 2 năm 1951). Hà Nội, Ban Chấp Hành Trung Ương Đảng, 1956.
   Title is "On the Vietnamese Revolution: Report read at the [Second] National Party Congress in February 1951." English translation not known to exist. A very important document as it governed Vietnamese communist political and military strategy from 1951 to 1957 and perhaps even later. Original on microfilm (Cornell Wason Film 2584, No. 59).

*TRƯỜNG CHINH. Đề cương văn hóa Việt Nam (1943).
    Title is "Principles of Vietnamese culture." A very important
document often cited by Party historians. It includes a section on
"immediate tasks of Marxist cultural workers of Indochina, especially
those of Viet-Nam." To be found in Tran Huy Lien & Van Tao, eds.,
Phong trào chống Phát-xít, chống chiến tranh và các cuộc khởi nghĩa
Bắc Sơn, Nam Kỳ, Đô Lương (Hà Nội, Văn Sử Địa, 1957, pp. 90-95).

*TRƯỜNG CHINH. Forward along the Path Charted by K. Marx. Hanoi, FLPH,
    1969, 138p.
    A speech delivered in commemoration of the 150th birthday of
Karl Marx in Hanoi on behalf of the VWP Central Committee. The
"Publisher's Note" says that "Comrade Truong chinh's speech...proves
that the Viet Nam Workers' Party...has creatively applied Marxism-
Leninsim to Viet Nam's concrete conditions." Also available as
VDRN No. 51, Let Us Be Grateful to Karl Marx and Follow the Path
Traced by Him (Saigon, U.S. Mission, Feb. 1969, 44p.)

*TRƯỜNG CHINH. The Resistance Will Win, 3d ed. Hanoi, FLPH, 1966, 148p.
    One of the seminal works on the War of Resistance against France.
This is the official English translation of a series of articles
published in 1946-47 and issued for the first time in book form as
Kháng Chiến Nhất Định Thắng Lời on September 19, 1947. A widely
disseminated mass publication in Vietnamese.

*TRƯỜNG CHINH. Resolutely Taking the North Viet Nam Countryside to
    Socialism through Agricultural Co-operation. (Report to the Tenth
    Session of the National Assembly of the Democratic Republic of
    Viet Nam). Hanoi, FLPH, 1959, 98p.
    On the organization of agricultural co-operatives in the DRV.
Marks the quick restoration of Truong Chinh to pre-eminence after a
short eclipse due to the 1953-56 land reform errors. Translation of
Kiên quyết đưa nông thôn miền Bắc nước ta qua con đường hợp tác hóa
nông nghiệp tiến lên chủ nghĩa xã hội. Date delivered: May 20, 1959.

* TRƯỜNG CHINH. Về công tác Mặt Trân hiện nay. Hà Nội, Sự Thật, 1972.
    Title is "On the present tasks of the Front". A very important
pronouncement, widely disseminated through Nhân Dân, Học Tập and
local party organs.

U.S. CENTRAL INTELLIGENCE AGENCY. Foreign Broadcast Information Service
    Daily Report: Asia and Pacific. Washington, weekdays with special
    editions.
    Known as the FBIS, it is the most useful current source on various
documents and events happening in China, Korea, Viet Nam and other
countries of Southeast Asia. Containing broadcast monitoring
transcripts in original English or good English translations from the
Vietnamese, it comes out in two editions, a white-covered version,
from which most of the important materials are excised; and the full-
fledged yellow-covered edition, the distribution of which is quite
restricted.

U.S. DEPARTMENT OF COMMERCE. JOINT PUBLICATIONS RESEARCH SERVICE (JPRS).
  -Translations on North Vietnam's Economy;
  -Translations on Political and Sociological Information on North Vietnam;
  -Translations from Học Tập (Studies);
  -Selected Translations on North Vietnam (discontinued);
  -Selected Translations from Nhân Dân (The People, North Vietnam
  (discontinued);
  -Translations from North Vietnam periodicals (discontinued).
    Useful, but often quite poor-quality translations, due to the fact
  that many JPRS translators are marginal in Vietnamese, English, and
  in some cases, in both languages. Must be checked with original
  whenever possible, or with FBIS, and with official North Vietnamese
  Foreign Language Publishing House translations when these come out.

*VIỆT NAM DÂN CHỦ CỘNG HOÀ. Foreign Policy of the Provisional Government
  of the Republic of Vietnam. Hanoi, 1945, 8p.
    In the uncatalogued holdings of the Library of Congress.

*VIỆT NAM DÂN CHỦ CỘNG HOÀ. Tổ chức nhà nước Việt Nam. Hà Nội, Sự Thật,
  1970.
    Title is "Organization of the Government of [the Democratic
  Republic of] Viet Nam.

VIỆT NAM DÂN CHỦ CỘNG HOÀ. Viet Nam, a New State in Her History: Abdication
  Statement, Declaration of Independence, Constitution, National Anthem,
  Address by President Ho Chi Minh. Bangkok, Viet Nam News, 1947.
    In the uncatalogued holdings of the Library of Congress.

VIỆT NAM DÂN CHỦ CỘNG HOÀ. Vietnam Today. Hanoi, FLPH, 1965, 187p.
    A general introduction to the DRV in seven chapters: (1) Geography;
  (2) History; (3) Political system; (4) Economic development; (5) Culture;
  (6) Foreign Policy; (7) Struggle for national reunification. Also
  carries the DRV's flag, emblem and anthem.

*VIỆT NAM DÂN CHỦ CỘNG HOÀ. VIỆN LUẬT HỌC, ỦY BAN KHOA HỌC NHÀ NƯỚC.
  The Paris Agreement on Viet Nam: Fundamental Juridical Problems.
  Hanoi, Institute of Juridical Sciences, Committee of Social Sciences
  of the DRVN, 1973, 403p.
    Contains 11 analytical articles by North Vietnamese international
  law experts and the texts of the Paris Agreements and the various
  Protocols.

*VIỆT NAM DÂN CHỦ CỘNG HOÀ. [Documents on various states of land reform]:
  (1) Những cải cách mới của Chính Phủ. Tap 2: Vấn đề cải cách ruộng đất.
  Hanoi, Ty Thông Tin Hà Nội, 1950.
    Title is: "New reforms by the Government. Vol. 2: The question of
  land reform." (Ha Noi, Ha Noi Information Branch, 1950). No English
  translation available.
  (2) Agrarian Reform Law. Hanoi, FLPH, 1955. Law passed by the Third
  Plenary Session of the National Assembly on December 4, 1953.

(3) "General Regulations Concerning Agricultural Producers' Lower-Type Co-operatives," Vietnamese Studies, No. 2 (1964), pp. 167-8.
(4) "Constitution of High-Level Co-Operative Farms," Vietnamese Studies No. 27 (1969), pp. 253-86; also The New Statute on Agricultural Cooperatives in the Context of the Agricultural Policy Debate in North Viet Nam: A Background Paper, issued by JUSPAO, U.S. Mission in Saigon, October 1969.

VIỆT NAM DÂN CHỦ CỘNG HOÀ. [Writings on Economic Affairs]
(1) The Democratic Republic of Viet Nam on the Road to Socialist Industrialization. Hanoi, FLPH, 1963, 80p.
(2) Offensive against Poverty and Backwardness. Hanoi, FLPH, 1963, 174p.
   Contains the Resolution of the Party Central Committee (July 1961) on the development of agriculture in the First Five-Year Plan (1961-65), speeches and articles by Hồ Chí Minh, Lê Duẩn, Duong Quoc Chinh, Trần Huu Dục and Nguyễn Chí Thanh on various aspects of agricultural development and co-operativization.

[To be supplemented by]

(3) ĐOÀN TRỌNG TRUYỀN & PHẠM THÀNH VINH. Building an Independent National Economy in Vietnam. Hanoi, FLPH, 1964, 171p.
   Deals with "War for national liberation and economic independence," [i.e. 1945-1954] "Post-war [i.e. after July 1954] reconstruction and choice of socialism"; and "First steps of socialist building," [i.e. 1954-63, before the U.S. "war of destruction" against the DRV.]
(4) NGUYỄN NGỌC MINH. Kinh tế Việt Nam từ cách mạng tháng Tám đến Kháng chiến thắng lợi (1945-1954. Hà Nội, Khoa Học, 1966, 488p.
   (Title is: "The Vietnamese economy from the August Revolution to the Victory of the Resistance War, 1945-1954").
(5) VÕ NHÂN TRI. Croissance economique de la Republique Democratique du Viet Nam (1945-1965). (Hanoi, Editions en langues etrangeres, 1967, 627p.
   An important work which was reviewed in Vietnamese Studies No. 17 (1968) by Trần Đức Thảo (pp. 168-72).

Vietnamese Women (Hanoi, Vietnamese Studies 10, 1966, 307p.
   An uneven anthology. To be updated and reinforced by Glorious Daughters of Viet Nam (Hanoi, Viet Nam Women's Union, 1974, 149pp.) and by Lê Duẩn's most recent pronouncement Vai trò và nhiệm vụ của phụ nữ Việt Nam trong giai đoạn mới của Cách mạng ("The role and responsibilities of Vietnamese women in the new phase of the Revolution". Hà Nội, Sự Thật, 1974). To be supplemented by Women of Vietnam by Arlene Eisen Bergman (San Francisco, People's Press, 1974, 226 p.) and by William S. Turley, "Women in the Communist Revolution in Vietnam" (Asian Survey, Sept. 1972, pp. 793-805).

*VÒ NGUYỄN GIÁP. Arm the Revolutionary Masses and Build the People's Army.
Siagon, U.S. Mission, VDRN No. 106, Parts I-III, June-October 1972.
    Translation of Vũ trang quần chúng cách mạng, xây dụng cách mạng nhân
dân. (Hà Nội, Sụ Thật, 1972). Contents:
(1) Marxist-Leninist theory on military organization of the proletariat;
(2) The Vietnamese people's traditions and experiences in building
armed forces in the past [strong patriotic tone with unsubtle anti-
Chinese connotation];
(3) The VWP's and the Vietnamese people's creativity in arming the
revolutionary masses and building the people's armed forces during
the past 40 years;
(4) Arm the revolutionary masses strongly and widely to build a
regular, modern people's armed force.
    Translation and interpretative analysis by U.S. government personnel.

*VÒ NGUYỄN GIÁP. National Liberation War in Viet Nam: General Line:
Strategy; Tactics. Hanoi, FLPH, 1970, 141p.
    Written in December 1969 to commemorate the 25th anniversary of the
People's Army of Viet Nam (PAVN) which was founded by Ho Chi Minh on
December 22, 1944 as "The Propaganda Unit for the Liberation of Viet Nam"
consisting of 34 rag-tag cadres headed by Giap. This seems to be a
distillation of previous writings by Giap.

*VÒ NGUYỄN GIÁP. People's War, People's Army. Hanoi, FLPH, 1961.
    Translation of Chiến tranh nhân dân và quân đội nhân dân. (Hà Nội,
Sụ Thật, 1959), a series of articles written between 1945 and 1954
dealing with the "organization and direction of the revolutionary
armed forces of Viet Nam." Perhpas Giap's best known work in the
West, it is also one of the most widely disseminated works in
Viet Nam.

II. MAJOR NORTH VIETNAMESE SERIALS

BÁO TÂN VIỆT HOA, Báo của Tổng hội Liên hiệp Hoa kiều Viet-Nam
    (NEW VIETNAMESE-CHINESE JOURNAL, Newspaper of the General Confedera-
tion of Chinese residents in Viet-Nam). Daily, 1957-

HÀNỘI MỚI (New Hanoi). Daily newspaper, 1958-

*HỌC TẬP, Tạp chỉ lý luận và chính tri của Đảng Lao Động Viet-Nam
    (LEARNING, Theoretical and political journal of the Viet Nam Workers'
Party; monthly; yearly index).

*NGHIỄN CỨU KINH TẾ, Tạp chỉ ra hai tháng một kỳ của Viện Kinh tế thuộc
    Uy ban Khoa học Xã hội Việt-Nam
    (ECONOMIC RESEARCH, à bimontly journal of the Economic Institute
affiliated with the Viet-Nam State Commission on the Social Sciences).

*NGHIÊN CỨU LỊCH SỬ, Tạp chí ra hai tháng một kỳ của Viện Sử học thuộc
Ủy ban Khoa học Xã hội Việt-Nam
(HISTORICAL RESEARCH, a bimonthly journal of the Historical Studies
Institute affiliated with the Viet-Nam State Commission on the
Social Sciences). Successor to VĂN SỬ ĐỊA (LITERATURE, HISTORY,
GEOGRAPHY).

*NGHIÊN CỨU LỊCH SỬ ĐẢNG, Nội san, Ủy ban Nghiên Cứu Lịch sử Đảng trực
thuộc Ban Chấp Hành Trung ương
(RESEARCH ON PARTY HISTORY, Internal organ, Committee for Research
on Party History under the direct supervision of the Central
Committee). Not available.

*NHÂN DÂN, Cơ quan trung ương của Đảng Lao Động Việt-Nam
(THE PEOPLE, Central organ of the Viet-Nam Workers' Party).
Daily Newspaper, 1949-

*QUÂN ĐỘI NHÂN DÂN (PEOPLE'S ARMY). Daily newspaper, 1960-

South Viet Nam in Struggle. Central Organ of the South Viet Nam National
Front for Liberation. Hanoi, weekly.
Previously printed in Phnom Penh when Sihanouk was still in power. This
is not too useful a source of information of the Front, the Party in
the South, or the PRG. Too often it deals servilely with North
Vietnamese matters.

*TẠP CHÍ QUÂN ĐỘI NHÂN DÂN. Tạp chí lý luận quân sự chính trị của
Lực lượng Vũ trang Nhân dân Việt-Nam. Tổng cục chính trị phát hành
(PEOPLE'S ARMY JOURNAL, Theoretical, military and political journal
of the People's Armed Forces of Viet-Nam. Published by the General
Political Department). Monthly, 1957-

*TẬP NGHIÊN CỨU NHÀ NƯỚC VÀ PHÁP QUYỀN. Tổ Luật Học trong Ủy Ban
Khoa học Nhà nước
(JOURNAL OF RESEARCH ON THE STATE AND LAW: [Issued by] the Institute
of Juridical Studies affiliated with the State Commission on Social
Sciences). First issue: 1963. Table of contents in Vietnamese,
Russian, Chinese and French.

THỜI MỚI (NEW TIMES). Daily newspaper, 1954-

THỜI SỰ PHỔ THÔNG (POPULAR NEWS). Daily

THỦ ĐÔ HÀ NỘI (THE CAPITAL OF HANOI). Daily newspaper, 1959-

TUYÊN HUẤN, Tạp chí hướng dẫn học tập và công tác tuyên truyền
(PROPAGANDA AND TRAINING, Directive journal on training and
propaganda). Bimonthly, 1962-

VIET NAM COURIER, New Series, Monthly. Hanoi, Xunhasaba, Successor
  to the weekly of the same title.
  Useful contents with monthly chronology at the end of each issue.

*VIETNAMESE STUDIES. Hanoi, Xunhasaba, 1964-. Editor: Nguyễn Khắc Viên.
  Published at irregular intervals. Its 40 issues have been generally
  anthologies devoted to a single topic for each issue. The quality
  varies from issue to issue, and from article to article within each
  issue. Useful and widely available in libraries.

XÂY DỰNG ĐẢNG, Cở quan của Ban Tổ chức Trung Ưởng Đảng Lao Động Việt-Nam
  (BUILDING THE PARTY, Organ of the Central Organization Committee of
  the Viet-Nam Workers' Party). Bimonthly; for internal use; rarely
  available.

III. MAJOR SECONDARY SOURCES

BURCHETT, WILFRED G. A prolific Australian communist journalist, he
  has produced over the years quite a list of books and articles.
  Read with analytical discretion, they may be of great insight into
  the day-by-day workings of the Vietnamese communists. Among his
  books are:
  -North of the 17th Parallel (Delhi, People's Publishing Co., 1955);
  -Mekong Upstream (ibid: ., 1959);
  -The Furtive War: The United States in Vietnam and Laos (New York,
  International Publishers, 1963);
  -Vietnam: Inside Story of the Guerilla War (ibid., 1965);
  -Vietnam North: A First-Hand Report (ibid., 1966);
  -My Visit to the Liberated Zones of South Vietnam (Hanoi, FLPH, 1966);
  -Vietnam Will Win! (New York, Monthly Review Press, 1968);
  -Ho Chi Minh: An Appreciation (New York, The Guardian, 1972).

BUTTINGER, JOSEPH. An Austrian socialist leader who fled Nazi rule to
  become by the mid-1950's an official of the International Rescue
  Committee. As such, he was involved in the relief project for
  Vietnamese refugees fleeing the North for the South after the July
  1954 Geneva partition of Viet Nam. He became fascinated with
  Vietnamese history and started collecting what may be the largest
  private collection of research materials on Viet Nam, consisting
  mainly of Western-language works. It is accessible to bona fide
  researchers. He toiled to produce The Smaller Dragon (New York,
  Praeger, 1958) and the 2-volume Vietnam: A Dragon Embattled (ibid.,
  1967); an abbreviated version of these three tomes in Vietnam: A
  Political History (ibid., 1968) and finally a distillation of the above
  in A Dragon Defiant: A Short History of Vietnam (ibid., 1972).
  Buttinger's work, being based mainly on Western sources or marginal
  scholarship of his Vietnamese assistants, is full of spelling errors
  and debatable interpretations. Yet taken together, Buttinger's books
  are monumental in scope and are most useful to the Viet Nam scholars
  for their extensive notes and bibliographies.

CHEN, KING C. Vietnam and China, 1938-1954. Princeton, Princeton University Press, 1969.
A scholarly and useful book, employing heretofore unknown Chinese sources as well as interviews and correspondence with Chinese figures active in Vietnamese relations during the period covered. His interpretation of Sino-Vietnamese relations in recent articles is perhaps the most valid around. Contains the most comprehensive list of aliases used by Ho Chi Minh except one, namely "X.Y.Z."

CHESNEAUX, JEAN. Contribution à l'histoire de la nation vietnamienne. Paris, Editions Sociales, 1955.
A major interpretation of Vietnamese history by a leading French communist Orientalist. An article in English, summarizing part of that book is "Stages in the Development of the Vietnam National Movement, 1862-1940," Past and Present (Cambridge, England) No.7, April 1955, pp. 63-75. Chesneaux also edited an anthology, Tradition et Revolution au Vietnam (Paris, Anthropos, 1971) which covers the theme in his other article in English, "The Historical Background of Vietnamese Communism," Government and Opposition, Winter 1969, pp. 118-135.

FALL, BERNARD B. Le Viet-Minh: La Republique Democratique du Viet-Nam, 1945-1960. Paris, Librairie Armand Colin, 1960.
A revised and updated version of the same author's The Viet-Minh Regime (Ithaca, N.Y., Cornell University and Institute of Pacific Relations, 1956), it is the most systematic and scholarly political analysis of North Viet Nam to date, and from which Fall based part of his The Two-Viet-Nams: A Political and Military Analysis (New York, Praeger, 1967, 2d rev. ed.). To be supplemented by his articles to be found in Viet=-Nam Witness (ibid., 1966) and Last Reflections on the War (Garden City, N.Y., Doubleday, 1967). Other articles by this amazingly prolific French writer could be found in French and German as well.

HOÀNG VĂN CHÍ. From Colonialism to Communism: A Case History of North Vietnam. New York, Praeger, 1964.
An important study, regardless of the controversy which arose in the last few years over the "myth of bloodbath." Chi was a non-communist technical cadre during the War of Resistance against France. He escaped to the South after the 1954 partition of Viet Nam to eventually settle in the U.S. and become an employee of the U.S. government. The work still stands as the only comprehensive published study of North Viet Nam by a non-communist Vietnamese.

HONEY, P. J. A lecturer on Vietnamese studies at the University of London and a regular contributor to China News Analysis (Hongkong) in "North Vietnam Quarterly Report" since 1963. His articles and his two books, North Vietnam Toady: Profile of a Communist Satellite (edited for Praeger, 1962) and Communism in North Vietnam: Its Role in the Sino-Soviet Dispute (Cambridge, Mass., M.I.T. Press, 1966) are to be read with caution due to Honey's tendency to over-interpret events according to his Cold War-type anti-communism. His interpretations have in the past been readily picked up by the propaganda apparatus of the U.S. and South Viet Nam governments and widely disseminated by wire services and in particular by the U.S. News and World Report. In spite of these biases, his pieces are timely and useful for the watcher of North Vietnamese affairs.

LAVALLEE, LEON. L'Economie du Nord Viet Nam. Vol 1: 1960-1970; Vol. 2: Essai perspective. Preface de Jacques Duclos. Paris, Les Cahiers du Centre d'Etudes et de Recherches Marxistes, Nos. 94-94bis, 1971.
An important study by a French communist economist.

MUS, PAUL. Viet Nam: Sociology d'une Guerre. Paris, Editions du Seuil, 1952.
One of the earliest and most profound Western analyses of the Vietnamese national-communist revolution. Mus spent much of his early life in Hanoi and understand the Vietnamese "soul" well, but his style is hard to digest even for the French readers. Recently it was partially rendered in a rather unsatisfactory English version as The Vietnamese and Their Revolution by John T. McAlister, Jr., and Paul Mus (New York, Harper & Row, 1970). Mus' various writings were assembled posthumously and edited by Annie Nguyen Nguyet Ho under the title Ho Chi Minh; Le Vietnam; L'Asie (Paris, Editions du Seuil, 1971).

PIKE, DOUGLAS. Viet Cong: The Organization and Techniques of the National Liberation Front of South Vietnam. Cambridge, Mass., M.I.T. Press, 1966.
An encyclopedic work by a veteran U.S. Information Agency Far East political officer. The work is based on some 800 caputured documents (deposited at M.I.T. Center for International Studies and available on microfilm from the Center for Research Libraries under the title of Pike's Viet Cong Documents) and some 100 interviews with captured or defecting communist cadres. A very useful sourcebook for further study. To be supplemented by Pike's War, Peace and the Viet Cong (ibid., 1969). Mr. Pike is now at the U.S. Department of State as its top North Viet Nam watcher where he supervises the declassification of thousands of captured documents which will be made available to researchers.

RACE, JEFFREY. War Comes to Long An: Revolutionary Conflict in a Vietnamese Province. Berkeley, Univ. of California Press, 1972.
One of the most insightful, yet dispassionate, studies of revolutionary vs. counter-revolutionary warfare, giving documentary evidence as to why the former kind prevailed in a province adjoining Saigon. The work is based on both the Pike documents and materials Race himself has collected. These were deposited at the Center for Research Libraries and are known as the Race Documents. The author identifies Le Duan as the author of a widely disseminated but anonymous work, Đường lối Cách mạng [Việt Nam] ở Miền Nam ("The Path of the [Vietnamese] Revolution in the South") which was the basis of Party policy from 1956 to 1959, and maybe perhaps after that. (Also Pike documents 74A, 225 and 306).

RIBOUD, MARC. Face of North Vietnam; Text by Philippe Devillers.
New York, Holt, Rinehart and Winston, 1970.
The most striking collection of 112 photographs of North Viet Nam
by a master photo-journalist, covering (a) the bombing; (b) the
countryside; (c) the factories; (d) soldiers; (e) schools;
(f) religion; (g) leadership; and (h) the city of Hanoi.

SACKS, I. MILTON. "Marxism in Viet Nam," in Frank N. Trager, ed.,
Marxism in Southeast Asia: A Study of Four Countries. Stanford,
Stanford Univ. Press, 1959, pp. 102-170. An important early study
by a former U.S. government intelligence specialist. Covers the
1930-1945 period well, including the short-lived Trotskyist
movement in Viet Nam.

SMITH, HARVEY H., et al. Area Handbook for North Viet Nam. Washington,
U.S. Government Printing Office. 1967.
One of a series of country handbooks commissioned by the U.S. Army
from the Foreign Area Studies of American University. The approach
taken is prosaic, a piecemeal work put together by non-experts.
Contains 62 pages of Western-language bibliography on North Viet Nam.

U.S. DEPARTMENT OF DEFENSE. OFFICE OF THE SECRETARY OF DEFENSE.
United States-Vietnam Relations, 1945-1967. Study prepared by the
Department of Defense OSD Task Force; Leslie Gelb, chairman, et al.
Printed for the use of the House Committee of Armed Services.
Washington, U.S. Government Printing Office, 1971, 12 books. Other
versions of the same are The Pentagon Papers as Published by the
New York Times (New York, Bantam Books and Quadrangle Books, 1971)
and The Pentagon Papers; The Senator Gravel edition (Boston, Beacon
Press, 1971-72, 5 volumes). These are excerpts and comments from the
still calssified 47-volume internal history collated by a group of
some thirty researchers entitled History of U.S. Decision-Making
Process of Vietnam Policy. Contains crucial documents on U.S.-D.R.V.
relations such as unacknowledged and unanswered cables and letters
by Ho Chi Minh to President Truman and Secretary of State Byrnes
seeking U.S. assistance and friendship in 1945-46. Consult also
The United States and Vietnam: 1944-1947, a Staff Study for the
Committee on Foreign Relations of the U.S. Senate (Washington, U.S.
Government Printing Office, 1972).

U.S. DEPARTMENT OF STATE. OFFICE OF EXTERNAL RESEARCH. Who's Who In
North Vietnam. Washington, 1972. To be supplemented by VDRN 114,
VWP-DRV Leadership, 1960 to 1973; Part I: The Party; Part II: The
Government (Saigon, U.S. Mission, 1973).

U.S. DEPARTMENT OF STATE. Working Papers on the North Vietnamese Role
in the War in South Viet Nam. Washington, 1968.
Widely disseminated to the press, and inserted into the
Congressional Record at various times. When distributed to the
press, it was also accompanied by hundreds of pieces of documentary
evidence said to be translations of Viet Cong documents. The three
most important documents used by U.S. analysts are (1) the "Le Duan
Letter"; (2) the "Speech by General Vinh"; and (3) the "CRIMP Document."

U.S. INFORMATION SERVICE. Principal Reports from Communist Sources.
Saigon, USIS. 1972-?
Issued at irregular intervals for the foreign press corps in Saigon,
it contains transcripts and rough translations of broadcast monitorings
of the Viet Nam Agency (Radio Hanoi) and of the Giai Phong News
Agency (Radio Liberation). Not available in the U.S.

U.S. MISSION IN VIET NAM. JOINT U.S. PUBLIC AFFAIRS OFFICE. NORTH VIET
NAM AFFAIRS DIVISION. Viet-Nam Documents and Research Notes.
Started in October 1967, the latest known number is 117, dated April 1974.
Published at irregular intervals, the VDRN (as referred elsewhere in
this paper) graduated from thin flysheets to thick pamphlets carrying
either important communist documents and/or interpretative analysis
of these. Unavailable to U.S. residents since February 1973. As a
whole, a very useful series. Published by USIS since 1973.

U.S. MISSION IN VIET NAM. DRV Cadre Policy in the "New Phase" (Saigon,
VDRN 112, May 1973).
Contains a VWP Politburo Resolution on "Tasks related to Cadres in
the New Phase" and Lê Duẩn's "Some Problems on Cadres in the Socialist
Revolution."

U.S. MISSION IN VIET NAM. The People's Revolutionary Party (Saigon,
VDRN 102, Parts I-III).
Collation of captured documents dealing with the internal problems
of the PRP.

U.S. MISSION IN VIET NAM. The Structure of Power in the DRV:
Constitution and Party Statute (Saigon, VDRN 103, Feb. 1972)
and Bases of Power in the DRV (VDRN 107, Oct. 1972).
Translation of these and previous items by U.S. Government
personnel. Interpretative analysis tends to follow U.S. Viet Nam
policy.

VAN DYKE, JON M. North Vietnam's Strategy for Survival. Palo Alto,
Pacific Books, 1972.
Describes the responses of the North Vietnamese ruling party.
government and people to 3 1/2 years of steady bombing by the U.S.
(early 1965-late 1968). Topics covered: shelters; evacuation of
populated areas; camouflage; instant repair of transportation
networks; economic decentralization and industrial dispersal;
political mobilization and foreign assistance. Clinically detailed
to the point of dullness.

IV. OTHER MATERIALS

According to William J. Duiker, a collection of materials covering
the years of 1920-1939 are now available to researchers at "Rue Oudinot"
in Paris under the label of SLOTFOM (Service de Liaison avec les
Originaires des Territoires d'Outre-Mer), Series III. Included in
these are monthly Surete Generale's reports entitled Les Associations
Anti-Francaises en Indochine et la Propagande Communiste (ca. 1929-1936).

0. BIBLIOGRAPHIES AND REFERENCE WORKS

0.0. General Bibliographies on Viet Nam

1.
VIET NAM BIBLIOGRAPHY
NEW YORK UNIVERSITY LAW REVIEW, JUNE 1970, P749-59

2. ALLEN, GORDON & MICHAEL J. KOLL, JR., EDS
VIET NAM SUBJECT INDEX CATALOG
WASHINGTON, D.C., USAID AND ENGINEER AGENCY FOR RESOURCES
INVENTORIES, VIETNAM RESEARCH AND EVALUATION
INFORMATION CENTER, 288P

3. ASSOCIATION D'AMITIÉ FRANCO-VIETNAMIENNE
VIET NAM 1954-1971: ESSAI D'UNE BIBLIOGRAPHIE PRATIQUE
PARIS, 1972, 35P
PAM Z 467+

4. ASSOCIATION FOR ASIAN STUDIES
CUMULATIVE BIBLIOGRAPHY OF ASIAN STUDIES, 1941-1965
BOSTON: G.K. HALL, 1969, AUTHOR BIBLIOGRAPHY, 4 VOLS., SUBJECT
BIBLIOGRAPHY, 4 VOLS.

5. ASSOCIATION FOR ASIAN STUDIES
CUMULATIVE BIBLIOGRAPHY OF ASIAN STUDIES, 1966-1970
BOSTON: G.K. HALL, 1972, AUTHOR BIBLIOGRAPHY, 3 VOLS.,
SUBJECT BIBLIOGRAPHY, 3 VOLS.

6. CALIFORNIA, UNIVERSITY OF, CENTER FOR SOUTH & SOUTHEAST ASIA STUDIES
UNIVERSITY OF CALIFORNIA LIBRARY HOLDINGS ON VIETNAM
BERKELEY, UNIV. OF CAL., MAY 1968, 54P

7. CORNELL UNIVERSITY LIBRARY, WASON COLLECTION
SOUTHEAST ASIA ACCESSIONS LIST (MONTHLY)
ITHACA, N. Y., CORNELL UNIVERSITY SOUTHEAST ASIA PROGRAM

8. ĐOÀN THỊ ĐỖ
JOURNALISME AU VIETNAM ET LES PERIODIQUES VIETNAMIENS DE 1865 À 1944
CONSERVÉS À LA BILBIOTHÈQUE NATIONALE (DE FRANCE) /LE
PARIS, BIBLIOTHÈQUE NATIONALE, 1958

9. FALL, BERNARD B.
RECENT PUBLICATIONS ON INDOCHINA
PACIFIC AFFAIRS, MAR 1956 P57-64

10. HOBBS, CECIL, ET AL.
INDOCHINA, A BIBLIOGRAPHY OF THE LAND AND PEOPLE
WASHINGTON, LIBRARY OF CONGRESS REFERENCE DEPT, 1950, XII, 367P
Z3221+U583

11. JUMPER, ROY
BIBLIOGRAPHY ON THE POLITICAL AND ADMINISTRATIVE HISTORY OF VIETNAM,
1802-1962, SELECTED AND ANNOTATED
SAIGON, MICHIGAN STATE UNIVERSITY ADVISORY GROUP, 1964, 115P
LC Z3228.V5J8 1964

12. MICHIGAN STATE UNIVERSITY
WHAT TO READ ON VIETNAM; A SELECTED ANNOTATED BIBLIOGRAPHY
2D ED., WITH A SUPPLEMENT COVERING THE PERIOD NOV. 1958 TO OCT. 1959
NEW YORK, INSTITUTE OF PACIFIC RELATIONS, 1960, 73P
Z3226M62+

13, MICHIGAN STATE UNIVERSITY
    WHAT TO READ ON VIETNAM; A SELECTED ANNOTATED BIBLIOGRAPHY
    NEW YORK, INSTITUTE OF PACIFIC RELATIONS, 1959; 67P
    Z3226M62*

14, NGUYỄN HÙNG CƯỜNG
    THƯ TỊCH VỀ KHOA HỌC XÃ HỘI TẠI VIỆT NAM
    BIBLIOGRAPHIE DES SCIENCES SOCIALES AU VIETNAM
    A BIBLIOGRAPHY OF SOCIAL SCIENCE MATERIALS PUBLISHED IN VIETNAM
    1947-1967
    SAIGON, NHA VĂN KHỐ VÀ THƯ VIỆN QUỐC GIA, 1970, 246P

15, OEY, GIOK PO
    CHECKLIST OF THE VIETNAMESE HOLDINGS OF THE WASON COLLECTION,
    CORNELL UNIVERSITY LIBRARIES, AS OF JUNE 1971/A
    DATA PAPER #84, SOUTHEAST ASIA PROGRAM
    ITHACA, N,Y,, CORNELL UNIVERSITY, 1971, 366P

16, TRAN THI KIM SA
    BIBLIOGRAPHY ON VIETNAM, 1954-1964, THU TICH VE VIET NAM, 1954-1964
    SAIGON, NATIONAL INSTITUTE OF ADMINISTRATION, 1965; 255P

17, TRẦN THI KIM SA
    MỤC LỤC PHÂN TICH TẠP CHÍ VIỆT NGỮ 1954-1964
    A GUIDE TO VIETNAMESE PERIODICAL LITERATURE, 1954-1964
    SAIGON, HỌC VIỆN QUỐC GIA HÀNH CHÁNH, 1965, 318P
    Z6958 V5T77 REFERENCE

0.1. Bibliographies on Vietnamese Communism

18,
    CURRENT DIGEST OF THE SOVIET PRESS
    NEW YORK, JOINT COMMITTEE ON SLAVIC STUDIES, 1949-

19, AMERICAN UNIVERSITY, FOREIGN AREA STUDIES DIVISION
    AREA HANDBOOK FOR NORTH VIETNAM
    WASHINGTON, USGPO, 1967, 494P
    LC DS557,A7A63

20, AMERICAN UNIVERSITY, FOREIGN AREA STUDIES DIVISION
    AREA HANDBOOK FOR SOUTH VIETNAM
    WASHINGTON, USGPO, 1967, 510P
    LC DS557,A5A717

21, BERTON, PETER & ALVIN Z, RUBENSTEIN
    SOVIET WORKS ON SOUTHEAST ASIA; A BIBLIOGRAPHY OF NONPERIODICAL
    LITERATURE, 1946-1965
    LOS ANGELES, UNIVERSITY OF SOUTHERN CALIFORNIA PRESS, 1967, 201P

22, HAMMOND, THOMAS T,
    SOVIET FOREIGN RELATIONS AND WORLD COMMUNISM; A SELECTED, ANNOTATED
    BIBLIOGRAPHY OF 7,000 BOOKS IN 30 LANGUAGES, COMPILED AND EDITED BY
    THOMAS T, HAMMOND
    PRINCETON, N, J,, PRINCETON UNIVERSITY PRESS, 1965, 1240P

23, KEYES, JANE GODFREY
    BIBLIOGRAPHY OF NORTH VIETNAMESE PUBLICATIONS IN THE CORNELL
    UNIVERSITY LIBRARY, SEPTEMBER 1962 /A
    ITHACA, N,Y,, CORNELL UNIVERSITY SOUTHEAST ASIA PROGRAM, 1962,
    DATA PAPER NUMBER 47

24, KEYES, JANE GODFREY
     BIBLIOGRAPHY OF WESTERN-LANGUAGE PUBLICATIONS CONCERNING NORTH
     VIETNAM IN THE CORNELL UNIVERSITY LIBRARY /A
     (SUPPLEMENT TO DATA PAPER #47, A BIBLIOGRAPHY OF NORTH VIETNAMESE
     PUBLICATIONS IN THE CORNELL UNIVERSITY LIBRARY, SEPTEMBER 1962)
     ITHACA,N.Y., CORNELL UNIVERSITY SOUTHEAST ASIA PROGRAM, 1966, 280P
     DATA PAPER NUMBER 63

25, KYRIAK, THEODORE E,
     NORTH VIET NAM: 1957-1961: A BIBLIOGRAPHY AND GUIDE TO CONTENTS OF A
     COLLECTION OF UNITED STATES JOINT PUBLICATIONS RESEARCH SERVICE
     TRANSLATIONS ON MICROFILM
     ANNAPOLIS, RESEARCH & MICROFILM PUBLICATIONS, 196-, 62P
     LC Z3228,V52K9

26, NHÀ XUẤT BẢN SỰ THẬT
     MỤC LỤC SÁCH SỰ THẬT, 1955-1958
     HÀ NỘI, SỰ THẬT, 1959, 58P

27, OFFICE NATIONALE D'INFORMATION POUR LA DÉMOCRATIE FRANÇAISE
     RÉVOLUTION COÛTEUSE DU VIETNAM DU NORD /LA
     UN MODÈLE DE "GUERRE DES CLASSES" ET DE PÉNÉTRATION SOVIÉTIQUE
     PARIS, 1957?, 32P
     DS557 A7 R46

28, PUNDEFF, MARIN
     RECENT PUBLICATIONS ON COMMUNISM, A BIBLIOGRAPHY OF NON PERIODICAL
     LITERATURE, 1957-1962
     LOS ANGELES, UNIVERSITY OF SOUTHERN CALIFORNIA, 1962, 66P

29, RACE, JEFFREY
     INVENTORY OF VIETNAMESE COMMUNIST DOCUMENTS,
     NOVEMBER 1968, RACE DOCUMENTS 1001-1082
     CHICAGO: THE CENTER FOR RESEARCH LIBRARIES, 12P

30, RACE, JEFFREY
     INVENTORY OF VIETNAMESE MATERIAL, COLLECTED BY JEFFREY RACE
     LIST OF 80 DOCUMENTS COLLECTED IN VIET NAM DURING 1967 AND 1968
     RELATING LARGELY TO LONG AN PROVINCE
     SOMERVILLE, MASS,, 1969, 11P
     PAM Z 434*

31, SWORAKOWSKI, WITOLD S,
     COMMUNIST INTERNATIONAL AND ITS FRONT ORGANIZATIONS: A RESEARCH
     GUIDE AND CHECKLIST OF HOLDINGS IN AMERICAN AND EUROPEAN LIBRARIES
     /THE
     STANFORD, CALIF,, HOOVER INSTITUTION ON WAR, REVOLUTION, AND PEACE,
     1965, 493P
     LC Z7164,S67S86

32, THAYER, CARLYLE A,
     BIBLIOGRAPHY OF THE NATIONAL LIBERATION FRONT OF SOUTH VIET NAM
     NEW HAVEN, YALE UNIVERSITY STERLING LIBRARY, 1969, 25P

33, THAYER, CARLYLE A,
     WAT COLLECTION OF NFL DOCUMENTS: A BIBLIOGRAPHY /THE
     CANBERRA, THE AUSTRALIAN NATIONAL UNIVERSITY, THE RESEARCH SCHOOL OF
     PACIFIC STUDIES, 24 APRIL, 1972, 7P

34, U,S, CENTRAL INTELLIGENCE AGENCY
     FOREIGN BROADCAST INFORMATION SERVICE (FBIS), DAILY REPORT

35, U,S, CONGRESS, SENATE, COMMITTEE ON THE JUDICIARY
     WORLD COMMUNISM, 1964-1969, A SELECTED BIBLIOGRAPHY, VOLUME II
     PREPARED BY THE CONGRESSIONAL RESEARCH SERVICE, LIBRARY OF CONGRESS
     WASHINGTON, USGPO, 1971, P285-316

0.2. Chronologies

36,
SEQUENCE OF NEGOTIATIONS (FROM MARCH 1968 TO JANUARY 1973) /THE
VCM 9, FEB 1973, SUPPLEMENT, P28-32

37, AGEORGES, JEAN
CHRONIQUE DU SUD EST ASIATIQUE
FRANCE ASIE, HANOI, AUG 1947

38, ASSOCIATION D'AMITIE FRANCO-VIETNAMIENNE
CHRONOLOGIE DES FAITS ET DOCUMENTS (1967) RELATIFS A L'AGRESSION
AMERICAINE AU VIETNAM
PARIS, 1970, 16P

39, CONGRESSIONAL QUARTERLY
NINETEEN HUNDRED SIXTY NINE (1969) VIET NAM CHRONOLOGY
CONGRESSIONAL QUARTERLY WEEKLY REPORT, OCT 10, 1969, P1899-1901

40, SHIH CHIEH CHIH SHIH
CHRONICLE OF PRINCIPAL EVENTS RELATION TO THE INDO-CHINA QUESTION,
1940-1945 /A
PEKING, SHIHCHIEH CHIHSHIH, 1954, V, 73P
DS550 S55

41, SOBEL, LESTER A, ED
SOUTH VIET NAM: U.S.-COMMUNIST CONFRONTATION IN SOUTHEAST ASIA,
1961-65
NEW YORK, FACTS ON FILE, 1966, 238P

42, TÔN VỸ
CHRONOLOGY (APR 15, 1847 TO DEC 19, 1946)
VS 24 (1970), P201-221

43, UNITED KINGDOM, CENTRAL OFFICE OF INFORMATION, REFERENCE DIVISION
VIET NAM, LAOS AND CAMBODIA: CHRONOLOGY OF EVENTS 1968-70
LONDON, H, M, STATIONERY OFF., 1970, 20P
PAM DS VN 573

44, VIET NAM COURIER
CHRONOLOGY OF EVENTS, (MONTHLY, STARTING APRIL 15, 1972)
VIET NAM COURIER MONTHLY, NEW SERIES, NO. 1, JUNE 1972, END FLAP

45, VIỆT NAM DÂN CHỦ CỘNG HOÀ
BRIEF CHRONOLOGY OF MOMENTOUS FACTS AND EVENTS IN THE HISTORY OF THE
DRV /A
SAIGON, U.S. EMBASSY, JUSPAO, NORTH VIET NAM AFFAIRS DIVISION
VDRN NO. 84, SEP 1970, 132P

46, VIỆT NAM DÂN CHỦ CỘNG HOÀ, COMMISSION FOR INVESTIGATION ON THE
AMERICAN IMPERIALISTS' WAR CRIMES IN VIETNAM
CHRONOLOGY OF THE VIETNAM WAR, 1941-1966
PARIS, ASSOCIATION D'AMITIE FRANCO-VIETNAMIENNE, 1969

47, VIỆT NAM DÂN CHỦ CỘNG HOÀ, FOREIGN LANGUAGES PUBLISHING HOUSE
PRINCIPAL EVENTS IN SOUTH VIETNAM DURING THE PAST TEN YARRS
(1954-1964), COLLECTED BY THE FOREIGN LANGUAGES PUBLISHING HOUSE
IN: THE SOUTH VIETNAM PEOPLE WILL WIN BY GENERAL VO NGUYEN GIAP
HANOI, FLPH, 1965, P83-128

48, VIETNAMESE STUDIES
CHRONOLOGY 1971
VS 33, 1972, P183-211

49, VIETNAMESE STUDIES
CHRONOLOGY OF EVENTS (MAY 1961-JUN 1965)
VS 11 (1967), P183-198

50. VIETNAMESE STUDIES
    EVENTS OVER THE PAST MONTHS (OCT 1965)
    VS DEC 1965, P80-90

51. VIETNAMESE STUDIES
    PRINCIPAL FACTS AND EVENTS IN SEPT AND OCT 1964
    VS DEC 1965, P100-121

52. VIETNAMESE STUDIES
    LIBERATION ARMED FORCES (P.L.A.F.) FROM JAN TO MAR 1968
    SIX WEEKS OF GENERAL OFFENSIVE BY THE SOUTH VIETNAM PEOPLE'S
    VS 17 (1968), P173-185

53. VIETNAMESE STUDIES
    VIET NAM-LAOS-CAMBODIA 1969-70
    VS 28 (1970)

0.3. Descriptions and Travel Accounts

54.
    CROQUIS NORD-VIETNAMIENS. NORTH VIETNAM SKETCHES
    CROQUIS NORVIETNAMITAS
    HANOI, ELE, 1966, 47P
    DS557 A7C93

55.
    HA NOI, 1960
    HA NOI, SO VAN HOA HA NOI, 1960, 143P

56.
    REPUBLIQUE DEMOCRATIQUE DU VIET NAM, 1945-1960
    IMPRESSIONS DE VISITEURS ETRANGERS /LES
    HANOI, ELE, 1960

57.
    THEY HAVE BEEN IN NORTH VIETNAM
    HANOI, FLPH, 1968, 139P
    DS557 A7 T42

58.
    VIỆT NAM CHIẾN ĐẤU SỬ, BÚT KÝ VÀ PHÓNG SỰ CỦA MỘT SỐ NHÀ BÁO LIÊN-XÔ
    HÀ NỘI, VĂN HỌC, 1966, 155P

59. APTHEKER, HERBERT
    MISSION TO HANOI, WITH PREFACES BY TOM HAYDEN AND STAUGHTON LYND.
    NEW YORK, INTERNATIONAL PUBLISHERS, 1966, 128P
    LC DS557.A7A6M

60. BERRIGAN, DANIEL
    NIGHT FLIGHT TO HANOI: WAR DIARY WITH 11 POEMS
    NEW YORK, MACMILLAN, 1968

61. BHANDARI, S. K.
    VIET NAM TODAY
    NEW DELHI, NATIONAL PUBLICATIONS BUREAU, 1961, 112P ILLUS
    DS557 A7B57

62. BLUME, ISABELLE
    DE LA FRONTIÈRE DU LAOS À LA RIVIÈRE BẾN HẢI
    HANOI, ELE, 1961, 164P, ILLUS, FOLD, MAP
    DS557 A7B65

63. BONOSKY, PHILLIP
    BEYOND THE BORDERS OF MYTH, FROM VILNIUS TO HANOI
    NEW YORK, PRXIS PRESS, 1967

64. BRIMMELL, JACK HENRY
     COMMUNISM IN SOUTH EAST ASIA; A POLITICAL ANALYSIS
     ISSUED UNDER THE AUSPICES OF THE ROYAL INSTITUTE OF INTERNATIONAL
     AFFAIRS
     LONDON, OXFORD UNIVERSITY PRESS, 1959, 415P
     LC DS518.1.B7

65. BURCHETT, WILFRED C
     THROUGH KOREA AND VIETNAM, A CORRESPONDENT'S NOTES
     NEW TIMES, MAY 1954, P27-31

66. BURCHETT, WILFRED G.
     MEKONG UPSTREAM
     DELHI, PEOPLE'S PUBLISHING HOUSE, 1959

67. BURCHETT, WILFRED G.
     NORTH OF THE 17TH PARALLEL
     DELHI, PEOPLE'S PUBLISHING HOUSE, 1956
     DS557A7B94

68. BURCHETT, WILFRED G.
     VIET NAM NORTH
     LONDON, LAWRENCE & WISHART, 1966, 191P
     LC DS557.A7B83 1966A

69. CAMERON, JAMES
     HERE IS YOUR ENEMY; COMPLETE REPORT FROM NORTH VIETNAM
     NEW YORK, HOLT, RINEHART AND WINSTON, 1966, 144P
     LC DS557.A7C25

70. CANDLIN, A.H.S.
     COMMUNIST THREAT TO SOUTH AND SOUTHEAST ASIA /THE
     BRASSY'S ANNUAL, 1964; 83-95

71. CANDLIN, A.H.S.
     COMMUNIST THREAT TO SOUTH AND SOUTHEAST ASIA; THE PROBLEM OF
     THERMONUCLEAR CHINA /THE
     BRASSEY'S ANNUAL, 1968; 1968; 259-277

72. CHOLKO, FRANCIS
     RISING THREAT FROM NORTH VIETNAM /THE
     UNITED ASIA, FEB. 1964, P36-39

73. DELLINGER, DAVE
     INDOMITABLE VIETNAM--A FRESH LOOK
     DAVE DELLINGER ASWERS QUESTIONS FROM LAMAR HOOVER
     LIBERATION, MAY/JUNE 1967, P14-24

74. DELLINGER, DAVE
     NORTH VIET NAM; EYEWITNESS REPORT
     LIBERATION, DEC 1966, P3-15

75. DORONILA, AMANDO E.
     IN UNCLE HO'S ORPHAN COUNTRY
     ORIENTATIONS, 1, NO. 10, OCT 1970, P41-46

76. DURDIN, PEGGY
     UNCLE HO'S DISCIPLINED JOY
     NEW YORKER, DEC 17, 1955, P140-147

77. ERIKSSON, ERIK
     DAGBOK FRAN NORDVIETNAM
     STOCKHOLM, PRISMA, 1969, 157P
     DS557 A72 E68

78, FAIRBAIRN, GEOFFREY
      REVOLUTIONARY WARFARE AND COMMUNIST STRATEGY: THE THREAT TO SOUTH=
      EAST ASIA,
      LONDON, FABER, 1968, 286P
      LC DS518.1.F26

79, FALL, BERNARD B,
      NORTH VIET NAM: A PROFILE
      PROBLEMS OF COMMUNISM, JULY=AUGUST 1965, P13=25

80, FALL, BERNARD B,
      OTHER SIDE OF THE 17TH PARALLEL /THE
      NEW YORK TIMES MAGAZINE, JULY 10, 1966

81, FEINBERG, ABRAHAM L,
      RABBI FEINBERG'S HANOI DIARY,
      DON MILLS, ONT,, LONGMANS, 1968, 258P
      LC DS558,H3F4

82, FIGUERES, LEO
      JE REVIENS DU VIET NAM LIBRE: NOTES DE VOYAGE
      PARIS, 1950

83, FIGUERES, LEO
      VIET NAM IMPRESSIONS (TRAVEL NOTES)
      NEW TIMES, AUG 1950, P20=24

84, FOX, LEN
      FRIENDLY VIETNAM
      HANOI, FLPH, 1958, 169P ILLUS
      DS557A7F79

85, FRIEDMAN, P, L,
      WORK AND WATCH THE SKY: LIFE TODAY IN NORTH VIETNAM
      NATION, DEC 10, 1973, P626=8

86, GERASSI, JOHN
      NORTH VIETNAM: A DOCUMENTARY
      INDIANAPOLIS, BOBBS=MERRILL, 1968, 200P
      LC DS557,A7G53 1968

87, GOELDHIEUX, CLAUDE
      QUINZE MOIS PRISONNIER CHEZ LES VIETS: CHOSES VUES
      PARIS, RENE JULLIARD, 1953, 245P ILLUS MAPS

88, GOODSTADT, L, F,
      NORTH VIET NAM: LIFE WITHOUT THE BOMBS
      FEER, JULY 16, 1970, P28=31

89, GRIMES, ANNIE E,
      ANNOTATED BIBLIOGRAPHY OF CLIMATIC MAPS OF NORTH VIETNAM /AN
      SILVER SPRING, MD,, U.S, ENVIRONMENTAL DATA SERVICE, 1968

90, HALBERSTAM, DAVID
      FACE OF THE ENEMY IN VIETNAM /THE
      HARPER'S MAGAZINE, FEBRUARY 1965, P62=64, 69=71

91, HUNEBELLE, DANIELLE
      NORTH VIET NAM'S MOST DISQUIETING EXPERIMENT
      REALITES, MAY 1963, P66=73 ILLUS

92, ISAACS, HAROLD R
      INDOCHINA: THE FIGHT FOR FREEDOM
      NEW REPUBLIC, FEB 3, 1947

93, JENSEN, FRITZ
      WHAT I SAW IN VIET NAM
      NEW TIMES, JUNE 12, 1954, P23=26

94. KOCH, CHRIS
    VIEW FROM NORTH VIETNAM /THE
    WAR/PEACE REPORT, NOVEMBER 1965, P4=7

95. KRAFT, JOSEPH
    LETTER FROM HANOI
    NEW YORKER, AUG 12, 1972, P58+

96. LACOUTURE, JEAN
    INSIDE NORTH VIETNAM
    NEW REPUBLIC, MAY 21, 1962, P17=20

97. LANDON, KENNETH P.
    NORTH VIET NAM TODAY AND TOMORROW
    CURRENT HISTORY, FEB, 1969, P77=81, 113=114

98. LENS, SIDNEY
    WHAT HANOI WANTS
    PROGRESSIVE, SEPT 1967, P18=20

99. LIDMAN, SARA
    GESPREKKEN IN HANOI
    UTRECHT, A. W. BRUNA, 1968, 144P
    DS557 A7L71 1968

100. LYND, STAUGHTON
     WHAT IS THE UNITED STATES DOING IN VIETNAM
     LIBERATION, FEB 1966, P6=9+

101. LYND, STAUGHTON AND THOMAS HAYDEN
     OTHER SIDE /THE
     NEW YORK, NEW AMERICAN LIBRARY, 1967, 238P

102. MARDER, MURRAY
     NORTH VIET NAM: TAKING PRIDE IN PUNISHMENT
     WASHINGTON POST, SUNDAY, FEB 4, 1973, 'OUTLOOK' SECTION, P1&4

103. MARTI, JESUS
     CRONICAS DE HANOI
     LA HABANA, EDICIONES GRANMA, 1967, 230P
     DS558 H2 M37

104. MCCARTHY, MARY
     HANOI
     NEW YORK, HARCOURT, BRACE & WORLD, 1968, 134P
     LC DS557.A72M29

105. METTLER, ERIC
     NORTH VIET NAM IN PERSPECTIVE
     SWISS REVIEW OF WORLD AFFAIRS, FEBRUARY 1967, P3=4

106. MITTERAND, JACQUES
     TERRE VIETNAMIENNE
     HORIZONS, MAY 1955, P59=64

107. MUKHLINOV, A. I.
     TRIP TO THE DEMOCRATIC REPUBLIC OF VIETNAM IN 1962 /A
     SOVIET ANTHROPOLOGY AND ARCHAEOLOGY, FALL 1964, P51=60
     GN1S727+

108. NGƯỜI THĂNG LONG
     HÀNỘI NGAY NAY, 1954=1960
     SAIGON, NAM CHI TÙNG THƯ, 1960, 227P
     DS558 H2N57

109. NIEMOLLER, MARTIN
     VIET NAM AS I SAW IT
     NEW TIMES, MAR 1, 1967, P6=8

110, NONEV, BOGOMIL
    BONS CHEMINS; JOURNAL VIETNAMIEN /LES
    TR DU BULGARE PAR SONIA DRAGOMIROVA
    SOFIA, NARODNA KULTURA, 1958, 241P ILLUS
    DS557 A6N82

111, O'BALLANCE, EDGAR
    SITUATION IN NORTH VIETNAM /THE
    QUARTERLY REVIEW, NO, 649, JULY 1966, P329-340

112, OMORI, MINORU
    REPORT FROM HANOI
    VIET-REPORT, NOVEMBER-DECEMBER 1965, P6-11

113, PAGNIEZ, YVONNE
    CHOSES VUES AU VIETNAM; NAISSANCE D'UNE NATION
    PARIS, LA PALATINE, 1954
    LC DS557,A5P2

114, PAGNIEZ, YVONNE
    NAISSANCE D'UNE NATION; CHOSES VUES AU VIET-NAM
    PARIS, ED, LA PALATINE, 1954, 255P

115, PANDE, RAMESH NATH
    TRUE FACE OF COMMUNISM /THE
    SAIGON, MINISTRY OF INFORMATION AND CHIEU HOI, 1966, 18P
    DS557 A6V71 NO, 2

116, PETERSEN, JORGEN E,
    VOICE OF HANOI /THE
    FAR EASTERN ECONOMIC REVIEW, NOVEMBER 23, 1967, P367-370

117, PHẠM HỮU TÙNG
    MŨI CÀ MAU
    HÀ NỘI, PHỔ THÔNG, 1964, 39P

118, RAFFAELI, JEAN
    HANOI, CAPITALE DE LA SURVIE
    PARIS, GRASSET, 1967

119, RAJAGOPAL, D, R,
    REPORT FROM HANOI
    FEER 50, DEC 30, 1965, P601-3

120, RAY, MICHELE
    TWO SHORES OF HELL /THE
    NEW YORK, MCKAY, 1968

121, RIBOUD, MARC
    FACE OF NORTH VIETNAM, TEXT BY PHILIPPE DEVILLERS
    NEW YORK, HOLT, RINEHART AND WINSTON, 1970
    DS557 A72 R48+

122, RIFFAUD, MADELEINE
    HAI THÁNG VỚI CÁC CHIẾN SĨ MIỀN NAM VIỆT NAM, CỦA MABỞLEN RIFFỖ
    NGUYEN MINH VY GIOI THIEU, NGUYEN XUAN THAO DICH
    (TRANSLATION OF DANS LES MAQUIS "VIET CONG")
    HANOI, VAN HOC, 1965, 136P, ILLUS
    DS557 A6R56 1965

123, SALISBURY, HARRISON E,
    BEHIND THE LINES; HANOI, DECEMBER 23, 1966-JANUARY 7, 1967
    NEW YORK, HARPER & ROW, 1967, 243P

124, SALISBURY, HARRISON E,
    VISIT WITH THE ENEMY /A
    ESQUIRE, MAY 1967

125. SALMON, LORRAINE
     PIG FOLLOWS DOG; TWO YEARS IN VIETNAM
     HANOI, FLPH, 1960, 206P ILLUS

126. SALMON, MALCOLM
     FOCUS ON INDO-CHINA
     HANOI, FLPH, 1961

127. SAMUELSSON, EIVOR
     NORD VIET NAM, DEMOKRATISKA REPUBLIKEN VIET NAM
     BESKRIVNING AV ETT U-LAND
     STOCKHOLM, UTBILDNINGS-FORLAGET, 1972, 120P
     DS557 A7 S19

128. SCHOENBRUN, DAVID
     JOURNEY TO NORTH VIETNAM
     SATURDAY EVENING POST, DECEMBER 16, 1967, P21-25, FF

129. SCHURMANN, FRANZ
     OUR PEOPLE AS A WONDER
     LIBERATION, APR 1968, P18-25

130. SERGEYEVA, NATALIA
     GLIMPSES OF THE NEW LIFE
     SOVIET WOMAN, SEPT 1955, P31-32 ILLUS

131. SONTAG, SUSAN
     TRIP TO HANOI
     NEW YORK, FARRAR, STRAUS AND GIROUX, 1969, 91P

132. STAROBIN, JOSEPH
     EYEWITNESS IN INDOCHINA
     NEW YORK, CAMERON AND KAHN, 1954, 187P ILLUS
     DS550S79

133. STAROBIN, JOSEPH
     I VISITED FREE VIETNAM
     NEW TIMES, JAN 1953, P19-25

134. STAROBIN, JOSEPH
     IN THE FORESTS OF FREE VIETNAM
     WORLD TRADE UNION MOVEMENT, JUL 1953, P29-34

135. STAROBIN, JOSEPH
     VIET NAM FIGHTS FOR FREEDOM; THE RECORD OF A VISIT TO THE LIBERATED
     AREAS OF VIET NAM IN MARCH 1953
     LONDON, LAWRENCE AND WISHART, 1953, 62P
     DS557A5579

136. TAYLOR, TELFORD
     REPORTS & COMMENTS: NORTH VIETNAM
     ATLANTIC, MAY 1973, P4+

137. TRẦN HUY LIỆU, ET AL.
     LỊCH SỬ THỦ ĐÔ HÀ NỘI
     HÀ NỘI, SỬ HOC, 1960, 426P

138. TRẦN TAM TỈNH
     MIỀN BẮC CÓ GÌ LẠ ?
     DONG DAO, SO 55, 2-1974, P1-80

139. U.S. SENATE, COMMITTEE ON FOREIGN RELATIONS
     HARRISON E. SALISBURY'S TRIP TO NORTH VIETNAM
     HEARING, FEBRUARY 2, 1967
     WASHINGTON, D.C., USGPO, 1967, 151P

140, VERNON, HILDA
     VIET NAM NORTH AND SOUTH
     MARXISM TODAY, APR 1963, P106-111

141, VIÊT NAM CÔNG HÒA, CUC TÂM LÝ CHIÊN
     MIÊN BĂC NGÀY NAY
     SAIGON, CUC TÂM LÝ CHIÊN; N/D, 125P

142, VIÊT NAM DÂN CHU CÔNG HÒA
     VIET NAM TODAY
     HANOI, FLPH, 1965, 178P
     LC DS557.A5A55

143, WARNENSKA, MONIKA
     FRONT W DZUNGLI; WIET-NAM 1965
     WARSZAWA, LUDOWA SPOLDZIELNIA WYDAWNICZA, 1967, 493P
     DS55⁷ A69W27

144, WARNER, DENIS
     GETTING TO KNOW THE ENEMY
     REPORTER, DECEMBER 30, 1965, P14-17

145, WEISS, PETER
     VIET NAM
     NEW TIMES, NOV 1, 1966, P5-7
     ABRIDGED FROM DAGENS NYHETER (STOCKHOLM)

146, YAMASHITA, MASAO
     GLIMPSES OF INTERNAL SITUATION IN NORTH VIETNAM
     PACIFIC COMMUNITY, JULY 1971; P767-779

0.4. General Works on Vietnamese History and Politics

147,
     CENTURY OF NATIONAL STRUGGLES (1847-1945) /A
     VIETNAMESE STUDIES, NO, 24
148,
     DOCUMENTS OF THE GENEVA CONFERENCE
     INTERNATIONAL LIFE, AUG 1954, P132-156
149,
     PAGES OF HISTORY (1945-1954)
     VIETNAMESE STUDIES, NO, 7
150,
     TRADITIONAL VIET NAM
     VIETNAMESE STUDIES, NO, 21
151,
     VIET NAM; FUNDAMENTAL PROBLEMS
     VIETNAMESE STUDIES, NO, 12

152, AMERICAN UNIVERSITY, FOREIGN AREAS STUDIES DIVISION
     AREA HANDBOOK FOR VIETNAM
     WASHINGTON, 1962 XI, 513P MAPS
     DS557 A5A74

153, ANH VĂN & JACQUELINE ROUSSEL
     MOUVEMENTS NATIONAUX ET LUTTE DES CLASSES AU VIET NAM
     PARIS, IVÈME INTERNATIONALE PUBLICATIONS, 1947

154, ASSOCIATION CULTURELLE POUR LE SALUT DU VIET NAM
     TÉMOIGNAGES ET DOCUMENTS FRANÇAIS RELATIFS À LA COLONISATION
     FRANÇAISE AU VIET NAM
     HANOI, 1945, 154P

155, BALL, W, MACMAHON
     NATIONALISM AND COMMUNISM IN VIETNAM
     FAR EASTERN SURVEY, JAN 1957

156. BANERJEE, SUBRATA
     VIET NAM FIGHTS FOR FREEDOM
     BOMBAY, PEOPLE'S PUBLISHING HOUSE, LTD, 1947, 79P, ILLUS, MAP
     DS557 A7B21

157. BUTTINGER, JOSEPH
     VIET NAM: A DRAGON EMBATTLED
     NEW YORK, PRAEGER, 1967

158. CAMERON, ALLAN W., COMP.
     VIET NAM CRISIS: A DOCUMENTARY HISTORY, 1940-1956
     ITHACA, CORNELL UNIVERSITY PRESS, 1971

159. CHESNEAUX, JEAN
     CONTRIBUTION A L'HISTOIRE DE LA NATION VIETNAMIENNE
     PARIS, EDITIONS SOCIALES, 1955, 322P, MAP, BIBLIOG

160. CHESNEAUX, JEAN
     HISTORICAL BACKGROUND OF VIETNAMESE COMMUNISM /THE
     GOVERNMENT AND OPPOSITION, WINTER 1969, P118-135

161. CHESNEAUX, JEAN
     VIET NAM: ETUDES DE POLITIQUE ET D'HISTOIRE /LE
     PARIS, F. MASPERO, 1968

162. CHESNEAUX, JEAN
     VIET NAM: GESCHICHTE UND IDEOLOGIE DES VIDERSTANDES
     AUS DEM FRANZOSISCHEN UBERTRAGEN VON GISELA MANDEL
     FRANKFURT-AM-MAIN, EUROPAISCHE VERLAGSANSTALT, 1968

163. COLE, ALLAN B.
     CONFLICT IN INDOCHINA AND REPERCUSSIONS: A DOCUMENTARY SURVEY,
     1945-55
     ITHACA, CORNELL UNIVERSITY PRESS, 1956, 265P, MAP, CHRONOLOGY
     BIBLIOG, APPENDICES
     DS550 C68*

164. DABEZIES, PIERRE
     FORCES POLITIQUES AU VIET NAM
     BORDEAUX, 1955
     CTY FILM B588, NO. 1

165. ĐÀO ĐĂNG VỸ
     EVOLUTION DE LA LITTERATURE ET DE LA PENSEE VIETNAMIENNE
     DEPUIS L'ARRIVEE DES FRANCAIS JUSQU'A NOS JOURS
     HUE, TAO DAN, 1946

166. DEVILLERS, PHILIPPE
     HISTOIRE DU VIETNAM DE 1940 À 1952
     PARIS, EDITIONS DU SEUIL, 1952, 473P, MAPS
     DS557 A5051

167. ĐOÀN QUAN TAY
     EVOLUTION DE LA CIVILISATION VIETNAMIENNE ET LE PROBLÈME
     FRANCO-VIETNAMIEN
     FRANCE-ASIE, JUIN 1949, P1039-53

168. FALL, BERNARD B.
     INDOCHINE 1946-1962 /L'
     PARIS, ROBERT LAFFONT, 1962

169. FALL, BERNARD B.
     POLITICAL DEVELOPMENT OF VIETNAM, V-J DAY TO THE GENEVA CEASE-FIRE
     PH.D. DISSERTATION
     SYRACUSE, SYRACUSE UNIVERSITY, 1955, 1107P

170. FALL, BERNARD B.
TWO VIET-NAMS, A POLITICAL AND MILITARY ANALYSIS /THE, REV. ED.
NEW YORK, PRAEGER, 1964, 498P, MAPS
DS557 A6F19 1964

171. FRANCE
CONFÉRENCE DE GENÈVE SUR L'INDOCHINE, 8 MAI-21 JUILLET 1954
PROCÈS-VERBAUX DES SÉANCES, PROPOSITIONS, DOCUMENTS FINAUX
PARIS, IMPRIMERIE NATIONALE, 1955, 470P

172. FRANCE, MINISTÈRE DES AFFAIRES ÉTRANGÈRES
FULL TEXTS OF THE QUADRIPARTITE AGREEMENTS BETWEEN CAMBODIA, FRANCE,
LAOS AND VIETNAM, SIGNED IN PARIS ON DECEMBER 29, 1954
NEW YORK, AMBASSADE DE FRANCE, SERVICE DE PRESSE ET D'INFORMATION,
1955, 56P, INDOCHINESE AFFAIRS, 8

173. GETTLEMAN, MARVIN ET AL., EDS,
CONFLICT IN INDO-CHINA; A READER ON THE WIDENING WAR IN LAOS
AND CAMBODIA
NEW YORK, RANDOM HOUSE, 1970, 461P

174. GLYN, ALAN
WITNESS TO VIET NAM; THE CONTAINMENT OF COMMUNISM IN SOUTH EAST ASIA
LONDON, JOHNSON, 1968, 316P
LC DS557,A6G59

175. GREENE, FELIX
VIET NAM! VIET NAM!
PALO ALTO, CALIFORNIA, FULTON PUBLISHING CO., 1966

176. HAMMER, ELLEN J,
STRUGGLE FOR INDOCHINA /THE
STANFORD, STANFORD UNIVERSITY PRESS, 1954, 342P, MAPS, BIBLIOG
DS550 H2259

177. HAMMER, ELLEN J,
STRUGGLE FOR INDOCHINA CONTINUES /THE; GENEVA TO BANDUNG
STANFORD, STANFORD UNIVERSITY PRESS, 1955, 40P
DS550 H22S91

178. HOÀNG TRỌNG HANH, HOÀNG HY VÀ LÊ KHẮC NHÂN BIÊN SOAN
LỊCH SỬ, LỚP CHÍN PHỔ THÔNG
HÀNỘI, GIÁO DUC, 1966, V. 1 ONLY, ILLUS, MAPS, DIAGRS, IN LAN 11
LT380 V5W6M

179. HOÀNG VĂN CHÍ
FROM COLONIALISM TO COMMUNISM; A CASE HISTORY OF NORTH VIETNAM
NEW YORK, F. A. PRAEGER, 1964, 352P

180. HONEY, P. J.
DOUBLE CRISE DES DEUX VIETNAMS /LA
PREUVES NO. 134, AVRIL 62, P44-49

181. HONEY, P. J.
NORTH VIET NAM TODAY! PROFILE OF A COMMUNIST SATELLITE
NEW YORK, F. A. PRAEGER, 1962, 166P

182. HONEY, P.J.
GENESIS OF A TRAGEDY! THE HISTORICAL BACKGROUND TO THE VIETNAM WAR
LONDON, BENN, 1968

183. ISAACS, HAROLD R,
NO PEACE FOR ASIA
NEW YORK, THE MACMILLAN COMPANY, 1947, 295P
DS35 I73

184, ISAACS, HAROLD R., ED
NEW CYCLE IN ASIA; SELECTED DOCUMENTS ON MAJOR INTERNATIONAL
DEVELOPMENTS IN THE FAR EAST, 1943-1947
NEW YORK, THE MACMILLAN COMPANY, 1947, 212P
DS518.1 I86

185, ISOART, PAUL
PHÉNOMÈNE NATIONAL VIETNAMIEN /LE,
DE L'INDÉPENDANCE UNITAIRE À L'INDÉPENDANCE FRACTIONNÉE
PARIS, R. PICHON ET R. DURAND AUZIAS, 1961, 437P, MAP, BIBLIOG
DS557 A5I85

186, KEESING'S CONTEMPORARY ARCHIVES
SOUTH VIET NAM: A POLITICAL HISTORY, 1954-1970
KEESING'S RESEARCH REPORT 5
NEW YORK, SCRIBNER'S, 1970

187, LẠC TỬ & NGUYỄN VĂN HẦU
VIỆT SỬ KINH NGHIỆM
SAIGON, HỒN QUÊ, 1957

188, LACOUTURE, JEAN
VIET NAM ENTRE DEUX PAIX /LE
PARIS, EDITIONS DU SEUIL, 1965

189, LÊ HUY PHAN, ET AL, BIỆN SOẠN
LỊCH SỬ, LỚP SÁU PHỔ THÔNG TOÀN TẬP
IN LẦN 3.
HANOI, NHÀ XUẤT BẢN GIÁO DUC, 1966, 152P, ILLUS, MAPS
LT380 V5L51

190, MCGARVEY, PATRICK J.
VISIONS OF VICTORY; SELECTED VIETNAMESE COMMUNIST MILITARY WRITINGS,
1964-1968
STANFORD, HOOVER INSTITUTION ON WAR, REVOLUTION AND PEACE, STANFORD
UNIVERSITY, 1969, 276P

191, MENDE, TIBOR
DEUX VIETNAM /LES
ESPRIT, 25, 1957, P943-985

192, MESA, ROBERTO
VIET NAM, CONFLICTO IDEOLÓGICO
MADRID, EDITORIAL CIENCIA NUEVA, 1968, 189P
DS557 A5 M57

193, MURTI, B. S. N.
VIET NAM DIVIDED; THE UNFINISHED STRUGGLE
NEW YORK, ASIA PUBLISHER, 1964

194, MUS, PAUL
VIET NAM CHEZ LUI /LE
PARIS, CENTRE D'ÉTUDES DE POLITIQUE ETRANGÈRE, 1946, 58P
DS557 M98

195, PHẠM VĂN SƠN
VIỆT NAM TRANH ĐẤU SỬ
SAIGON, VIỆT CƯỜNG, 1959

196, PHAN KHOANG
VIỆT NAM PHÁP THUỘC SỬ, 1884-1945
SAIGON, KHAI TRÍ, 1961

197, ROBAUD, LOUIS
VIET NAM: LA TRAGÉDIE INDOCHINOISE
PARIS, VALOIS, 1931

198, SWEARINGEN, ARTHUR R, AND HAMMOND ROLPH
      COMMUNISM IN VIETNAM: A DOCUMENTARY STUDY OF THEORY, STRATEGY AND
      OPERATIONAL PRACTICES
      CHICAGO, AMERICAN BAR ASSOCIATION 1967, 195P
      LC HX400.V5S9

199, THANH LƯỞNG
      SHORT HISTORY OF VIET NAM /A
      HANOI, FLPH, 1955, 58P
      DS557 A5 T38

200, THOMPSON, VIRGINIA
      FRENCH INDO-CHINA
      NEW YORK, MACMILLAN, 1937

201, TRẦN QUỐC VƯỢNG, ET AL,
      LICH SỬ, LỚP NĂM PHỔ THÔNG TOÀN TẬP
      HÀNOI, NHÀ XUẤT BẢN GIÁO DUC, 1966, 82P, ILLUS, MAPS
      LT380 V5T7K

202, TRẦN VĂN GIÀU & ĐINH XUÂN LAM
      LICH SỬ CẬN ĐẠI VIỆT NAM
      HÀ NỘI, N,X,B, GIÁO DỤC, 1961

203, TRẦN VĂN GIÀU, ET AL,
      LICH SỬ VIỆT NAM,
      V: 1, TỪ 1897 ĐẾN 1914
      V, 2, TỪ 1915 ĐẾN 1919
      V, 3, TỪ 1920 ĐẾN 1930
      HANOI, XÂY DỰNG, 1957
      DS557 A5 T76931

204, TRƯỜNG HOÀI TÂM
      HIỆP ĐINH GENEVE 1954 VÀ CUỘC TRANH CHẤP TAI VIỆT NAM
      SAIGON, HỮU NGHI, 1967, 287P
      DS557 A6T8L

205, U,S, DEPT, OF STATE, BUREAU OF INTELLIGENCE RESEARCH
      SUMMARY OF PRINCIPAL EVENTS IN THE HISTORY OF VIET NAM
      WASHINGTON, USGPO, 1962, 23P

206, VĂN TÂN
      LICH SỬ VIỆT NAM SỐ GIẢN
      HÀ NỘI, SỬ HỌC, 1963, 277P

207, VIETNAMESE STUDIES
      VIET NAM: A HISTORICAL OUTLINE
      VS 12 (1966), P3-44

0.5. Works on Vietnamese Nationalism and Revolution

208,
      HỢP TUYỂN THƠ VĂN YÊU NƯỚC,
      TẬP 1, THƠ VĂN YÊU NƯỚC NỬA SÁU, THẾ KỶ XIX (1858-1900)
      TAP 2, THƠ VĂN YÊU NƯỚC ĐẦU THẾ KỶ XX (1900-1930)
      TAP 3, THƠ VĂN YÊU NƯỚC VÀ CÁCH MẠNG (1930-1945)
      HANOI, VĂN HỌC, 1970, V, 1 ONLY
      PL4381 H795

209,
      Ý KIẾN THƯ CỦA DÂN TỘC VIỆT ĐỆ TRÌNH LIÊN HỢP QUỐC HỘI NGHI Ở
      SAN FRANCISCO, A LETTER TO THE SAN FRANCISCO CONFERENCE FROM
      THE INDO-CHINESE "ANNAMESE" PEOPLE
      N/P,, APRIL 10, 1945

210, ***,
PÉRIL RÉVOLUTIONNAIRE EN INDOCHINE /LE
REVUE DES DEUX MONDES, 15 JUIN 1934, P811-26

211, ARCHIMBAUD, LÉON
PROBLÈME INDOCHINOIS /LE
REVUE DU PACIFIQUE, 15 MARS 1932, P129-32

212, ARCHIMBAUD, LÉON
PROBLEMES INDOCHINOIS
REVUE DU PACIFIQUE, P385-91

213, ARCHIMBAUD, LÉON
SITUATION EN INDOCHINE /L'A
REVUE DU PACIFIQUE, 15 MARS 1931, P125-31

214, CALLOT, JEAN PIERRE (JEAN PIERRE ALEM)
SOCIÉTÉS SECRÈTES EN INDOCHINE /LES
LA FRANCE LIBRE, LONDON, 15 NOV 1946, P6-24

215, CHAFFARD, GEORGES
INDOCHINE; DIX ANS D'INDÉPENDANCE
PARIS, CALMANN-LEVY, 1964

216, CHESNEAUX, JEAN
STAGES IN THE DEVELOPMENT OF THE VIETNAM NATIONAL MOVEMENT
1862-1940
PAST AND PRESENT (CAMBRIDGE, ENGLAND), NO, 7, AP, 1955, P 63-75

217, CHESNEAUX, JEAN ET AL,
TRADITION ET REVOLUTION AU VIETNAM
PARIS, ANTHROPOS, 1971, 499P, BIBLOG

218, COLTON, KENNETH E,
FAILURE OF THE INDEPENDENT POLITICAL MOVEMENT IN VIET-NAM, 1945-1946
PH.D. DISSERTATION, UM 70-12,450
WASHINGTON, AMERICAN UNIVERSITY, 1970, 779P

219, ĐẶNG CHẤN LIỄU
ANNAMESE NATIONALISM
PACIFIC AFFAIRS, MAR 1947, P61-66

220, DANG THAI MAI
VĂN THƠ CÁCH MANG VIỆT NAM ĐẦU THẾ KỶ XX', XUẤT BẢN LẦN THỨ HAI
HANOI, VĂN HỌC, 1964

221, ĐÀO ĐĂNG VỸ
ANNAM QUI NAÎT /L'
HUẾ, IMPRIMERIE DU MIRADOR, 1938

222, DE POUVOIRVILLE, ALBERT
ÉTAT DES ESPRITS EN INDOCHINE /L'
LA NOUVELLE REVUE, 1 AOÛT 1930, P161-71, 15 AOÛT 1930, P265-73
1SEP 1930, P43-8

223, DEMARIAUX, JEAN-CLAUDE
SECRETS DES ÎLES POULO-CONDORE, LE GRANDE BAGNE INDOCHINOIS /LES
PARIS, J, PEYRONNET, 1956

224, DEVILAR, CAMILLE
COMMENT ON PERD UNE COLONIE?
PARIS, IMPRIMERIE DES PRESSES MODERNES, 1927

225, DORSENNE, JEAN
LETTRE D'INDOCHINE: LA SITUATION POLITIQUE
JOURNAL DES DEBATS, ED, HEBD,, 13 NOV 1931, P788-90

226, DUIKER, WILLIAM J,
    HANOI SCRUTINIZES THE PAST! THE MARXIST EVALUATION
    OF PHAN BỘI CHÂU AND PHAN CHU TRINH
    SEAIQ, SUMMER 1971, P243-254

227, DUMAREST, ANDRÉ
    FORMATION DES CLASSES SOCIALES EN PAYS ANNAMITE /LA
    LYON, IMPRIMERIE P, FERROL, 1935

228, DUNCANSON, DENNIS J,
    GOVERNMENT AND REVOLUTION IN VIETNAM
    LONDON, ROYAL INSTITUTE OF INTERNATIONAL AFFAIRS, 1968, 442P
    LC DS557,A5D75

229, DUNN, JOHN
    VIET NAM
    IN, MODERN REVOLUTIONS, AN INTRODUCTION TO THE ANALYSIS OF A
    POLITICAL PHENOMENON
    LONDON, CAMBRIDGE UNIVERSITY PRESS, 1972, P121-45

230, DURTIN, LUC
    DIEUX BLANCS, HOMMES JAUNES
    PARIS, FLAMMARION, 1930

231, FALL, BERNARD B,
    LAST REFLECTIONS ON A WAR, PREF, BY DOROTHY FALL
    GARDEN CITY, N, Y,, DOUBLEDAY, 1967, 288P

232, FALL, BERNARD B,
    TWO VIET NAMS! A POLITICAL AND MILITARY ANALYSIS 2D REV, ED, /THE
    NEW YORK, PRAEGER 1967, 507P

233, FALL, BERNARD B,
    VIET NAM WITNESS, 1953-66
    LONDON, PALL MALL P,, 1966, 363P

234, FISHEL, WESLEY R,, COMP,
    VIET NAM! ANATOMY OF A CONFLICT
    ITASCA, ILL,, F, E, PEACOCK, 1968, 879P

235, FITZGERALD, FRANCES
    FIRE IN THE LAKE! THE VIETNAMESE AND THE AMERICANS IN VIETNAM
    BOSTON, ATLANTIC-LITTLE, BROWN, 1972, 491P

236, GARROS, GEORGES
    FORCERIES HUMAINES, L'INDOCHINE LITIGIEUSE, ESQUISSE D'UNE
    ENTENTE FRANCO-ANNAMITE
    PARIS, DELPEUCH, 1926

237, GETTLEMAN, MARVIN E,, ED,
    VIET NAM! HISTORY, DOCUMENTS, AND OPINIONS ON A MAJOR WORLD CRISIS
    GREENWICH, CONN,, FAWCETT PUBLICATIONS, 1965, 448P

238, GOLDSTON, ROBERT C,
    VIETNAMESE REVOLUTION /THE
    INDIANAPOLIS, BOBBS-MERRILL, 1972, 194P
    DS557 A5 G62

239, HAMMER, ELLEN J,
    NATIONALISM VS, COLONIALISM AND COMMUNISM
    IN! VIETNAM, THE FIRST FIVE YEARS, RICHARD W, LINDHOLM, ED,
    EAST LANSING, MICHIGAN STATE UNIVERSITY PRESS, 1959

240, HERTICH, JEAN-MICHAEL
    ĐỘC LẬP! L'INDEPENDANCE OU LA MORT
    PARIS, VIGNEAU, 1946

241. HỒ CHÍ MINH
     BẢN ÁN CHẾ ĐỘ THỰC DÂN PHÁP CỦA NGUYỄN ÁI QUỐC
     LE PROCÈS DE LA COLONISATION FRANCAISE.
     HANOI, SỰ THẬT, 1960, 143P
     DS557 A7H694 1960

242. HỒ CHÍ MINH
     ĐÂY "CÔNG LÝ" CỦA THỰC DÂN PHÁP Ở ĐÔNG DƯƠNG
     MỘT SỐ BÀI VIẾT TRONG NHỮNG NĂM 1921 ĐẾN 1926, CỦA NGUYỄN ÁI QUỐC,
     HANOI, SỰ THẬT, 1962, 98P
     DS549 H67

243. HỒ CHÍ MINH
     LÊN ÁN CHỦ NGHĨA THỰC DÂN, MỘT SỐ BÀI BÁO VÀ VĂN KIỆN CỦA ĐỒNG CHÍ
     NGUYỄN ÁI QUỐC, VIẾT TRONG THỜI KỲ HOẠT ĐỘNG Ở NƯỚC NGOÀI
     TỪ 1922 ĐẾN 1926
     HANOI, SỰ THẬT, 1959, 191P, ILLUS
     DS549 H67L5

244. HOÀNG VĂN ĐÀO
     TỪ YÊN BÁI ĐẾN CÁC NGỤC THẤT HOA LO, CON NON, GUY AN
     SAIGON, SỐNG MỚI, 1957

245. HOÀNG VĂN ĐÀO
     VIỆT NAM QUỐC DÂN ĐẢNG
     LỊCH SỬ TRANH ĐẤU CẬN ĐẠI (1927-1954) TÁI BẢN KỲ II
     SAIGON?, 1970, 545P

246. HÙNG NGÔN VÀ BÙI ĐỨC TỊNH
     LỊCH SỬ GIẢI PHÓNG VIỆT NAM, THỜI KỲ CẬN ĐẠI, SỐ ĐẶC BIỆT "ĐẠI CHÚNG"
     SAIGON, NAM CƯỜNG, 1948, 68P
     DS549 H92

247. INDOCHINE. GOUVERNEMENT GÉNÉRAL. DIRECTION DES AFFAIRES POLITIQUES
     CONTRIBUTION À L'HISTOIRE DES MOUVEMENTS POLITIQUES DE L'INDOCHINE
     FRANCAISE. DOCUMENTS, VOLUMES NO. I-NO. VII
     HANOI, IDEO, 1933-34
     CTY FILM B526

248. INDOCHINE. GOUVERNEMENT GÉNÉRAL. DIRECTION DES AFFAIRES POLITIQUES
     ET DE LA SÛRETÉ GÉNÉRALE
     "VIET-NAM QUỐC DÂN ĐẢNG" OU "PARTI NATIONAL ANNAMITE" AU TONKIN
     1927-1932 /LE
     CONTRIBUTION À L'HISTOIRE DES MOUVEMENTS POLITIQUES DE L'INDOCHINE
     FRANCAISE. DOCUMENTS, VOLUME NO. II
     HANOI, IDEO, 1933

249. KOFSKY, FRANK
     VIET NAM AND SOCIAL REVOLUTION
     MISSOURI REVIEW, MAR 1967, P23-36

250. LACOUTURE, JEAN
     VIET NAM; BETWEEN TWO TRUCES, WITH AN INTROD. BY JOSEPH KRAFT
     TRANSLATED FROM THE FRENCH BY KONRAD KELLEN AND JOEL CARMICHAEL
     NEW YORK, RANDOM HOUSE, 1966, 295P

251. LÊ MẠNH TRINH
     CUỘC VẬN ĐỘNG CỨU QUỐC CỦA VIỆT KIỀU Ở THÁI LAN.
     (GÓP VÀO TÀI LIỆU LỊCH SỬ CÁCH MẠNG VIỆT NAM)
     HANOI, SỰ THẬT, 1961, 101P, ILLUS, MAP
     FILM 2584 NO. 76

252. LÊ THANH KHÔI
     COLONISATION ET LUTTE POUR L'INDÉPENDANCE; UN ESSAI
     D'INTERPRETATION ÉCONOMIQUE ET SOCIALE
     CAHIERS DE L'INSTITUT DE SCIENCE ÉCONOMIQUE APPLIQUÉE, SÉRIE V
     HUMANITIES, JUILLET 1963, P25-46

253. LÊ VĂN CHÁT
UNDECLARED WAR IN SOUTH VIET NAM /THE
HANOI, FLPH, 1962, 197P
LC DS557.A6L4

254. LÊ VĂN THƯ
MƯỜI CHÍN SINH VIÊN VIÊT NAM BỊ TRỤC XUẤT, TÀI LIÊU VỀ CUÔC TRANH ĐẤU
CỦA ANH EM LAO ĐÔNG VÀ HỌC SINH V.N. Ở PHÁP TỪ 1926 ĐẾN 1930
SAIGON, NAM VIÊT, 1949, 90P
DS557 A5L44

255. LEVY, ROGER
INDOCHINA IN 1931-1932
PACIFIC AFFAIRS, MAR 1932, P205-17

256. LORTAT-JACOB, ROBERT-ANDRÉ
SAUVONS L'INDO-CHINE! POLITIQUE ET VERITÉ
PARIS, ÉDITIONS DE 'LA GRIFFE', CA. 1927

257. MAI THỊ TÚ
CENTURY OF ANTI-COLONIAL STRUGGLE (1859-1954)
VS 23 (1970), P145-235

258. MAI VĂN NGUYÊN
PHONG TRÀO THANH NIÊN TIỀN PHONG
SAIGON, TU DAN, 1947, 42P
FILM 2584 NO. 23

259. MARCHESE, STELIO
ORIGINI DELLA RIVOLUZIONE VIETNAMITA (1895-1930) /LE
FIRENZE, LA NUOVA ITALIA, 1971. X, 207P
DS557 A5 M31

260. MARR, DAVID G.
VIETNAMESE ANTICOLONIALISM
BERKELEY, UNIVERSITY OF CALIFORNIA PRESS, 1971

261. MCALISTER, JOHN T.
VIET NAM: THE ORIGINS OF REVOLUTION
NEW YORK, KNOPF, 1969, 377P

262. MCALISTER, JOHN T. & PAUL MUS
VIETNAMESE AND THEIR REVOLUTION /THE
NEW YORK, HARPER & ROW 1970, 173P
LC DS557.A5M18 1970

263. MCALISTER, JOHN T., JR.
VIET NAM: THE ORIGINS OF REVOLUTION
NEW YORK, KNOPF, 1969

264. MINH TRANH
SƠ LƯỢC LỊCH SỬ CÁCH MẠNG VIÊT NAM, MÔT TRĂM NĂM GẦN ĐÂY, 1850-1950.
TÁI BẢN
N/P, SỰ THÂT, LIÊN KHU V, 1952, 79P
DS557 A5M662 1952A

265. MKHITARIAN, SUREN A.
BOR'BA V'ETNAMSKOGO NARODA ZA NATSIONAL'NUIU NEZAVISIMOST',
DEMOKRATIIU I MIR, 1945-1955
MOSKVA, 1957
LC DS557.A7M55

266. MONET, PAUL
JAUNIERS, HISTOIRE VRAIE /LES
PARIS, GALLIMARD, 1930

267, MUS, PAUL
        DESTIN DE L'UNION FRANÇAISE: DE L'INDOCHINE À L'AFRIQUE /LE
        PARIS, ÉDITIONS DU SEUIL, 1954

268, MUS, PAUL
        VIET NAM: SOCIOLOGIE D'UNE GUERRE
        PARIS, ÉDITIONS DU SEUIL, 1950

269, NGHIÊM XUÂN HỒNG
        LỊCH TRÌNH DIỄN TIẾN CỦA PHONG TRÀO QUỐC GIA VIỆT NAM
        SÀIGON, QUAN ĐIỂM, 1958

270, NGÔ HỮU THỜI
        NATIONALISME VIETNAMIEN, CHỦ NGHĨA QUỐC GIA VIỆT NAM /LE
        SAIGON, LES ÉTUDES VIETNAMIENNES, 1954

271, NGUYỄN ÁI QUỐC (HỒ CHÍ MINH)
        PROCÈS DE LA COLONISATION FRANÇAISE
        PREMIÈRE SÉRIE: MOEURS COLONIALES
        PARIS, IMP, ET LIBRARIE DU TRAVAIL, 1926, 128P
        HANOI, ELE, 1962, 166P
        DS 557 A7 H694 1962

272, NGUYỄN HẢI HÀM
        TỪ YÊN BÁY ĐẾN CÔN LÔN (1930-1945), HỒI KÝ NGUYỄN HẢI HÀM
        TỨC KÝ THÂN
        SAIGON, 1970, 208P
        DS557 A5N5512

273, NGUYỄN KHẮC VIỆN
        EXPÉRIENCES VIETNAMIENNES, INTRODUCTION PAR CHARLES FOURNIAU
        PARIS, ÉDITIONS SOCIALES, 1970, 270P

274, NGUYỄN KHẮC VIỆN
        NATIONAL TRADITIONS AND REVOLUTIONARY STRUGGLE IN VIETNAM
        VS 17 (1968), P137-144

275, NGUYỄN KHÁNH TOÀN
        LỊCH SỬ ANH HÙNG CỦA MỘT DÂN TỘC ANH HÙNG
        HT 10-1971, P38-44

276, NGUYỄN TRƯỞNG
        NHẬN THỨC CỦA PHAN BỘI CHÂU VỀ VAI TRÒ QUẦN CHÚNG TRONG SỰ NGHIỆP
        ĐẤU TRANH GIẢI PHÓNG DÂN TỘC
        NCLS 143, 384-1972, P31-41

277, NGUYỄN VĂN ĐINH
        TA THU THÂU: TỪ QUỐC GIA ĐẾN QUỐC TẾ
        CHOLỐN, 1939

278, NGUYỄN VĂN LUYỆN
        VIET NAM, UNE CAUSE DE LA PAIX /LE
        HANOI, 1945

279, NHƯỢNG TỐNG
        TÂN VIỆT CÁCH MỆNH ĐẢNG
        HÀ NỘI, VIỆT NAM THƯ XÃ, 135P

280, OSTRAGA, G.M.
        AGITATION AUX INDES ET EN INDO-CHINE /L'
        REVUE MONDIALE, 15 AOUT 1930, P358-70

281, PHAN THIỆN CHÂU
        TRANSITIONAL NATIONALISM IN VIETNAM, 1903-1931
        BY PHAN THIỆN LONG CHÂU
        PH.D. DISSERTATION
        DENVER, UNIVERSITY OF DENVER, 1965
        LC LB 2378 U6 1965, MICROFILM, T46, 423

282, PHAN THÚC DUYÊN
    LETTRE À PAUL REYNAUD, MINISTRE DES COLONIES, 1931
    IN:ANDRÉE VIOLLIS, INDOCHINE S.O.S., 7È ÉD.
    PARIS, GALLIMARD, 1935, P217-37

283, PHAN VĂN HÙM
    NGỒI TÙ KHÁM LỚN
    SAIGON, DÂN TỘC, 1957

284, PHAN XUÂN HÒA
    TÁM MƯƠI BÂY (87) NĂM CÁCH MỆNH (VIỆT NAM 1862-1949)
    HÀ NỘI, HÀ NỘI, 1949, 104P

285, PHAN XUÂN HÒA
    TÁM MƯƠI BÂY (87) NĂM CÁCH MỆNH VIỆT NAM 1862-1949
    HANOI, NHÀ IN HÀ NỘI, 1949, 86P
    DS557 A5 P625

286, POPKIN, SAMUEL LEWIS
    MYTH OF THE VILLAGE: REVOLUTION AND REACTION IN VIETNAM
    PH.D. DISSERTATION
    CAMBRIDGE, MASSACHUSETTS INSTITUTE OF TECHNOLOGY, 1969

287, RASKIN, MARCUS G. AND BERNARD B. FALL EDS.
    VIET-NAM READER: ARTICLES AND DOCUMENTS ON AMERICAN FOREIGN POLICY
    AND THE VIET-NAM CRISIS
    NEW YORK, VINTAGE BOOKS, 1967, 526P

288, REJAI, MOSTAFA
    NATIONAL REVOLUTION, NORTH VIETNAM
    IN: THE STRATEGY OF POLITICAL REVOLUTION BY MOSTAFA REJAI
    GARDEN CITY, N. Y., DOUBLEDAY, 1973, P70-96

289, ROUBAUD, LOUIS
    AVENIR DE L'INDOCHINE /L'
    CAHIERS DES DROITS DE L'HOMME, 20 NOV 1930, P680-1

290, SARRAUT, ALBERT
    ÉVÉNEMENTS D'INDOCHINE /LES
    JOURNAL DES DÉBATS, ED. HEBD., 14 FÉV 1930, P310-1

291, SHAPLEN, ROBERT
    LOST REVOLUTION: THE U.S. IN VIETNAM, 1946-1966. REV. ED. /THE
    NEW YORK, HARPER & ROW, 1966, 406P

292, SHAPLEN, ROBERT
    VIET NAM: REAPING THE WHIRLWIND
    IN: TIME OUT OF HAND
    NEW YORK, HARPER, 1968, P371-436

293, SMITH, RALPH B.
    VIET NAM AND THE WEST
    LONDON, HEINEMANN EDUCATIONAL, 1968, 206P

294, SƠN QUÍ TỬ
    VÀNG VÀ MÁU TRÊN ĐẢO CÔN NÔN (CÔN NÔN HUYẾT LỆ SỬ)
    SAIGON, NAM CƯỜNG, 1948, 23P

295, THIỀU SƠN
    GIỮA HAI CUỘC CÁCH MẠNG 1789-1945
    SAIGON, MẠCH SỐNG, 1947, 76P

296, THOMPSON, VIRGINIA
    LABOR PROBLEMS IN SOUTHEAST ASIA
    NEW HAVEN, YALE UNIVERSITY PRESS, 1947

297. THOMPSON, VIRGINIA
     NATIONALISM AND NATIONALIST MOVEMENTS IN SOUTHEAST ASIA; FRENCH
     INDOCHINA IN: GOVERNMENT AND NATIONALISM IN SOUTHEAST ASIA
     ROBERT EMERSON, ED.
     NEW YORK, INSTITUTE OF PACIFIC RELATIONS, 1942

298. THOMPSON, VIRGINIA & RICHARD ADLOFF
     LEFT WING IN SOUTHEAST ASIA /THE
     NEW YORK, WILLIAM SLOANE, 1950

299. TRẦN ĐỨC THẢO
     TEMOIGNAGES SUR L'INDOCHINE
     LES TEMPS MODERNES, 1 FÉV 1946, P878=900

300. TRẦN HUY LIỆU
     BẢN DỰ THẢO SỬ CÁCH MẠNG CẬN ĐẠI VIỆT NAM, 1858=1945
     VIỆT BẮC,HỘI VĂN HÓA VIỆT NAM, 1949? V. 1 ONLY, 270P
     DS557 A5T7536

301. TRẦN HUY,LIỆU
     LICH SỬ TÁM MƯỜI NĂM CHỐNG PHÁP
     HÀNOI, VĂN SỬ ĐỊA, 1957?=1961, V. 2, PT 1=2 ONLY, ILLUS
     DS550 T75; ALSO FILM 2584 NO. 90A=B

302. TRẦN HUY LIỆU
     PHONG TRÀO CÁCH MẠNG VIỆT NAM QUA THỜ VĂN
     TẬP SAN NGHIÊN CỨU VĂN SỬ ĐỊA, NOS. 27=35
     NGHIÊN CỨU LỊCH SỬ, NO. 1=

303. TRẦN HUY LIỆU, ET AL.
     TÀI LIỆU THAM KHẢO LỊCH SỬ CÁCH MẠNG CẬN ĐẠI VIỆT NAM, TẬP I=XII
     HÀNOI, NXB VĂN SỬ ĐỊA, 1957,
     FILM 2277 V. 1=12

304. TRẦN KIM BẰNG
     LAO TÙ, HỒI KÝ CỦA THIÊN GIANG
     SAIGON, NAM VIỆT, 1949, 139P
     PL4389 T775

305. TRẦN VĂN QUẾ
     CÔN LÔN QUẦN ĐẢO TRƯỚC NGÀY 9=3=1945
     SAIGON, THANH HƯƠNG, 1961, 153P, ILLUS
     DS558 P8T77

306. TRẦN VĂN QUẾ
     CÔN LÔN SỬ LƯỢC
     SAIGON, THANH HƯƠNG TÙNG THƠ, 1961, 42P
     DS558 C7T7M

307. U.S. DEPT. OF STATE. INTERIM RESEARCH AND INTELLIGENCE
     SERVICE. RESEARCH ANALYSIS BRANCH
     BIOGRAPHICAL INFORMATION ON PROMINENT NATIONALIST LEADERS IN FRENCH
     INDOCHINA
     WASHINGTON, 25 OCT 1945, R & A NO. 3336

308. U.S. DEPT. OF STATE. OFFICE OF INTELLIGENCE RESEARCH
     POLITICAL ALIGNMENTS OF VIETNAMESE NATIONALISTS
     BY I. MILTON SACKS
     DEPARTMENT OF STATE NO 3708, WASHINGTON, D. C., 1949
     UB250+ U5 NO 3708

309. UYÊN CHÂU
     NGƯỜI CỘNG SẢN CÓ YÊU NƯỚC KHÔNG?
     SAIGON? 1957, 47P
     DS557 A6U9M

310, VALRAN, GASTON
     CONGRÈS DES ÉTUDIANTS INDOCHINOIS À AIX-EN-PROVENCE /LE
     ASIE FRANÇAISE, DÉC 1927, P381-5

311, VĂN HUY
     PHONG TRÀO QUỐC GIA TẠI VIỆT NAM
     PHỔ THÔNG, 11-1951, P34-42

312, VĂN PHONG & NGUYỄN KIẾN GIANG
     CHIẾN TRANH THẾ GIỚI LẦN THỨ HAI VÀ CUỘC VẬN ĐỘNG GIẢI PHÓNG
     DÂN TỘC VIỆT NAM
     HÀ NỘI, SỰ THẬT, 1962

313, VIAL, FRANCISQUE
     PROBLÈME HUMAIN DE L'INDOCHINE /LE
     PARIS, DELAGRAVE, 1939

314, VILLEMOTIER, L,
     PATRIOTISME ET LE MOUVEMENT RÉVOLUTIONNAIRE EN INDOCHINE
     FRANÇAISE D'APRÈS LES DOCUMENTS ANNAMITES /LE
     MERCURE DE FRANCE, 15 OCT 1934, P225-50

315, VIOLLIS, ANDREE ARDENNE DE TIZAC
     INDOCHINE, S.O.S. PREFACE D'ANDRE MALRAUX, 7E ED.
     PARIS, GALLIMARD, 1935

316, VOGÜÉ, COMTE ARNAUD DE
     AVENIR DE L'INDOCHINE /L'
     LE CORRESPONDANT, 10 MARS 1930, P746-61

317, VON FREYBERG, JUTTA & KURT STEINHAUS, EDS,
     DOKUMENTE UND MATERIALEN DER VIETNAMISCHEN REVOLUTION
     FRANKFURT A,M,, MARXISTISCHE BLATTER, 1969, 2 VOL, ILLUS,, MAPS

318, VŨ KHIÊU
     VỀ TRUYỀN THỐNG ANH HÙNG CỦA DÂN TỘC TA
     HT 8-1971, P58-71

319, VŨ NGỌC KHANH
     VỀ YÊU NƯỚC CHỐNG ĐẾ QUỐC PHÁP XÂM LƯỢC, IN LẦN THỨ HAI CÓ BỔ SUNG
     CỦA VŨ NGỌC KHANH VÀ HỒ NHƯ SƠN SƯU TẦM, BIÊN SOẠN
     HÀ NỘI, VĂN HỌC, 1970, 214P

          0.6 Serials Published by the Proto-Communist Groups, the Indochina Communist Party, the
               Viet Nam Workers' Party, and the Democratic Republic of Viet Nam (officially and
               unofficially)

320,
     ACTA SCIENTIARUM VIETNAMICUM
     HANOI
321,
     CHUYÊN SAN CẤP MỘT, GIÁO DỤC PHỔ THÔNG, HÀ NỘI, MONTHLY, 1960
322,
     CÔNG NGHIỆP HÓA CHẤT
     HA NOI, MONTHLY
323,
     COURIER DU VIET NAM /LE
     HANOI, ILLUS,, WEEKLY, FRENCH EDITION OF VIETNAM COURIER
     DS531 V63081++
324,
     CỨU QUỐC, HÀ NỘI, WEEKLY
     FILM 1180
325,
     ĐẠI HỌC VÀ TRUNG HỌC CHUYÊN NGHIỆP
     HÀ NỘI, BIMONTHLY

326,
GIÁO DỤC. TẬP SAN CỦA VỤ GIÁO DỤC CẤP 1, 2, 3, HÀ NỘI. MONTHLY

327,
GIỚI THIỆU SÁCH MỚI
HA NOI. 1956=

328,
HÀ NỘI MỚI
HÀ NỘI. DAILY
FILM 2959

329,
KHOA HỌC KỸ THUẬT
04 K451*

330,
KHOA HỌC KỸ THUẬT NÔNG NGHIỆP
HÀ NỘI

331,
KHOA HỌC THƯỜNG THỨC
HÀ NỘI. WEEKLY

332,
KỸ THUẬT BƯU ĐIỆN TRUYEN THANH
HA NOI. MONTHLY

333,
KỸ THUẬT CÔNG NGHIỆP NHẸ
HA NOI. MONTHLY

334,
KỸ THUẬT ĐIỆN LỰC
HÀ NỘI. MONTHLY

335,
LÂM NGHIỆP. THÔNG TIN, KHOA HỌC VÀ KỸ THUẬT
HA NOI. WEEKLY

336,
MỎ. THÔNG TIN, KHOA HỌC VÀ KỸ THUẬT
HÀ NỘI. WEEKLY

337,
NGHIÊN CỨU GIÁO DỤC
HA NOI. BIMONTHLY

338,
NHỮNG VẤN ĐỀ HÒA BÌNH VÀ CHỦ NGHĨA XÃ HỘI
HÀ NỘI. 1958=
DS 531 N575*

339,
NHỮNG VẤN ĐỀ HÒA BÌNH VÀ CHỦ NGHĨA XÃ HỘI, HÀ NỘI,
DS531 N575*

340,
PHỤ NỮ VIỆT NAM, HÀ NỘI
HQ1749 A5 P57*

341,
SÁCH VIỆT NAM
HÀ NỘI. PHÒNG XUẤT KHẨU SÁCH BÁO, NHÀ IN QUỐC GIA VIỆT NAM. 1957=

342,
SINH HOẠT VĂN HÓA. HÀ NỘI, VỤ VĂN HÓA ĐẠI CHÚNG. BIMONTHLY

343,
SINH VIÊN VIỆT NAM. HÀ NỘI. MONTHLY

344,
SOLIDARITY WITH VIET NAM
HANOI

345,
SỨC KHỎE
HA NOI. MONTHLY

346,
TẠP CHÍ HOẠT ĐỘNG KHOA HỌC
HÀ NỘI. MONTHLY

347,
TẠP CHÍ NÔNG LÂM. CƠ QUAN HƯỚNG DẪN KỸ THUẬT NÔNG, LÂM, NGHƯ NGHIỆP.
HÀ NỘI

348.
TẠP CHÍ QUÂN ĐỘI NHÂN DÂN. TẠP CHÍ LÝ LUẬN QUÂN SỰ CHÍNH
TRỊ CỦA CÁC LỰC LƯỢNG VŨ TRANG NHÂN DÂN VIỆT NAM
HÀ NỘI, TỔNG CỤC CHÍNH TRỊ PHÁT HÀNH, 1957-. MONTHLY

349.
TẠP CHÍ VĂN HỌC, HÀ NỘI
PL4380 A1 T17

350.
TẠP CHÍ Y HỌC VIỆT NAM, HÀ NỘI. WEEKLY

351.
TẬP SAN CÔNG NGHIỆP, HÀ NỘI, MONTHLY

352.
TẬP SAN ĐẠI HỌC VÀ TRUNG HỌC CHUYÊN NGHIỆP
HÀ NỘI, BIMONTHLY

353.
TẬP SAN DƯỢC HỌC
HÀ NỘI, BIMONTHLY

354.
TẬP SAN HÓA HỌC
HÀ NỘI, QUARTERLY

355.
TẬP SAN HÓA HỌC, HÀ NỘI, MONTHLY

356.
TẬP SAN NGÂN HÀNG, HÀ NỘI, MONTHLY

357.
TẬP SAN NGHIÊN CỨU VĂN SỬ ĐỊA, HÀ NỘI, MONTHLY

358.
TẬP SAN SINH VẬT ĐỊA HỌC
HÀ NỘI, QUARTERLY

359.
TẬP SAN TOÁN HỌC
HÀ NỘI, QUARTERLY

360.
TẬP SAN VẬT LÝ
HÀ NỘI, QUARTERLY

361.
TẬP SAN XÂY DỰNG
HÀ NỘI, MONTHLY

362.
THỂ DỤC THỂ THAO, HÀ NỘI. BIMONTHLY

363.
THIẾU NIÊN HOA BÁO, HANOI, BIMONTHLY, ILLUS.

364.
THỜI MỚI, HÀ NỘI, DAILY

365.
THỜI SỰ PHỔ THÔNG, HÀ NỘI, MONTHLY

366.
THỐNG NHẤT, HÀ NỘI.
FILM 1184

367.
THỦ ĐÔ, HÀ NỘI, DAILY

368.
TIỀN PHONG
HÀ NỘI, WEEKLY

369.
TIỀN PHONG, HÀ NỘI
FILM 1182

370.
TOÁN HỌC TUỔI TRẺ
HÀ NỘI, BIMONTHLY

371.
VĂN HÓA NGHỆ THUẬT, HÀ NỘI, MONTHLY

372.
VĂN HÓA NGHỆ THUẬT, HÀ NỘI, MONTHLY

373.
VĂN HỌC, HÀ NỘI, WEEKLY, SUPERSEDED BY VĂN NGHỆ, 5-1963
FILM 1181

374.
     VĂN NGHỆ
     HÀ NỘI, WEEKLY

375.
     VĂN NGHỆ QUÂN ĐỘI, HÀ NỘI
     AP95 V6 V22*

376.
     VĂN NGHỆ, HÀ NỘI, MONTHLY TO 5-1963, THEN WEEKLY
     AP95 V6 V21, AP95 V6 V211++, FILM 1706

377.
     VĂN SỬ ĐỊA, TẠP SAN NGHIÊN CỨU

378.
     VIỆT NAM YOUTH
     HANOI, MONTHLY

379.
     VIETNAM ADVANCES, HANOI

380.
     VIETNAMESE STUDIES
     HANOI, BIMONTHLY, APRIL 1965
     DS531 V6283

381. ĐẢNG CỘNG SẢN ĐÔNG DƯƠNG
     AVANT-GARDE, ORGANE DES TRAVAILLEURS ET DU PEUPLE INDOCHINOIS /L'
     ĐẶNG XUÂN KHU (TRƯỜNG CHỈNH); VÕ NGUYÊN GIÁP
     HÀNOI?, NO. 1 (5-1937)

382. ĐẢNG CỘNG SẢN ĐÔNG DƯƠNG
     BÚA LIỀM
     ĐẶNG XUÂN KHU (TRƯỜNG CHỈNH)
     HÀ NỘI?, 1937?

383. ĐẢNG CỘNG SẢN ĐÔNG DƯƠNG
     CỜ ĐỎ
     TRẦN VĂN GIÀU
     SAIGON, 1930'S?

384. ĐẢNG CỘNG SẢN ĐÔNG DƯƠNG
     CỜ VÔ SẢN, CƠ QUAN TRUNG ƯƠNG CỦA ĐẢNG CỘNG SẢN ĐÔNG DƯƠNG

385. ĐẢNG CỘNG SẢN ĐÔNG DƯƠNG
     EN AVANT
     ĐẶNG XUÂN KHU (TRƯỜNG CHỈNH); VÕ NGUYÊN GIÁP
     HÀNOI, 1936?

386. ĐẢNG CỘNG SẢN ĐÔNG DƯƠNG
     HÀ THÀNH THỜI BÁO
     NGUYỄN ĐỨC KINH, TRẦN HUY LIỆU
     HÀ NỘI, 1936?

387. ĐẢNG CỘNG SẢN ĐÔNG DƯƠNG
     KIẾN VĂN
     NGHIÊM THƯỢNG VĂN, NGUYỄN THƯỞNG NGHỊ, MAI NGỌC THIỆU, TRẦN HUY LIỆU
     HA NOI?, 1936?

388. ĐẢNG CỘNG SẢN ĐÔNG DƯƠNG
     NHÀNH LÚA
     CHỦ BÚT: HẢI TRIỀU
     HUẾ, 1936?

389. ĐẢNG CỘNG SẢN ĐÔNG DƯƠNG
     TẠP CHỈ CỘNG SẢN

390. ĐẢNG CỘNG SẢN ĐÔNG DƯƠNG
     TIN TỨC
     CHỦ BÚT: ĐẶNG XUÂN KHU (TRƯỜNG CHINH)
     HÀ NỘI, WEEKLY, NO. 1 (3-1938)

391, ĐẢNG CỘNG SẢN ĐÔNG DƯƠNG
TRAVAIL /LE
HANOI, 1936-39?

392, ĐẢNG CỘNG SẢN ĐÔNG DƯƠNG
VOLONTÉ INDOCHINOISE /LA
EDITEUR: PHAM VĂN ĐỒNG
HANOI, 1936?

393, ĐẢNG DÂN CHỦ VIỆT NAM
ĐỘC LẬP, CƠ QUAN TRUNG ƯƠNG CỦA ĐẢNG DÂN CHỦ VIỆT NAM

394, ĐẢNG LAO ĐỘNG VIỆT NAM
HỌC TẬP, TẠP CHÍ LÝ LUẬN VÀ CHÍNH TRỊ CỦA ĐẢNG LAO ĐỘNG VIỆT NAM
HÀ NỘI, MONTHLY

395, ĐẢNG LAO ĐỘNG VIỆT NAM
NGHIÊN CỨU LỊCH SỬ ĐẢNG, NỘI SAN CỦA ĐẢNG LAO ĐỘNG VIỆT NAM
HÀ NỘI, MONTHLY (TT: PARTY HISTORICAL RESEARCH, INTERNAL JOURNAL
OF THE VIET NAM WORKERS PARTY)

396, ĐẢNG LAO ĐỘNG VIỆT NAM
NHÂN DÂN NGUYỆT SAN, CƠ QUAN TRUNG ƯƠNG CỦA ĐẢNG LAO ĐỘNG VIỆT NAM
HÀ NỘI, MONTHLY

397, ĐẢNG LAO ĐỘNG VIỆT NAM
NHÂN DÂN, CƠ QUAN TRUNG ƯƠNG CỦA ĐẢNG LAO ĐỘNG VIỆT NAM
HÀ NỘI, DAILY

398, ĐẢNG LAO ĐỘNG VIỆT NAM
TUYÊN HUẤN, HÀ NỘI

399, ĐẢNG LAO ĐỘNG VIỆT NAM, BAN CHẤP HÀNH TRUNG ƯƠNG
TẠP CHÍ CÔNG NGHIỆP, CƠ QUAN NGHIÊN CỨU CỦA BAN CÔNG NGHIỆP TRỰC
THUỘC BAN CHẤP HÀNH TRUNG ƯƠNG ĐẢNG LAO ĐỘNG VIỆT NAM
SỐ 1, 6-1966

400, ĐẢNG LAO ĐỘNG VIỆT NAM, BAN TỔ CHỨC TRUNG ƯƠNG
XÂY DỰNG ĐẢNG
NỘI SAN CỦA BAN TỔ CHỨC TRUNG ƯƠNG ĐẢNG LAO ĐỘNG VIỆT NAM
HÀ NỘI, SỐ 1, 8-1965

401, ĐOÀN THANH NIÊN LAO ĐỘNG VIỆT NAM / HỒ CHÍ MINH
THIẾU NIÊN TIỀN PHONG, BÁO GIÁO DỤC, HÀ NỘI, BIMONTHLY

402, ĐÔNG DƯƠNG CỘNG SẢN ĐẢNG
RASSEMBLEMENT
EDITEURS: ĐẶNG XUÂN KHU (TRƯỜNG CHINH) & VÕ NGUYÊN GIÁP
HANOI, 1937?

403, ĐÔNG DƯƠNG CỘNG SẢN ĐẢNG
THỜI THẾ
HÀ NỘI, 1936?

404, GUIGES, CLAUDE
VIET MINH PRESS /THE
INDOCHINE SUD-EST ASIATIQUE, OCT 1952

405, HÀ NAM, ĐẢNG BỘ ĐẢNG LAO ĐỘNG VIỆT NAM TỈNH HÀ NAM
HÀ BIÊN, WEEKDAYS

406, HÀ NỘI, LIÊN HỮU THĂNG LONG THỦY THỦ LAO ĐỘNG
THĂNG LONG, CƠ QUAN THÔNG TIN, WEEKLY

407, HỌC TẬP
TỔNG MỤC LỤC 10 NĂM (1955-1965) CỦA TẠP CHÍ HỌC TẬP
HÀ NỘI, TẠP CHÍ HỌC TẬP, 1966

408. HỘI ĐÔNG Y VIỆT NAM, VIỆN NGHIÊN CỨU ĐÔNG Y
     TẠP CHÍ ĐÔNG Y, HANOI, MONTHLY

409. HỘI NGHIÊN CỨU CHỦ NGHĨA CÁC MÁC ĐÔNG DƯƠNG
     CHÍNH PHONG, NỘI SAN HỘI BỘ SAIGON-CHOLON
     SAIGON, SỐ 1, 1-1949
     FILM 2584, NO. 37

410. HỘI NGHIÊN CỨU CHỦ NGHĨA CÁC-MÁC Ở ĐÔNG DƯƠNG
     SỰ THẬT, CƠ QUAN TUYÊN TRUYỀN KHÁNG CHIẾN CỦA HỘI NGHIÊN CỨU CHỦ
     NGHĨA CÁC-MÁC Ở ĐÔNG DƯƠNG

411. HỘI NHÀ VĂN VIỆT NAM
     TÁC PHẨM MỚI
     HANOI, MONTHLY

412. HỘI NHÀ VĂN VIỆT NAM
     TÁC PHẨM MỚI, HÀ NỘI, BIMONTHLY

413. HƯNG YÊN, ĐẢNG BỘ ĐẢNG LAO ĐỘNG VIỆT NAM TỈNH HƯNG YÊN
     HƯNG YÊN, BIWEEKLY

414. LÀO CAI, ĐẢNG BỘ ĐẢNG LAO ĐỘNG VIỆT NAM TỈNH LÀO CAI
     LÀO CAI, BIWEEKLY

415. MẶT TRẬN TỔ QUỐC VIỆT NAM
     CỨU QUỐC, CƠ QUAN TRUNG ƯƠNG MẶT TRẬN TỔ QUỐC VIỆT NAM
     HANOI, 1961-
     FILM 1180

416. NAM ĐỊNH, ĐẢNG BỘ ĐẢNG LAO ĐỘNG VIỆT NAM TỈNH NAM NAM ĐỊNH
     NAM ĐỊNH, WEEKLY

417. NHÀ XUẤT BẢN SỰ THẬT
     SỰ THẬT, MỤC LỤC GIỚI THIỆU SÁCH MỚI HẰNG THÁNG, HÀ NỘI, MONTHLY

418. NHÓM THÁNG MƯỜI
     MILITANT /LE
     EDITEUR: HỒ HỮU TƯỜNG
     SAIGON, 1939?

419. NHÓM THÁNG MƯỜI
     THÁNG MƯỜI
     BY THE OCTOBRIST SPLINTER GROUP OF THE TROTSKYISTS
     SAIGON, 1939?

420. NHÓM THÁNG MƯỜI
     TIA SÁNG
     BY THE OCTOBRIST SPLINTER GROUP OF THE TROTSKYISTS
     SAIGON, 1939?

421. NHÓM TRANH ĐẤU
     ĐỒNG NAI
     SAIGON?, 1933?

422. NHÓM TRANH ĐẤU
     LUTTE /LA
     PAR: TẠ THU THÂU, NGUYỄN VĂN THẠCH, NGUYỄN VĂN TẠO, PHAN VĂN HÙM
     SAIGON, IRREGULAR, 1933-39

423. NHÓM TRANH ĐẤU
     TRANH ĐẤU
     VIETNAMESE VERSION OF LA LUTTE, A TROTSKYIST PUBLICATION
     SAIGON, 1939-

424. QUÂN ĐỘI NHÂN DÂN VIỆT NAM
     QUÂN ĐỘI NHÂN DÂN, HÀ NỘI, DAILY

425, SƠN LA, ĐẢNG BỘ ĐẢNG LAO ĐỘNG VIỆT NAM TỈNH SƠN LA
     SƠN LA ĐỔI MỚI, WEEKLY

426, SƠN TÂY, ĐẢNG BỘ ĐẢNG LAO ĐỘNG VIỆT NAM TỈNH SƠN TÂY
     TIẾNG NÓI SƠN TÂY, BIWEEKLY

427, THÁI NGUYÊN, ĐẢNG BỘ ĐẢNG LAO ĐỘNG VIỆT NAM TỈNH THÁI NGUYÊN
     THÁI NGUYÊN, WEEKLY

428, THANH HÓA, ĐẢNG BỘ ĐẢNG LAO ĐỘNG VIỆT NAM TỈNH THANH HÓA
     THANH HÓA ĐỔI MỚI, BIWEEKLY

429, TỔNG HỘI Y HỌC VIỆT NAM
     Y HỌC VIỆT NAM
     R97.7 V5 Y11*

430, UỶ BAN LIÊN LẠC TOÀN QUỐC NHỮNG NGƯỜI CÔNG GIÁO VIỆT NAM YÊU TỔ QUỐC
     YÊU HÒA BÌNH
     CHÍNH NGHIA, HÀ NỘI, WEEKLY

431, VIỆT NAM CÁCH MẠNG THANH NIÊN ĐỒNG CHI HỘI
     THANH NIÊN
     CHỦ BÚT: NGUYỄN ÁI QUỐC (HỒ CHÍ MINH)
     CANTON, CHINA, NO. 1 (6=1925)=NO. 88 (4=1927)

432, VIỆT NAM DÂN CHỦ CỘNG HÒA
     BULLETIN DU VIỆT NAM
     PARIS, 1964=
     DS 531 B934*

433, VIỆT NAM DÂN CHỦ CỘNG HÒA
     BULLETIN DU VIỆT NAM
     ÉDITÉ PAR LA DÉLÉGATION GÉNÉRALE DU GOUVERNEMENT DE LA
     RÉPUBLIQUE DÉMOCRATIQUE DU VIỆT NAM EN FRANCE
     PARIS, 1961=

434, VIỆT NAM DÂN CHỦ CỘNG HÒA
     ÉTUDES VIETNAMIENNES
     FRENCH VERSION OF VIETNAMESE STUDIES
     HANOI, 1964=
     DS531 V62821

435, VIỆT NAM DÂN CHỦ CỘNG HÒA
     NEWS SUMMARY IN ENGLISH
     PARIS, D.R.V.N. INFORMATION SERVICE, 1947=
     FILM 1323=4

436, VIỆT NAM DÂN CHỦ CỘNG HÒA
     VIỆT NAM (ILLUSTRATED), HANOI, MONTHLY
     PUBLISHED IN CHINESE, ENGLISH, FRENCH, RUSSIAN AND SPANISH EDITIONS

437, VIỆT NAM DÂN CHỦ CỘNG HÒA
     VIỆT NAM ADVANCES
     HANOI, IRREGULAR, SUPERSEDED BY VIETNAMESE STUDIES
     DS 531 V6281*

438, VIỆT NAM DÂN CHỦ CỘNG HÒA
     VIỆT NAM INFORMATION BULLETIN
     RANGOON, BURMA
     DS 531 V 637*

439, VIỆT NAM DÂN CHỦ CỘNG HÒA, BỘ GIÁO DỤC
     GIÁO DỤC NHÂN DÂN, CƠ QUAN NGHỊ LUẬN VÀ NGHIÊN CỨU CỦA BỘ GIÁO DỤC.
     HÀ NỘI, MONTHLY,

440, VIỆT NAM DÂN CHỦ CỘNG HÒA, BỘ GIÁO DỤC
     GIÁO VIÊN NHÂN DÂN, CƠ QUAN CỦA BỘ GIÁO DỤC VÀ CÔNG ĐOÀN GIÁO DỤC
     VIỆT NAM, HÀ NỘI, WEEKLY,

441. VIỆT NAM DÂN CHỦ CỘNG HÒA, BỘ GIÁO THÔNG VẬN TẢI
     KỸ THUẬT GIAO THÔNG, HÀ NỘI, MONTHLY

442. VIỆT NAM DÂN CHỦ CỘNG HÒA, BỘ VĂN HÓA
     VĂN HÓA, HÀ NỘI, MONTHLY.

443. VIỆT NAM DÂN CHỦ CỘNG HÒA, BỘ Y TẾ
     Y HỌC THỰC HÀNH, HÀ NỘI, MONTHLY

444. VIỆT NAM DÂN CHỦ CỘNG HÒA, DEMOCRATIC REPUBLIC OF VIET NAM
     VIET NAM COURIER, INFORMATION WEEKLY, HA NOI, MAY 1964-
     FILM 1874

445. VIỆT NAM DÂN CHỦ CỘNG HÒA, DEMOCRATIC REPUBLIC OF VIET NAM
     VIETNAMESE STUDIES NO. 1-
     HANOI, FLPH, 1964-
     LC DS557.A7V5

446. VIỆT NAM DÂN CHỦ CỘNG HÒA, DRVN
     VIETNAM INFORMATION BULLETIN
     RANGOON, BURMA
     DS531 V637-

447. VIỆT NAM DÂN CHỦ CỘNG HÒA, QUÂN ĐỘI NHÂN DÂN VIỆT NAM
     QUÂN DU KÍCH

448. VIỆT NAM DÂN CHỦ CỘNG HÒA, TỔ LUẬT HỌC, UỶ BAN KHOA HỌC NHÀ NƯỚC
     TẬP NGHIÊN CỨU NHÀ NƯỚC VÀ PHÁP QUYỀN
     HÀ NỘI, 1963-

449. VIỆT NAM DÂN CHỦ CỘNG HÒA, UỶ BAN KHOA HỌC NHÀ NƯỚC
     XÂY DỰNG, HÀ NỘI, MONTHLY

450. VIỆT NAM DÂN CHỦ CỘNG HÒA, UỶ BAN KHOA HỌC NHÀ NƯỚC, VIỆN KINH TẾ
     NGHIÊN CỨU KINH TẾ
     HC443 V5 A36

451. VIỆT NAM DÂN CHỦ CỘNG HÒA, UỶ BAN KHOA HỌC VÀ KỸ THUẬT NHÀ NƯỚC
     TIN TỨC HOẠT ĐỘNG KHOA HỌC, HÀ NỘI
     Q4 T58-

452. VIỆT NAM DÂN CHỦ CỘNG HÒA, UỶ BAN KHOA HỌC VÀ KỸ THUẬT NHÀ NƯỚC
     TỔ QUỐC, HÀ NỘI
     AP95 V6 T62-

453. VIỆT NAM DÂN CHỦ CỘNG HÒA, UỶ BAN KHOA HỌC XÃ HỘI VIỆT NAM, VIỆN SỬ
     HỌC
     NGHIÊN CỨU LỊCH SỬ, HÀ NỘI, EVERY 2 MONTHS
     DS531 N57-

454. VIỆT NAM DÂN CHỦ CỘNG HÒA, UỶ BAN KHOA HỌC XÃ HỘI, TỔ LUẬT HỌC
     LUẬT HỌC
     HÀ NỘI, QUARTERLY

455. VIỆT NAM DÂN CHỦ CỘNG HÒA, UỶ BAN KHOA HỌC XÃ HỘI, VIỆN KHẢO CỔ
     KHẢO CỔ HỌC
     HÀ NỘI, QUARTERLY

456. VIỆT NAM DÂN CHỦ CỘNG HÒA, VIỆN NGÔN NGỮ
     TẬP SAN NGÔN NGỮ
     HÀ NỘI, QUARTERLY

457. VIỆT NAM DÂN CHỦ CỘNG HÒA, VIỆN TRIẾT HỌC
     TRIẾT HỌC
     HÀ NỘI, QUARTERLY, 1974-

458. VIỆT NAM DÂN CHỦ CỘNG HÒA, VIỆT NAM THÔNG TẤN XÃ
     NORTH VIET NAM NEWS SERVICE (BROADCASTS), FROM MARCH 1965-
     FILM 1703

459, YÊN BÁI, ĐẢNG BỘ ĐẢNG LAO ĐỘNG VIỆT NAM TỈNH YÊN BÁI
YÊN BÁI, WEEKLY

0.7 Serials Published by the South Viet Nam National Front for Liberation, the People's Revolutionary Party, and the Provisional Revolutionary Government of Republic of South Viet Nam and Affiliated Groups

460,
CỜ GIẢI PHÓNG
MIỀN NAM

461,
TÂY NAM BỘ GIẢI PHÓNG
12-1962--

462,
TÂY NAM BỘ GIẢI PHÓNG
12-1962--

463,
THỜI SỰ PHỔ THÔNG
MIỀN NAM; 1965-

464,
TIỀN PHONG
MIỀN NAM

465,
TRUNG LẬP
2-1963--

466, CHÁNH PHỦ CÁCH MẠNG LÂM THỜI CỘNG HÒA MIỀN NAM VIỆT NAM
GIẢI PHÓNG
QUARTERLY PICTORIAL IN ENGLISH, FRENCH AND SPANISH, 1974-

467, ĐẢNG NHÂN DÂN CÁCH MẠNG VIỆT NAM
NHÂN DÂN
MIỀN NAM, 10-1964--

468, ĐẢNG NHÂN DÂN CÁCH MẠNG VIỆT NAM, ĐẢNG ỦY LONG AN
HÒA BÌNH THỐNG NHỨT

469, ĐẢNG NHÂN DÂN CÁCH MẠNG VIỆT NAM, TỈNH ĐẢNG BỘ BÀ RỊA
CHIẾN ĐẤU, NỘI SAN, RA HẰNG THÁNG
SỐ 4, 7-1962
VCD 48

470, HỘI PHỤ NỮ GIẢI PHÓNG MIỀN NAM VIỆT NAM
PHỤ NỮ GIẢI PHÓNG

471, HỘI PHỤ NỮ GIẢI PHÓNG MIỀN NAM VIỆT NAM
WOMEN OF SOUTH VIET NAM

472, LIÊN MINH CÁC LỰC LƯỢNG DÂN TỘC, DÂN CHỦ VÀ HÒA BÌNH
LIÊN MINH

473, MẶT TRẬN DÂN TỘC GIẢI PHÓNG MIỀN NAM VIỆT NAM
BULLETIN (IN ENGLISH)
N/P, SOUTH VIET NAM LIBERATION PRESS AGENCY
DS531 M42+

474, MẶT TRẬN DÂN TỘC GIẢI PHÓNG MIỀN NAM VIỆT NAM
BULLETIN (IN FRENCH)
N/P, AGENCE DE PRESSE DE LIBERATION DU SUD VIET NAM
DS531 M421+

475, MẶT TRẬN DÂN TỘC GIẢI PHÓNG MIỀN NAM VIỆT NAM
      BULLETIN D'INFORMATION
      PARIS, BUREAU D'INFORMATION DU FRONT NATIONAL DE LIBÉRATION DU
      SUD VIET NAM, NO, 1 (1968)=NO, 217 (1972)
      PARIS, BUREAU D'INFORMATION DU GOUVERNEMENT RÉVOLUTIONNAIRE
      PROVISOIRE DE LA RÉPUBLIQUE DU SUD VIET NAM, NO, 1 (6 JAN 1973)
      PARIS, SERVICE DE PRESSE DE LA MISSION PERMANENTE DU GOUVERNEMENT
      RÉVOLUTIONNAIRE PROVISOIRE DE LA RÉPUBLIQUE DU SUD VIET NAM EN FRANCE
      NO, 1 (1 JUIN 1974)

476, MẶT TRẬN DÂN TỘC GIẢI PHÓNG MIỀN NAM VIỆT NAM
      BULLETIN OF THE SOUTH VIET NAM LIBERATION NATIONAL FRONT
      PEKING, SOUTH VIET NAM LIBERATION PRESS AGENCY

477, MẶT TRẬN DÂN TỘC GIẢI PHÓNG MIỀN NAM VIỆT NAM
      GIẢI PHÓNG
      MIỀN NAM, 1962=

478, MẶT TRẬN DÂN TỘC GIẢI PHÓNG MIỀN NAM VIỆT NAM
      MIỀN NAM CHIẾN ĐẤU
      MIỀN NAM TRONG CHIẾN ĐẤU

479, MẶT TRẬN DÂN TỘC GIẢI PHÓNG MIỀN NAM VIỆT NAM
      NOUVELLES DU SUD VIET NAM
      ALGER, MISSION DU FNL DU SUD VIET NAM
      WEEKLY IN FRENCH WITH IRREGULAR SUPPLEMENTS IN FRENCH AND ENGLISH

480, MẶT TRẬN DÂN TỘC GIẢI PHÓNG MIỀN NAM VIỆT NAM
      SOUTH VIET NAM LIBERATION PRESS AGENCY
      DS 531 M42+

481, MẶT TRẬN DÂN TỘC GIẢI PHÓNG MIỀN NAM VIỆT NAM, UỶ HỘI THÔNG TIN
      NEWS BULLETIN
      N/P, COMMISSION OF INFORMATION OF THE SVNNFL
      DS531 M427

482, MẶT TRẬN DÂN TỘC GIẢI PHÓNG MIỀN NAM VIỆT NAM, UỶ HỘI THÔNG TIN
      SOUTH VIET NAM IN STRUGGLE
      CENTRAL ORGAN OF THE SOUTH VIET NAM NATIONAL FRONT FOR LIBERATION
      PHNOM PENH, THEN HANOI, WEEKLY, 1968=

483, MẶT TRẬN DÂN TỘC GIẢI PHÓNG MIỀN NAM VIỆT NAM, UỶ HỘI THÔNG TIN
      SUD VIET NAM EN LUTTE /LE
      PHNOM PENH, THEN HANOI, WEEKLY, 1968=

      0.8. Other Serials

484,
      ASIAN SURVEY (AS)
      BERKELEY, UNIVERSITY OF CALIFORNIA PRESS, MONTHLY
485,
      ASIE FRANCAISE, BULLETIN DU COMITE DE L'ASIE FRANCAISE
      PARIS, 1901=?
486,
      COMMUNIST INTERNATIONAL
      HX1 C73
487,
      INDOCHINE SUD=EST ASIATIQUE
      DS 501+ S94
488,
      INTERNATIONAL AFFAIRS: A MONTHLY JOURNAL OF POLITICAL ANALYSIS
      MOSCOW, IZVESTIA PRINTING OFFICE, 1955
489,
      PEKING REVIEW: A MAGAZINE OF CHINESE NEWS AND VIEWS
      PEKING, PEOPLE'S REPUBLIC OF CHINA, 1958=

490,
    PHU NỮ VIỆT KIỀU
    PARIS, ĐOÀN KẾT
    HQ1104 P5774*

491,
    REVUE DU PACIFIQUE /LA
    PARIS, 1922=?

492,
    REVUE INDIGENE /LA
    PARIS, 1905=?

493,
    SOVIET DOCUMENTS; CURRENT STATEMENTS, SPEECHES, REPORTS
    AND EDITORIALS
    NEW YORK, CROSSCURRENT PRESS, 1963=

494,
    TIẾNG DÂN
    HUẾ, 1927

495,
    VIETNAM; ILLIUSTRIROVNYI ZHURNAL
    HANOI, 1962
    LC DS557.A7V4

496, HỘI LIÊN HIỆP TRÍ THỨC VIỆT NAM TẠI PHÁP
    LIÊN HIỆP TRÍ THỨC
    SUPERSEDED BY DIỄN ĐÀN
    BOURG-LA-REINE, FEB 1969 = DEC 1970
    DS531 L71*

497, HỘI LIÊN HIỆP VIỆT KIỀU TẠI PHÁP
    ĐOÀN KẾT
    PARIS, HỘI LIÊN HIỆP VIỆT KIỀU TẠI PHÁP
    DS531 D63**

498, LIGUE DES DROITS DE L'HOMME ET DU CITOYEN, PARIS
    BULLETIN OFFICIEL, 1901=1913
    BULLETIN DES DROITS DE L'HOMME, 1914=1917
    CAHIERS DES DROITS DE L'HOMME, 1918=

499, U.S. DEPT. OF STATE
    VIET NAM INFORMATION NOTES, NO. 1=
    WASHINGTON, USGPO, 1967=

500, U.S. EMBASSY, SAIGON. JUSPAO, NORTH VIET NAM AFFAIRS DIVISION
    VIET NAM DOCUMENTS AND RESEARCH NOTES
    (DEALS EXCLUSIVELY WITH VIETNAMESE COMMUNISM; IRREGULAR INTERVALS)
    SAIGON, JUSPAO/USIS, 1967=

501, U.S. INFORMATION SERVICE
    PRINCIPAL REPORTS FROM COMMUNIST SOURCES
    SAIGON, USIS

502, U.S. JOINT PUBLICATIONS RESEARCH SERVICE
    TRADE, FINANCE, LABOR AND STANDARD OF LIVING IN NORTH VIETNAM
    NEW YORK, FEB 25, 1958=
    LC AS36.U57

503, U.S. JOINT PUBLICATIONS RESEARCH SERVICE
    TRANSLATIONS FROM HOC TAP (STUDIES) NORTH VIETNAM
    WASHINGTON, JPRS
    AP95 V6H681*

504, U.S. JOINT PUBLICATIONS RESEARCH SERVICE
    TRANSLATIONS ON NORTH VIETNAM'S ECONOMY, NOS. 28=56
    NEW YORK, CCMI, 1963

505, U.S. JOINT PUBLICATIONS RESEARCH SERVICE
    TRANSLATIONS ON POLITICAL & SOCIOLOGICAL INFORMATION
    ON NORTH VIETNAM, NOS. 1=15
    NEW YORK, CCMI, 1962

506, U,S, JOINT PUBLICATIONS RESEARCH SERVICE
     TRANSLATIONS ON POLITICAL & SOCIOLOGICAL INFORMATION ON NORTH
     VIETNAM, NOS, 16-39
     NEW YORK, CCMI, 1963

507, VIETNAM-AMERICAN FRIENDSHIP ASSOCIATION
     BULLETIN
     NEW YORK

     0.9. Miscellaneous Reference Works

508,
     ASIAN PERIODICALS: A SELECTED LIST OF TITLES AND THEIR CONTENTS
     BANGKOK, UNESCO REGIONAL OFFICE FOR EDUCATION IN ASIA
     Z6957 A83*
509,
     CHRISTIAN SCIENCE MONITOR INDEX /THE
     CORVALLIS, OREGON, HELEN M, CROPSEY, 1960
510,
     HỘI THOẠI VIỆT-NGA,
     MÔT-SCO-VA, NHÀ XUẤT BẢN TIẾN BỘ, 1964, 190P
511,
     INTERNATIONAL BIBLIOGRAPHY OF ECONOMICS
     INTERNATIONAL COMMITTEE FOR SOCIAL SCIENCES DOCUMENTATION
     CHICAGO, ALDINE, 1955-
512,
     INTERNATIONAL BIBLIOGRAPHY OF POLITICAL SCIENCE
     INTERNATIONAL COMMITTEE FOR SOCIAL SCIENCES DOCUMENTATION
     CHICAGO, ALDINE, 1954-
513,
     INTERNATIONAL INFORMATION SERVICE
     CHICAGO, LIBRARY OF INTERNATIONAL RELATIONS, 1963-
     QUARTERLY, SUBJECT ARRANGEMENT WITH GEOGRAPHICAL INDEX
514,
     INTERNATIONALE POLITIK /DIE
     MUNCHEN, OLDENBURG, 1958-
515,
     VIET NAM AND THE CONGRESSIONAL RECORD: AN ANALYTICAL SYMPOSIUM
     MICHIGAN QUARTERLY REVIEW 7, SEP 1968, P151-165
516,
     WALL STREET JOURNAL INDEX /THE
     NEW YORK, DOW JONES, 1958-
517,
     WORLD GOVERNMENT OPINIONS: A CROSS-SECTION OF GOVERNMENT
     PUBLICATIONS ON VIETNAM
     STANFORD, MAY 1970, 11P

518, ANH ĐÀO
     VIỆT NGA HỘI THOẠI
     HÀ NỘI, SÔNG LÔ, 1956, 118P

519, ASIA SOCIETY, SOUTHEAST ASIA DEVELOPMENT ADVISORY GROUP
     AD HOC SEMINAR ON COMMUNIST MOVEMENTS AND REGIMES IN INDOCHINA
     SEP 30-OCT 2, 1974, THE ASIA HOUSE
     SEADAG REPORTS
     NEW YORK, SEADAG, 1974, 14P

520, DƯỜNG VĂN THẠNH
     SÁCH HỌC TIẾNG NGA, IN LẦN THỨ HAI
     HÀ NỘI, VIỆT-XÔ-TRUNG, 1960, 330P

521, EFFROS, WILLIAM G,, COMP,
     QUOTATIONS VIETNAM: 1945-1970
     NEW YORK, RANDOM HOUSE, 1970, 248P

522, GOK KENG SWEE
         COMMUNISM IN NON-COMMUNIST ASIAN COUNTRIES
         SINGAPORE, MINISTRY OF CULTURE, 1967, 48P
         PAM HX 182

523, HOOVER INSTITUTION
         YEARBOOK ON INTERNATIONAL COMMUNIST AFFAIRS
         STANFORD, CAL., THE HOOVER INSTITUTION, ANNUAL

524, INSTITUTE OF ECONOMIC GROWTH, DELHI
         ASIAN SOCIAL SCIENCE BIBLIOGRAPHY
         DELHI, 1970-
         Z7161 A83

525, IRIKURA, JAMES K.
         SOUTHEAST ASIA: SELECTED ANNOTATED BIBLIOGRAPHY OF JAPANESE
         PUBLICATIONS
         NEW HAVEN, YALE UNIV. SOUTHEAST ASIA STUDIES, 1956, 544P

526, LƯU QUÝ KỲ
         PROBLEMS: TRUE AND FALSE
         VS 12 (1966), P171-201

527,
         PUBLIC AFFAIRS INFORMATION SERVICE BULLETIN
         NEW YORK, PUBLIC AFFAIRS INFORMATION SERVICE, 1915-
         WEEKLY, CUMULATES THROUGHOUT THE YEAR

528, NEW YORK TIMES COMPANY /THE
         NEW YORK TIMES INDEX /THE

529, PHẠM HỮU TÙNG
         MŨI CÀ MAU
         HÀ NỘI, PHỔ THÔNG, 1964, 39P

530, PONOMAREV, B. N,
         TỰ ĐIỂN CHÍNH TRI,
         DO MỘT TẬP THỂ TÁC GIẢ LIÊN SÔ BIÊN SOẠN DƯỚI SỰ CHỈ ĐẠO CỦA GIÁO SƯ
         B. N. PO-NO-MA-REP
         TRANSLATION OF 'POLITICHESKII SLOVAR'
         HANOI, NHÀ XUẤT BẢN SỰ THẬT, 1962, 952P
         JA64 P76 1962

531, RAND CORPORATION
         RAND VIET NAM INTERVIEWS
         SAIGON/SANTA MONICA, CAL., RAND CORP,

532, RAND CORPORATION
         READERS' GUIDE TO PERIODICAL LITERATURE
         NEW YORK, WILSON, 1905-
         SEMIMONTHLY, CUMULATES ANNUALLY

533, ROYAL INSTITUTE OF INTERNATIONAL AFFAIRS
         DOCUMENTS ON INTERNATIONAL AFFAIRS, 1928-
         LONDON, OXFORD UNIVERSITY PRESS, 1929-, YEARLY

534, TIMES OF LONDON /THE
         INDEX TO THE TIMES
         LONDON, THE TIMES, 1906-

535, TỔ TỰ ĐIỂN KHOA HỌC VÀ KỸ THUẬT
         TỰ ĐIỂN NGA-VIET NÔNG NGHIỆP
         HÀ NỘI, KHOA HỌC, 1970, 771P

536, TURLEY, WILLIAM S.
         INTERVIEWS WITH PAVN AND LDP DEFECTORS: OFFICERS, MEN AND POLITICAL
         CADRES (1972-73)
         CARBONDALE, ILL., SOUTHERN ILLINOIS U. MORRIS LIBRARY

537. U. S. DEPT. OF THE INTERIOR, OFFICE OF GEOGRAPHY
     NORTHERN VIETNAM; OFFICIAL STANDARD NAMES APPROVED BY THE
     UNITED STATES BOARD ON GEOGRAPHIC NAMES
     WASHINGTON, DEPT. OF THE INTERIOR, 1964, V-311P, MAP
     MAPS G104 U59* NO 79

538. U.N.E.S.C.O.
     INTERNATIONAL POLITICAL SCIENCE ABSTRACTS
     PARIS, UNESCO, 1952-
     QUARTERLY, ANNUAL AUTHOR AND SUBJECT INDEXES

539. U.S.
     PUBLIC PAPERS OF THE PRESIDENTS OF THE UNITED STATES
     WASHINGTON, D.C., U.S. GOVERNMENT PRINTING OFFICE, 1945

540. U.S. DEPT. OF STATE
     AMERICAN FOREIGN POLICY, 1950-55, BASIC DOCUMENTS, I-II
     WASHINGTON, D.C., U.S. GOVERNMENT PRINTING OFFICE, 1957

541. U.S. DEPT. OF STATE
     AMERICAN FOREIGN POLICY; CURRENT DOCUMENTS
     WASHINGTON, D.C., U.S. GOVERNMENT PRINTING OFFICE, 1957, YEARLY

542. U.S. MILITARY ASSISTANCE COMMAND VIET NAM
     VC/NVA TERMINOLOGY GLOSSARY, 3RD ED
     SAIGON, COMBINED DOCUMENT EXPLOITATION CENTER, 1971, 2 VOL., 610P
     UA853 V5 U58* 1971

543. VIỆT NAM CỘNG HÒA
     VIET NAM ET SES RELATIONS INTERNATIONALES, VIETNAM IN WORLD AFFAIRS
     SAIGON, SÉCRÉTARIAT D'ÉTAT AUX AFFAIRES ÉTRANGÈRES
     LC DS557, A5A43

544. VIỆT NAM DÂN CHỦ CỘNG HÒA, TỔNG CỤC THỐNG KÊ
     SỐ LIỆU THỐNG KÊ, 1963
     HÀ NỘI, SỰ THẬT, 1964, 130P

545.
     SOCIAL SCIENCES AND HUMANITIES INDEX
     FORMERLY INTERNATIONAL INDEX
     NEW YORK, WILSON, 1916-
     QUARTERLY, CUMULATES ANNUALLY

546. VIỆT NAM DÂN CHỦ CỘNG HÒA, UỶ BAN KHOA HỌC NHÀ NƯỚC
     TỰ ĐIỂN CHÍNH TẢ PHỔ THÔNG
     HÀ NỘI, VIỆN VĂN HỌC, UỶ BAN KHOA HỌC NHÀ NƯỚC, 1963; 311P

547. VIỆT NAM DÂN CHỦ CỘNG HÒA, VIỆN NGÔN NGỮ HỌC
     THUẬT NGỮ HỌC, DÂN TỘC HỌC, KHẢO CỔ HỌC, NGA-VIỆT,
     CÓ CHÚ THÊM TIẾNG PHÁP
     HÀ NỘI, KHOA HỌC XÃ HỘI, 1970, 133P

548. VIỆT NAM DÂN CHỦ CỘNG HÒA, VIỆN NGÔN NGỮ HỌC
     THUẬT NGỮ MỸ THUẬT, PHÁP-VIỆT, VIỆT-PHÁP, CÓ CHÚ THÊM TIẾNG NGA
     HÀ NỘI, KHOA HỌC XÃ HỘI, 1970, 62P

549. VIỆT NAM DÂN CHỦ CỘNG HÒA, VIỆN NGÔN NGỮ HỌC
     THUẬT NGỮ, SỬ HỌC, DÂN TỘC HỌC, KHẢO CỔ HỌC, NGA-VIỆT,
     CÓ THÊM TIẾNG PHÁP
     HÀ NỘI, KHOA HỌC XÃ HỘI, 1970, 133P

550. VIỆT NAM DÂN CHỦ CỘNG HÒA, VIỆN NGÔN NGỮ HỌC
     TỰ ĐIỂN THUẬT NGỮ TRIẾT HỌC CHÍNH TRỊ NGA-VIỆT
     (CÓ CHÚ THÊM TIẾNG PHÁP)
     HANOI, KHOA HỌC XÃ HỘI, 1970, 191P
     PL4376 V583

1. BIOGRAPHIES, MEMOIRS, AND HISTORY OF VIETNAMESE COMMUNISM

1.0. General Biographies

551,
GƯƠNG CHIẾN ĐẤU CỦA NHỮNG NGƯỜI CỘNG SẢN; XUẤT BẢN LẦN THỨ HAI.
HÀ NỘI, SỰ THẬT, 1963, 97P

552,
HEROIC PEOPLE: MEMOIRS FROM THE REVOLUTION /A
HANOI, FLPH, 1960, 262P
DS557 A7 H55 1960

553,
LÊN ĐƯỜNG THẮNG LỢI: HỒI KÝ CÁCH MẠNG
HÀ NỘI, NHÀ XUẤT BẢN VĂN HỌC, 1960, 147P

554, ĐÀO DUY KỲ
NHỮNG NGƯỜI CỘNG SẢN VIỆT NAM, TẬP I
HÀ NỘI, PHỔ THÔNG, 1957; 88P

555, ĐÀO DUY KỲ
NHỮNG NGƯỜI SỐNG MÃI. (LOẠI SÁCH VĂN NGHỆ ĐẠI CHÚNG)
HÀ NỘI, VỤ VĂN HÓA ĐẠI CHÚNG, 1956, 30P

556, HỒ CHÍ MINH, ET AL.
NHÂN DÂN TA RẤT ANH HÙNG
HÀ NỘI, VĂN HỌC, 1960, 247P

557, NGƯỜI HÀ NỘI
HỒI KÝ CÁCH MẠNG VÀ KHÁNG CHIẾN THỦ ĐÔ
HÀ NỘI, SỞ VĂN HÓA THÔNG TIN, 1964, 235P

558, U.S. DEPT. OF STATE. INTERIM RESEARCH AND INTELLIGENCE SERVICE
BIOGRAPHICAL INFORMATION ON PROMINENT NATIONALIST LEADERS IN
FRENCH INDOCHINA
WASHINGTON, DEPT. OF STATE, 194?
LC UB 250 U33, NO. 3336

559, VĂN LANG, ET AL.,
NHỮNG VÌ SAO ĐẤT NƯỚC
HÀ NỘI, THANH NIÊN, 1971; 218P

1.1. Works on Ho Chi Minh

560,
BÁC CÒN SỐNG MÃI, THƠ
(NP, SVN), NXB GIẢI PHÓNG, 1970, 129P
PL4389 B102

561,
BÁC HỒ VỚI ĐOÀN TÂN TRÀO
HÀ NỘI, CỤC CHÍNH TRỊ-BỘ TƯ LỆNH CÔNG AN NHÂN DÂN VŨ TRANG, 1970,
147P

562,
BÁC HỒ VỚI THIẾU NHI
HANOI, KIM ĐỒNG, 1971, 63P
DS557 A7 H68212

563,
BÁC HỒ VỚI THỦY LỢI
HÀ NỘI, NÔNG THÔN; 1970, 94P

564,
BÁC ƠI, TẬP THƠ
HANOI, NHÀ XUẤT BẢN VĂN HỌC 1969, 155P
PL4389 B105

565,
  BIOGRAPHIE DE HO CHI MINH DE LA NAISSANCE A LA REVOLUTION DE 1945
  SUDEST, JULY 1949

566,
  CHÚNG TA CÓ BÁC HỒ
  HANOI, LAO ĐỘNG, 1965, VOL. 1 ONLY
  DS557 A7H698

567,
  MÃI MÃI GHI ƠN
  PARIS, TRUNG TÂM NGHIÊN CỨU VÀ SƯU TẦM TÀI LIỆU VIỆT NAM, 1969, 60P
  DS557 A7H6978+

568,
  NHỮNG KỶ NIỆM VỀ BÁC
  BẮC THÁI, VIỆT BẮC, 1973, 144P

569,
  NOTRE PRESIDENT HO CHI MÍNH
  HANOI, ELE, 1970, 220P

570,
  ƠN BÁC, THƠ
  HA NOI, PHỤ NỮ, 1971, 78P

571,
  PRESIDENT HO CHI MINH
  HANOI, FLPH, 1960, 121P ILLUS

572,
  SOUVENIRS SUR HO CHI MINH, PAR UN GROUPE DE PERSONNALITÉS
  VIETNAMIENNES
  HANOI, ELE, 1962, 222P

573,
  THẾ GIỚI CA NGỢI VA THƯƠNG TIẾC HỒ CHỦ TỊCH. TẬP I VÀ II
  HA NOI, SỰ THẬT, 1970, VOL I, 219P; VOL II, 117P

574, ARCHER, JULES
  HO CHI MINH; LEGEND OF HANOI
  NEW YORK, CROWELL-COLLIER, 1971, 199P
  DS557 A7 H6716

575, ASSOCIATION D'AMITIÉ FRANCO-VIETNAMIENNE
  HO CHI MINH, 1890-1969
  PARIS, ASSOCIATION D'AMITIÉ FRANCO-VIETNAMIENNE, 1969, 14P
  PAM DS VN 707

576, BAGGS, WILLIAM C.
  TALK WITH HO CHI MINH /A
  SATURDAY EVENING POST, DECEMBER 16, 1967; P26-27

577, BAIN, CHESTER A.
  HO CHI MINH; GUERILLA WARFARE STRATEGIST
  SOUTH ATLANTIC QUARTERLY, AUTUMN 1971, P518-529

578, BAN TAI DOAN
  MUỐI CỦA CỤ HỒ, THƠ
  HÀ NỘI, VĂN HỌC, 1960, 76P

579, CHU VĂN TẤN
  WITH UNCLE HO
  VS 15 (1968), P55-88

580, ĐẢNG LAO ĐỘNG VIỆT NAM
  COMMITTEE FOR THE STUDY OF THE HISTORY OF THE VIETNAM WORKERS' PARTY
  OUR PRESIDENT HO CHI MINH
  HANOI, FLPH, 1970

581, ĐẢNG LAO ĐỘNG VIỆT NAM, BAN NGHIÊN CỨU LỊCH SỬ ĐẢNG
  CHỦ TỊCH HỒ CHÍ MINH, TÓM TẮT TIỂU SỬ VÀ SỰ NGHIỆP
  HÀ NỘI, SỰ THẬT, 1970, 129P

 82, ĐẢNG LAO ĐỘNG VIỆT NAM, BAN NGHIÊN CỨU LỊCH SỬ ĐẢNG
  OUR PRESIDENT HO CHI MINH
  HANOI, FLPH, 1970, 207P

583, ĐẢNG LAO ĐỘNG VIỆT NAM, BAN NGHIÊN CỨU LỊCH SỬ ĐẢNG
       PRÉSIDENT HO CHI MINH /LE
       PAR LA COMMISSION D'HISTOIRE DU PARTI DES TRAVAILLEURS DU VIETNAM
       HANOI, ELE, 1961, 108P

584, DAS, S.R. MOHAN
       HO CHI MINH, NATIONALIST OR SOVIET AGENT?
       BOMBAY, DEMOCRATIC RESEARCH SERVICE, 1950, 13P
       DS550D22

585, DUNCANSON, DENNIS J.
       HO CHI MINH IN HONG KONG, 1931-31
       CHINA QUARTERLY, JAN 1973, P84-100

586, FALL, BERNARD B.
       DEAD END IN VIETNAM III; A TALK WITH HO CHI MINH
       NEW REPUBLIC 149, OCT 12, 1963, P19-22

587, FALL, BERNARD B.
       HO CHI MINH, LIKE IT OR NOT
       ESQUIRE, NOVEMBER 1967, P120-121, 201-211

588, FALL, BERNARD B.
       MASTER OF THE RED JAB (HO CHI MINH)
       SATURDAY EVENING POST, NOV 24, 1962, P18-21 ILLUS

589, FIGUERES, LEO
       HO CHI MINH, NOTRE CAMARADE
       SOUVENIRS DE MILITANTS FRANÇAIS RASSEMBLES PAR LEO FIGUERES
       INTRODUCTION HISTORIQUE DE CHARLES FOURNIAU
       PARIS, EDITIONS SOCIALES, 1970, 272P
       DS557 A7F468

590, FISCHER, RUTH
       HO CHI MINH, DISCIPLINED COMMUNIST
       FOREIGN AFFAIRS, OCT 1954, P86-97

591, GRUN, ROBERT
       HO CHI MINH; EINE BIOGRAPHIE DES GROSSEN REVOLUTIONARS
       MUNCHEN, HEYNE, 154P

592, HÀ HUY GIÁP
       MỘT VÀI SUY NGHĨ VỀ ĐẠO LÝ LÀM NGƯỜI CỦA HỒ CHỦ TỊCH
       HANOI, THANH NIÊN, 1969, 56P
       DS557 A7 H68219

593, HALBERSTAM, DAVID
       HỒ
       NEW YORK, RANDOM HOUSE, 1971, 118P
       DS557 A76H669

594, HỒ CHÍ MINH
       ACTION ET REVOLUTION, 1920-1967
       ED. BY C. CAPITAN-PETER
       PARIS, UNION GENERALE D'EDITIONS, 1968

595, HỒ CHÍ MINH
       CARNET DE PRISON (FRAGMENTS); 5È ÉD.
       HANOI, ELE, 1971, 94P

596, HỒ CHÍ MINH
       CARNET DE PRISON; FRAGMENTS
       TR. ET PRESENTÉ PAR PHAN NHUÂN
       PARIS, P. SEGHERS, 1963, 76P PORT.
       PL4389 H515 1963

597, HỒ CHÍ MINH
       CONTRE L'AGRESSION U.S. POUR LE SALUT NATIONAL
       HANOI, ELE, 167, 151P

598. HỒ CHÍ MINH
     DE LA RÉVOLUTION, 1920-1966
     TEXTES RASSEMBLÉS ET PRÉSENTÉS PAR BERNARD B. FALL
     PARIS, PLON, 1968

599. HỒ CHÍ MINH
     DƯỜNG KÁCH MỆNH
     QUẢNG ĐÔNG: BỊ ÁP BỨC ZẦN TỘC LIÊN HỢP HỘI TUYÊN TRUYỀN BAN, 1926
     EXCERPTS REPRODUCED: ND 3-1-1970; HÀ NỘI MỚI 7-1-1970

600. HỒ CHÍ MINH
     ECRITS, 1920-1969
     HANOI, ELE, 1971, 383P
     DS557 A7 H6922

601. HỒ CHÍ MINH
     HO CHI MINH: SELECTED ARTICLES AND SPEECHES, 1920-1967
     EDITED, WITH AN INTRODUCTION, BY JACK WODDIS
     LONDON, LAWRENCE & WISHART, 1969, 172P
     DS557 A7 H692 1969

602. HỒ CHÍ MINH
     JOURNAL DE PRISON: POÈMES
     TRADUCTION DE ĐẮNG THẾ BÍNH ET AL.
     HANOI, ÉDITIONS EN LANGUES ÉTRANGÈRES, 1960, 91P, PORT.
     PL4389 H515 1960A

603. HỒ CHÍ MINH
     LỜI DI CHÚC CỦA CHỦ TỊCH HỒ CHÍ MINH
     LỜI KÊU GỌI VÀ DIỀU VĂN BAN CHẤP HÀNH TRUNG ƯỚNG ĐẲNG LAO ĐỘNG
     VIỆT NAM
     HANOI, 1969, 21P
     DS557 A7 H6826+

604. HỒ CHÍ MINH
     NHẬT KÝ TRONG TÙ, IN LẦN 2
     IN VIETNAMESE AND CHINESE
     HANOI, VĂN HÓA, 1960, 244P
     PL4389 H515 1960B

605. HỒ CHÍ MINH
     OEUVRES CHOISIES
     TOME 1, LE PROCÈS DE LA COLONISATION FRANÇAISE
     TOME 2, PÉRIODE 1920-1945
     HANOI, ELE, 1960-62
     DS557 A7 H691

606. HỒ CHÍ MINH
     OEUVRES CHOISIES (TOMES I+II)
     HANOI, ELE, 1962, 386+499

607. HỒ CHÍ MINH
     PRESIDENT HO CHI MINH'S TESTAMENT, APPEAL AND LAST TRIBUTE OF THE
     CENTRAL COMMITTEE OF THE VIET NAM WORKERS PARTY
     HANOI, FLPH, 1969

608. HỒ CHÍ MINH
     PRISON DIARY
     TR. BY AILEEN PALMER
     HANOI, FLPH, 1962, 94P PORTS.
     PL4389 H515 1962

609. HỒ CHÍ MINH
     PROCÈS DE LA COLONISATION FRANCAISE /LE, PAR NGUYỄN AÍ QUỐC
     HANOI, ELE, 1962, 166

610. HỒ CHÍ MINH
    REVOLUTIONARY ROAD /THE, (EXCERPTS)
    VIET NAM COURIER 255, FEB 9, 1970, P4

611. HỒ CHÍ MINH
    SUR LÉNINE ET LE LÉNINISME; ARTICLES ET DISCOURS CHOISIS
    MOSCOU, ÉDITIONS DE L'AGENCE DE PRESSE NOVOSTI, 1971, 244P
    DS557 A7 H682653

612. HỒ VĂN TẠO
    MYSTÉRIEUX HỒ CHÍ MINH /LE
    PARIS, N/PU, 1953

613. HOÀI THANH, ET AL.
    BÁC HỒ, HỒI KÝ
    HANOI, VĂN HỌC, 1960, 209P, PORT, ILLUS
    DS557 A7H682

614. HOÀI THANH, ET AL.
    DAYS WITH HO CHI MINH
    HANOI, FLPH, 1962, 235P, ILLUS, FOLD, MAPS
    DS557 A7H685 1962

615. HỒNG HÀ
    BÁC HỒ Ở PHÁP, HỒI KÝ
    DO MỘT SỐ NGƯỜI Ở PHÁP QUEN BIẾT HỒ CHỦ TỊCH KỂ
    HANOI, VĂN HỌC, 1970, 100P
    DS557 A7 H68203

616. INGBER, DAVID
    HO CHI MINH
    CONTEMPORARY REVIEW (LONDON), AUG 1950, P75-77

617. KUX, ERNST.
    HO CHI MINH BETWEEN MOSCOW AND PEKING
    SWISS REVIEW OF WORLD AFFAIRS, APRIL 1964, P11-14

618. LACOUTURE, JEAN
    HO CHI MINH; A POLITICAL BIOGRAPHY
    NEW YORK, RANDOM HOUSE, 1968

619. LACOUTURE, JEAN
    HO CHI MINH; TRANSLATED FROM THE FRENCH BY PETER WILES
    LONDON, ALLEN LANE, 1968; 256P

620. LÊ SĨ THẮNG
    HỒ CHỦ TỊCH VÀ SỰ NGHIỆP TRUYỀN BÁ CHỦ NGHĨA MÁC LE NIN VÀO VIỆT NAM
    NCLS 144; 586-1972,P12-23; 145, 788-1972, P50-61

621. MUS, PAUL
    HO CHI MINH, LE VIET NAM, L'ASIE
    TEXTES RASSEMBLÉS ET MIS AU POINT PAR ANNIE NGUYỄN NGUYỆT HỒ
    PARIS, ÉDITIONS DU SEUIL, 1971, 250P
    DS557 A5 M98 1971

622. NEUMANN-HODITZ, REINHOLD
    HO TSCHI MINH IN SELBSTZEUGNISSEN UND BILDDOKUMENTEN
    REINBECK BEI HAMBURG, ROWOHLT, 1971

623. NEUMANN-HODITZ, REINHOLD
    PORTRAIT OF HO CHI MINH, AN ILLUSTRATED BIOGRAPHY
    NEW YORK, HERDER & HERDER, 1972, 187P
    DS557 A76 H68613

624. NGUYEN KHAC HUYEN
    VISION ACCOMPLISHED? THE ENIGMA OF HO CHI MINH
    NEW YORK; COLLIER BOOKS, 1971

625. NGUYỄN DUY TRINH
     DIỄN VĂN ĐỌC TẠI LỄ KỶ NIỆM LẦN THỨ 81 NGÀY SINH CỦA HỒ CHỦ TỊCH
     HT 5-1971, P9-16

626. NGUYỄN HOÀI GIANG, ET AL.
     CHIẾC HUY HIỆU CỦA BÁC HỒ
     BÌA VÀ MINH HỌA CỦA NGUYỄN BÍCH
     HANOI, KIM ĐỒNG, 1966, 61P
     PL4385 N555

627. NGUYỄN KHẮC NGŨ
     TỪ CON NGƯỜI CƯ HỒ CHÍ MINH ĐẾN SỰ HÌNH THÀNH CỦA ĐẢNG CỘNG SẢN ĐÔNG
     DƯƠNG
     ĐẤT NƯỚC, SỐ 14, 10-1969, P78-94

628. NGUYỄN KHÁNH TOÀN
     HỒ CHỦ TỊCH, NHÀ KIẾN TRÚC SƯ THIÊN TÀI CỦA LỊCH SỬ VIỆT NAM HIỆN ĐẠI
     NCLS 144, 5&6-1972, P9-11

629. NGUYỄN THI
     HỌC TẬP TƯ TƯỞNG CỦA HỒ CHỦ TỊCH VỀ THI ĐUA YÊU NƯỚC
     HT 11-1971, P48-56

630. PASQUEL-RAGEAU, C.
     HO CHI MINH
     PARIS, EDITIONS UNIVERSITAIRES, 1970

631. PHẠM VĂN ĐỒNG
     CHỦ TỊCH HỒ CHÍ MINH TINH HOA VÀ KHÍ PHÁCH CỦA DÂN TỘC, LƯƠNG TÂM CỦA
     THỜI ĐẠI
     HÀ NỘI, SỰ THẬT, 1970, 43P
     DS557 A7 H6868

632. PHẠM VĂN ĐỒNG
     HỒ CHỦ TỊCH LÃNH TỤ CỦA CHÚNG TA
     HÀ NỘI, SỰ THẬT, 1963, 69P
     DS557 A7 H687

633. PHẠM VĂN ĐỒNG
     PRESIDENT HO CHI MINH; POLITICAL BIOGRAPHY
     HANOI, FLPH, 1960, 121P
     DS557 A7H683

634. PHẠM VĂN ĐỒNG
     VỮNG BƯỚC TIẾN LÊN VỚI TINH THẦN VĨ ĐẠI CỦA CHỦ TỊCH HỒ CHÍ MINH
     HT 9-1972, P1-14

635. PHAM VAN DONG AND THE COMMITTEE FOR THE STUDY OF THE HISTORY OF
     THE VIETNAMESE WORKERS' PARTY
     PRESIDENT HO CHI MINH: POLITICAL BIOGRAPHY
     HANOI, FLPH, N/D
     DS557 A7 H683

636. PHAN NGỌC LIÊN & TRỊNH VƯỢNG HỒNG
     LỊCH SỬ NƯỚC MỸ TRONG TÁC PHẨM CỦA HỒ CHỦ TỊCH
     NCLS 144, 5&6-1972, P24-35

637. RENAUD, JEAN, ET ONG CHUA
     HO CHI MINH, ABD EL KRIM ET CIE
     PARIS, G. BOUSSAC, 1949, 270P
     DS550 R39

638. ROLPH, HAMMOND
     HO CHI MINH NORTH VIETNAM'S MILITANT UNCLE
     IN: LEADERS OF THE COMMUNIST WORLD, EDITED BY RODGER SWEARINGEN
     NEW YORK, FREE PRESS, 1971, P424-460

639. ROLPH, HAMMOND
HO CHI MINH; FIFTY YEARS OF REVOLUTION
STUDIES IN COMPARATIVE COMMUNISM, V. 1, JULY-OCT. 1968, P55-103

640. SAINTENY, JEAN
FACE A HO CHI MINH
PARIS, SEGHERS, 1970, 210P

641. SAINTENY, JEAN
HO CHI MINH AND HIS VIET NAM; A PERSONAL MEMOIR
TRANSLATION OF FACE A HO CHI MINH BY HERMAN BRIFFAULT
CHICAGO, COWLES, 1972, 193P
DS557 A7 H6836 1972

642. SCHURMANN, FRANZ
EULOGY TO HO CHI MINH
RAMPARTS, NOV 1969, P52-60

643. SHAPLEN, ROBERT
ENIGMA OF HO CHI MINH /THE
REPORTER /THE, JAN 27, 1955, P11-19

644. SLORY, MICHAEL
BRIEVEN AAN HO TSJI MINH
AMSTERDAM, PEGASUS, 1969, 32P
PAM DS VN 415*

645. SPENCER, RAYMOND LAW
RISE OF HO CHI MINH,THE BIOGRAPHY OF THE COMINTERN'S CHIEF AGENT IN
SOUTHEAST ASIA; HIS LIFE FROM 1892-1946 /THE
WASHINGTON, GEORGE WASHINGTON UNIVERSITY; MA THESIS, 143P
FILM294

646. STRONG, ANNA LOUISE
EXCLUSIVE; AN INTERVIEW WITH HO CHI MINH
NATIONAL GUARDIAN, MAY 22, 1961, P7

647. STUHLMANN, MANFRED
HO CHI MINH; EIN LEBEN FUR VIETNAM
BERLIN, DIETZ VERLAG, 1960

648. THẾ TẬP
BÁO NGƯỜI CÙNG KHỔ (LE PARIA) 'MỘT LUỒNG GIÓ MỚI THỔI ĐẾN NHÂN DÂN
CÁC NƯỚC BỊ ÁP BỨC'
HT 196, 4-1972, P54-60

649. THẾ TẬP
MỘT TÁC PHẨM CÓ GIÁ TRỊ VỀ CUỘC ĐỜI CỦA HỒ CHỦ TỊCH,
'CHỦ TỊCH HỒ CHÍ MINH'
HT 4-1971, P30-39

650. TRẦN DÂN TIÊN
GLIMPSES OF THE LIFE OF HO CHI MINH, PRESIDENT OF THE DEMOCRATIC
REPUBLIC OF VIETNAM
HANOI, FLPH, 1958, 63P ILLUS
DS557A5T74

651. TRẦN DÂN TIÊN
NHỮNG MẨU CHUYỆN VỀ ĐỜI HOẠT ĐỘNG CỦA HỒ CHỦ TỊCH, IN LẦN 4
HANOI, NHÀ XUẤT BẢN VĂN HỌC, 1960, 148P
FILM 2584 N, 68; ALSO DS557 A7 H6975 1970

652. TRƯỜNG CHINH
HỒ CHỦ TỊCH LÃNH TỤ KÍNH YÊU CỦA GIAI CẤP CÔNG NHÂN VÀ NHÂN DÂN
VIỆT NAM, IN LẦN 4, CÓ ĐỌC LẠI VÀ SỬA
HANOI, SỰ THẬT, 1970, 74P
DS557 A7 H6821 1970

653. TRƯỜNG CHINH
     HỒ CHỦ TỊCH, LÃNH TỤ KÍNH YÊU CỦA GIAI CẤP CÔNG NHÂN VÀ NHÂN DÂN
     VIỆT NAM
     HÀ NỘI, SỰ THẬT, 1973

654. TRƯỜNG CHINH
     PRÉSIDENT HO CHI MINH /LE
     HANOI, ELE, 1966, 85P

655. TRƯỜNG CHINH
     PRESIDENT HO CHI MINH, BELOVED LEADER OF THE VIETNAMESE PEOPLE
     HANOI, FLPH, 1966, 79P

656. TRƯỜNG CHINH
     PRÉSIDENT HO CHI MINH, LEADER VÉNÉRÉ DU PEUPLE VIETNAMIEN /LE
     HANOI, ELE, 1966, 85P

657. U.S. DEPT. OF DEFENSE
     HO CHI MINH; ASIAN TITO?
     USVR, BOOK 1, I.C.

658. U.S. EMBASSY, SAIGON, JUSPAO, NORTH VIET NAM AFFAIRS DIVISION
     HO CHI MINH IMAGE /THE, 1969-1971, PARTS I AND II
     VDRN NO. 100, OCT 1971, 256P

659. VĂN TẠO
     HỌC TẬP CHỦ NGHĨA YÊU NƯỚC CỦA HỒ CHỦ TỊCH
     HT 5-1971, P17-25

660. VĂN TÙNG
     PRESIDENT HO CHI MINH AND THE WORK AMONG THE YOUTH
     VIETNAM YOUTH, 105, JULY 1971, P3-6, 22

661. VIỆT NAM CỘNG HÒA. NHA TÁC ĐỘNG TÂM LÝ
     HỒ CHÍ MINH, TÊN PHẢN QUỐC SỐ 1.
     SAIGON, BỘ THÔNG TIN TÂM LÝ CHIẾN, 1965, 16P
     PAMPHLET DS VIETNAM 206

662. VIỆT NAM DÂN CHỦ CỘNG HÒA
     FIFTY-EIGHTH BIRTH ANNIVERSARY OF HO CHI MINH
     PRESIDENT, VIET NAM DEMOCRATIC REPUBLIC, 19 MAY 1948
     RANGOON, 1948

663. VIỆT NAM DÂN CHỦ CỘNG HÒA
     HO CHI MINH, THE FATHER OF HIS PEOPLE
     VIET NAM NEWS SERVICE, BANGKOK, 1947, 43P

664. VIỆT NAM DÂN CHỦ CỘNG HÒA
     PEUPLE VIETNAMIEN ET LE PRÉSIDENT HO CHI MINH /LE
     PARIS, SERVICE D'INFORMATION RÉPUBLIQUE DÉMOCRATIQUE DU VIETNAM
     1947, 14P
     DS557 A7P51

665. VIỆT NAM DÂN CHỦ CỘNG HÒA
     PRÉSIDENT HO CHI MINH /LE
     PARIS, VIET NAM INFORMATION SERVICE, 1947, 20P, ILLUS.

666. VIỆT NAM DÂN CHỦ CỘNG HÒA
     VIETNAMESE PEOPLE AND PRESIDENT HO CHI MINH
     PEUPLE VIETNAMIEN ET LE PRESIDENT HO CHI MINH
     PARIS, VIET NAM INFORMATION SERVICE, 1947
     PAM DS 156; DS557 A7 P51

667. VÕ NGUYÊN GIÁP
     HỒ CHỦ TỊCH NHÀ CHIẾN LƯỢC THIÊN TÀI, NGƯỜI CHA THÂN YÊU CỦA CÁC LỰC
     LƯỢNG VÕ TRANG NHÂN DÂN VIỆT NAM
     HÀ NỘI, SỰ THẬT, 1970, 38P, ILLUS
     DS557 A7 H6861

668. WARBEY, WILLIAM
        HO CHI MINH AND THE STRUGGLE FOR AN INDEPENDENT VIETNAM
        LONDON, MERLIN PRESS 1972, 274P
        DS557 A7H6988

669. WOODIS, JACK ED.
        HO CHI MINH: SELECTED ARTICLES AND SPEECHES, 1920-1967
        NEW YORK, INTERNATIONAL PUBLISHERS, 1970

1.2. Biographies, Memoirs of Other Leaders of Vietnamese Communism

670.
        PRAGMATIST /THE (LE DUAN)
        ECONOMIST, MAR 14, 1970, P45-48
671.
        VĨ ĐẢNG, VĨ DÂN: HỒI KÝ CÁCH MẠNG
        HÀ NỘI, KIM ĐỒNG, 1963, 119P

672. HOÀNG TÔ
        RÚT LUI VÀO BÍ MẬT. HỒI KÝ CÁCH MẠNG CỦA ĐỒNG CHÍ HOÀNG TÔ
        LÂM NGỌC THU GHI
        HÀ NỘI, DÂN TỘC VIỆT BẮC; 1964, 39P

673. LACOUTURE, JEAN
        UNCLE HO'S 'BEST NEPHEW': IS PHAM VAN DONG, PRIME MINISTER OF NORTH
        VIETNAM AND THE MAN BEHIND HANOI'S DELEGATES IN PARIS
        NEW YORK TIMES MAGAZINE, MAY 19, 1968, P26-27, 112-115

674. LÊ QUẢNG BA
        REMINISCENCES OF UNDERGROUND REVOLUTIONARY WORK
        VS 15 (1968), P25-55

675. LÊ QUỐC SỬ & PHAM ĐỨC DƯỞNG
        TRẦN PHÚ, TỔNG BI THƯ ĐẦU TIÊN CỦA ĐẢNG
        HÀ NỘI, KIM ĐỒNG, 1965, 67P

676. LƯU ĐỒNG
        BƯỚC ĐẦU THEO ĐẢNG: HỒI KÝ
        HÀ NỘI, THANH NIÊN, 1961, 93P

677. NGUYỄN DUY TRINH, ET AL.
        IN THE ENEMY'S NET: MEMOIRS FROM THE REVOLUTION
        HANOI, FLPH, 1962, 153P
        DS557 A7135 1962

678. NGUYỄN DUY TRINH, ET AL.
        NHỮNG NGÀY THÁNG TÁM
        HÀ NỘI, VĂN HỌC, 1961, 287P

679. NGUYỄN TẠO
        VƯỢT NGỤC LẦN THỨ HAI (HỒI KÝ)
        NCLS 142, 182-1972; 143, 384-1972; 145, 788-1972

680. NGUYỄN THỊ ĐỊNH
        KHÔNG CÒN ĐƯỜNG NÀO KHÁC: HỒI KÝ, TRẦN HƯƠNG NAM GHI; TÁI BẢN
        HANOI, PHỤ NỮ, 1968, 104P, PLATES
        PL4389 N6023K4 1968

681. TÔN QUANG PHIỆT
        MỘT VÀI Ý KIẾN BỔ SUNG VỀ LỊCH SỬ HAI ĐỒNG CHÍ TRẦN PHÚ VÀ
        NGUYỄN THỊ MINH KHAI
        NCLS 139, 788-1971, P22-29

682. VĂN TIẾN DŨNG, ET AL.,
     NGƯỜI HÀ NỘI, HỒI KÝ CÁCH MẠNG VÀ KHÁNG CHIẾN THỦ ĐÔ
     HÀ NỘI, SỞ VĂN HÓA THÔNG TIN HÀ NỘI, 1964, 197P

683. VÕ NGUYÊN GIÁP,
     NHỮNG NĂM THÁNG KHÔNG THỂ NÀO QUÊN, HỮU MAI GHI
     HANOI, NXB QUÂN ĐỘI NHÂN DÂN, 1970, 162P
     DS557 A7 H6862

684. VÕ NGUYÊN GIÁP
     TỪ NHÂN DÂN MÀ RA, HỒI KÝ, HỮU MAI GHI
     HANOI, QUÂN ĐỘI NHÂN DÂN, 1964, 239P
     PL4389 V861T8

685. VÕ NGUYÊN GIÁP, ET AL,
     SOUVENIRS FROM MILITANTS
     HANOI, FLPH, 1961

686. VÕ NGUYÊN GIÁP, ET AL.
     RÉCITS DE LA RÉSISTANCE VIETNAMIENNE, 1925-1945
     PARIS, MASPERO, 1966, 214P

1.3. Biographies, Memoirs of Minor Figures

687.
     ANH HÙNG HOÀNG KẾ QUANG
     DICH GIA: NGUYEN KHAC DAM & TRAN DOAN HOAI
     HÀ NỘI, THANH NIEN, 1955, 40P
688.
     HỒI KÝ CỦA MƯỜI CÁN BINH CAO CẤP V. C.
     SAIGON?, N/D, 88P
689.
     PREMIERS JOURS DE NOTRE COMBAT: RÉCITS DE LA RÉSISTANCE
     VIETNAMIENNE /LES
     HANOI, ELE, 1958, 269P
690.
     THÁNG TÁM: TẬP TRUYỆN NGẮN VÀ BÚT KÝ
     HÀ NỘI, VĂN HỌC, 1964, 111P
691.
     TRƯỜNG HỌC, SAU SONG SẮT, HỒI KÝ CÁCH MẠNG,
     GỒM MỘT SỐ BÀI VIẾT VỀ VIỆC HỌC TRONG NHÀ TÙ, CỦA NHIỀU TÁC GIẢ
     HANOI, THANH NIÊN, 1969, 93P ILLUS
     PAMPHLET DS VIETNAM 468

692. ĐÀO DUY KỲ
     NHỮNG NGƯỜI CỘNG SẢN VIỆT NAM KỂ CHUYỆN, TẬP I
     HÀ NỘI, N.X.B. PHỔ THÔNG, 1957

693. GIANG NAM, ET AL.
     NHỮNG NGƯỜI ĐANG CHIẾN ĐẤU, TẬP BÚT KÝ TỪ MIỀN NAM GỬI RA
     HANOI, VĂN HỌC, 1966, 134P
     PL4385 N568

694. HOÀI AN
     QUÊ HƯƠNG VIỆT BẮC, BÚT KÝ
     HANOI, PHỔ THÔNG, 1956, 31P
     PL4389 H6075 Q3

695. HOÀNG HOAN, ET AL.
     CHIẾN CÔNG ĐẦU
     HÀ NỘI, KIM ĐỒNG, 1966, 87P

696. NGÔ ĐĂNG ĐỨC, ET AL.
     NGƯỜI TRƯỚC NGÃ NGƯỜI SAU TIẾN, HỒI KÝ CÁCH MẠNG
     HÀ NỘI, VĂN HỌC, 1960, 118P

697. NGÔ VĂN CHIẾU
JOURNAL D'UN COMBATTANT VIET MINH,
(TRADUIT PAR JACQUES DESPUECH)
PARIS, ÉDITIONS DU SEUIL, 1955, 230P
DS550N565 1955

698. NGUYEN CONG HOAN
IMPASSE
HANOI, FLPH, 1963, 237P
PL4389 N53B8* 1963A

699. NGUYẾN DUY THANH
MY FOUR YEARS WITH THE VIET MINH
BOMBAY, DEMOCRATIC RESEARCH SERVICE, 1950

700. NGUYẾN DUY TRINH, ET AL.
TRONG KHÁM TÙ VỊ THÀNH NIÊN, HỒI KÝ CÁCH MẠNG
HÀ NỘI, NHÀ XUẤT BẢN THANH NIÊN, 1965, 163P

701. NGUYẾN THÁI BẢO
MƯỜI NĂM KHÁNG CHIẾN, LỜI GIỚI THIỆU CỦA TRONG LANG
SAIGON, NGOC CHINH, 1955, 290P
PL4389 N6021 M9

702. NGUYẾN TIẾN LÁNG
CHEMINS DE LA RÉVOLTE /LES
PARIS, AMIOT DUMONT, 1953, 191P
PL4378.5N574V66V.1

703. NGUYẾN TUẤN, ET AL.
TUYẾN LỬA, KÝ SỰ, BÚT KÝ
HANOI, VĂN HỌC, 1966, 192P
PL4385 T96

704. PHAM GIAT DUC
TỪ HÀNỘI ĐẾN MAC TƯ KHOA, TÀI LIỆU, BÚT KÝ CHÍNH TRỊ
SAIGON, THĂNG LONG, 1956, 206P
PL4389 P453

705. PHAN THỊ NHƯ BĂNG,
NGƯỜI CON GÁI BẾN TRE, TRUYỆN ANH HÙNG QUÂN ĐỘI
GIẢI PHÓNG MIỀN NAM, TẠ THỊ KIỀU (MƯỜI LÝ)
HÀ NỘI, QUÂN ĐỘI NHÂN DÂN, 1965, 127P

706. TÔN THẤT TÙNG, ET AL.
KÝ ỨC VÀ CẢM NGHĨ
HÀ NỘI, ĐẢNG XÃ HỘI VIỆT NAM XUẤT BẢN, 1960, 142P

707. TÔN VỸ
LETTER FROM HANOI /A
VS DEC 1965, P74-79

708. TUẤN GIANG
VƯỢT ĐƯỜNG BIÊN GIỚI, HỒI KÝ KHÁNG CHIẾN
SAIGON, CÔNG ĐÀN, 1960, 146P, ILLUS
HX400 V5T88

709. VIẾN PHƯỜNG
ANH HÙNG MIN GAT, TRUYỆN VỀ ANH HÙNG TÔ VĂN ĐỨC
HÀ NỘI, GIẢI PHÓNG, 1968, 146P

1.4. General History of Vietnamese Communism

710.
DEMOCRATIC REPUBLIC OF VIETNAM 1945=1960; IMPRESSIONS OF FOREIGNERS
HANOI, FLPH, 1960, 90P, ILLUS
DS557 A7D381

711.
EXPERIENCE VIETNAMIENNE; DU COLONIALISME AU SOCIALISME /L'
NUMERO SPECIAL
LA NOUVELLE CRITIQUE (PARIS); MARS 1962

712.
MIỀN BẮC VỚI ĐỘC LẬP TỰ DO HẠNH PHÚC
SAIGON, 195?, 98P
DS557 A7M63

713. AKADEMIIA NAUK SSSR, INSTITUT NARODOV AZII
NOVEISHAIA ISTORIIA V' ETNAMA; SBORNIK STATEI
MOSKVA, 1963
C DS557,A5A58

714. BÙI CÔNG TRỪNG
DEMOCRATIC REPUBLIC OF VIETNAM ON THE ROAD TO SOCIALISM
INTERNATIONAL AFFAIRS (MOSCOW), NO. 4, 1959, P53=58

715. C. B.
LIÊN XÔ VĨ ĐẠI; NHỮNG CÂU CHUYỆN CỦA C. B. VIẾT VỀ LIÊN XÔ TRONG
MỤC !NÓI MÀ NGHE! CỦA BÁO NHÂN DÂN
HÀ NỘI, NHÂN DÂN, N/D, 30P

716. C. B., ET AL.
NÓI CHUYỆN MỸ
HÀ NỘI, QUÂN ĐỘI NHÂN DÂN, 1972, 352P

717. C. B. &,D. X.
ĐẾ QUỐC MỸ ĐÁNG GHÊ TỞM, ĐÁNG CĂM THÙ, KHÔNG ĐÁNG SỢ
HÀ NỘI, SỰ THÂT, 1955, 84P

718. CÉLÉRIER, P.
PARTI COMMUNISTE INDOCHINOIS /LE
INDOCHINE SUD—EST ASIATIQUE, APR 1954, P19=21

719. ĐẢNG LAO ĐỘNG VIỆT NAM
BA MƯỜI NĂM ĐẤU TRANH CỦA ĐẢNG
HANOI, BAN TUYÊN GIÁO TRUNG ƯỜNG VÀ BAN NGHIÊN CỨU LỊCH SỬ ĐẢNG, 1960
FILM 2584 NO, 67

720. ĐẢNG LAO ĐỘNG VIỆT NAM
FORTY YEARS OF PARTY ACTIVITY
'SAIGON, U,S, EMBASSY, JUSPAO, NORTH VIET NAM AFFAIRS DIVISION
VDRN NO, 76, MAR 1970, 127P

721. ĐẢNG LAO ĐỘNG VIỆT NAM
OUTLINE HISTORY OF THE VIET NAM WORKERS! PARTY, 1930=1970 /AN
HANOI, FLPH, 1970, 183P
JG929 A8 D243

722. ĐẢNG LAO ĐỘNG VIỆT NAM
THIRTY YEARS OF STRUGGLE OF THE PARTY, VOL 1
HANOI, FLPH, 1960, 102P
JQ929 A8V67 1960

723. ĐẢNG LAO ĐỘNG VIỆT NAM, BAN NGHIÊN CỨU LỊCH SỬ ĐẢNG
BA MƯỜI LĂM NĂM ĐẤU TRANH CỦA ĐẢNG
HANOI, SỰ THÂT, 1971, V. 2 ONLY
JQ929 A8D193

724, ĐẢNG LAO ĐỘNG VIỆT NAM, BAN NGHIÊN CỨU LỊCH SỬ ĐẢNG
     BREVE HISTOIRE DU PARTI DES TRAVAILLEURS DU VIET NAM (1930-1970)
     HANOI, ELE, 1970, 179P
     JQ929 A8D243 1970

725, ĐẢNG LAO ĐỘNG VIỆT NAM, BAN NGHIÊN CỨU LỊCH SỬ ĐẢNG
     BƯỚC NGOẶT VỈ ĐẠI CỦA LỊCH SỬ CÁCH MẠNG VIỆT NAM
     HÀ NỘI, BAN CHẤP HÀNH TRUNG ƯỚNG ĐẢNG LAO ĐỘNG VIỆT NAM, 1961, 139P

726, ĐẢNG LAO ĐỘNG VIỆT NAM, BAN NGHIÊN CỨU LỊCH SỬ ĐẢNG
     CÁCH MẠNG THÁNG TÁM (1945)
     HÀ NỘI, SỰ THẬT, 1970, 170P

727, ĐẢNG LAO ĐỘNG VIỆT NAM, BAN NGHIÊN CỨU LỊCH SỬ ĐẢNG
     LỊCH SỬ CÁCH MẠNG VIỆT NAM,
     HANOI, BAN NGHIÊN CỨU LỊCH SỬ ĐẢNG, 1961, 139P, ILLUS
     FILM 2584 NO, 91

728, ĐINH CÔNG ĐAM, ED,
     VIET NAM: TWENTY YEARS OF UNITY, STRUGGLE, AND VICTORY
     NEW DELHI, CONSULATE GENERAL OF THE DEMOCRATIC REPUBLIC OF VIETNAM
     IN INDIA, VIETNAM, 51104, OCT 8, 1965, 59P

729, DONNELL, JOHN C,
     NORTH VIETNAM: LEFT OF MOSCOW, RIGHT OF PEKING
     P-3794
     SANTA MONICA, CAL; RAND CORP, FEB, 1968, 57P

730, DUNCANSON, DENNIS J,
     VIET NAM: FROM BOLSHEVISM TO PEOPLE'S WAR
     IN: THE ANATOMY OF COMMUNIST TAKEOVERS
     THOMAS T, HAMMOND & ROBERT FARRELL, EDS,
     NEW HAVEN, CONN,, YALE U, P,, 1974

731, FALL, BERNARD B,
     VIET MINH REGIME: GOVERNMENT AND ADMINISTRATION IN THE DEMOCRATIC
     REPUBLIC OF VIETNAM /THE
     ITHACA, CORNELL UNIVERSITY, INSTITUTE OF PACIFIC RELATIONS, 1954, IX,
     143P, ILLUS, MAPS, BIBLIOG, SOUTHEAST ASIA PROGRAM, DATA PAPER NO 14
     JQ815 F19+

732, FALL, BERNARD B,
     VIET MINH REGIME: GOVERNMENT AND ADMINISTRATION IN THE DEMOCRATIC
     REPUBLIC OF VIETNAM
     NEW YORK, INSTITUTE OF PACIFIC RELATION, 1956, SI, 196P, ILLUS, MAPS,
     BIBLIOG, ISSUED JOINTLY WITH THE SOUTHEAST ASIA PROGRAM, CORNELL UNIV
     JQ815 F19+ 1956

733, FALL, BERNARD B,
     VIET MINH: LA REPUBLIQUE DEMOCRATIQUE DU VIET NAM, 1945-1960 /LE
     PARIS, LIBRAIRIE ARMAND COLIN, 1960, XI, 376P, ILLUS
     DS557 A7F19

734, HỒ CHÍ MINH
     HAI MƯỜI NĂM ĐẤU TRANH THẮNG LỢI CỦA CÁCH MẠNG VIỆT NAM
     TUYÊN HUẤN, 10-1965

735, HỒ CHÍ MINH
     NHỮNG CHẶNG ĐƯỜNG LỊCH SỬ VẺ VANG
     HÀ NỘI, QUÂN ĐỘI NHÂN DÂN, 1973

736, HỒ CHÍ MINH
     THIRTY YEARS OF ACTIVITY OF THE VIET NAM WORKERS' PARTY
     WORLD MARXIST REVIEW, NO, 2, 1960

737, HOÀNG THỊ ÁI,
     MỘT LÒNG VỚI ĐẢNG, HỒI KÝ CÁCH MẠNG, (IN LẦN THỨ HAI)
     HÀ NỘI, PHỤ NỮ, 1964, 113P

738, HONEY, P. J,
      DEMOCRATIC REPUBLIC OF VIETNAM IN 1962 /THE
      CNA 460, NVQR 7, MAR 15, 1963, P1=7

739, KEYES, ELIZABETH JANE (GODFREY)
      EMERGENCE OF A COMMUNIST STATE IN VIETNAM /THE
      THESIS (M,A,) CORNELL UNIVERSITY
      ITHACA, N, Y,, 1962, IV, 223P
      THESIS 1962 K44

740, KLEIN, WELLS C, AND MARJORIE WEINER
      VIETNAM
      IN KAHIN, GEORGE MCTURNAN, ED
      GOVERNMENTS AND POLITICS OF SOUTHEAST ASIA
      ITHACA, N, Y,, CORNELL UNIVERSITY PRESS, 1959, P315=417, MAPS, BIBLIO
      JQ96 K12

741, LANGER, P, F,
      MINOR ASIAN COMMUNIST STATES /THE;
      OUTER MONGOLIA, NORTH KOREA, NORTH VIETNAM
      P=2981
      SANTA MONICA, CAL; RAND CORP, SEPT, 1964, 53P

742, LÊ THÁI, HÒA
      VỀ CUỐN "BỐN MƯƠI NĂM HOẠT ĐỘNG CỦA ĐẢNG"
      HT 3=1971, P54=68

743, LÊ THÀNH KHÔI
      DEMOCRATIC REPUBLIC OF VIETNAM /THE
      EASTERN WORLD, DEC 1954, P18=19, 36P JAN 1955, P20=21

744, LÊ THÀNH KHÔI
      VIET NAM /LE; HISTOIRE ET CIVILISATION; LE MILIEU ET L'HISTOIRE
      PARIS, LES ÉDITIONS DE MINUIT, 1955, MAPS, TABLES, BIBLIOG
      DS541 L43

745, MINH TRANH
      NHÂN DÂN VIỆT NAM DƯỚI NGỌN CỜ ĐẢNG CỦA GIAI CẤP   CÔNG NHÂN, 1930=60
      HA NOI, SU THAT, 1960

746, NER, MARCEL
      REPUBLIQUE DEMOCRATIQUE DU VIET NAM /LA
      TEMPS MODERNES, NOS, 93=94, AUG=SEP 1953; P334=363

747, NGUYEN KHAC VIEN
      TRADITION AND REVOLUTION IN VIETNAM
      WASHINGTON, D,C,, INDOCHINA RESOURCE CENTER, 1974, 169P

748, NGUYỄN KIẾN GIANG
      GRANDES DATES DU PARTI DE LA CLASSE OUVRIÈRE DU VIET NAM /LES
      HANOI, ÉDITIONS EN LANGUES ÉTRANGÈRES, 1960, 76P, ILLUS, MAPS
      JQ929 A8V66 1960

749, PHAN VĂN THU
      CHỦ NGHĨA CỘNG SẢN VỚI XÃ HỘI VIỆT NAM
      SAIGON? 1954, 50P, ILLUS
      HX751 A3P53

750, SACKS, I, MILTON
      COMMUNISM AND NATIONALISM IN VIET=NAM
      PH.D. DISSERTATION
      NEW HAVEN, YALE UNIVERSITY, 1960

751, SACKS, I. MILTON
  MARXISM IN VIET NAM
  IN TRAGER, FRANK, ED, MARXISM IN SOUTHEAST ASIA; A STUDY OF FOUR
  COUNTRIES
  STANFORD, STANFORD UNIVERSITY PRESS, 1959, P102-170
  DS518.1 T76

752, TONGAS, GÉRARD
  J'AI VÉCU DANS L'ENFER COMMUNISTE AU NORD VIET NAM ET J'AI CHOISI
  LA LIBFRTÉ
  PARIS, LES NOUVELLES ÉDITIONS DEBRESSE, 1960, 463P
  DS557 A7T66

753, TRẦN VĂN TẤN
  LƯỢC SỬ ĐẢNG CỘNG SẢN ĐÔNG DƯƠNG
  TÁI BẢN VÀO DỊP NGÀY 6 THÁNG GIÊNG, SANH NHỰT ĐẢNG CỘNG SẢN
  ĐÔNG DƯƠNG
  SAIGON, HỘI NGHIÊN CỨU CHỦ NGHĨA CÁC MÁC, 1949; 33P
  FILM 2584 NO 36

754, TRƯỜNG CHINH
  DEMOCRATIC REPUBLIC OF VIETNAM IS SEVEN YEARS OLD /THE
  VIET NAM CENTRAL INFORMATION SERVICE, RANGOON, SEPT 1952

755, VIỆT NAM CỘNG HÒA
  CHỦ NGHĨA CỘNG SẢN ĐỐI VỚI DÂN TỘC VIỆT NAM
  (CHÍNH TRỊ THƯỜNG THỨC, TÀI LIỆU HỌC TẬP CHO NHÂN DÂN)
  HUẾ? PHÒNG NGHIÊN HUẤN NHA THÔNG TIN T.V., 1955, 16P

756, VIET NAM COURIER
  LANDMARKS IN THE PART'S HISTORY; 40TH FOUNDING ANNIVERSARY
  OF THE VIET NAM WORKERS' PARTY
  VNC 254, FEB 2, 1970, P6-7

757, VIỆT NAM DÂN CHỦ CỘNG HÒA
  FIFTEENTH (XVTH) ANNIVERSARY OF THE DEMOCRATIC REPUBLIC OF VIET NAM
  1945-1960
  HANOI, FLPH, 1960, 129P
  DS557 A7A22 1960

758, VIỆT NAM DÂN CHỦ CỘNG HÒA
  DEMOCRATIC REPUBLIC OF VIET NAM /THE
  HANOI, FLPH, 1960, 159P, ILLUS, FOLD, COL, MAP
  DS557 A7D58

759, VIỆT NAM DÂN CHỦ CỘNG HÒA
  NƯỚC VIỆT NAM DÂN CHỦ CỘNG HÒA 15 TUỔI, 1945-1960
  THE DEMOCRATIC REPUBLIC OF VIETNAM IS 15 YEARS OLD
  HANOI, 1960
  DS557 A7N97 1960

760, VIỆT NAM DÂN CHỦ CỘNG HÒA
  NƯỚC VIỆT NAM DÂN CHỦ CỘNG HÒA 25 TUỔI, 2-9-1945 - 2-9-1970
  HANOI, 1970, 39 + 131P
  DS557 A7N97* 1970

761, VIỆT NAM DÂN CHỦ CỘNG HÒA, VIỆN SỬ HỌC
  VIỆT NAM: NHỮNG SỰ KIỆN TỪ CÁCH MẠNG THÁNG TÁM, TẬP I (1945-1965)
  HÀ NỘI, VIỆN SỬ HỌC, 1973, 152P

762, VŨ THƯỢC
  DECLINE OF VIETNAMESE COMMUNISM /THE
  TR, FROM THE ORIGINAL VIETNAMESE BY THE VIETNAM TRANSLATION SERVICE
  SAIGON, VIETNAM PUBLISHING CO,, 1956, 51P
  DS557 A7V98 1956

1.5. The Formative Years of Vietnamese Communism, 1920-1945

763,
COMMUNISME EN INDOCHINE /LE
ILLUSTRATION 4599, 29 NOV 1930, P408-9

764,
PROGRAMME D'ACTION DU PARTI COMMUNISTE INDOCHINOIS /LE
L'INTERNATIONALE COMMUNISTE 24, 15 DÉC 1932, P1279-80

765, BÙI CÔNG TRỪNG & L. Q. H.
GÓP PHẦN NHỎ VỀ LỊCH SỬ CÁCH MẠNG CẬN ĐẠI VIỆT NAM (1930-1945)
HÀ NỘI, SỰ THẬT, 1958

766, C.
JOURNÉES DE SEPTEMBRE (1930) EN ANNAM /LES
ASIE FRANÇAISE, NOV 1930, P352-6

767, CÉLÉRIER, PAUL
PARTI COMMUNISTE INDOCHINOIS /LE
INDOCHINE, SUD-EST ASIATIQUE, AVRIL 1954, P19-21

768, ĐẢNG CỘNG SẢN ĐÔNG DƯƠNG
CHƯƠNG TRÌNH HÀNH ĐỘNG CỦA ĐẢNG CỘNG SẢN ĐÔNG DƯƠNG
PROGRAMME D'ACTION DU PARTI COMMUNISTE INDOCHINOIS
(CHI BỘ ĐỘC LẬP CỦA QUỐC TẾ CỘNG SẢN)
BERLIN, ORIENT-VERLAG, 1932

769, ĐẢNG CỘNG SẢN ĐÔNG DƯƠNG
POLITICAL THESES OF THE INDOCHINESE COMMUNIST PARTY (OCT 1930)
(EXCERPTS)
VS 24 (1970), P185-193

770, DE POUVOIRVILLE, ALBERT
COMMUNISME EN INDOCHINE /LE
.DÉCADENCE DU COMMUNISME INDOCHINOIS
IN: GRIFFES ROUGES SUR L'ASIE
PARIS, BAUDINIÈRE, 1933, P90-242
HX 382 P87

771, ĐỖ ĐỨC HỒ
SOVIETS D'ANNAM ET DÉSARROI DES DIEUX BLANCS
PARIS, IMP. DE FRANCE, 1938, 102P

772, DORSENNE, JEAN
PÉRIL ROUGE EN INDOCHINE /LE
REVUE DES DEUX MONDES, 1 AVRIL 1932

773, DURCC, COLONEL ÉMILE
COMMUNISME /LE
IN: L'INDOCHINE CONTEMPORAINE
PARIS, CHARLES-LAVAUZELLE EDITEURS MILITAIRES, 1932, P149-57
DS541 D81

774, DUIKER, WILLIAM J.
RED SOVIETS OF NGHE-TINH: AN EARLY COMMUNIST REBELLION IN
VIETNAM /THE
JOURNAL OF SOUTHEAST ASIAN STUDIES, SEP 1973

775, DUIKER, WILLIAM J.
REVOLUTIONARY YOUTH LEAGUE: CRADLE OF COMMUNISM IN VIETNAM
CHINA QUARTERLY, JULY-SEPT 1972, P475-499

776, FRANCE, MINISTÈRE DES COLONIES, SERVICE DE LIAISON AVEC LES
     ORIGINAIRES DES TERRITOIRES DE LA FRANCE D'OUTRE-MER (SLOTFOM)
     LES ASSOCIATIONS ANTI-FRANÇAISES EN INDOCHINE ET LA PROPAGANDE
     COMMUNISTE
     MONTHLY THEN QUARTERLY REPORTS BY THE SÛRETÉ GÉNÉRALE
     N/A IN U.S.; LOCATED AT RUE OUDINOT, PARIS
     DETAILS MAY BE OBTAINED FROM WILLIAM J. DUIKER

777, FRANCE, MINISTÈRE DES COLONIES, SERVICE DE LIAISON AVEC LES
     ORIGINAIRES DES TERRITOIRES DE LA FRANCE D'OUTRE-MER (SLOTFOM)
     MATERIALS CONCERNING THE REVOLUTIONARY GROUPS IN VIET NAM
     SERIES III, 1920-1939; CARTONS 3, 12, 31, 42, 44, 48, 50, 52,
     54, 61-67, 71-79, 81, 96, 101, 102-3, 113, 116, 129, 130, 131
     N/A IN U.S.; LOCATED AT RUE OUDINOT, PARIS
     DETAILS MAY BE OBTAINED FROM WILLIAM J. DUIKER

778, GÉRARD, F.
     SUR LES PROBLÈMES DU MOUVEMENT RÉVOLUTIONNAIRE INDOCHINOIS
     LUTTE DES CLASSES (PARIS), FÉV-MAR 1931, P81-103

779, HẢI KHÁCH
     ĐẢNG CỘNG SẢN VIỆT NAM THÀNH LẬP TRONG MỘT BỐI CẢNH LỊCH SỬ NÀO?
     NCLS 47, 2-1963, P1-2, 12

780, HỒ CHÍ MINH
     LỜI KÊU GỌI CỦA ĐỒNG CHÍ NGUYỄN ÁI QUỐC NHÂN DỊP THÀNH
     LẬP ĐẢNG (3-2-1930)
     HT 5-1971, P1-8

781, HỒ CHÍ MINH
     LỜI KÊU GỌI NGÀY 6-6-1941 CỦA ĐỒNG CHÍ NGUYỄN ÁI QUỐC
     HT 9-1971, P1-4

782, HỒ HẢI
     MỘT VÀI Ý KIẾN MỐI QUAN HỆ GIỮA NÔNG THÔN VÀ THÀNH THỊ
     TRONG THỜI KỲ 1939-1945
     NCLS 52, 7-1963

783, HỒ NAM
     KỶ NIỆM NGHỆ AN BẠO ĐỘNG (12 THÁNG 9 NĂM 1930)
     N/P, 1932, 29P
     FILM 2584 NO, 101

784, HỒ NAM
     MỘT NGÀY KỶ NIỆM, KỶ NIỆM NGHỆ AN BẠO ĐỘNG, 12 THÁNG 9 NĂM 1930
     BERLIN, ORIENT-VERLAG, 1932, 30P
     FILM 2584, NO, 101

785, HỒNG THẾ CÔNG
     ESSAI D'HISTOIRE DU MOUVEMENT COMMUNISTE EN INDOCHINE
     (PLACE AND PUBLISHER UNKNOWN), 1933
     CITED IN NCLS 72, 3-1965; P15

786, INDOCHINE, GOUVERNEMENT GÉNÉRAL, DIRECTION DES AFFAIRES POLITIQUES
     ĐÔNG DƯƠNG CỘNG SẢN ĐẢNG, OU PARTI COMMUNISTE INDOCHINOIS (1925-1933)
     /LE
     CONTRIBUTION À L'HISTOIRE DES MOUVEMENTS POLITIQUES DE L'INDOCHINE
     FRANÇAISE, DOCUMENTS, VOL, IV
     HANOI, IDEO, 1934
     CTY FILM B526

787, INDOCHINE, GOUVERNEMENT GÉNÉRAL, DIRECTION DES AFFAIRES POLITIQUES
     TÂN VIỆT CÁCH MỆNH ĐẢNG, PARTI RÉVOLUTIONNAIRE DU JEUNE ANNAM /LE
     CONTRIBUTION À L'HISTOIRE DES MOUVEMENTS POLITIQUES DE L'INDOCHINE
     FRANÇAISE, DOCUMENTS, VOL, I
     HANOI, IDEO, 1933
     CTY FILM B526

788, INDOCHINE, GOUVERNEMENT GÉNÉRAL, DIRECTION DES AFFAIRES POLITIQUES
     TERREUR ROUGE EN ANNAM (1930-1931) /LA
     CONTRIBUTION À L'HISTOIRE DES MOUVEMENTS POLITIQUES DE L'INDOCHINE
     FRANÇAISE, DOCUMENTS, VOL. V
     HANOI, IDEO, 1934
     CTY FILM B526

789, LÊ VĂN THỬ
     HỘI KÍN NGUYỄN AN NINH, CỦA VIỆT THA LÊ VĂN THỬ; TỰA CỦA TÔ NGUYỆT
     ĐÌNH
     CHỢ LỚN, MÊ LINH, 1961, 124P
     DS557 A5N535

790, LUCIEN
     QUELQUES ÉTAPES DE LA RÉVOLUTION AU NAM-BỘ DU VIET NAM
     QUATRIEME INTERNATIONALE, SEPT-OCT 1947, P41-48

791, LUN, J.
     POPULAR MOVEMENT IN INDOCHINA AFTER THE VICTORY OF THE PEOPLE'S
     FRONT IN FRANCE /THE
     COMMUNIST INTERNATIONAL, MARCH-APRIL 1937

792, NGÔ VĂN HOA
     NHỮNG TIỀN ĐỀ CỦA LIÊN MINH CÔNG NÔNG TRƯỚC KHI ĐẰNG RA ĐỜI (1930)
     NCLS 152, 9/10-1973, P15-32; 11/12-1973, P41-53

793, NGÔ VĨNH LONG
     BEFORE THE REVOLUTION
     CAMBRIDGE, HARVARD UNIV. PRESS, 1974

794, NGUYỄN HỒNG PHONG
     SỰ THÀNH LẬP CỦA ĐẰNG CỘNG SẮN ĐÔNG DƯƠNG LÀ MỘT BƯỚC NGOẠT VĨ ĐẠI
     CÓ TÍNH CHẤT QUYẾT ĐỊNH TRONG LỊCH SỬ CÁCH MẠNG CẬN ĐẠI VIỆT NAM
     NCLS 10, 1-1960, P20-29

795, NGUYỄN NGHĨA
     CÔNG CUỘC HỢP NHẤT CÁC TỔ CHỨC CỘNG SẮN TRONG NƯỚC SAU HỘI NGHỊ
     HƯƠNG CẢNG VÀ VIỆC TỔ CHỨC BAN TRUNG ƯƠNG LÂM THỜI ĐẦU TIÊN
     NCLS62, 5-1964, P54-59

796, NHƯỢNG TỐNG (HOÀNG PHẠM TRÂN)
     TÂN VIỆT CÁCH MỆNH ĐẰNG
     HANOI, VIỆT NAM THƯ XÃ, 1945

797, ORGWALD [DMITRI MANUILSKY?]
     TACTICAL AND ORGANIZATIONAL QUESTIONS OF THE COMMUNIST PARTIES
     OF INDOCHINA AND INDIA: QUESTIONS AND ANSWERS
     NEW YORK?, PAN-PACIFIC WORKER, 1933
     HX394 068

798, OSBORNE, MILTON
     CONTINUITY AND MOTIVATION IN THE VIETNAMESE REVOLUTION:
     NEW LIGHT FROM THE 1930'S
     PACIFIC AFFAIRS, SPRING 1974

799, PHAM VAN CHANH
     LETTRE D'INDOCHINE /UNE
     LA LUTTE DES CLASSES (PARIS), 15 JUIN 1932, P12

800, PHONG TRÀO GIẢI PHÓNG NHÂN DÂN VIỆT NAM. ĐỘC LẬP DÂN CHỦ
     THỐNG NHẤT HÒA BÌNH
     HIỆU TRIỆU GỞI ĐỒNG BÀO QUỐC NỘI VÀ HẢI NGOẠI
     RACE DOC. 1001, 3P

801, TẠ THU THÂU
     INDOCHINA: THE CONSTRUCTION OF THE REVOLUTIONARY PARTY
     QUATRIEME INTERNATIONALE, NOV-DÉC 1938

802. TAM VŨ & NGUYỄN KHẮC VIỆN
ECONOMIC TRANSFORMATIONS AND FIRST LANDMARKS OF THE NATIONAL AND
DEMOCRATIC REVOLUTION (1919-1929)
IN; A CENTURY OF NATIONAL STRUGGLE (1847-1945)
VS 24 (1970), P61-89

803. TAM VŨ & NGUYỄN KHẮC VIỆN
FROM THE ECONOMIC DEPRESSION TO WORLD WAR II,
REGROUPING OF NATIONAL AND DEMOCRATIC FORCES (1930-1939)
IN; A CENTURY OF NATIONAL STRUGGLE (1847-1945)
VS 24 (1970), P91-116

804. TAM VŨ & NGUYỄN KHẮC VIỆN
LITERARY MOVEMENT FROM 1930 TO 1945
IN; A CENTURY OF NATIONAL STRUGGLE (1847-1945)
VS 24 (1970), P173-178

805. TAM VŨ & NGUYỄN KHẮC VIỆN
VIET NAM DURING WORLD WAR II; THE AUGUST 1945 REVOLUTION (1939-1945)
IN; A CENTURY OF NATIONAL STRUGGLE (1847-1945)
VS 24 (1970), P117-141

806. TRẦN HUY LIỆU
ĐẢNG THANH NIÊN, 1926-1927, TẬP TÀI LIỆU VÀ HỒI KÝ
HANOI, SỬ HỌC, 1961, 66P
PAMPHLET DS VIETNAM 63

807. TRẦN HUY LIỆU
MẶT TRẬN DÂN CHỦ ĐỒNG DƯỜNG
HÀ NỘI, SỬ HỌC, 1960
CTY DS547 I7

808. TRẦN HUY LIỆU
MẶT TRẬN DÂN CHỦ ĐỒNG DƯỜNG, HỒI KÝ
HÀ NỘI, SỬ HỌC, 1960, 67P

809. TRẦN HUY LIỆU
SOVIETS DE NGHỆ TINH DE 1930-1931 AU VIETNAM /LES
HANOI, ELE, 1960, 56P
PAM HX VIETNAM 1

810. TRẦN HUY LIỆU & VĂN TẠO
TÂN VIỆT CÁCH MẠNG ĐẢNG; VIỆT NAM QUỐC DÂN ĐẢNG
(TÀI LIỆU THAM KHẢO LỊCH SỬ CÁCH MẠNG CẬN ĐẠI VIỆT NAM, TẬP 5)
HANOI, VĂN SỬ ĐỊA, 1958, 126P
DS557 A5T12 V, 5

811. TRẦN HUY LIỆU & VĂN TẠO BIÊN SOẠN
CAO TRÀO ĐẤU TRANH TIÊN KHỞI NGHĨA
(TÀI LIỆU THAM KHẢO LỊCH SỬ CÁCH MẠNG CẬN ĐẠI VIỆT NAM, TẬP 11)
HANOI, VĂN SỬ ĐỊA, 1957, 150P
FILM 2277 V, 11

812. TRẦN HUY LIỆU & VĂN TẠO BIÊN SOẠN
PHONG TRÀO CHỐNG PHÁT-XÍT, CHỐNG CHIẾN TRANH VÀ
CÁC CUỘC KHỞI NGHĨA BẮC SƠN, NAM KỲ, ĐÔ LƯỜNG
(TÀI LIỆU THAM KHẢO CÁCH MẠNG CẬN ĐẠI VIỆT NAM, TẬP 10)
DS557 A5T12 V, 10; ALSO FILM 2277 V, 10

813. TRẦN HUY LIỆU, ET AL. BIÊN SOẠN
CÁCH MẠNG CẬN ĐẠI VIỆT NAM
IN LẦN 2, CÓ BỔ SUNG
(TÀI LIỆU THAM KHẢO LỊCH SỬ) V, 6
HANOI, NHÀ XUẤT BẢN VĂN SỬ ĐỊA, 1957-1958
DS557 A5C12 1957

814. TRẦN HUY LIỆU, ET AL. BIÊN SOẠN
     TÀI LIỆU THAM KHẢO LỊCH SỬ CÁCH MẠNG CẬN ĐẠI VIỆT NAM
     (TÀI LIỆU THAM KHẢO LỊCH SỬ CÁCH MẠNG CẬN ĐẠI VIỆT NAM, TẬP 6)
     HANOI, BAN NGHIÊN CỨU VĂN SỬ ĐỊA, 1956, 213P
     DS557 A5T12 V6; ALSO FILM 2277 V. 6

815. TRẦN HUY LIỆU, NGUYỄN LƯƠNG BÍCH & NGUYỄN KHẮC ĐÀM BIÊN SOẠN
     XÃ HỘI VIỆT NAM TRONG THỜI PHÁP NHẬT (1939-1945)
     (TÀI LIỆU THAM KHẢO LỊCH SỬ CÁCH MẠNG CẬN ĐẠI VIỆT NAM, TẬP 8-9)
     QUYỂN 1, PHÁP ĐẦU HÀNG NHẬT; NHẬT, PHÁP BÓC LỘT VIỆT NAM
     QUYỂN 2, TÌNH HÌNH CHÍNH TRỊ VÀ XÃ HỘI
     HANOI, VĂN SỬ ĐỊA, 1957, 2 V., TABLES
     DS557 A5T12 V. 8-9

816. TRẦN HUY LIỆU, VĂN TẠO & NGUYỄN CÔNG BÌNH
     PHONG TRÀO ĐẤU TRANH ĐÒI TỰ DO DÂN CHỦ VÀ CÁC CHÍNH ĐẢNG THÀNH LẬP
     SAU ĐẠI CHIẾN LẦN THỨ NHẤT
     (TÀI LIỆU THAM KHẢO LỊCH SỬ CÁCH MẠNG CẬN ĐẠI VIỆT NAM, TẬP 4)
     HANOI, VĂN SỬ ĐỊA, 1958, 174P
     DS557 A5T12 V. 4; ALSO FILM 2277 V. 4

817. TRẦN HUY LIỆU, VĂN TẠO VÀ NGUYỄN LƯƠNG BÍCH BIÊN SOẠN
     THỜI KỲ MẶT TRẬN BÌNH DÂN
     (TÀI LIỆU THAM KHẢO LỊCH SỬ CÁCH MẠNG CẬN ĐẠI VIỆT NAM, TẬP 7)
     HANOI, BAN NGHIÊN CỨU VĂN SỬ ĐỊA, 1956, 148P
     DS557 A5T12 V. 7

818. TRẦN THANH TÂM
     TIẾNG ĐÀN NGƯỜI HÁT DẠO, TẬP CHUYỆN VỀ XÔ-VIẾT NGHỆ TỊNH
     HANOI, NHÀ XUẤT BẢN THANH NIÊN, 1960, 99P
     FILM 2584 NO. 71

819. TRƯỜNG CHINH
     KỶ NIỆM 60 NĂM NGÀY SINH ĐỒNG CHÍ NGUYỄN VĂN CỪ, MỘT CÁN BỘ LÃNH
     ĐẠO ĐẢNG TRONG THỜI KỲ 1938-1940
     NCLS 145, 788-1972, P7-17

820. TRƯỜNG CHINH
     XÔ-VIẾT NGHỆ TỊNH
     NCLS 30, 9-1961, P2-5; NCLS 31, 10-1961, P1-6;
     NCLS 32, 11-1961, P7-14

821. UN CAMARADE
     INDOCHINE: LA CONSTRUCTION DU PARTI RÉVOLUTIONAIRE
     QUATRIÈME INTERNATIONALE, NOS. 14-15, NOV-DÉC 1938. P257-9

822. VĂN TÂN
     NHỮNG TỜ TRUYỀN ĐƠN CỘNG SẢN ĐẦU TIÊN
     HA NOI, SỰ THẬT, 1960

823. VĂN TẠO
     BÀN VỀ LIÊN MINH GIAI CẤP TRONG CÁCH MẠNG VIỆT NAM TỪ SAU NĂM 1930
     NCLS 10, 1-1960, P50-67

824. VANLANDE, RENÉ
     INDOCHINE SOUS LA MENACE COMMUNISTE /L'
     PARIS, J. PEYRONNET, 1930, 272P
     HX 397 V25

825. VIỆT NAM DÂN CHỦ CỘNG HÒA
     VIET NAM'S FIGHT AGAINST FASCISM (1940-1945)
     PARIS, VIỆT-NAM DELEGATION IN FRANCE, 1948

1.6. From the August Revolution to the Geneva Accords

829,
KỶ NIỆM NGÀY KHÁNG CHIẾN NAM BỘ,
HANOI; PHÒNG THÔNG TIN NỘI THÀNH, 1950; 12P
FILM 2584 NO, 12

830,
MƯỜI (10) CÂU HỎI VỀ CÁCH MẠNG THÁNG TÁM
TIỀN PHONG (MONTREAL), 7; P22-26

831,
THỜI KỲ CÁCH MẠNG MỚI Ở MIỀN BẮC
HANOI, SỰ THẬT, 1961, 71P
FILM 2584 NO, 78

832,
TÌNH HÌNH VÀ NHIỆM VỤ (ĐỀ PHÒNG ĐƯA RA ĐẠI HỘI TOÀN QUỐC)
N/P, 1948, 47P
FILM 2584 NO, 28

833,
TÌNH HÌNH VÀ NHIỆM VỤ MỚI
N/P, SỞ THÔNG TIN LIÊN KHU III, 1952, 14P
FILM 2584 N, 49

834, CHINH PHONG
KỶ NIỆM SANH NHẬT ĐẢNG CỘNG SẢN ĐÔNG DƯƠNG
SAIGON, HỘI NGHIÊN CỨU CHỦ NGHĨA CÁC-MÁC ĐÔNG DƯƠNG, 1949, 25P
FILM 2584, NO, 37

835, CHINH PHONG
KỶ NIỆM SANH NHỰT ĐẢNG CỘNG SẢN ĐÔNG DƯƠNG, THÁNG GIÊNG 1949
FILM 2584 NO, 37

836, ĐẢNG LAO ĐỘNG VIỆT NAM, BAN NGHIÊN CỨU LỊCH SỬ ĐẢNG
TÌM HIỂU TÍNH CHẤT VÀ ĐẶC ĐIỂM CỦA CÁCH MẠNG THÁNG TÁM
HÀ NỘI, SỰ THẬT, 1963, 251P

837, HOÀNG VĂN ĐỨC
NOUVEAU VIETNAM EN CONSTRUCTION /LE; COMMENT LA RÉVOLUTION A TRIOMPHÉ
DE LA FAMINE
PARIS, ÉDITIONS DE L'OFFICE D'INFORMATION DE LA RÉPUBLIQUE DU
VIET NAM, 1946, 36P

838, HỘI NGHIÊN CỨU CHỦ NGHĨA CÁC MÁC; PHÂN HỘI HÀ ĐÔNG
HOAN NGHÊNH NGHI QUYẾT CỦA HỘI NGHỊ BAN THÔNG TIN CỘNG SẢN
(TÀI LIỆU NGHIÊN CỨU PHỔ THÔNG)
HÀ ĐÔNG; PHÂN HỘI MÁC, 1950, 16P
FILM 2584 NO, 6

839, HUỲNH KIM KHÁNH
VIETNAMESE AUGUST REVOLUTION REINTERPRETED /THE
JAS, AUG 1971, P761-82

840, KHU TỰ TRỊ VIỆT BẮC, BAN NGHIÊN CỨU LỊCH SỬ ĐẢNG
KHU QUANG TRUNG TRONG CUỘC VẬN ĐỘNG CÁCH MẠNG THÁNG 8-1945 Ở VIỆT BẮC
N/P, VIỆT BẮC, 1972, 60P
DS557 A8 Q42

841, KHU TỰ TRỊ VIỆT BẮC, BAN NGHIÊN CỨU LỊCH SỬ ĐẢNG
KHU THIỆN THUẬT TRONG CUỘC VẬN ĐỘNG CÁCH MẠNG THÁNG TÁM Ở VIỆT BẮC
HANOI, VIỆT BẮC, 1972, 81P
DS557 A8 C232

842, LE BOURGEOIS, JACQUES
SAIGON SANS LA FRANCE
PARIS, PLON, 1949, 247P

843. LE ĐỨC NHÂN
     VIET NAM; RÉPUBLIQUE DEMOCRATIQUE,
     PARIS, ÉDITIONS DE L'OFFICE D'INFORMATION DE LA RÉPUBLIQUE DU VIET
     NAM, 1946, 17P

844. MINH TRANH
     TINH CHẤT XÃ HỘI VIỆT NAM VÀ CÁCH MẠNG THÁNG TÁM
     HÀ NỘI, SỰ THẬT, 1961, 47P

845. MINH TRANH
     VIỆT MINH VÀ THẮNG LỢI CÁCH MẠNG THÁNG TÁM
     HÀ NỘI, SỰ THẬT, 1960

846. NGUYỄN KIẾN GIANG
     VIỆT NAM NĂM ĐẦU TIÊN SAU CÁCH MẠNG THÁNG TÁM
     THÁNG TÁM 1945-THÁNG CHẠP 1946
     HANOI, SỰ THẬT, 1961, 265P, ILLUS, MAPS
     FILM 2584 NO, 73

847. TAM VŨ & NGUYỄN KHẮC VIỆN
     FOUNDING OF THE DEMOCRATIC REPUBLIC OF VIET NAM (1945-1946)
     IN; A CENTURY OF NATIONAL STRUGGLE (1847-1945)
     VS 24 (1970), P143-170

848. TRẦN HUY LIỆU
     CÁCH MẠNG THÁNG TÁM, TỔNG KHỞI NGHĨA Ở HÀ NỘI VÀ CÁC ĐỊA PHƯƠNG
     HÀ NỘI; SỬ HỌC, 1960

849. TRẦN HUY LIỆU
     CÁCH MẠNG THÁNG TÁM; TỔNG KHỞI NGHĨA Ở HÀ NỘI VÀ CÁC ĐỊA PHƯƠNG
     HÀ NỘI; SỬ HỌC, 1960
     DS550 C12

850. TRẦN HUY LIỆU & VĂN TẠO BIÊN SOẠN
     TỔNG KHỞI NGHĨA THÁNG TÁM
     (TÀI LIỆU THAM KHẢO LỊCH SỬ CÁCH MẠNG CẬN ĐẠI VIỆT NAM; TẬP 12)
     HANOI, VĂN SỬ ĐỊA, 1957, 153P
     FILM 2277 V, 12

851. TRẦN NGỌC DANH
     TWO YEARS' ACHIEVEMENT OF THE VIET NAM NATIONALIST GOVERNMENT
     PARIS, SETP 1947, 14P

852. TRẦN NGỌC HUNG
     ROLE OF THE INDO-CHINESE COMMUNIST PARTY IN THE REVOLUTION OF
     THE VIET-MINH, 1945-1951 /THE
     AUSTRALIAN QUARTERLY, SEP 1954, P 87-98

853. TRẦN QUANG
     CÁCH MẠNG THÁNG 8 Ở SÀIGÒN
     BAN TUYÊN HUẤN NHÂN DÂN CÁCH MẠNG VIỆT NAM KHU SÀIGÒN-GIA ĐỊNH
     1965, 42P
     VCD 907

854. TRẦN SƠN
     INSIDE THE ENEMY-OCCUPIED ZONE
     VCM 29, OCT 1974, P22-27

855. TRẦN TẤN QUỐC
     SAIGON, SEPTEMBRE 45
     SAIGON, VIỆT THANH, 1947, 69P
     FILM 2584 NO, 25

856. TRƯỜNG CHINH
     AUGUST REVOLUTION /THE
     HANOI, FLPH, 1958, 82P
     DS557 A7 T87 1958 & DS557 A5 D181 1962

857. TRƯỜNG CHINH
     CÁCH MANG THÁNG TAM, IN LẦN 5
     HANOI, SỰ THẬT, 1959, 74P
     FILM 2584 NO. 57

858. U.S. DEPT. OF DEFENSE
     CHARACTER AND POWER OF THE VIET MINH /THE
     USVR, BOOK 1, I.B.

859. VĂN TAO, THANH THẾ VÝ & NGUYỄN CÔNG BINH
     LỊCH SỬ CÁCH MANG THÁNG TÁM,
     HANOI, NHÀ XUẤT BẢN SỬ HỌC, 1960, 258P, MAP
     FILM 2584 NO. 65

860. VASILJEV, IVO
     HANOJ--1945
     NOVY ORIENT, NO. 1, 1971, P24=28

861. VIỆT NAM DÂN CHỦ CỘNG HÒA
     ACHIEVEMENTS OF THE DEMOCRATIC REPUBLIC OF VIETNAM
     PARIS, VIETNAM DELEGATION IF FRANCE, 1948, 19P

862. VIỆT NAM DÂN CHỦ CỘNG HÒA
     BREAKING OUR CHAINS; DOCUMENTS ON THE VIETNAMESE REVOLUTION OF
     AUGUST REVOLUTION
     HANOI, FLPH, 1960, 99P
     DS557 A7B82 1960

863. VIỆT NAM DÂN CHỦ CỘNG HÒA
     DECLARATION OF INDEPENDENCE OF THE DEMOCRATIC REPUBLIC OF VIET NAM
     VS 24 (1970), P196=199

864. VIỆT NAM DÂN CHỦ CỘNG HÒA
     DEMOCRATIC REPUBLIC OF VIET NAM /THE
     PARIS, VIETNAM DELEGATION IN FRANCE, 1948, 31P, TABLES

865. VIỆT NAM DÂN CHỦ CỘNG HÒA
     VIET NAM, A NEW STAGE IN HER HISTORY
     ABDICATION STATEMENT, DECLARATION OF INDEPENDENCE, CONSTITUTION,
     NATIONAL ANTHEM, ADDRESS BY PRESIDENT HO CHI MINH
     BANGKOK, VIETNAM NEWS, 1947
     LC DS557.V5V5

866. VÕ NGUYÊN GIÁP
     ONE YEAR OF REVOLUTIONARY ACHIEVEMENT, REPORT TO THE VIETNAM
     PEOPLE AT HANOI
     BANGKOK, VIETNAM NEWS PUBLICATION, 1946, 23P, ILLUS, MAP

1.7. Works on the Period after the Geneva Accords

867.
     PRESIDENT HO CHI MINH'S TESTAMENT; APPEAL AND LAST TRIBUTE OF THE
     CENTRAL COMMITTEE OF THE VIETNAM WORKERS' PARTY
     MHANOI, FLPH, 1969
868.
     SOUTH VIETNAMESE STUDENTS' FIERCE STRUGGLE AGAINST
     THE PUPPET ADMINISTRATION
     VIETNAM YOUTH, JUNE 1970, P18=19

869. HỒ CHÍ MINH
     PRESIDENT HO CHI MINH'S TESTAMENT, APPEAL AND TRIBUTE OF THE
     CENTRAL COMMITTEE OF THE VIET NAM WORKERS' PARTY
     HANOI, FLPH, 1969, 27P
     PAM DS VN 719+

870, PHAN THIEN CHAU
     LEADERSHIP IN THE VIET NAM WORKERS PARTY; THE PROCESS OF TRANSITION
     AS, SEP 1972, P772-782

871, TURLEY, WILLIAM S,
     DEMOCRATIC REPUBLIC OF VIET NAM AND THE "THIRD STAGE" OF
     THE REVOLUTION
     AS, JAN 1974

872, TURLEY, WILLIAM S,
     DEMOCRATIC REPUBLIC OF VIET NAM AND THE "THIRD STAGE" OF THE
     REVOLUTION /THE
     AS, JAN 1974

873, TURLEY, WILLIAM S,
     DEMOCRATIC REPUBLIC OF VIETNAM SINCE THE DEATH OF HO CHI MINH
     THE POLITICS OF A REVOLUTION IN TRANSITION
     NEW YORK, SOUTHEAST ASIA DEVELOPMENT ADVISORY GROUP, 1971, 26P
     HC412 S71+ NO, 71-4

874, TURLEY, WILLIAM S,
     DRV SINCE THE DEATH OF HO CHI MINH, THE POLITICS OF A REVOLUTION IN
     TRANSITION /THE
     IN: JOSEPH J, ZASLOFF & ALAN E, GOODMAN, EDS,, INDOCHINA IN CONFLICT
     LEXINGTON, MASS,, D,C, HEATH; 1972, P25-46

875, U,S, EMBASSY, SAIGON, JUSPAO, NORTH VIET NAM AFFAIRS DIVISION
     DEATH AND FUNERAL OF HO CHI MINH /THE; THE BROADCAST RECORD
     VDRN NO, 66, SEP 1969, 72P

876, U,S, EMBASSY, SAIGON, JUSPAO, NORTH VIET NAM AFFAIRS DIVISION
     DRV'S 1970 CELEBRATIONS OF ITS AUG-SEPT ANNIVERSARIES /THE
     VDRN NO, 85, NOV 1970, 98P

877, U,S, EMBASSY, SAIGON, JUSPAO, NORTH VIET NAM AFFAIRS DIVISION
     DRV'S ALLIES JOIN IN ITS 1970 ANNIVERSARY CELEBRATION; /THE
     PART I-THE NLF & PRG;
     PART II-SOVIET AND CHINESE COVERAGE
     VDRN NO, 86, DEC 1970, 43&51P

878, U,S, EMBASSY, SAIGON, JUSPAO, NORTH VIET NAM AFFAIRS DIVISION
     NINETEENTH PLENARY SESSION OF THE CENTRAL COMMITTEE OF THE VIET NAM
     WORKERS PARTY AND ITS REFERENCE DOCUMENTS /THE
     VDRN NO, 91, MAR 1971, 79P

     1.8. Miscellaneous Biographies and Memoirs

879,
     DONG NHAT KY DAU TIEN
     CHUYEN VIET VE NHUNG NGUOI XUNG PHONG TINH NGUYEN CUA NHIEU TAC GIA
     HA NOI, THANH NIEN, 1963, 132P
880,
     GUONG CHIEN DAU THANH NIEN MIEN NAM
     HANOI, THANH NIEN, 196-, V, 6 ONLY
     PL4385 G94
881,
     KY CHON LOC (1960-1970)
     N/P, VIET NAM, NHA XUAT BAN GIAI PHONG, 310P
     PL4385 K99
882,
     MOUNTAIN TRAIL; STORIES /THE
     HANOI, VIET NAM WOMEN'S UNION, 1970, 136P
     PL4385 M93

883,
TERROR OFFENSIVE THAT FAILED
SAIGON?, 1968, 16P
PAM DS VN 278+

884,
TRỞ VỀ HÀ NỘI; TẬP TRUYỆN NGẮN VÀ HỒI KÝ KHÁNG CHIẾN
VỀ DÂN QUÂN TU VỆ HÀ NỘI
HANOI, QUÂN ĐỘI NHÂN DÂN; 1960; 179P
FILM 3249

885, ANH ĐÀO, ET AL,
TỰ ĐIỂN NGA-VIỆT THỰC DỤNG
HÀ NỘI, BỘ GIÁO DỤC, 1957, 468P

886, BÁCH VIỆT
LÒNG MIỀN NAM, HỒI KÝ
HANOI, QUÂN ĐỘI NHÂN DÂN; 1960; 71P
PAMPHLET DS VIETNAM 6J

887, HOÀI AN
TRONG ĐỊA THAN NGẦM
HANOI, THANH NIÊN, 1964, 57P
PL4389 H6075 T8

888, HÙNG THANH
VÀO NAM, VÌ SAO TÔI DI CƯ?
SAIGON, TIA NẮNG, 1954, 58P
DS557 A6H93

889, HỮU MAI, ET AL,
DRAPEAU-REPÉRÉ; RÉCITS DE LA RÉSISTANCE VIETNAMIENNE /LE
HANOI, ELE, 1964

890, HUYỀN KIỀU, ET AL,
ĐẤT VÀNG ĐẤT BẠC, TẬP BÚT KÝ
HÀ NỘI, VĂN HỌC, 1963, 134P

891, N, T, B,
GỬI NGƯỜI BẠN VIỆT MINH MIỀN NAM
CHỢ LỚN, THÀNH HƯỞNG SƠN; 1957; 120P
HX400 V5G94

892, NAM HÀ
GIÓ VỊNH CAM RANH, KÝ VÀ TRUYỆN NGẮN
N/P, NHÀ XUẤT BẢN GIẢI PHÓNG; 1969; 214P
PL4385 N17G4

893, PHẠM HÙNG, ET AL,
THEO SAU XUNG KÍCH, TẬP TRUYỆN NGẮN
HÀ NỘI, VĂN HỌC, 1959; 192P

894, PHAN THANH TUẤN, ET AL,
ĐÔI ĐỔI, HỒI KÝ CÔNG NHÂN GIÀ
HÀ NỘI, THANH NIÊN, 1964; 130P

895, QUANG DUNG
MEMORIES OF "SOTAN"
VCM 28, SEP 1974, P18-22

896, TÔN THẤT TÙNG, ET AL,
KÝ ỨC VÀ CẢM NGHĨ
HÀ NỘI, ĐANG XÃ HỘI VIỆT NAM XUẤT BẢN, 1960
DS557 A6 K99

897, TRẦN HUY LIỆU
ĐI DỰ QUỐC DÂN ĐẠI HỘI Ở TÂN TRÀO
NCLS 17, 8-1960

898. TRƯỜNG SƠN
SỐNG CHẾT VÌ CÁCH MẠNG
HÀ NỘI, LAO ĐỘNG, 1962, 43P
VCD 468

899. ỦY BAN KHOA HỌC XÃ HỘI VIỆT NAM, VIỆN LUẬT HỌC
TỪ ĐIỂN THUẬT NGỮ LUẬT HỌC NGA-TRUNG-PHÁP-VIỆT
HÀ NỘI, KHOA HỌC XÃ HỘI, 1971, 336P

900. VĂN TÂN, ET AL,
NGÔ THI NHAM: CON NGƯỜI VÀ SỰ NGHIỆP
HÀ TÂY, VĂN HÓA VÀ THÔNG TIN HÀ TÂY, 1974, 205P

901. VIỆT NAM CỘNG HÒA, BỘ THÔNG TIN VÀ CHIÊU HỒI
BỘ THÔNG TIN VÀ CHIÊU HỒI
HAI MƯỜI (20) NĂM LẦM LẠC, KÝ ỨC CỦA MỘT CỰU CÁN BỘ VIỆT CỘNG
SAIGON? 1966, 62P, ILLUS
PL4389 V654

902. VŨ ĐÌNH VINH
BÊN KIA BỨC MÀN TRE: GHI NHỮNG CHUYỆN CƯỜI RA NƯỚC MẮT CỦA MỘT NGƯỜI
ĐÃ TỪNG SỐNG TRONG VÙNG VIỆT CỘNG TRONG NHỮNG NGÀY TẬP KẾT
SAIGON, PHƯỢNG HOÀNG, 1956, 70P
DS557 A5V98

903. VŨ LÊ
VÕ THI SÁU
HANOI: THANH NIÊN, 1971, 234P
PL4389 V952V8

904. WARNENSKA, MONICA
VIỆT NAM TRONG LÒNG TÔI: BÚT KÝ CỦA MONICA WARNENXKA, HONG TOAN, ET
AL, DICH
HANOI: VĂN HỌC, 1966, 160P
DS557 A7W271 1966

2. SOCIETY AND SOCIAL CONDITIONS IN THE DEMOCRATIC REPUBLIC OF VIET NAM

2.0. General Aspects of Society

905.
VIET NAM D'AUJOURD'HUI /LE
HANOI, ELE, 1965

906. CASALIS, GEORGES
VIỆT NAM VÀ TƯỞNG LAI CON NGƯỜI
ĐỐI DIỆN 53-54, P55-65

907. HONEY, P. J.
LIFE IN NORTH VIET NAM
CNA 586, NVQR 17, OCT 22, 1965

908. HONEY, P. J.
VILLAGE LIFE IN NORTH VIETNAM
CNA 486, NVQR 9, SEP 20, 1963

909. MINH TRANH
TÌM HIỂU LỊCH SỬ PHÁT TRIỂN XÃ HỘI VIỆT NAM
HÀ NỘI, VĂN SỬ ĐỊA, 1957; 203P
CTY DS557 A5 M45

910. NGUYỄN VĂN ĐÀM
VIET NAM EN MARCHE /LE
HANOI, ELE, 1955, 212P ILLUS, MAP
DS557 A7 N57

911. NGUYỄN VĂN LANG
NHỮNG HIỆN TƯỢNG ĐẤU TRANH GIAI CẤP NGOÀI BẮC VĨ TUYẾN 17
SAIGON, THƯ LÂM ẤN THƯ QUÁN, 1958, 198P
HX751 A3N58

912. SULLY, FRANCOIS
LIFE UNDER UNCLE HO
NEWSWEEK, AUG 27, 1962, P34-38

913. VIỆT NAM DÂN CHỦ CỘNG HOÀ
OFFICIAL GOVERNMENT REPORT ON 1960 CENSUS IN NORTH VIETNAM
WASHINGTON, U.S. JPRS, 1961

914. VŨ KHIÊU. ET AL.
ĐẠO ĐỨC MỚI
HÀ NỘI, KHOA HỌC XÃ HỘI, 1974, 290P

2.1. Religion

915.
STUDY REFUTES CLAIM OF MASSACRE OF VIETNAMESE CATHOLICS:
1950'S BLOODBATH MYTH
CHRISTIAN CENTURY, OCT 4, 1972, P979+

916. RIOT. FRANÇOIS
GHI CHỦ VỀ GIÁO HỘI MIỀN BẮC
ĐỐI DIỆN 53-54, P46-54

917. BÙI ĐÌNH THANH
BUDDHISTS' STRUGGLE FROM 1963 TO 1965 /THE
VS 8 (1966), P137-155

918, CHENU
    SOCIALISME ET RELIGION AU NORD-VIETNAM
    IDOC, REVUE INTERCONFESSIONNELLE DE DOCUMENTATION NO. 35,
    DEC 1970, P1-19

919, CLEMENTIN, JEAN R,
    COMPORTEMENT POLITIQUE DES INSTITUTIONS CATHOLIQUES AU VIETNAM /LE
    TEMPS MODERNES, P2248-2275

920, HONEY, P. J,
    ROMAN CATHOLICISM IN THE DRV
    CNA 472, NVQR 8, JUNE 14, 1963, P5-7

921, NGUYỄN VĂN CÂN
    CÔNG GIÁO VÀ CỘNG SẢN, IN LẦN 2, CÓ SỬA ĐỔI
    SAIGON, NGUYỄN VĂN CỦA, 1956, 40P
    BX1396.4 N57 1956

922, PAQUETTE, DENIS
    RELIGIOUS PERSECUTION IN NORTH VIETNAM
    ASIA, JAN 1960, P11-18

923, PORTER, D. GARETH
    CATHOLIC BLOODBATH IN VIETNAM?
    COMMONWEAL, OCT 13, 1972, P37-41

924, QUANG VIỄN
    SAILING ON THE CANALS OF KIM SƠN-PHÁT DIỆM
    VCM 14, JULY 1973, P15-21

925, ROBERTS, ADAM
    BUDDHISTS, THE WAR AND THE VIET CONG /THE
    WORLD TODAY, MAY 1966, P214-222

926, U.S. EMBASSY, SAIGON. JUSPAO. NORTH VIET NAM AFFAIRS DIVISION
    MAKE THE RELIGION PROSELYTING TASK A ROUTINE ACTIVITY;
    A PLAN FOR ONE DISTRICT
    VDRN NO. 54, MAR 1969, 8P

927, U.S. EMBASSY, SAIGON. JUSPAO. NORTH VIET NAM AFFAIRS DIVISION
    RELIGIOUS PROBLEMS IN NORTH VIET NAM
    VDRN NO. 7, OCT 1967, 10P

928, ỦY BAN LIÊN LẠC TOÀN QUỐC NHỮNG NGƯỜI CÔNG GIÁO VIỆT NAM YÊU TỔ QUỐC
    MIT, TINH KỶ NIỆM LẦN THỨ 15 THÀNH LẬP ỦY BAN LIÊN LẠC TOÀN QUỐC
    NHỮNG NGƯỜI CÔNG GIÁO VIỆT NAM YÊU TỔ QUỐC, YÊU HÒA BÌNH
    ND 5809, 13-3-1970, P3

929, VIỆT NAM DÂN CHỦ CỘNG HÒA
    CATHOLICS IN THE DEMOCRATIC REPUBLIC OF VIETNAM /THE
    HANOI, FLPH, 1963, 79P ILLUS
    BR1205 V6C84

930, VIỆT NAM DÂN CHỦ CỘNG HÒA
    FREEDOM OF CONSCIENCE IN THE DEMOCRATIC REPUBLIC OF VIETNAM,
    SELECTION OF OFFICIAL DOCUMENTS FROM 1945 TO 1955
    HANOI, FLPH, 1955
    BV741 V66 1956

2.2 National Ethnic Minorities

931,
    ETHNOGRAPHICAL DATA, VOL I
    VIETNAMESE STUDIES NO. 32, 1972, 210P, PHOTOS, FOLD MAP

932,
> HÌNH ẢNH CÁC DÂN TỘC THIỂU SỐ VIỆT NAM
> HÀ NỘI, ỦY BAN DÂN TỘC, 1961, UNPAGED, 155 PHOTOS

933,
> IN THE MOUNTAIN REGIONS
> VCM 21, FEB 1974, P24-5

934,
> KẾ NẠM, TẬP TRUYỆN NGẮN CỦA CÁC CÂY BÚT MIỀN NÚI
> HÀ NỘI, VĂN HỌC, 1964, 154P

935,
> MINORITIES UNDER THE VIET MINH
> EASTERN WORLD, NOV 1955, P17, 18

936,
> MOUNTAIN REGIONS AND NATIONAL MINORITIES
> VIETNAMESE STUDIES, NO, 15

937,
> NATIONAL MINORITIES IN NORTH VIET NAM
> VNC 240, OCT 27, 1969, P3

938,
> NGƯỜI ANH HÙNG MUONG PON, TẬP TRUYỆN
> KỶ NIỆM SÂU SẮC TRONG ĐỜI BỘ ĐỘI
> HÀ NỘI, QUÂN ĐỘI NHÂN DÂN, 1964, 149P

939, AN THU
> ZAO ARE COMING DOWN TO THE LOWLAND /THE
> VS 15 (1968), P175-187

940, CHU VĂN TẤN
> MỘT BIẾN ĐỔI CÁCH MẠNG TO LỚN Ở MIỀN NÚI
> HÀ NỘI, SỰ THẬT, 1962, 75P

941, CHU VĂN TẤN
> VỀ PHÁT TRIỂN KINH TẾ MIỀN NÚI
> THÁI NGUYÊN, VIỆT BẮC, 1974, 156P

942, ĐẢNG LAO ĐỘNG VIỆT NAM, ỦY BAN DÂN TỘC
> CÁC DÂN TỘC THIỂU SỐ TRƯỞNG THÀNH DƯỚI NGỌN CỜ VINH QUANG CỦA ĐẢNG
> HANOI, SỰ THẬT, 1960, 101P, ILLUS
> JQ929 A2018

943, ĐẶNG NGHIÊM VẠN
> OUTLINE OF THE THAI OF VIET NAM /AN
> VS 32, 1972, P143-199

944, ĐOÀN THANH, ET AL,
> TRUYỆN CỔ DÂN TỘC MÈO
> HÀ NỘI, VĂN HỌC, 1963, 484P

945, HỒ CHÍ MINH
> CÁC DÂN TỘC ĐOÀN KẾT, BÌNH ĐẲNG, GIÚP ĐỠ NHAU CÙNG TIẾN BỘ
> HÀ NỘI, SỰ THẬT, 1971

946, LÊ VĂN HẢO
> ETHNOLOGICAL STUDIES AND RESEARCHES IN NORTH VIET NAM
> VS 32, 1972, P9-48

947, MCALISTER, JOHN T,, JR,
> MOUNTAIN MINORITIES AND THE VIET MINH, A KEY TO THE INDOCHINA WAR
> IN: SOUTHEAST ASIAN TRIBES, MINORITIES AND NATIONS, EDITED BY
> PETER KUNSTADTER
> PRINCETON, PRINCETON U, P, , 1967

948, NGUYỄN ĐÌNH KHOA
> NHỮNG NGƯỜI XA Ở TÂY BẮC (II)
> NCLS 142, 1&2-1972, P52

949. NGUYỄN ĐỨC HỢP
     THAI /THE
     VS 15 (1968), P137-164

950. NGUYỄN KHÁNH TOÀN
     VẤN ĐỀ DÂN TỘC TRONG CÁCH MẠNG VÔ SẢN, TẬP I-II
     HÀ NỘI, SỰ THẬT, 1960-62, 159P, 167P

951. NGUYỄN TỪ CHI
     MUONG SKETCH /A
     VS 32, 1972, P49-142

952. NHẤT HỪNG
     EDUCATION IN THE SERVICE OF NATIONAL MINORITIES
     VS 15 (1968), P109-120

953. PHAN KẾ TOẠI
     BÁO CÁO BỔ SUNG CỦA CHÍNH PHỦ VỀ CÔNG TÁC DÂN TỘC
     BÁO CÁO ĐỌC TRƯỚC KHÓA HỌP QUỐC HỘI LẦN THỨ 6, NGÀY 5-1-1957
     HANOI, SỰ THẬT, 1957, 33P
     DS557 A7P55

954. QUANG CẢNH
     ECONOMIC TRANSFORMATION OF MOUNTAIN REGIONS
     VS 15 (1968), P89-108

955. TÂN HOÀI
     DƯỚI NÚI HOA, TIN PHJA BJOOC
     TRANH CỦA PHAN ĐOAN, LỜI TÀY-NUNG CỦA TỐNG ĐỈNH TUYỄN
     HÀ NỘI, DÂN TỘC VIỆT BẮC, 1964, 62P

956. TÂY NGUYÊN
     TRUYỆN CỔ BA-NA, HAI TẬP, QUYỂN I & II
     HÀ NỘI, VĂN HỌC, 1965, QUYỂN I 225P, QUYỂN II 212P

957. THANH HÀ
     LANGUAGES OF THE NATIONAL MINORITIES AND THE CREATION OR
     IMPROVEMENT OF THEIR SCRIPTS /THE
     VS 15 (1968), P121-136

958. VIỆT CHUNG
     NATIONAL MINORITIES AND NATIONALITY POLICY IN THE D.R.V.
     VS 15 (1968), P3-23

959. VIETNAMESE STUDIES
     ETHNOGRAPHICAL DATA (II)
     VS 36 (1973)

960. VIETNAMESE STUDIES
     RESPECTIVE NUMBERS OF DIFFERENT ETHNIC GROUPS IN THE D.R.V. (1960)
     VS 15 (1968), P221-2

961. VŨ CẦN
     IN THE COUNTRY WITH SEVEN STREAMS
     VS 15 (1968), P189-220

962. VŨ THANH ĐẠT
     NOTES ON THE VANKIEU
     VS 15 (1968), P165-174

963. Y ĐIỄNG, ET AL, DỊCH
     TRƯỜNG CA TÂY NGUYÊN
     LỜI GIỚI THIỆU CỦA Y-NGONG NIE KO-DAM
     HANOI, VĂN HỌC, 1963, 526P
     FILM 3249

2.3. Children and Youth

964.
CHÁNH SÁCH THÀNH VĂN CỦA ĐẢNG
RẠCH GIÁ, NHÀ IN GIẢI PHÓNG RẠCH GIÁ, 1965
VCD 913 V, 25P

965.
ĐOÀN THANH NIÊN, CÁNH TAY ĐẮC LỰC VÀ ĐỘI HẬU BI CỦA ĐẢNG
VCD 986 V, 26P

966.
LỜI DẠY CỦA CÁC LÃNH TỤ ĐẢNG TA VỚI THANH NIÊN
HÀ NỘI, THANH NIÊN, 1959, 135P

967.
NHỮNG BÔNG HOA XÃ HỘI CHỦ NGHĨA, TẬP I & II.
NHỮNG MẪU CHUYỆN VỀ THANH NIÊN TÍCH CỰC LAO ĐỘNG XÃ HỘI CHỦ NGHĨA
HÀ NỘI, THANH NIÊN, 1960, V, I, 120P; V, II, 94P

968.
OUR YOUTH
PRAGUE, VIETNAM COMMITTEE OF THE WORLD YOUTH FESTIVAL, 1947, 23P
ILLUS, MAP
FILM 2584 NO 100

969.
TÁC PHONG THANH NIÊN TA
N/P, TRUNG ƯƠNG ĐOÀN THANH NIÊN CỨU QUỐC VIỆT NAM, N/D, 35P
FILM 2584 NO, 53

970.
TẤM LÒNG CHÚNG EM, BÌA VÀ MINH HỌA CỦA NGUYỄN BÍCH
HÀ NỘI, KIM ĐỒNG, 1965, 45P

971.
TUỔI NHỎ ANH HÙNG, BÌA VÀ MINH HỌA CỦA HỒ QUANG
HÀ NỘI, KIM ĐỒNG, 1965, 87P

972.
TUYỂN TẬP THƠ VĂN CHO THIẾU NHI, 1945-1960
HANOI, VĂN HỌC, 1961, 380P, ILLUS
PZ90 V6T96

973.
XUNG PHONG TÌNH NGUYỆN
HÀ NỘI, THANH NIÊN, 1964, 99P

974. CHINESE COMMUNIST PARTY, SHANGHAI YOUTH LEAGUE
ĐOÀN VIÊN VÀ THANH NIÊN ƯU TÚ; PHONG TUYỀN TRUYỀN THANH ĐOÀN
THƯỢNG HẢI SOẠN
HÀ NỘI, THANH NIÊN, 1956, 102P

975. ĐẢNG LAO ĐỘNG VIỆT NAM, BAN CHẤP HÀNH TRUNG ƯƠNG
NGHỊ QUYẾT CỦA BAN CHẤP HÀNH TRUNG ƯƠNG ĐẢNG VỀ VIỆC ĐOÀN THANH NIÊN
LAO ĐỘNG, ĐỘI THIẾU NHI TIỀN PHONG VÀ ĐỘI NHI ĐỒNG ĐƯỢC MANG TÊN
BÁC HỒ
ND 5808, 12-3-1970, P1

976. ĐINH CHƯƠNG
CON ĐƯỜNG HẠNH PHÚC, TRUYỆN KÝ
HÀ NỘI, THANH NIÊN, 1964, 103P

977. ĐOÀN THANH NIÊN LAO ĐỘNG VIỆT NAM
BỐN MƯƠI NĂM ĐẤU TRANH CÁCH MẠNG VẺ VANG CỦA ĐOÀN (1931-1971)
HÀ NỘI, THANH NIÊN, 1971, 153P

978. ĐOÀN THANH NIÊN LAO ĐỘNG VIỆT NAM
CÔNG TÁC XÂY DỰNG CỦNG CỐ ĐOÀN THANH NIÊN LAO ĐỘNG
BẾN TRE, NHÀ IN CHIẾN THẮNG, 1961, 27P
VCD 235 V

979. ĐOÀN THANH NIÊN LAO ĐỘNG VIỆT NAM
ĐIỀU LỆ, HỌC TẬP VÀ NGHIÊN CỨU, TÁI BẢN 1961
NHÀ IN LÝ TỰ TRỌNG, 1961, 22P
VCD 54 V, E, ALSO VCD 82, VCD 82A, VCD 844

980. ĐOÀN THANH NIÊN LAO ĐỘNG VIỆT NAM
     ĐOÀN THANH NIÊN LAO ĐỘNG VIỆT NAM
     VCD 844, 45P

981. ĐOÀN THANH NIÊN LAO ĐỘNG VIỆT NAM, BAN TUYÊN HUẤN TRUNG ƯỜNG
     VÀI NÉT VỀ QUÁ TRÌNH ĐẤU TRANH CỦA ĐOÀN
     N,X,R, CỬU LONG TÁI BẢN, 1961, 74P
     VCD 84 V, E

982. HỒ CHÍ MINH
     NHỮNG LỜI BÁC HỒ DẠY ĐỐI VỚI HỌC SINH
     HÀ NỘI, SỰ THẬT, 1973

983. HỒ CHÍ MINH
     THANH NIÊN TIẾN QUÂN VÀO KHOA HỌC KỸ THUẬT
     HANOI, THANH NIÊN, 1966

984. HỒ CHÍ MINH
     THƯ HỒ CHỦ TỊCH GỬI THANH NIÊN VÀ THIẾU NHI
     IN LẦN 3, CÓ BỔ SUNG THÊM 5 BÀI
     HANOI, THANH NIÊN, 1957, 74P
     HQ799 V5H667 1957

985. LA VĂN CẦU, ET AL,
     QUYẾT XỨNG ĐÁNG VỚI ĐẢNG QUANG VINH
     HÀ NỘI, THANH NIÊN, 1970, 129P

986. LÊ DUẨN
     THANH NIÊN TRONG CÁC LỰC LƯỢNG VŨ TRANG HÃY VƯỜN LÊN HƠN NỮA, PHẤN
     ĐẤU CHO LÝ TƯỞNG CÁCH MẠNG, ĐI ĐẦU TRONG SỰ NGHIỆP CHỐNG MỸ
     BÀI NÓI CHUYỆN Ở ĐẠI HỘI THANH NIÊN QUYẾT THẮNG TOÀN QUÂN 18-5-1966
     HÀ NỘI, SỰ THẬT, 1966

987. LÊ DUẨN
     THANH NIÊN TRONG LỰC LƯỢNG VŨ TRANG VỚI SỰ NGHIỆP CHỐNG MỸ, CỨU NƯỚC
     HÀ NỘI, QUÂN ĐỘI NHÂN DÂN, 1971, 118P

988. LÊ DUẨN
     THANH NIÊN VỚI CÁCH MẠNG XÃ HỘI CHỦ NGHĨA, IN LẦN 2
     HANOI, NHÀ XUẤT BẢN THANH NIÊN, 1966, 200P
     DS557 A7L452 1966

989. NẮNG MỚI
     KỶ NIỆM LẦN THỨ 30 NGÀY THÀNH LẬP ĐỘI THIẾU NIÊN TIỀN PHONG
     HỒ CHÍ MINH (15-5-1941 - 15-5-1971)
     HANOI, KIM ĐỒNG, 1971, 71P
     PL4385 N18+

990. NGUYỄN KHẮC VIỆN
     NGÂY THỞ
     HÀ NỘI, PHỤ NỮ, 1974, 150P

991. NGUYỄN KHAI
     NGƯỜI CON GÁI QUANG VINH
     HÀ NỘI, THANH NIÊN, 1956, 156P

992. NGUYỄN TRI TINH
     VƯỢT LÊN TRƯỚC, CHUYỆN NHỮNG THANH NIÊN DÁM NGHĨ DÁM LÀM Ở NÔNG THÔN
     HÀ NỘI, THANH NIÊN, 1961, 92P

993. PHAN TIÊN TÍCH
     MỘT CUỐN SÁCH VẠCH PHƯƠNG HƯỚNG PHẤN ĐẤU CHO THANH NIÊN TA
     (ĐỌC TÁC PHẨM 'THANH NIÊN TRONG CÁC LỰC LƯỢNG VŨ TRANG HÃY VƯỜN LÊN
     HƠN NỮA, PHẤN ĐẤU CHO LÝ TƯỞNG CÁCH MẠNG, ĐI ĐẦU TRONG SỰ NGHIỆP
     CHỐNG MỸ, CỨU NƯỚC' CỦA ĐỒNG CHÍ LÊ DUẨN)
     HT 4-1971, P70-77

994, THÁI PHONG & VIỆT HOÀNG
        EM ĐỨC, TẬP TRUYỆN TỪ MIỀN NAM GỬI RA
        HÀ NỘI, KIM ĐỒNG, 1965, 38P

995, THANH PHONG, ET AL,
        TUỔI TRẺ CHIẾN ĐẤU, TẬP TRUYỆN NGẮN
        HANOI, QUÂN ĐỘI NHÂN DÂN, 1967, 139P
        PL4385 T94

996, TÔ HOÀI
        KIM ĐỒNG
        HÀ NỘI, KIM ĐỒNG, 1974, 100P

997, TỐ HỮU
        ĐOÀN KẾT, GIÁO DỤC, ĐỘNG VIÊN THANH NIÊN TIẾN LÊN HÀNG ĐẦU TRONG SỰ
        NGHIỆP CHỐNG MỸ, CỨU NƯỚC VÀ XÂY DỰNG CHỦ NGHĨA XÃ HỘI
        HT, 3-1966, P7-12

998, TRẦN ĐỘ
        LÝ TƯỞNG, ƯỚC MƠ VÀ NGHĨA VỤ
        HÀ NỘI, THANH NIÊN, 1964, 151P

999, TRẦN DŨNG TIẾN
        ĐÔI BẠN CHIẾN ĐẤU, TẬP TRUYỆN
        HÀ NỘI, THANH NIÊN, 1961, 97P

1000, TRẦN KIM THANH, ET AL,
        ĐÈO LỬA, HỒI ỨC VỀ THANH NIÊN XUNG PHONG CÔNG XA
        HÀ NỘI, THANH NIÊN, 1966, 111P

1001, TRẦN THANH DỊCH, ET AL,
        MÙA XUÂN VÀ EM GÁI NHỎ
        HÀ NỘI, KIM ĐỒNG, 1965, 89P

1002, ỦY BAN THIẾU NIÊN, NHI ĐỒNG TRUNG ƯƠNG
        THƯ ỦY BAN THIẾU NIÊN, NHI ĐỒNG TRUNG ƯƠNG GỬI CÁC NGÀNH, CÁC ĐOÀN
        THỂ, VÀ CÁC BẬC CHA MẸ NHÂN DỊP ĐỘI THIẾU NIÊN TIỀN PHONG VÀ ĐỘI
        NHI ĐỒNG ĐƯỢC MANG TÊN BÁC HỒ
        ND 5810, 14-3-1970, P2

1003, VIỆT NAM DÂN CHỦ CỘNG HÒA
        PROTECTION OF CHILDREN'S HEALTH AND LIVES IN THE DEMOCRATIC REPUBLIC
        OF VIETNAM
        VS 10 (1967), P299-306

1004, VIỆT NAM DÂN CHỦ CỘNG HÒA
        THÔNG TƯ VỀ CHẾ ĐỘ TỔ CHỨC NHÀ TRẺ Ở NÔNG THÔN
        PHỤ NU VIỆT NAM, 213, 1-6-1968

1005, VŨ QUANG
        ĐẢNG NGƯỜI LÃNH ĐẠO, GIÁO DỤC VÀ RÈN LUYỆN THANH NIÊN TA
        HÀ NỘI, THANH NIÊN, 1970, 62P

1006, VŨ QUANG
        YOUNG GENERATION OF VIET NAM "LIVES, FIGHTS, WORKS AND STUDIES
        FOLLOWING THE EXAMPLE OF THE GREAT HO CHI MINH" /THE
        VIETNAM YOUTH, APR 1971, P3-7

2.4. Women, Marriage, and Family

1007,
        BA ĐẦM BANG
        HANOI, PHỤ NỮ, 1967, V.2 ONLY
        PL4385 B2

1008,
CHÁNH SÁCH CỦA ĐẢNG ĐỐI VỚI PHỤ NỮ
NHÀ IN GIẢI PHÓNG, 1961, 15P
VCD 78V, E, VCD 153

1009,
CÔNG TÁC PHỤ VẬN
BA TRI, BAN TUYÊN HUẤN BA TRI, 1962, 20P
VCD 56V, E

1010,
DŨNG CẢM ĐẢM ĐANG
(LOẠI SÁCH NGƯỜI TỐT, VIỆC TỐT)
HÀ NỘI, NHÀ XUẤT BẢN PHỤ NỮ, 1969, V, 2, ILLUS.
PL4385 D910

1011,
FIGURES SHOWING THE LEAP FORWARD MADE BY VIETNAMESE WOMEN
WOMEN IN VIETNAM, NO. 3/4, 1971, P8-10

1012,
GƯƠNG MẶT NHỮNG NGƯỜI CON
HÀ NỘI, PHỤ NỮ, 1974, 220P

1013,
HOW "THREE RESPONSIBILITY" WOMEN APPEAR THROUGH VIETNAMESE FILMS
WOMEN OF VIETNAM, 3/4, 1970, P25-27

1014,
NHỮNG NGƯỜI THAY ÁO CHO RỪNG, TẬP TRUYỆN ĐƯỢC GIẢI THI VIẾT
VỀ ĐỀ TÀI PHỤ NỮ NĂM 1965, CỦA NHIỀU TÁC GIẢ
HANOI, PHỤ NỮ, 1965, 133P
PL4385 N5M

1015,
NHỮNG NỮ ANH HÙNG, TRONG SỰ NGHIỆP CHỐNG MỸ, CỨU NƯỚC VÀ XÂY DỰNG
CHỦ NGHĨA XÃ HỘI
HÀNỘI, PHỤ NỮ, 1967, 141P, PORTS
HQ1749 A5N57

1016,
PHỤ NỮ GIẢI PHÓNG, SỐ ĐẶC BIỆT KỶ NIỆM 8-3, 1969
MIỀN NAM VIỆT NAM, NHÀ IN TRẦN PHÚ, 1969, 41P, ILLUS
HQ1749 A5P54+ 1969

1017,
PHỤ NỮ MIỀN NAM ANH DŨNG, MỘT SỐ THƯ VIẾT VỀ PHỤ NỮ VÀ NHI ĐỒNG
MIỀN NAM CHỌN TRONG TẬP TỪ TUYẾN ĐẦU TỔ QUỐC, IN LẦN 3
HANOI? PHỤ NỮ, 1964, 50P
PL4385 P59

1018,
PHỤ NỮ VIỆT NAM, SỐ KỶ NIỆM 2-9
HANOI, NHÀ IN BÁO NHÂN DÂN, 1968, 25P, ILLUS
HQ1749 A5P57+ 1968

1019,
TO LIGHTEN HOUSEHOLD CHORES FOR WOMEN
WOMEN OF VIETNAM, 1, 1970, P23-25

1020,
TWELVE-YEAR BALANCE-SHEET OF THE WOMEN'S MOVEMENT IN THE D.R.V.N.
VCM 23, APRIL 1974, P11

1021,
VIETNAMESE WOMEN
VIETNAMESE STUDIES, NO. 10

1022,
VIETNAMESE WOMEN EXERCISE THEIR RIGHT AS MASTERS OF THE COUNTRY
WOMEN OF VIETNAM, 2, 1971, P7-8

1023,
WOMEN OF VIETNAM IN THE STRUGGLE FOR THE SAFEGUARD OF INDEPENDENCE
PARIS, THE UNION OF VIETNAM WOMEN IN FRANCE, 1948, 23P
FILM 2584, NO. 99

1024,
WOMEN OF VIETNAM, SOME STATISTICS
VIETNAM PICTORIAL 148, 1970, P29

1025,
WOMEN'S CLUBS: A NEW FEATURE OF RURAL LIFE
WOMEN OF VIETNAM, 1, 1971, P18-19

1026, BERGMAN, ARLENE EISEN
        WOMEN OF VIETNAM
        SAN FRANCISCO, PEOPLE'S PRESS, 1974, 226P

1027, ĐẢNG LAO ĐỘNG VIỆT NAM, BAN CHẤP HÀNH TRUNG ƯƠNG ĐẢNG
        THƯ CỦA TRUNG ƯƠNG ĐẢNG GỬI CÁN BỘ, HỘI VIÊN LIÊN HIỆP PHỤ NỮ
        VIỆT NAM VÀ TOÀN THỂ CHỊ EM PHỤ NỮ VIỆT NAM
        HT, 11-1966, P1-3

1028, ĐẶNG VŨ HY
        COMMENT NOUS AVONS LIQUIDÉ LA PROSTITUTION DANS LA RÉPUBLIQUE
        DÉMOCRATIQUE DU VIET NAM
        VIET NAM MEDICAL (HANOI), 1963, P113-121
        R97.5 F7V66+

1029, HỒ CHÍ MINH
        HỒ CHỦ TỊCH VỚI VẤN ĐỀ GIẢI PHÓNG PHỤ NỮ
        HANOI, NXB PHỤ NỮ, 1970, 74P
        HQ1749 A5H667

1030, HỘI LIÊN HIỆP PHỤ NỮ VIỆT NAM
        PHỤ NỮ VIỆT NAM QUYẾT TÂM ĐÁNH THẮNG HOÀN TOÀN GIẶC MỸ XÂM LƯỢC,
        XÂY DỰNG THÀNH CÔNG CHỦ NGHĨA XÃ HỘI Ở MIỀN BẮC
        TRÍCH DIỄN VĂN CỦA TRUNG ƯƠNG HỘI LIÊN HIỆP PHỤ NỮ VIỆT NAM ĐỌC TẠI
        BUỔI LỄ KỶ NIỆM LẦN THỨ 60 NGÀY QUỐC TẾ PHỤ NỮ 8-3-1970
        ND 5805, 9-3-1970, P1-2

1031, HỘI PHỤ NỮ VIỆT NAM
        GLORIOUS DAUGHTERS OF VIETNAM
        HANOI, VIET NAM WOMEN'S UNION, 1974, 149P

1032, KOLLONTAI, ALEKSANDRA MIKHAILOVNA
        VẤN ĐỀ GIẢI PHÓNG PHỤ NỮ, CỦA A, M, KO-LONG-TAI.
        HANOI, PHỤ NỮ, 1961, 3 V, IN 1
        HX546 K81V2 1961

1033, LE DUAN
        NEW WOMAN IN THE SOCIALIST SOCIETY /THE
        VCM 24, MAY 1974, P8-9, 23

1034, LE DUAN
        VAI TRÒ VÀ NHIỆM VỤ CỦA PHỤ NỮ VIỆT NAM TRONG GIAI ĐOẠN MỚI
        CỦA CÁCH MẠNG
        HÀ NỘI, SỰ THẬT, 1974

1035, LÊ MAI HƯỜNG
        UP FROM THE MUD
        VS 10 (1967), P153-192

1036, LÊ MINH
        CHỊ TƯ GIÀ, HỒI KÝ CÁCH MẠNG CỦA ĐỒNG CHÍ NGUYỄN THỊ THUẬN
        HÀ NỘI, PHỤ NỮ, 1969, 95P

1037, LÊ TẤN DANH
        LONG-HAIRED ARMY /THE
        VS 10 (1967), P60-65

1038, MAI ANH
        EQUAL TO ANY TASK
        NORTH VIETNAMESE WOMEN IN FACE OF AMERICAN AGGRESSION
        VS 10 (1967), P133-152

1039, MAI THI TU
        VIETNAMESE WOMAN, YESTERDAY AND TODAY /THE
        VS 10 (1967), P7

1040. NGOC THACH
        ĐỒNG HỌA TÁM CÁNH, TRUYỆN TỔ LAO ĐỘNG XÃ HỘI CHỦ NGHĨA
        PHỤ NỮ MIỀN NÚI
        HÀ NỘI, PHỤ NỮ, 1964, 91P

1041. NGUYỄN THI
        FIGHTING MOTHER /A
        OR THE STORY OF NGUYEN THI UT (HEROINE OF THE SOUTH VIETNAM
        LIBERATION ARMY)
        VS 10 (1967), P84-110

1042. NGUYỄN THỊ LOAN
        NHỮNG NGƯỜI MẸ MIỀN NAM
        HÀ NỘI, NHÀ XUẤT BẢN PHỤ NỮ, 1961, 63P

1043. NGUYỄN THỊ THẬP
        PHÁT HUY TRUYỀN THỐNG DŨNG CẢM, ĐẢM ĐANG TRONG THỜI KỲ MỚI
        NHÂN NGÀY QUỐC TẾ PHỤ NỮ 8-3-1973
        ND 6591, 8-3-1973, P2

1044. NGUYỄN THỊ THẬP
        PHỤ NỮ MIỀN NAM NƯỚC TA TRONG PHONG TRÀO GIẢI PHÓNG DÂN TỘC
        HÀ NỘI, PHỤ NỮ, 1963, 26P

1045. NGUYỄN THỊ THẬP
        VẤN ĐỀ PHỤ NỮ VÀ CÁCH MẠNG
        HT, 3-1965, P25-30

1046. PHẠM SẮC, ET AL
        NHỮNG NGƯỜI NỮ ĐẢNG VIÊN
        HANOI, NXB PHỤ NỮ, 1960, 23P
        PAMPHLET JQ VIETNAM 7

1047. PHẠM VẤN ĐỒNG, ET AL.
        NHIỆM VỤ PHỤ NỮ TRONG PHONG TRÀO CÁCH MẠNG
        HÀ NỘI, NHÀ XUẤT BẢN PHỤ NỮ, N/D

1048. PHAN THANH HOÀI
        CHI CỦA HANG TRƯƠNG
        HÀ NỘI, PHỤ NỮ, 1965, 57P

1049. PHƯỜNG HUY
        YOUNG LADY CANDIDATE-DOCTOR /A
        WOMEN OF VIETNAM, 3/4, 1970, P17-18

1050. TRẦN HUY LIỆU
        BA MƯƠI NĂM ĐẤU TRANH CỦA PHỤ NỮ VIỆT NAM DƯỚI SỰ LÃNH ĐẠO CỦA ĐẢNG
        NCLS 13, 4-1960, P1-12

1051. TRẦN QUỐC VƯỢNG
        TRUYỀN THỐNG PHỤ NỮ VIỆT NAM
        HÀ NỘI, PHỤ NỮ, 1972, 97P

1052. TRẦN THỊ TINH
        MỘT SỐ Ý KIẾN VỀ VẤN ĐỀ GIÁO DỤC TRẺ EM TRONG GIA ĐÌNH
        HÀ NỘI, GIÁO DỤC, 1962, 77P

1053. TURLEY, WILLIAM S.
        WOMEN IN THE COMMUNIST REVOLUTION IN VIETNAM
        AS, SEP 1972, P793-805

1054. U.S. EMBASSY, SAIGON, JUSPAO, NORTH VIET NAM AFFAIRS DIVISION
        WOMEN IN THE WINTER SPRING CAMPAIGN
        VDRN NO. 24, APR 1968, 7P

1055, UNION OF VIET NAM WOMEN IN FRANCE
      WOMEN OF VIET NAM IN THE STRUGGLE FOR NATIONAL LIBERATION
      PARIS, IMPRIMERE CENTRALE COMMERCIALE, 1948, 16P
      DS550 U58

1056, VÂN LINH
      ĐÊM SƯƠNG MUỐI
      HÀ NỘI, PHỤ NỮ, 1964, 106P

1057, VIỆT CHÚNG
      HOÀNG NGÂN WOMEN PARTISANS /THE
      VS 10 (1967), P111-132

1058, VIỆT NAM DÂN CHỦ CỘNG HÒA
      PARTICIPATION OF WOMEN IN PUBLIC AFFAIRS IN THE D.R.V.
      VS 10 (1967), P307

1059, VIETNAMESE STUDIES
      PORTRAITS; NGUYEN THỊ MINH KHAI; THE PARTISAN MẠC THỊ BƯỞI;
      HOÀNG THỊ ÁI; CAPTAIN HỒ THỊ BI; PHẠM THỊ VACH, A LABOUR HEROINE;
      TẠ THỊ KIỀU; LÊ THỊ EM; NGUYEN THỊ KHIU, A FISHING TEAM LEADER;
      NGÔ THỊ TUYỀN, A YOUNG MILITIA WOMEN
      VS 10 (1967), P241-298

1060, VŨ CẬN
      WITH THE NAMDINH WEAVERS; THE WEFT OF A NEW LIFE
      VS 10 (1967), P193-240

1061, XUÂN VŨ
      FLAMES IN THE NIGHT
      VS 10 (1967), P66-83

      2.5. Medicine and Public Health

1062, ĐẶNG VŨ HY, PROF,
      FIGHT AGAINST LEPROSY IN THE DRVN /THE
      VS 25 (1970), P89-100

1063, ĐINH THỊ CẦN, VICE-MINISTER OF HEALTH
      MOTHER AND CHILD WELFARE
      VS 25 (1970), P41-45

1064, ĐINH VĂN THẮNG
      HANOI INSTITUTE FOR THE PROTECTION OF MOTHER AND NEW-BORN CHILD /THE
      WOMEN IN VIETNAM, NO, 3/4, 1971, P39-43

1065, ĐỖ DƯỜNG THÁI, M.D,
      FIGHT AGAINST MALARIA /THE
      VS 25 (1970), P47-61

1066, ĐỖ HỮU THẾ
      CREATION OF A NATIONAL PHARMACEUTICAL INDUSTRY /THE
      VS 25 (1970), P101-116

1067, GALSTON, ARTHUR W,
      HEALTH CARE IN NORTH VIET NAM
      NATURAL HISTORY, JUNE 1973, P20+

1068, HOÀNG ĐÌNH CẦU, M.D,
      MEDICAL RESEARCH IN THE DRVN; ORIENTATION AND ORGANIZATION
      VS 25 (1970), P129-146

1069, LEWIS, ANTHONY
        NORTH VIET NAM: VISIT TO A HOSPITAL
        INTERVIEW WITH DR. TON THAT TUNG
        ATLANTIC, AUG 1972, P6+

1070, NGUYỄN KHẮC VIỆN
        NORTH VIETNAMESE MEDICINE FACING THE TRIALS OF WAR
        HANOI, VIETNAMESE STUDIES, 1967, 100P
        PAM DS VN 276

1071, NGUYỄN QUANG CU & VŨ VIỆT HOAN
        NHÀ BÁC HỌC PA-XTƠ
        HÀ NỘI, Y HỌC, 1963, 173P

1072, NGUYỄN TAI THU & VŨ XUÂN QUANG
        MỘT SỐ ĐIỂM CƠ BẢN VỀ LÝ LUẬN ĐÔNG Y
        HÀ NỘI, Y HỌC, 1963, 255P

1073, NGUYỄN VĂN DAN, DOCTOR OF PHARMACY
        REVALORIZATION OF OUR TRADITIONAL PHARMACY /THE
        VS 25 (1970), P117-128

1074, NGUYỄN VĂN HƯỜNG, M.D., MINISTER OF HEALTH
        TWENTY-FIVE YEARS OF HEALTH ACTIVITIES IN THE DRVN
        VS 25 (1970), P7-20

1075, NGUYỄN VĂN TIN, M.D., VICE-MINISTER OF HEALTH
        MASS PROPHYLAXIS ON A NATIONAL SCALE
        VS 25 (1970), P21-40

1076, NGUYỄN XUÂN NGUYỄN, PROF.
        TRACHOMA: ALMOST A THING OF THE PAST
        VS 25 (1970), P81-88

1077, PHẠM KHẮC QUANG, M.D.
        TWENTY-FIVE YEARS OF EFFORTS TO COMBAT TUBERCULOSIS
        VS 25 (1970), P63-80

1078, VIỆN NGHIÊN CỨU ĐÔNG Y
        THÂN THẾ VÀ SỰ NGHIỆP Y HỌC CỦA HẢI THƯỢNG LAN ÔNG.
        IN LẦN THỨ HAI, CÓ BỔ SUNG VÀ SỬA CHỮA
        HÀ NỘI, Y HỌC VÀ THỂ DỤC THỂ THAO, 1970, 398P

1079, VIỆT NAM DÂN CHỦ CỘNG HÒA
        HỘI CHỮ THẬP ĐỎ, HỘI CHỮ THẬP ĐỎ NƯỚC VIỆT NAM DÂN CHỦ CỘNG HÒA
        HANOI? 1968, 15P, ILLUS
        UH537 V6R32+

1080, VIỆT NAM DÂN CHỦ CỘNG HÒA
        HỘI HỒNG THẬP TỰ NƯỚC VIỆT NAM DÂN CHỦ CỘNG HÒA, 1964
        HÀ NỘI, 1964, 24P

1081, VIỆT NAM DÂN CHỦ CỘNG HÒA, HỘI CHỮ THẬP ĐỎ
        HỘI CHỮ THẬP ĐỎ NƯỚC VIỆT NAM DÂN CHỦ CỘNG HÒA
        HANOI, 1968, 15P
        UH537 V6R32+

        2.6. Labor and Trade Unions

1082,
        TWENTY-FIFTH (25TH) FOUNDING ANNIVERSARY OF THE VIETNAM
        FEDERATION OF TRADE UNIONS: 20-7-1946---20-7-1971 /THE
        VTU, JULY/SEP 1971, P2-9

1083, HỒ CHÍ MINH
        GIAI CẤP CÔNG NHÂN VIỆT NAM VÀ CÔNG ĐOÀN
        HÀ NỘI, SỰ THẬT, 1972

1084, HOÀNG QUỐC VIỆT
        NHỮNG NÉT SỞ LƯỢC VỀ LỊCH SỬ PHONG TRÀO CÔNG NHÂN VÀ CÔNG ĐOÀN
        VIỆT NAM
        HANOI, LAO ĐỘNG, 1959, 65P
        FILM 2584 NO, 62

1085, HOÀNG QUỐC VIỆT
        RIGHTS OF PATRIOTIC COMPETITION AMONG THE WORKERS OF VIETNAM
        WORLD TRADE UNION MOVEMENT, AUG 1952, P15-16

1086, HOÀNG QUỐC VIỆT
        SHORT HISTORY OF THE VIETNAMESE WORKERS' AND TRADE UNION MOVEMENT /A
        HANOI, GENERAL CONFEDERATION OF LABOUR OF VIETNAM, 1960
        LC HX400,V5H6

1087, HOÀNG QUỐC VIỆT
        WE ARE FIGHTING FOR TRADE UNION UNITY IN VIETNAM
        WORLD TRADE UNION MOVEMENT, DEC 1957, P32-33

1088, LE DUAN
        ROLE OF THE VIETNAMESE WORKING CLASS AND TASKS OF THE TRADE-UNIONS
        AT THE PRESENT STAGE
        HANOI, FLPH, 1969, 61P

1089, MARX, KARL, ET AL,
        BAN VE TO CHUC LAO DONG
        HA NOI, SU THAT, 1971

1090, TRẦN VĂN GIÀU
        GIAI CẤP CÔNG NHÂN VIỆT NAM, SỰ HÌNH THÀNH VÀ SỰ PHÁT TRIỂN CỦA NÓ TỪ
        GIAI CẤP "TỰ MÌNH" ĐẾN GIAI CẤP "CHO MÌNH"
        HANOI, SỰ THẬT, 1957, 291P
        HD8699 V62T77

1091, TRẦN VĂN GIÀU
        GIAI CẤP CÔNG NHÂN VIỆT NAM, TỪ ĐẢNG CỘNG SẢN THÀNH LẬP ĐẾN CÁCH MẠNG
        THÀNH CÔNG
        TAP 1, 1930-1935
        TAP 2, 1936-1939
        HÀNOI, NHÀ XUẤT BẢN SỬ HỌC, 1962
        HD8699 V62 T771

1092, VĂN TẠO
        QUÁ TRÌNH PHÁT TRIỂN CỦA GIAI CẤP CÔNG NHÂN VIỆT NAM TRONG CÁCH
        MẠNG XÃ HỘI CHỦ NGHĨA
        NCLS 145, 788-1972, P37-49

1093, VĂN TẠO
        VỀ CHẤT LƯỢNG CỦA GIAI CẤP CÔNG NHÂN
        NCLS 144, 586-1972, P36-42

1094, VIỆT NAM DÂN CHỦ CÔNG HÒA, VIET NAM NEWS AGENCY
        VIETNAMESE WORKING CLASS IN THE LONG AND HARD WAR OF RESISTANCE /THE
        SPECIAL ARTICLE PUBLISHED BY THE VIETNAM NEWS AGENCY ON THE OCCASION
        OF THE EIGHTH ANNIVERSARY OF THE VIETNAMESE PEOPLE'S WAR OF
        RESISTANCE
        HANOI, FLPH, 1955, 20P, ILLUS

1095, VIET NAM FEDERATION OF TRADE UNIONS
        THEY FIGHT AND WORK
        HA NOI, VIETNAMESE TRADE UNIONS, 1972, 65P

3. GOVERNMENT AND POLITICS IN THE DEMOCRATIC REPUBLIC OF VIET NAM

3.0. General Aspects of Government and Politics

1096,
    HO'S SUCCESS STORY
    ECONOMIST, JULY 16, 1955, P210
1097,
    INTERVIEW WITH D.R.V. PREMIER PHAM VAN DONG
    NEW TIMES, JUNE 18, 1969, P8-10
1098,
    SITUATION IN VIETNAM: INTERVIEW WITH AMBASSADOR NGUYEN THO CHAN
    DEMOCRATIC REPUBLIC OF VIETNAM'S AMBASSADOR TO RUSSIA /THE
    NEW TIMES, AUG 28, 1968, P3-5

1099, AKADEMIIA NAUK SSSR, INTITUT NARODOV AZII
    DEMOKRATICHESKAIA RESPUBLICA V'ETNAM, 1945-1960
    MOSKVA, 1960
    LC DS557.A7A6

1100, BORTNIAK, IAKYM M.
    DEMOKRATICHNA RESPUBLIKA V'ETNAM
    KIEV, 1960
    LC AS262.T563

1101, BUDANOV, ANATOLII G.
    GOSUDARSTVENNYI STROI DEMOKRATICHESKOI RESPUBLIKI V'ETNAM
    MOSKVA, 1958
    LC JQ815.B8

1102, BUEHL, L.H.
    MARXIST NATION-BUILDING IN THE DEMOCRATIC REPUBLIC OF VIETNAM
    NAVAL WAR COLLEGE REVIEW, 2-1970, P85-101

1103, CHẾ LAN VIÊN, ET AL.
    KHÔNG CÓ GÌ QUÝ HƠN ĐỘC LẬP TỰ DO; TÙY BÚT
    HANOI, THANH NIÊN, 1972, 198P

1104, ĐỖ ĐỨC DỤC
    CHÍNH TRỊ VÀ CHUYÊN MÔN
    HÀ NỘI, MINH ĐỨC THỜI ĐẠI, 1955, 41P

1105, ELLIOTT, DAVID W. P.
    POLITICAL INTEGRATION IN NORTH VIET NAM: THE COOPERATIVIZATION PERIOD
    AD HOC SEMINAR ON COMMUNIST MOVEMENTS AND REGIMES IN INDOCHINA
    NEW YORK, SEADAG, ASIA SOCIETY, 1974, 61P

1106, ERDTSIECK, EDWARD A.
    FACTIONS IN THE DEMOCRATIC REPUBLIC OF VIET NAM
    JOURNAL OF THE SOCIETY FOR ASIAN STUDIES, APR 1968, P85-99

1107, FAIRBAIRN, G.
    VIET MINH /THE
    AUSTRALIAN OUTLOOK 9 (1955), P43-49

1108, FALL, BERNARD B.
    COMMUNIST NORTH VIETNAM
    PAPER DELIVERED BEFORE THE ASSOCIATION FOR ASAIN STUDIES
    BOSTON, APRIL 1962

1109, FALL, BERNARD B.
    POWER AND PRESSURE GROUPS IN NORTH VIETNAM
    CHINA QUARTERLY 9, JAN-MAR 1962, P37-46

1110, FALL, BERNARD B,
STRAIGHT ZIGZAG: THE ROAD TO SOCIALISM IN NORTH VIET-NAM /A
IN: A, DOAK BARNETT, ED,; COMMUNIST STRATEGIES IN ASIA
NEW YORK, PRAEGER, 1963, P199-227

1111, GRATION, P.C,
DEVELOPMENT OF VIET MINH POWER
ARMY JOURNAL, JULY 1972, P3-16

1112, HỒ CHÍ MINH
QUYẾT TÂM GIẢI PHÓNG MIỀN NAM, BẢO VỆ MIỀN BẮC, TIẾN TỚI HÒA BÌNH
THỐNG NHẤT NƯỚC NHÀ
HÀ NỘI, SỰ THẬT, 1971

1113, HỒ CHÍ MINH
TRÁCH NHIỆM CỦA NHÂN DÂN VÀ CÁN BỘ ĐỐI VỚI CHÍNH QUYỀN CÁCH MẠNG
HANOI, SỰ THẬT, 1971, 54P
DS557 A7 H68266

1114, HOÀNG VĂN CHÍ
ACHIEVEMENT AND FAILURE IN NORTH VIETNAM
IN: ASPECTS OF MODERN COMMUNISM, ED, BY RICHARD F, STAAR
COLUMBIA, UNIV, OF SOUTH CAROLINA PRESS, 1968, P347-373

1115, HONEY, P. J,
BA NĂM TRONG CÕI NGƯỜI TA: THREE CRITICAL YEARS FOR HANOI
PACIFIC COMMUNITY (JAPAN), JULY 1971, P754-766

1116, HONEY, P. J,
CROSS PURPOSES IN HANOI
CNA 555, NVQR 15, MAR 12, 1965

1117, HONEY, P. J,
DEMOCRATIC REPUBLIC OF VIETNAM IN 1962 /THE
NCA 460, NVQR 7, MAR 15, 1963

1118, HONEY, P. J,
INTERNAL DISORDERS, FOOD SHORTAGES, THE TWO CONSTITUTIONS
CNA 401, NVQR 2, DEC 15, 1961

1119, HONEY, P. J,
INTRODUCING THE DEMOCRATIC REPUBLIC OF VIET NAM
CNA 389, NVQR 1, SEP 15, 1961

1120, HONEY, P. J, ·
POLITICAL BATTLE IN HANOI
CNA NO, 737, DEC 13, 1968, P1-7

1121, HONEY, P. J,
POLITICAL BATTLE IN HANOI
CNA 737, NVQR 31, DEC 13, 1968

1122, HONEY, P. J,
UNDERSTANDING HANOI
CNA 595, NVQR 19, JAN 14, 1966

1123, ISOART, PAUL
INSTITUTIONS POLITIQUES DES DEUX VIETNAM /LES
REVUE JURIDIQUE ET POLITIQUE, SEP 1970, P351-386

1124, LANGER, PAUL F,
NORTH KOREA AND NORTH VIET NAM
IN: THE COMMUNIST STATES IN DISARRAY, 1965-1971
ED, BY ADAM BROMKE & TERESA RAKOWSKA-HARMSTONE
MINNEAPOLIS, U OF MINNESOTA PRESS, 1972, P267-284

1125 MAZAEV, AL'BERT G,
        GOSUDARSTVENNYI STROI DEMOKRATICHESKOI RESPUBLIKI V'ETNAM
        MOSKVA, 1963
        LC JQ815.M3 1963

1126, MAZAYEV, ALBERT G,
        STATE STRUCTURE OF THE DEMOCRATIC REPUBLIC OF VIETNAM
        MOSCOW, STATE PUBLISHING HOUSE FOR JURIDICAL LITERATURE, 1963

1127, MAZAYEV, ALBERT G,
        STATE STRUCTURE OF THE DEMOCRATIC REPUBLIC OF VIETNAM
        TRANSLATED FROM RUSSIAN
        USJPRS NO, 22, 138

1128, NGUYỄN KHẮC VIỆN
        KINH NGHIỆM VIỆT NAM VÀ NHỮNG CON ĐƯỜNG TIẾN BỘ Ở CÁC NƯỚC CHẬM TIẾN
        HÀ NỘI, SỰ THẬT, 1962, 48P

1129, PHẠM VĂN ĐỒNG
        TRONG MỘT NĂM QUA (4-1965 ĐẾN 4-1966) NHÂN DÂN TA THẮNG LỚN Ở MIỀN
        BẮC, Ở MIỀN NAM VÀ TRÊN MẶT QUỐC TẾ, (BÁO CÁO CỦA CHÍNH PHỦ DO THỦ
        TƯỚNG PHAM VAN DONG TRINH BAY TRUOC QUOC HOI KHOA III, KY HOP THU BA
        THANG 4 NAM 1966)
        HA NOI, SU THAT, 1966, 90P
        DS557 A7 P533 1966

1130, PHẠM VĂN ĐỒNG
        VINGT CINQ (25) ANNEES DE LUTTE ET D'EDIFICATION NATIONALES
        HANOI, ELE, 1970, 92P

1131, PHAN THIỆN CHÂU
        POLITICAL DEVELOPMENT IN THE DEMOCRATIC REPUBLIC OF VIET NAM:
        THE POLITICS OF SURVIVAL AND NATION-BUILDING THROUGH MASS
        MOBILIZATION
        PREPARED FOR DELIVERY AT THE 1973 ANNUAL MEETING OF THE AMERICAN
        POLITICAL SCIENCE ASSOCIATION, JUNG HOTEL, NEW ORLEANS, SEPT 4-8

1132, PIKE, DOUGLAS
        NORTH VIET NAM IN 1971
        AS JAN 1972, P16-24

1133, PIKE, DOUGLAS
        NORTH VIET NAM IN THE YEAR 1972
        AS JAN 1973, P46-59

1134, RONCO, THÉO
        VIET NAM: VINGT-CINQ ANS APRÈS /LE
        CAHIERS DU COMMUNISME, SEP 1970, P62-73

1135, SHITAREV, GERMAN I,
        SOLNTSE SOTSIALIZMA MAD KRASNOI REKOI
        MOSKVA, 1964
        LC DS557.A7S47

1136, SPINKS, CHARLES NELSON, JOHN C, DURR & STEPHEN PETERS
        NORTH VIETNAMESE REGIME: INSTITUTIONS AND PROBLEMS /THE
        WASHINGTON, AMERICAN UNIVERSITY, CENTER FOR RESEARCH IN
        SOCIAL SYSTEMS, 1969, 100P

1137, SPITZ, ALLAN
        NORTH VIETNAMESE REGIME: EXPANSION VERSUS CONSOLIDATION /THE
        ASIAN STUDIES 8:1, 1970, P25-37

1138, THAYER, CARLYLE A,
        DEMOCRATIC REPUBLIC OF VIET NAM IN 1974: THE POLITICS OF TRANSITION
        /THE
        AS, JAN 1975

1139. TÔN ĐỨC THẮNG
THỞ CHÚC MỪNG NĂM MỚI CỦA CHỦ TỊCH TÔN ĐỨC THẮNG
HT 1-1971, P1-2

1140. TRẦN NGỌC DANH
DEMOCRATIC REPUBLIC OF VIET-NAM; TWO YEARS' ACHIEVEMENT OF THE
VIET-NAM NATIONALIST GOVERNMENT
PARIS, VIETNAM INFORMATION SERVICE, 1947

1141. TRƯỜNG CHINH
KỶ NIỆM LẦN THỨ SÁU NGÀY THÀNH LẬP NƯỚC VIỆT NAM DÂN CHỦ
CỘNG HÒA
NĐ 2-9-1951

1142. U.S. JOINT PUBLICATIONS RESEARCH SERVICE
POLITICAL AND MILITARY REPORT ON NORTH VIETNAM
NEW YORK, FEB 28, 1958-
LC AS 36.U57

1143. VĂN PHONG
NHÀ NƯỚC LÀ GÌ?
HÀ NỘI, SỰ THẬT, 1956, 26P

1144. VĂN PHONG
NƯỚC VIỆT NAM; TỔ QUỐC CỦA CHÚNG TA
HÀ NỘI, SỰ THẬT, 1955, 98P

1145. VIỆT NAM DÂN CHỦ CỘNG HÒA
FLAG, ANTHEM AND EMBLEM OF THE DEMOCRATIC REPUBLIC OF VIETNAM
HANOI, FLPH, 1956

1146. VIỆT NAM DÂN CHỦ CỘNG HÒA
NƯỚC VIỆT NAM DÂN CHỦ CỘNG HÒA 25 TUỔI; 2-9-1945 - 2-9-1970
HÀ NỘI, 1970

1147. VIỆT NAM DÂN CHỦ CỘNG HÒA
PROBLÈMES VIETNAMIENS DE 1961; ÉCONOMIE, CULTURE, RÉUNIFICATION
NATIONALE (ET) RELATIONS ÉTRANGÈRES
HANOI, ELE, 1961

1148. VIỆT NAM DÂN CHỦ CỘNG HÒA
PROBLEMS FACING THE DEMOCRATIC REPUBLIC OF VIET NAM IN 1961;
ECONOMY, CULTURE, NATIONAL REUNIFICATION, FOREIGN RELATIONS /THE
HANOI, FLPH, 1961, 59P

1149. VIỆT NAM DÂN CHỦ CỘNG HÒA
TỔ CHỨC NHÀ NƯỚC VIỆT NAM DÂN CHỦ CỘNG HÒA
HÀ NỘI, SỰ THẬT, 1970

1150. VIỆT NAM DÂN CHỦ CỘNG HÒA
TWO YEARS' ACHIEVEMENT OF THE VIET NAM NATIONALIST GOVERNMENT
NP VIETNAM INFORMATION SERVICE, 111P
FILM 2584 NO 96

1151. VIỆT NAM DÂN CHỦ CỘNG HÒA, ỦY BAN KHOA HỌC NHÀ NƯỚC. TỔ LUẬT HỌC
NGHIÊN CỨU NHÀ NƯỚC VÀ PHÁP QUYỀN
TẬP 2, KỶ NIỆM 10 NĂM KÝ KẾT HIỆP NGHỊ GIỞ NE VƠ
HANOI, KHOA HỌC, 196-64, V. 2 ONLY
DS557 A7H25

1152. VŨ VĂN HOAN
APERÇU SUR LES INSTITUTIONS DE LA RÉPUBLIQUE DÉMOCRATIQUE DU VIETNAM
HANOI, ELE, 1972

3.1. Relations Between the Party and Government

1153,
CHỦ NGHĨA CỘNG SẢN VÀ NHÀ NƯỚC. (TÀI LIỆU THAM KHẢO)
HÀ NỘI, SỰ THẬT, 1963, 91P

1154, HỒ CHÍ MINH
PRESIDENT HO CHI MINH'S REPORT TO THE SPECIAL POLITICAL CONFERENCE
VIETNAM (NEW DELHI) 4, NO. 2, 7 MAY 1964, P3-8, 20; 27

1155, HỒ CHÍ MINH
REPORT TO THE FIRST SPECIAL POLITICAL CONFERENCE OF NORTH VIETNAM
CURRENT BACKGROUND NO. 730, APR 17, 1964, P1-10
DS701 U58C9*

1156, HỘI LUẬT GIA VIỆT NAM
HỒ CHỦ TỊCH TRONG SỰ NGHIỆP XÂY DỰNG NHÀ NƯỚC VÀ NỀN PHÁP
LÝ DÂN CHỦ, XÃ HỘI CHỦ NGHĨA VIỆT NAM, (NHÀ NƯỚC VÀ PHÁP LUẬT, TẬP 3)
HÀ NỘI, LAO ĐỘNG, 1971

1157, HỘI LUẬT GIA VIỆT NAM
LÊ-NIN ĐỐI VỚI VẤN ĐỀ NHÀ NƯỚC VÀ PHÁP LUẬT. (NHÀ NƯỚC VÀ PHÁP LUẬT
TẬP II)
HÀ NỘI, LAO ĐỘNG, 1971, 179P

1158, PHẠM VĂN ĐỒNG
BÁO CÁO CỦA CHÍNH PHỦ
(BÁO CÁO ĐỌC TRƯỚC KHOÁ HỢP QUỐC HỘI LẦN THỨ 6, NGAY 2-1-1957)
HÀ NỘI, SỰ THẬT, 1957, 83P

1159, PHẠM VĂN ĐỒNG
BÁO CÁO CỦA CHÍNH PHỦ DO THỦ TƯỚNG PHẠM VĂN ĐỒNG TRÌNH BÀY TẠI KỲ
HỢP THỨ BA CỦA QUỐC HỘI KHÓA BỐN
NĐ6877, 22-2-1973, P2-3

1160, PHẠM VĂN ĐỒNG
HAI MƯỜI LĂM (25) NĂM CHIẾN ĐẤU VÀ THẮNG LỢI
HÀ NỘI, SỰ THẬT, 1970, 62P

1161, PHẠM VĂN ĐỒNG
NHÀ NƯỚC DÂN CHỦ NHÂN DÂN VÀ SỰ NGHIỆP CÁCH MẠNG CHỦ NGHĨA
HÀ NỘI, SỰ THẬT, 1961, 75P
DS557 A7 P532

1162, PHẠM VĂN ĐỒNG
NHÀ NƯỚC DÂN CHỦ NHÂN DÂN VIỆT NAM
HÀ NỘI, SỰ THẬT, 1964, 207P
FILM 2584 #87

1163, U.S. EMBASSY, SAIGON, JUSPAO, NORTH VIET NAM AFFAIRS DIVISION
BASES OF POWER IN THE DRV
VDRN 107, OCT 1972, 99P

1164, U.S. EMBASSY, SAIGON, JUSPAO, NORTH VIET NAM AFFAIRS DIVISION
STRUCTURE OF POWER IN THE DRV: CONSTITUTION AND PARTY STATUTE /THE
VDRN 103, FEB 1972, 101P

3.2. Constitutional Developments

1165,
DEMOKRATICHESKAIA RESPUBLIKA V'ETNAM: KONSTITUTSIIA
ZAKONODATEL'NYE AKTY, DOKUMENTY
MOSKVA, 1955

1166,
   WORKING CLASS AND THE ELECTIONS TO THE NATIONAL ASSEMBLY /THE
   VTU, APR /JUNE 1971, P7-11

1167, ELLIOTT, DAVID W. P.
   POLITICAL EVOLUTION IN NORTH VIETNAM: A STUDY OF INSTITUTIONAL
   ADAPTATION IN COMMUNIST SYSTEMS
   PH.D. DISSERTATION
   ITHACA, N.Y., CORNELL UNIVERSITY

1168, FRANCE. DIRECTION DE LA DOCUMENTATION
   CONSTITUTION DE LA REPUBLIQUE DEMOCRATIQUE DU VIET NAM 31 DEC 1959
   NOTES ET ETUDES DOCUMENTAIRES NO. 2989, MAY 10, 1963, 16P

1169, HỘI LUẬT GIA VIỆT NAM
   HAI MƯỜI LĂM (25) NĂM XÂY DỰNG NỀN PHÁP CHẾ VIỆT NAM
   HÀ NỘI, LAO ĐỘNG, 1971, (NHÀ NƯỚC VÀ PHÁP LUẬT TẬP IV), 146P

1170, HỘI LUẬT GIA VIỆT NAM
   NHỮNG VẤN ĐỀ CƠ BẢN VỀ HIẾN PHÁP VIỆT NAM (31-12-1959)
   (NHÀ NƯỚC VÀ PHÁP LUẬT, TẬP I)
   HÀ NỘI, LAO ĐỘNG, 1971, 163P

1171, PENNIMAN, HOWARD R.
   ELECTIONS IN NORTH VIETNAM
   IN: ELECTIONS IN SOUTH VIETNAM
   WASHINGTON, AMERICAN ENTERPRISE INSTITUTE FOR PUBLIC RESEARCH,
   1972, P201-220

1172, VIỆT NAM DÂN CHỦ CỘNG HÒA
   DỰ THẢO HIẾN PHÁP SỬA ĐỔI: HIẾN PHÁP NƯỚC VIỆT NAM DÂN CHỦ CỘNG HÒA
   'PHỤ TRƯỚNG BÁO ĐỘC LẬP SỐ 406 RA NGÀY 4-4-1959'
   HANOI, 1959, 39P
   FILM 2584 NO. 64

1173, VIỆT NAM DÂN CHỦ CỘNG HÒA
   HIẾN PHÁP NƯỚC VIỆT NAM DÂN CHỦ CỘNG HÒA
   HÀ NỘI, NHÀ IN TIẾN BỘ, 1963, 63P

1174, VIỆT NAM DÂN CHỦ CỘNG HÒA
   KONSTITUTSIIA DEMOKRATICHESKOI RESPUBLIKI V'ETNAM
   HANOI, 1960

1175, VIỆT NAM DÂN CHỦ CỘNG HÒA
   CONSTITUTION DE LA RÉPUBLIQUE DÉMOCRATIQUE DU VIETNAM
   HANOI, ELE, 1960

1176, VIỆT NAM DÂN CHỦ CỘNG HÒA
   CONSTITUTION OF THE DEMOCRATIC REPUBLIC OF VIETNAM
   HANOI, FLPH, 1960

1177, VIỆT NAM DÂN CHỦ CỘNG HÒA
   CONSTITUTION OF THE DEMOCRATIC REPUBLIC OF VIETNAM
   HANOI, FLPH, 1960, 69P
   JQ 923 1960 A5

3.3. National Administration

1178,
   HANOI'S NEW TRIMMINGS
   ECONOMIST, OCT 8, 1955

1179. PHẠM VĂN ĐỒNG
ACHIEVEMENTS OF THE VIETNAMESE PEOPLE'S WAR OF RESISTANCE;
EXCERPT FROM A REPORT BY VICE PREMIER PHAM VAN DONG AT THE NATIONAL
ASSEMBLY OF THE DEMOCRATIC REPUBLIC OF VIETNAM
HANOI, FLPH, 1955, 48P
DS557A7P53 1955

1180. PHẠM VĂN ĐỒNG
BÁO CÁO CỦA CHÍNH PHỦ, (BÁO CÁO ĐỌC TRƯỚC KHÓA HỌP QUỐC HỘI LẦN
THỨ 6, NGÀY 2-1-1957)
HÀ NỘI, SỰ THẬT, 1957, 83P

1181. PHẠM VĂN ĐỒNG
HAI MƯƠI LĂM (25) NĂM CHIẾN ĐẤU VÀ THẮNG LỢI
HÀ NỘI, SỰ THẬT, 1970

1182. PHẠM VĂN ĐỒNG
MƯỜI LĂM NĂM NƯỚC VIỆT NAM DÂN CHỦ CỘNG HÒA (1945-1960)
HÀ NỘI, SỰ THẬT, 1960, 59P
DS557 A7 P535 1960

1183. PHẠM VĂN ĐỒNG
NATIONAL DAY SPEECH
VDRN NO. 83, SEP 1970, 43P

1184. PHẠM VĂN ĐỒNG
PHẤN KHỞI, TIN TƯỞNG, TIẾN LÊN GIÀNH THẮNG LỢI MỚI
HÀ NỘI, SỰ THẬT, 1972

1185. PHẠM VĂN ĐỒNG
RÉALISATIONS ET TÂCHES IMMÉDIATES; RAPPORT PRESENTÉ PAR LE
VICE-PRÉSIDENT PHẠM VĂN ĐỒNG DEVANT LA 4ÈME SESSION DE L'ASSEMBLÉE
NATIONALE
HANOI, ELE, 1955, 86P

1186. PHẠM VĂN ĐỒNG
REPORT AT NATIONAL ASSEMBLY
GLOBAL DIGEST 1, NO. 12, SEPT 1964, P161-167
D839 G56

1187. PHẠM VĂN ĐỒNG
REPORT OF PREMIER PHAM VAN DONG AT THE EIGHTH SESSION OF
NATIONAL ASSEMBLY, DEMOCRATIC REPUBLIC OF VIETNAM
NEW YORK, U.S. JPRS, 1958

1188. PHẠM VĂN ĐỒNG
TEXT OF REPORT BY NORTH VIETNAMESE PREMIER PHAM VAN DONG TO
NATIONAL ASSEMBLY ON 15 APRIL 1966
WASHINGTON, 1966

1189. VIỆT NAM DÂN CHỦ CỘNG HÒA
VẤN ĐỀ CẢI CÁCH QUY CHẾ CÔNG CHỨC CÔNG NHÂN
NHỮNG CẢI CÁCH MỚI CỦA CHÍNH PHỦ
HA NOI, TY THONG TIN HA NOI, 1950, 8P

3.4. National Assembly

1190.
PEOPLE'S NATIONAL ASSEMBLY; UNITED, ONE-MINDED AND DETERMINED TO WIN
FIRST SESSION OF THE FOURTH NATIONAL ASSEMBLY OF THE D.R.V.N.
VIET NAM, 157, 1971, P11-14

1191, HỌC TẬP
MỘT SỰ KIỆN LỚN TRONG SINH HOẠT DÂN CHỦ CỦA NƯỚC
VIỆT NAM DÂN CHỦ CỘNG HÒA (BẦU QUỐC HỘI IV)
HT 3-1971, P1-10

1192, HONEY, P. J,
ELECTIONS OF THE NATIONAL ASSEMBLY
CNA, 845, JUNE 18, 1971, P2-7

1193, TÔN ĐỨC THẮNG
LỜI PHÁT BIỂU CỦA CHỦ TỊCH TÔN ĐỨC THẮNG TẠI KỲ HỌP THỨ NHẤT CỦA
QUỐC HỘI NƯỚC VIỆT NAM DÂN CHỦ CỘNG HÒA KHÓA BỐN
HT 6-1971

1194, TRƯỜNG CHINH
DIỄN VĂN BẾ MẠC CỦA CHỦ TỊCH TRƯỜNG CHINH TẠI KỲ HỌP THỨ NHẤT CỦA
QUỐC HỘI NƯỚC VIỆT NAM DÂN CHỦ CỘNG HÒA KHÓA IV
HT 6-1971

1195, TRƯỜNG CHINH
DIỄN VĂN KHAI MẠC CỦA CHỦ TỊCH TRƯỜNG CHINH TẠI KỲ HỌP THỨ NHẤT
CỦA QUỐC HỘI NƯỚC VIỆT NAM DÂN CHỦ CỘNG HÒA KHÓA IV
HT 6-1971

1196, U.S. EMBASSY, SAIGON. JUSPAO, NORTH VIET NAM AFFAIRS DIVISION
DRV ELECTS ITS FOURTH NATIONAL ASSEMBLY /THE/
PARTS I AND II
VDRN NO. 95, JUN 1971, 174P

1197, VIỆT NAM DÂN CHỦ CỘNG HÒA
LUẬT TỔ CHỨC QUỐC HỘI NƯỚC VIỆT NAM DÂN CHỦ CỘNG HÒA
ND 2322, 28-7-1060, P3

1198, VIỆT NAM DÂN CHỦ CỘNG HÒA, QUỐC HỘI
SOME DOCUMENTS OF THE NATIONAL ASSEMBLY OF THE DEMOCRATIC REPUBLIC
OF VIETNAM; 3RD LEGISLATURE, 1ST SESSION, JUNE-JULY 1964
HANOI, FLPH, 1964
LC DS557.A7A56

1199, VIỆT NAM DÂN CHỦ CỘNG HÒA, QUỐC HỘI
TEXT OF LAW ON ELECTION OF NATIONAL ASSEMBLY DELEGATES IN
NORTH VIET NAM, APRIL 5, 1960
JPRS 3146, JAN 15 1960, 12P

1200, VIỆT NAM DÂN CHỦ CỘNG HÒA, QUỐC HỘI, KHÓA BỐN
THÔNG CÁO VỀ KỲ HỌP THỨ NHẤT CỦA QUỐC HỘI NƯỚC VIỆT NAM DÂN CHỦ
CỘNG HÒA KHÓA IV
HT 6-1971

1201, VIỆT NAM DÂN CHỦ CỘNG HÒA, QUỐC HỘI, KHÓA BỐN
THÔNG CÁO VỀ KỲ HỌP THỨ BA CỦA QUỐC HỘI NƯỚC VIỆT NAM DÂN CHỦ CỘNG
HÒA KHÓA BỐN
ND 6877, 22-2-1972, P1

3.5. Law, Justice, and the Court Systems

202, HOÀNG QUỐC VIỆT
TĂNG CƯỜNG PHÁP CHẾ XÃ HỘI CHỦ NGHĨA ĐỂ PHỤC VỤ TỐT
CÔNG TÁC QUẢN LÝ KINH TẾ
HT 11-1971, P26-37

1203, HỘI LUẬT GIA VIỆT NAM
        NHÀ NƯỚC VÀ PHÁP LUẬT, TẬP NGHIÊN CỨU PHÁP LÝ CỦA HỘI LUẬT GIA VIỆT
        NAM
        TẬP I, NHỮNG VẤN ĐỀ CƠ BẢN VỀ HIẾN PHÁP VIỆT NAM 31-12-1959
        TẬP II, LÊ-NIN ĐỐI VỚI VẤN ĐỀ NHÀ NƯỚC VÀ PHÁP LUẬT
        TẬP III, HỒ CHỦ TỊCH TRONG SỰ NGHIỆP XÂY DỰNG NHÀ NƯỚC VÀ NỀN PHÁP L
        DÂN CHỦ, XÃ HỘI CHỦ NGHĨA VIỆT NAM
        TẬP IV, 25 NĂM XÂY DỰNG NỀN PHÁP CHẾ VIỆT NAM
        HÀ NỘI, LAO ĐỘNG, 1971
        DS557 A7 N71

1204, THIERY, HUBERT
        CONDITION JURIDIQUE DU NORD VIET NAM /LA
        FRENCH YEAR BOOK OF INTERNATIONAL LAW, 1955, P169-174

1205, VIỆT NAM DÂN CHỦ CỘNG HÒA
        CRIMINAL LEGISLATION IN THE DEMOCRATIC REPUBLIC OF VIETNAM
        NEW YORK, U.S, JPRS, 1958
        LC AS36.U56 NO. 408

1206, VIỆT NAM DÂN CHỦ CỘNG HÒA
        LUẬT TỔ CHỨC TÒA ÁN NHÂN DÂN
        ND 2323, 29-7-1960, P3

3.6. Public Security, Political Dissent, and Unrest

1207,
        CANH GÁC PHÒNG GIAN,
        HÀ ĐÔNG, HÀ ĐÔNG GIẾT GIẶC, 1950, 27P
        FILM 2584 NO, 8
1208,
        MYTH OF THE MYTH OF THE BLOODBATH
        NATIONAL REVIEW, MAR 16, 1973, P299*

1209, BÙI ANH TUẤN
        MẦM BIẾN ĐỘNG Ở BẮC VIỆT? CHÍNH LUẬN
        SAIGON, NGHIÊN CỨU CHÍNH TRỊ, V, 4 APR, 1957, 23P
        DS557 A7B89*

1210, LÊ TRI KỶ, ET AL,
        CON ĐƯỜNG NGUY HIỂM, TRUYỆN NGẮN
        HÀ NỘI, CÔNG AN NHÂN DÂN, 1962, 87P

1211, MITGANG, H
        BLOODBATH: FINDINGS OF REPORT BY ASIAN SCHOLARS AT CORNELL
        NATION, OCT 30, 1972, P388-9

1212, PHẠM KIỆT, THIẾU TƯỚNG, CHÍNH UY LỰC LƯỢNG CÔNG AN NHÂN DÂN VŨ TRANG
        CÔNG AN PHẢI HÒA LÀM MỘT VỚI DÂN
        ND 6886, 3-3-1973, P2

1213, SOUTHEAST ASIA TREATY ORGANIZATION
        DISCONTENT IN NORTH VIETNAM
        BANGKOK, SEATO, 1958?, 8P
        PAM DS VIETNAM 84

1214, TONG, ANDRÉ
        DISSENSION ET MALAISES EN REPUBLIQUE DÉMOCRATIQUE DU VIETNAM
        L'EST ET L'OUEST, MAY 16-31, 1966, P20-23

1215, TRẦN QUỐC HOÀN,
        ĐẤU TRANH CHỐNG PHẢN CÁCH MẠNG LÀ SỰ NGHIỆP CỦA QUẦN CHÚNG
        DƯỚI SỰ LÃNH ĐẠO CỦA ĐẢNG
        HT 5-1972, P11-17

1216. TRẦN QUỐC HOAN
NẮM VỮNG ĐƯỜNG LỐI CỦA ĐẢNG TRONG CUỘC ĐẤU TRANH CHỐNG PHẢN CÁCH
MẠNG, QUYẾT TÂM BẢO VỆ AN NINH CỦA TỔ QUỐC VÀ HẠNH PHÚC CỦA NHÂN DÂN
HT 195, 3=1972, P11=22

1217. U.S. EMBASSY, SAIGON, JUSPAO, NORTH VIET NAM AFFAIRS DIVISION
COMMUNIST SECURITY FORCES IN VIET NAM
VDRN NO. 90, FEB 1971, 77P

1218. U.S. EMBASSY, SAIGON, JUSPAO, NORTH VIET NAM AFFAIRS DIVISION
DEFEND ORDER AND SECURITY;
A NORTH VIETNAMESE DECREE ON THE PUNISHMENT OF COUNTERREVOLUTIONARIES
VDRN NO. 26, APR 1968, 8P

1219. U.S. SENATE, COMMITTEE ON THE JUDICIARY
HUMAN COST OF COMMUNISM IN VIET NAM /THE
II. THE MYTH OF NO BLOODBATH
WASHINGTON, USGPO, 1973, 55P

1220. VIỆT NAM CỘNG HÒA
PHONG TRÀO TY NẠN CỘNG SẢN 1965
SAIGON, 1956, 32P, ILLUS, DIAGRS
DS557 A5A225 V. 5A

3.7. Regional, Provincial, Municipal, and Local Administration

1221. FALL, BERNARD B.
LOCAL ADMINISTRATION UNDER THE VIET MINH
PACIFIC AFFAIRS, MAR 1954

1222. GINSBURGS, GEORGE
LOCAL GOVERNMENT AND ADMINISTRATION IN THE DEMOCRATIC REPUBLIC
OF VIETNAM SINCE 1954 (PART I)
CHINA QUARTERLY 12, OCT=DEC 1962, P211=230; 14, APR=JUN 1963,

1223. NGUYỄN VĂN NGỌC
TINH THẦN VÀ NỘI DUNG LUẬT TỔ CHỨC HỘI ĐỒNG NHÂN DÂN VÀ
ỦY BAN HÀNH CHỈNH CÁC CẤP
NHÀ NƯỚC VÀ PHÁP QUYỀN, 1, 1963, P59=89

1224. SILVERMAN, JERRY M. & WILLIAM S. TURLEY
LOCAL POLITICS AND ADMINISTRATION IN NORTH AND SOUTH VIET NAM
PAPER PRESENTED AT THE 26TH ANNUAL MEETING OF THE ASSOCIATION FOR
ASIAN STUDIES, BOSTON, APRIL 3, 1974, 113+8P

1225. TỐ HỮU
NÂNG CAO CHẤT LƯỢNG LÃNH ĐẠO CỦA CÁC HUYỆN ỦY
HT 139, 8=1967

1226. TỐ HỮU
NHIỆM VỤ, PHƯƠNG CHÂM XÂY DỰNG ĐẢNG VÀ VẤN ĐỀ TĂNG CƯỜNG
SỨC CHIẾN ĐẤU, NÂNG LỰC LÃNH ĐẠO CỦA CÁC HUYỆN ỦY
TUYÊN HUẤN, 9=1967

1227. TURLEY, WILLIAM S.
ESTABLISHMENT OF LOCAL AUTHORITY UNDER THE DEMOCRATIC REPUBLIC
OF VIET NAM /THE
BOSTON, ASSOCIATION FOR ASIAN STUDIES ANNUAL MEETING, 3 APRIL 1974

1228. VIỆT NAM DÂN CHỦ CỘNG HÒA
LAW ON THE ORGANIZATION OF PEOPLE'S COUNCIL AND ADMINISTRATIVE
COMMITTEES OF ALL ECHELONS
WASHINGTON, U.S. JPRS, 1962

1229, VIỆT NAM DÂN CHỦ CỘNG HÒA
       LUẬT TỔ CHỨC HỘI ĐỒNG NHÂN DÂN VÀ ỦY BAN HÀNH CHÍNH CÁC CẤP
       ND 3152, 11-11-1962, P2-3

1230, VIỆT NAM DÂN CHỦ CỘNG HÒA
       PHÁP LỆNH QUY ĐỊNH MỘT SỐ ĐIỂM VỀ BẦU CỬ VÀ TỔ CHỨC HỘI ĐỒNG
       NHÂN DÂN VÀ ỦY BAN HÀNH CHÍNH CÁC CẤP TRONG THỜI CHIẾN
       ND 2115, 13-4-1967, P1, 4

1231, VIỆT NAM DÂN CHỦ CỘNG HÒA
       PHÁP LỆNH VỀ VIỆC BẦU CỬ HỘI ĐỒNG NHÂN DÂN CÁC CẤP
       ND 2502, 24-1-1961, P3

1232, VIỆT NAM DÂN CHỦ CỘNG HÒA
       SẮC LUẬT SỐ 004-SLT NGÀY 20-7-1957 VỀ BẦU CỬ HỘI ĐỒNG NHÂN
       DÂN VÀ ỦY BAN HÀNH CHÍNH CÁC CẤP
       ND 1304, 1305, 1307 & 1308; 4, 5, 7 & 8-10-1957, P2

1233, VIỆT NAM DÂN CHỦ CỘNG HÒA, THỦ TƯỚNG CHÍNH PHỦ
       THỦ TƯỚNG CHÍNH PHỦ RA CHỈ THỊ VỀ VIỆC BẦU CỬ HỘI ĐỒNG NHÂN DÂN HUYỆN
       XÃ VÀ CÁC CẤP TƯƠNG ĐƯỜNG, 3-3-31973
       ND 6889, 6-3-1973, P1

1234, VIỆT NAM DÂN CHỦ CỘNG HÒA, THỦ TƯỚNG CHÍNH PHỦ
       THỦ TƯỚNG CHÍNH PHỦ RA CHỈ THỊ VỀ VIỆC BẦU CỬ HỘI ĐỒNG NHÂN DÂN HUYỆN
       XÃ VÀ CÁC CẤP TƯƠNG ĐƯỜNG, 3-3-31973
       ND 6889, 6-3-1973, P1

4. THE VIET NAM WORKERS' PARTY

4.0. General Works on the Party and Communist Ideology

1235,
CHỦ NGHĨA CỘNG SẢN
N/P, SỰ THẬT, 1950, 23P, (LOẠI SÁCH PHỔ THÔNG)
FILM 2584 NO, 43

1236,
CHỦ NGHĨA ĐẾ QUỐC KẺ THÙ CỦA GIAI CẤP CÔNG NHÂN VÀ CỦA CÁC DÂN TỘC
HANOI, SỰ THẬT, 1970, 41P
JC359 G55

1237,
CHỦ NGHĨA DUY VẬT LỊCH SỬ; MÁC, ĂNG-GHEN VÀ LÊNIN
HANOI, SỰ THẬT, 1963, 366P
B809.8 C56

1238,
CHỦ NGHĨA MÁC - LÊ-NIN; BÀN VỀ LỊCH SỬ.
HÀ NỘI, SỬ HỌC, 1963, V, I 292P, V, II 557P

1239,
CHỦ NGHĨA TỰ DO VÀ CHỦ NGHĨA CỘNG SẢN
SAIGON, LÊ VĂN TÂN, 1960, 36P

1240,
ĐẶC ĐIỂM GIAI ĐOẠN MỚI CỦA CUỘC KHỦNG HOẢNG TƯ BẢN CHỦ NGHĨA
HÀ NỘI, SỰ THẬT, 1961, 67P

1241,
ĐỜI HOẠT ĐỘNG CÁCH MẠNG CỦA LÊ-NIN VĨ ĐẠI
HÀ NỘI, SỰ THẬT, 1971

1242,
LÝ TƯỞNG CỘNG SẢN,
SAIGON, THÀNH HỘI NGHIÊN CỨU CHỦ NGHĨA CÁC MÁC, 1949, 23P
FILM 2584 NO, 35

1243,
NGHIÊN CỨU CHỦ NGHĨA MAC-LE-NIN MỘT CÁCH SÁNG TẠO
XÃ LUẬN CỦA BÁO 'NGƯỜI BON-SE-VICH' SỐ 14 NĂM 1954. HOÀNG TRÍ DỊCH
HÀ NỘI, SỰ THẬT, 1955, 40P

1244,
NGHIÊN CỨU CHỦ NGHĨA MAC-LENIN MỘT CÁCH SÁNG TẠO. HOÀNG TRÍ DỊCH
HÀ NỘI, SỰ THẬT, 1955, 39P

1245,
VÀI ĐIỀU THƯỜNG THỨC VỀ CHỦ NGHĨA CỘNG SẢN
RACE DOC. 1036, CA, 1960

1246,
VAI TRÒ CỦA QUẦN CHÚNG NHÂN DÂN VÀ CỦA CÁ NHÂN TRONG LỊCH SỬ
HÀ NỘI, SỰ THẬT, 1961, 36P

1247,
VỀ NHỮNG QUY LUẬT RA ĐỜI VÀ PHÁT TRIỂN CỦA XÃ HỘI CHỦ NGHĨA, TẬP I-II
HÀ NỘI, SỰ THẬT, 1963

1248,
VỀ XÃ HỘI CỘNG SẢN CHỦ NGHĨA. (LOẠI SÁCH PHỔ THÔNG VỀ CHỦ NGHĨA
XÃ HỘI KHOA HỌC)
HÀ NỘI, SỰ THẬT, 1961, 36P

1249, ANDERSSON, KENTH-AKE
REVOLUTIONAR MARXISM KONTRA STALINISM I VIETNAM-RORELSEN
ETT SVAR TILL TROTSKISMEN, FRONTERNA OCH VIETNAM-RORELSEN
UTG, AV UPPSALA FNL-GRUPP
MOLNDAL, PARTISAN, 1971, 55P

1250, ĐẢNG CỘNG SẢN ĐÔNG DƯƠNG
CỘNG SẢN SƠ GIẢI, LOẠI SÁCH MÁC-XIT
SAIGON, HÀ HUY TẬP, 1947, 70P
FILM 2584 NO 24

1251, ĐẢNG CỘNG SẢN ĐÔNG DƯƠNG
CỘNG SẢN SỐ GIẢI, LOẠI SÁCH MAC-XIT
SAIGON, HÀ HUY TẬP, 1947, 70P
FILM 2584 NO 24

1252, ĐẢNG LAO ĐỘNG VIỆT NAM
PLATFORM OF THE VIET NAM LAO DONG PARTY
PEOPLE'S CHINA, V.3, NO.9, MAY 1, 1951, SUPPLEMENT

1253, ĐẢNG LAO ĐỘNG VIỆT NAM, BAN CHẤP HÀNH TRUNG ƯỜNG
THÔNG CÁO VỀ HỘI NGHỊ LẦN THỨ 19 BAN CHẤP HÀNH TRUNG
ƯỜNG ĐẢNG LAO ĐỘNG VIỆT NAM
HT 2-1971, P1-5

1254, ĐẢNG LAO ĐỘNG VIỆT NAM, BAN NGHIÊN CỨU LỊCH SỬ ĐẢNG
BỐN MƯỜI NĂM HOẠT ĐỘNG CỦA ĐẢNG
HANOI, SỰ THẬT, 1971, 133P
JQ929 A80194

1255, ĐẢNG LAO ĐỘNG VIỆT NAM, BAN TUYÊN GIÁO TRUNG ƯỜNG, VỤ HUẤN HỌC
CHỦ NGHĨA DUY VẬT LỊCH SỬ, CHƯƠNG TRÌNH TRUNG CẤP
HÀ NỘI, SỰ THẬT, 1964, 178P

1256, DIMITROV, G,
BÁO CÁO TẠI ĐẠI HỘI LẦN THỨ VII QUỐC TẾ CỘNG SẢN, IN LẦN THỨ HAI
HÀ NỘI, SỰ THẬT, 1972

1257, ENGELS, FRIEDRICH
BIỆN CHỨNG CỦA TỰ NHIÊN
HÀ NỘI, SỰ THẬT, 1972

1258, ENGELS, FRIEDRICH
CHỐNG DUY-RINH
HÀ NỘI, SỰ THẬT, 1972

1259, ENGELS, FRIEDRICH
NGUỒN GỐC CỦA GIA ĐÌNH, CỦA CHẾ ĐỘ TƯ HỮU VÀ CỦA NHÀ NƯỚC
CỦA F, ANG GHEN
HANOI, SỰ THẬT, 1961, 287P
HQ504 E57 1961

1260, ENGELS, FRIEDRICH
NGUỒN GỐC CỦA GIA ĐÌNH, CỦA CHẾ ĐỘ TƯ HỮU VÀ CỦA NHÀ NƯỚC
HÀ NỘI, SỰ THẬT, 1972

1261, ENGELS, FRIEDRICH
NHỮNG BÀI NGHIÊN CỨU VỀ BỘ 'TƯ BẢN', ANG-GHEN
HÀ NỘI, SỰ THẬT, 1963P

1262, ENGELS, FRIEDRICH
PHÉP BIỆN CHỨNG CỦA TỰ NHIÊN
HA NOI, SU THAT, 1963, 512P

1263, ENGELS, FRIEDRICH
TÌNH CẢNH GIAI CẤP CỘNG NHÂN ANH, CĂN CỨ VÀO SỰ QUAN SÁT CỦA BẢN
THÂN VÀ NHỮNG TÀI LIỆU XÁC THỰC, TAP I
HA NOI, SU HOC, 1962, 241P

1264, HÀN LÂM KHOA HỌC LIÊN-XO
NGUYÊN LÝ TRIẾT HỌC MÁC-XÍT, PHẦN THỨ HAI: CHỦ NGHĨA DUY VẬT LỊCH SỬ
XUẤT BẢN LẦN THỨ BA
HÀ NỘI, SỰ THẬT, 1962, 523P

1265, HỒ CHÍ MINH
MÃI MÃI ĐI THEO CON ĐƯỜNG CỦA LE-NIN VĨ ĐẠI
HÀ NỘI, SỰ THẬT, 1971

1266, HỒ CHÍ MINH
       NHỮNG LỜI KÊU GỌI CỦA HỒ CHỦ TỊCH
       HANOI, SỰ THẬT, 1956
       DS557 A7H695

1267, HỒ CHÍ MINH
       SELECTED WORKS, V, I-IV
       HANOI, FLPH, 1960-1962

1268, HỒ CHÍ MINH
       TUYỂN TẬP
       HANOI, SỰ THẬT, 1960, 815P
       DS557 A7H699

1269, HỒ CHÍ MINH
       VIETNAMESE REVOLUTION /THE
       NEW TIMES, SEP 8, 1965, P3-5

1270, HOÀNG HUẤN
       CHỦ NGHĨA ANH HÙNG CÁCH MẠNG CỘNG SẢN
       VÀ TRƯỜNG HỢP NGUYỄN VĂN BÉ
       SAIGON, TÁC GIẢ XUẤT BẢN, 1967, 134P
       DS557 A7H71

1271, HONEY, P. J.
       NORTH VIET NAM'S MODEL OF STRATEGY AND TACTICS FOR REVOLUTION
       STUDIES ON THE SOVIET UNION, 6:2, 1966, P8-28

1272, KOMMUNIST
       PHÁT HUY DÂN CHỦ TRONG ĐẢNG LÀ ĐIỀU KIỆN QUAN TRỌNG NHẤT ĐỂ
       NÂNG CAO TÍNH TÍCH CỰC CỦA ĐẢNG VIÊN CỘNG SẢN
       XÃ LUẬN TẠP CHÍ "NGƯỜI CỘNG SẢN", THÁNG 12 NĂM 1954
       (SỐ 12, NĂM 1954, XUẤT BẢN Ở MAC TƯ KHOA)
       HANOI, SỰ THẬT, 1956, 29P
       FILM 2584 NO, 60

1273, LÊ DUẨN
       EN AVANT SOUS LE GLORIEUX DRAPEAU DE LA REVOLUTION D'OCTOBRE
       HANOI, ELE, 1967, 67P

1274, LÊ DUẨN
       FORWARD UNDER THE GLORIOUS BANNER OF THE OCTOBER REVOLUTION
       HEAD TITLE: ON THE OCCASION OF THE 50TH ANNIVERSARY OF THE OCTOBER
       REVOLUTION
       HANOI, FLPH, 1967, 62P

1275, LÊ DUẨN
       HĂNG HÁI TIẾN LÊN DƯỚI NGỌN CỜ VĨ ĐẠI CỦA CÁCH MẠNG THÁNG MƯỜI
       HÀ NỘI, SỰ THẬT, 1971

1276, LÊ NGỌC
       CÔNG XÃ PẠ-RI VÀ HỌC THUYẾT VỀ CÁCH MẠNG VÔ SẢN VÀ
       CHUYÊN CHÍNH VÔ SẢN
       HT 3-1971, P43-53

1277, LENIN, V. I,
       BÀN VỀ DÂN CHỦ VÔ SẢN
       HÀ NỘI, SỰ THẬT, 1972

1278, LENIN, V. I,
       BÀN VỀ NGOẠI THƯƠNG CỦA NHÀ NƯỚC XÃ HỘI CHỦ NGHĨA
       HÀ NỘI, SỰ THẬT, 1963, 137P

1279, LENIN, V. I,
       BÀN VỀ PHÁP CHẾ XÃ HỘI CHỦ NGHĨA
       HÀ NỘI, SỰ THẬT, 1971

1280. LENIN, V. I.
      BÀN VỀ PHONG TRÀO GIẢI PHÓNG DÂN TỘC
      HÀ NỘI, SỰ THẬT, 1964, 47P

1281. LENIN, V. I.
      BÁO CÁO VỀ CÁCH MẠNG 1905
      HÀ NỘI, SỰ THẬT, 1958, 31P

1282. LENIN, V. I.
      BÚT KÝ TRIẾT HỌC CỦA V. LENIN.
      (TRANSLATION OF "FILOSOFKIE TETRADI")
      HANOI, SU THAT, 1963, 584P
      DK254 L56F4 1963

1283. LENIN, V. I.
      CHỦ NGHĨA DUY VẬT VÀ CHỦ NGHĨA KINH NGHIỆM PHÊ PHÁN.
      BÚT KÝ PHÊ PHÁN, MỘT TRIẾT HỌC PHẢN ĐỘNG CỦA V. LENIN.
      (TRANSLATION OF "MATERIALIZM I EMPIRIOKRITITSIZM)
      HANOI, SỰ THẬT, 1960, 624P
      B809.8 L56 1960

1284. LENIN, V. I.
      CHỦ NGHĨA XÃ HỘI VÀ QUYỀN DÂN TỘC TỰ QUYẾT. (ĐỀ CƯƠNG)
      HÀ NỘI, SỰ THẬT, 1962, 24P

1285. LENIN, V. I.
      HAI SÁCH LƯỢC CỦA ĐẢNG XÃ HỘI DÂN CHỦ TRONG CÁCH MẠNG DÂN CHỦ.
      THANH SƠN DỊCH
      HÀ NỘI, SỰ THẬT, 1951, 253P

1286. LENIN, V. I.
      LÊ-NIN TOÀN TẬP (35 TẬP)
      HÀ NỘI, SỰ THẬT, 1974

1287. LENIN, V. I.
      NHÀ NƯỚC VÀ CÁCH MẠNG
      HÀ NỘI, SỰ THẬT, 1956, 169P

1288. LENIN, V. I.
      NHỮNG BÀI HỌC CỦA CÔNG XÃ, KỶ NIỆM CÔNG XÃ
      HÀ NỘI, SỰ THẬT, 1971

1289. LENIN, V. I.
      NHỮNG QUY LUẬT PHÁT SINH VÀ PHÁT TRIỂN CỦA CHỦ NGHĨA XÃ HỘI
      VÀ CHỦ NGHĨA CỘNG SẢN
      HÀ NỘI, SỰ THẬT, 1962, 814P

1290. LENIN, V. I.
      PHO-RI-ĐƠ-RICH ANG-GHEN (FRIEDRICH ENGELS)
      HA NOI, SU THAT, 1972

1291. LENIN, V. I.
      TAI HỌA SẮP ĐẾN VÀ NHỮNG PHƯƠNG PHÁP ĐỂ NGĂN NGỪA TAI HỌA ĐÓ
      HÀ NỘI, SỰ THẬT, 1958, 75P

1292. LENIN, V. I.
      TÀI LIỆU VỀ VIỆC SỬA ĐỔI CƯƠNG LĨNH CỦA ĐẢNG
      HA NỘI, SỰ THẬT, 1963, 33P

1293. LENIN, V. I.
      TÌNH HÌNH TRONG VÀ NGOÀI NƯỚC VÀ NHIỆM VỤ CỦA ĐẢNG
      HÀ NỘI, SỰ THẬT, 1963, 29P

1294. LENIN, V. I.
      V. LENIN TOÀN TẬP, TẬP 1-26
      HÀ NỘI, SỰ THẬT, 1963, CA. 15,600P

1295, LENIN, V. I,
        VAI TRÒ VÀ NHIỆM VỤ CÔNG ĐOÀN TRONG ĐIỀU KIỆN CỦA
        CHÍNH SÁCH KINH TẾ MỚI
        HÀ NỘI, SỰ THẬT, 1956, 22P

1296, LENIN, V. I,
        VẤN ĐỀ XÃ HỘI HỌC, QUYỂN THỨ HAI,
        CÁCH MẠNG VÔ SẢN VÀ TÊN PẢN BỘI KOT-KY
        BERLIN, ORIENT-VERLAG, 1932, 113P
        FILM 2584, NO, 21

1297, LENIN, V. I,
        VỀ CÁCH MẠNG XÃ HỘI CHỦ NGHĨA VÀ XÂY DỰNG CHỦ NGHĨA XÃ HỘI
        HÀ NỘI, SỰ THẬT, 1971

1298, LENIN, V. I,
        VỀ CHỦ NGHĨA XÉT LẠI, GỒM CÁC BÀI CƯƠNG LĨNH CỦA CHÚNG TA,
        CHỦ NGHĨA MÁC VÀ CHỦ NGHĨA XÉT LẠI
        HÀ NỘI, SỰ THẬT, 1958, 37P

1299, LENIN, V. I,
        VỀ LIÊN MINH CÔNG NÔNG
        HÀ NỘI, SỰ THẬT, 1963, 822P

1300, LENIN, V. I,
        VO-LA-DI-MIA I-LICH LENIN, TIỀU SỬ
        HA NOI, SU THAT, 1963, 649P

1301, LENIN, V. I, & IOSIF STALIN
        VẤN ĐỀ CÁN BỘ TRONG THỜI KỲ XÂY DỰNG CHỦ NGHĨA XÃ HỘI
        HÀ NỘI, SỰ THẬT, 1974

1302, LEONTIEV, ALEXEI
        LỊCH SỬ TIẾN HÓA NHÂN LOẠI,
        DỊCH GIẢI HOÀI NHÂN VÀ HOÀNG LINH, SÁCH MÁC-XÍT
        N/P, SỬ THẬT, 1951, 145P

1303, LIU SHAO-CHI,
        VỀ VIỆC SỬA ĐỔI ĐIỀU LỆ ĐẢNG, XUẤT BẢN LẦN THỨ HAI
        HÀ NỘI, SỰ THẬT, 1957, 167P

1304, MAI THẾ CHÂU
        FREEDOM MOVEMENT IN VIET NAM
        NEW DELHI, INDIAN COUNCIL OF WORLD AFFAIRS, ASIAN RELATIONS
        CONFERENCE, MAR-APR 1947

1305, MAO TSE-TUNG
        BÀN VỀ MÂU THUẪN CỦA MAO TRẠCH ĐÔNG, IN LẦN 7,
        HANOI, SỰ THẬT, 1962, 59P
        B829.8 M29M3 1962

1306, MAO TSE-TUNG
        CHỈNH ĐỐN HỌC PHONG, ĐẢNG PHONG, VĂN PHONG
        HÀ NỘI, SỰ THẬT, 1957, 112P

1307, MAO TSE-TUNG
        HỌC TẬP VÀ THỜI CUỘC, PHỤ LỤC, QUYẾT NGHỊ VỀ MỘT VÀI VẤN ĐỀ LỊCH SỬ
        HÀ NỘI, SU THAT, 1957, 112P

1308, MAO TSE-TUNG
        LỜI RA MẮT CỦA NỘI SAN "NGƯỜI CỘNG SẢN"
        HA NOI, SU THAT, 1957, 23P

1309, MAO TSE-TUNG
        MAO TRẠCH-ĐÔNG TUYỂN TẬP,
        HA NOI, SU THAT, 1958

1310. MAO TSE-TUNG
       VÀI VẤN ĐỀ VỀ PHƯƠNG PHÁP LÃNH ĐẠO. (IN LẦN THỨ HAI)
       HÀ NỘI, SỰ THẬT, 1957, 10P

1311. MAO TSE-TUNG
       VỀ VẤN ĐỀ GIẢI QUYẾT ĐÚNG ĐẮN NHỮNG MÂU THUẪN TRONG NỘI BỘ NHÂN DÂN,
       XUẤT BẢN LẦN THỨ HAI
       HÀ NỘI, SỰ THẬT, 1958, 56P

1312. MARX, KARL
       GÓP PHẦN PHÊ PHÁN CHÍNH TRỊ KINH TẾ HỌC
       HÀ NỘI, SỰ THẬT, 1964, 315P

1313. MARX, KARL
       LAO ĐỘNG LÀM CÔNG VÀ TƯ BẢN
       HÀ NỘI, SỰ THẬT, 1959

1314. MARX, KARL
       NỘI CHIẾN Ở PHÁP 1871
       HÀ NỘI, SỰ THẬT, 1971

1315. MARX, KARL
       SỰ KHỐN CÙNG CỦA TRIẾT HỌC
       HÀ NỘI, SỰ THẬT, 1972

1316. MARX, KARL
       TƯ BẢN, PHÊ PHÁN KHOA KINH TẾ CHÍNH TRỊ
       (TRANSLATION OF "CAPITAL; A CRITIQUE OF POLITICAL ECONOMY")
       HANOI, SỰ THẬT, 196- 62, VOL. 3, PT 2 ONLY
       HB501 M38 1962

1317. MARX, KARL & FRIEDRICH ENGELS
       C. MÁC, F. ĂNG-GHEN TUYỂN TẬP, GỒM HAI TẬP
       HANOI, SỰ THẬT, 1962, 2 V, PORTS
       HX276 M39A1 1962

1318. MARX, KARL & FRIEDRICH ENGELS
       MỘT SỐ THƯ VỀ CHỦ NGHĨA DUY VẬT LỊCH SỬ: C. MAC VA F. ANG GHEN
       HÀ NỘI, SỰ THẬT, 1962, 111P

1319. MARX, KARL & FRIEDRICH ENGELS
       TUYÊN NGÔN CỦA ĐẢNG CỘNG SẢN, CỦA CÁC-MAC VA PHI-ET-DO-RIT ANG-GHEN
       (LOẠI SÁCH VÔ SẢN)
       SAIGON, ĐẢNG XÃ HỘI S.F.I.O., 1947, XI; 13-30, 35-62P
       FILM 2584 NO. 26

1320. MARX, KARL, ET AL.
       BÀN VỀ PHÂN PHỐI
       C. MAC, F. ANG-GHEN, V. LÊ-NIN, J. STA-LIN
       HÀ NỘI, SỰ THẬT, 1974

1321. MARX, KARL, ET AL.
       CHỦ NGHĨA DUY VẬT LỊCH SỬ: MAC, ANG-GHEN, LE-NIN
       HÀ NỘI, SỰ THẬT, 1963, 367P

1322. MARX, KARL, FRIEDRICH ENGELS & V. I. LENIN
       BÀN VỀ GIAO THÔNG VÀ VẬN TẢI: C. MAC, F. ANG-GHEN, V. LEN-NIN
       HÀ NỘI, SỰ THẬT, 1963, 93P

1323. MINH TRANH
       CHÚNG RUN SỢ TRƯỚC ẢNH HƯỞNG CỦA CÁCH MẠNG THÁNG MƯỜI TỚI VIỆT NAM
       HANOI, SỰ THẬT, 1958, 56P
       PAMPHLET DS VIETNAM 62

1324. NGUYỄN ĐỨC BÌNH
       CHÂN LÝ LÀ CỤ THỂ, CÁCH MẠNG LÀ SÁNG TẠO
       HT 2-1971, P46-59

1325. NGUYỄN VĂN CAN
      CỘNG SẢN LÀ GÌ?. TẬP I. MẤY ĐIỀU ĐẠI CƯỜNG VỀ CHỦ NGHĨA MÁC-XÍT
      SÀIGON?. TRÍ ĐỨC THƯ XÃ. 1954. 48P

1326. NGUYỄN VĂN CỪ
      TỰ CHỈ TRÍCH (1939)
      (CỦA) TRÍ CƯỜNG NGUYỄN VĂN CỪ. TỔNG BÍ THƯ ĐẰNG CỘNG SẢN ĐÔNG DƯỜNG
      N/A

1327. NORMAND, MARJORIE W.
      PARTY SYSTEM IN NORTH VIETNAM
      JOURNAL OF SOUTH-EAST ASIAN HISTORY. MAR 1967. P68-82

1328. PHẠM HÙNG
      RELY ON OUR OWN EFFORTS TO BUILD SOCIALISM WITH INDUSTRY AND THRIFT
      AND TO ACHIEVE THE PEACEFUL REUNIFICATION OF THE MOTHERLAND
      GLOBAL DIGEST 1. NO. 11. AUG 1964. P103-108

1329. PHẠM NHƯ CƯỜNG
      VỀ SỰ THOÁI HOÁ VÀ PHẢN BỘI CỦA PHẦN TỬ XÉT LẠI GA-RÔ-ĐI
      HT 4-1971. P40-53

1330. PHẠM THANH
      "CHỐNG DUY RINH". MỘT TÁC PHẨM KẾT HỢP TINH THẦN CÁCH
      MẠNG TRIỆT ĐỂ VỚI TÍNH KHOA HỌC NGHIÊM TÚC
      HT 11-1971. P57-65

1331. PHAN NGỌC LIÊN & NGUYỄN VĂN DỤC
      CÔNG XÃ PA-RI VỚI CÁCH MẠNG VIỆT NAM
      NCLS 137. 384-1971. P4-17

1332. QUANG ĐẠM
      CHÂN LÝ SÁNG NGỜI CỦA THỜI ĐẠI
      HT 9-1972. P77-84

1333. QUỐC BẢO
      PHONG TRÀO KHẢO DUYỆT LẠI MÁC-XÍT
      SAIGON. 1959. 190P
      DS557 A7Q7I

1334. QUỐC DŨNG. ET AL.
      SINH HOẠT VÀ TƯ TƯỞNG
      HANOI. NHÀ XUẤT BẢN THANH NIÊN. 1965. 76P
      PL4385 S61

1335. SACKS, MILTON
      STRATEGY OF COMMUNISM IN SOUTHEAST ASIA /THE
      PACIFIC AFFAIRS 23. SEPT 1950. P227-47

1336. STALIN. IOSIF
      BÀN VỀ VẤN ĐỀ HỌC TẬP TRONG THỜI KỲ XÂY DỰNG CHỦ NGHĨA XÃ HỘI
      HÀ NỘI. SỰ THẬT. 1972

1337. STALIN. IOSIF
      BÀN VỀ XÂY DỰNG ĐẢNG
      HA NOI. SU THẬT. 1971

1338. STALIN. IOSIF
      CHỦ NGHĨA DUY VẬT BIỆN CHỨNG VÀ CHỦ NGHĨA DUY VẬT LỊCH SỬ
      IN LẦN THỨ SÁU
      HÀ NỘI. SỰ THẬT. 1972

1339. STALIN. IOSIF
      DUY VẬT BIỆN CHỨNG VÀ DUY VẬT LỊCH SỬ. BẢN DỊCH CỦA HOÀNG PHỤC
      HÀ NỘI. NHÂN DÂN LAO ĐỘNG. 1955. 64P

1340, STALIN, IOSIF
      HAI CON ĐƯỜNG
      (LOẠI LUẬN VĂN QUÂN SỰ CHỌN LỌC)
      HANOI, QUÂN ĐỘI NHÂN DÂN, 1965, 47P
      DS267 S78

1341, STALIN, IOSIF
      VẤN ĐỀ DÂN TỘC VÀ THUỘC ĐỊA
      HÀ NỘI, SỰ THẬT, 1962

1342, TRƯỜNG CHINH
      LÊ-NIN VĨ ĐẠI SỐNG MÃI TRONG SỰ NGHIỆP CHÚNG TA
      HÀ NỘI, SỰ THẬT, 1971

1343, TRƯỜNG CHINH
      MARCH AHEAD UNDER THE PARTY'S BANNER
      HANOI, FLPH, 1963, 117P

1344, TRƯỜNG CHINH
      POUR LE CENTENAIRE DE LÉNINE
      HANOI, ELE, 1971, 54P

1345, TRƯỜNG CHINH
      PRIMER FOR REVOLT; THE COMMUNIST TAKEOVER IN VIET NAM. A FACSIMILE
      EDITION OF THE AUGUST REVOLUTION AND THE RESISTANCE WILL WIN BY
      TRUONG CHINH, WITH AN INTRODUCTION AND NOTES BY BERNARD B. FALL
      NEW YORK, F. A. PRAEGER, 1963, XXII, 213P
      DS557 A5D182

1346, TRƯỜNG CHINH
      SUR LA VOIE TRACÉE PAR KARL MARX
      HANOI, ELE, 1969, 144P

1347, VĂN PHONG
      CHÚNG TA CHIẾN ĐẤU VÌ ĐỘC LẬP, THỐNG NHẤT, DÂN CHỦ HÒA BÌNH
      VIỆT NAM, SỰ THẬT, 1954, 52P
      FILM 2584 NO, 15

1348, VIỆN HÀN LÂM KHOA HỌC LIÊN-XÔ
      NGUYÊN LÝ TRIẾT HỌC MÁC-XIT
      PHẦN THỨ NHỨT: CHỦ NGHĨA DUY VẬT BIỆN CHÚNG
      HÀ NỘI, SỰ THẬT, 1962, 577P

1349, VIỆT NAM CỘNG HÒA, NHA TÂM LÝ CHIẾN
      LỊCH TRÌNH TIẾN TRIỂN CỦA LÝ THUYẾT XÃ HỘI. (LOẠI SÁCH 'HỌC TẬP')
      SÀIGON, NHA CHIẾN TRANH TÂM LÝ, 1956, 54P

1350, VIỆT NAM, QUỐC GIA
      CÔNG LÝ CỦA CỘNG SẢN, GIÁ TRỊ NHỮNG BẢN TỬ THỦ
      SAIGON, PHÒNG 5 BỘ TỔNG THAM MƯU, 1954, 24P

1351, ZOBERI, A. A.
      LENIN AND THE FREEDOM MOVEMENT IN VIETNAM
      CONTEMPORARY REVIEW, OCT 1955

4.1. Marxism-Leninism, Vietnamese-Style

1352,
      CÁCH MẠNG VIỆT NAM (ĐỀ CƯƠNG DỰ THẢO)
      CỤC CHÍNH TRỊ XUẤT BẢN, 1966, 52P
      VCD 979 V
1353,
      CHỦ NGHĨA BẰNG
      N/P, TỔ QUÂN LƯỢNG, TRUNG ĐOÀN 312, 1949, 8P
      FILM 2584 NO, 32

1354,
    MUC TIEU VA PHUONG HUONG PHAN DAU CUA TOAN DANG TOAN DAN TA
    NOI SAN HOC TAP, SO 2, NGAY 25-5-1960, P9-16, 18-28
    RACE DOC. 38
1355,
    TROUBLES OF THE LAO DONG (COMMUNIST) PARTY
    CNA, 824, DEC 11, 1970, P1-7

1356, DANG CONG SAN DONG DUONG, BAN TRUNG UONG CHAP UY
    TIENG GOI CUA DANG CONG SAN DONG DUONG
    CO VO SAN, SO DAC BIET, 21-1-1931
    IN: ND 5847, 20-4-1970, P2

1357, DANG LAO DONG VIET NAM
    COMMUNIQUE ON THE NINTH SESSION OF THE CENTRAL COMMITTEE OF THE
    VIETNAM WORKERS' PARTY
    HANOI, FLPH, 1964

1358, DANG LAO DONG VIET NAM
    DOCUMENTARY RECORD OF THE THIRD NATIONAL CONGRESS OF THE
    VIETNAM LAO DONG PARTY
    WASHINGTON, U.S, JPRS, 1961

1359, DANG LAO DONG VIET NAM
    DOCUMENTS OF THE THIRD NATIONAL CONGRESS OF THE VIET NAM
    WORKERS' PARTY, I-IV
    HANOI, FLPH, 1960

1360, DANG LAO DONG VIET NAM
    HIEU RO TINH CHAT DANG LAO DONG VIET NAM, REN LUYEN THANH NGUOI
    DANG VIEN TOT
    VCD 92 V, E, 1960

1361, DANG LAO DONG VIET NAM
    MANIFESTO AND PLATFORM OF THE VIET-NAM LAO DONG PARTY /THE
    SUPPLEMENT TO PEOPLE'S CHINA, III: 9, MAY 1, 1951
    DS 701 + P4

1362, DANG LAO DONG VIET NAM
    MANIFESTO OF THE VIET-NAM LAO DONG PARTY (FEBRUARY 1951)
    SUPPLMENT TO PEOPLE'S CHINA, MAY 1, 1951, P2-3

1363, DANG LAO DONG VIET NAM
    MUC DICH VA TON CHI DANG LAO DONG VIET NAM
    VCD 51 V, E, 68P

1364, DANG LAO DONG VIET NAM
    PLATFORM OF THE VIET-NAM LAO DONG PARTY (FEBRUARY 1951)
    SUPPLEMENT TO PEOPLE'S CHINA, MAY 1, 1951, P4-8

1365, DANG LAO DONG VIET NAM
    POLITICAL PROGRAM ADOPTED AT THE PARTY'S 2ND CONGRESS (1951)
    (EXCERPTS)
    VIET NAM COURIER 254, FEB 2, 1970, 3

1366, DANG LAO DONG VIET NAM
    THIRD NATIONAL CONGRESS OF THE VIETNAM WORKERS' PARTY
    DOCUMENTS, VOLS, I-IV
    HANOI, FLPH, 1960

1367, DANG LAO DONG VIET NAM
    VAN KIEN DANG
    TAP I. TU 27-10-1929 DEN 7-4-1935
    TAP II. TU 10-8-1935 DEN 1939
    TAP III. TU 25-1-1939 DEN 2-9-1945
    HA NOI, BAN CHAP HANH TRUNG UONG DANG, 1964

1368. ĐẢNG LAO ĐỘNG VIỆT NAM, BAN CHẤP HÀNH TRUNG ƯƠNG
        COMMUNIQUÉ DU 9È PLENUM DU COMITÉ CENTRAL DU PARTI DES
        TRAVAILLEURS DU VIET NAM
        HANOI, ELE, 1964, 24P
        JQ929 A8D181

1369. ĐẢNG LAO ĐỘNG VIỆT NAM, BAN CHẤP HÀNH TRUNG ƯƠNG
        HỘI NGHỊ TRUNG ƯƠNG ĐẢNG LẦN 15 (MỞ RỘNG)
        ND 1885, 14-5-1959

1370. ĐẢNG LAO ĐỘNG VIỆT NAM, BAN CHẤP HÀNH TRUNG ƯƠNG
        MARXISM-LENINISM WILL TRIUMPH OVER MODERN REVISIONISM;
        COMMUNIQUE ISSUED BY THE 9TH SESSION OF THE CENTRAL COMMITTEE
        OF THE VIETNAM WORKERS PARTY
        PEKING REVIEW 7, JAN 31, 1964, P14-16

1371. ĐẢNG LAO ĐỘNG VIỆT NAM, BAN CHẤP HÀNH TRUNG ƯƠNG
        NGHỊ QUYẾT CỦA HỘI NGHỊ BAN CHẤP HÀNH TRUNG ƯƠNG ĐẢNG LAO ĐỘNG
        VIỆT NAM LẦN THỨ 9 (MỞ RỘNG); 19 ĐẾN 24-4-1956
        ND 785, 27-4-1956

1372. ĐẢNG LAO ĐỘNG VIỆT NAM, BAN CHẤP HÀNH TRUNG ƯƠNG
        NHỮNG THAM LUẬN CHỦ YẾU TRƯỚC ĐẠI HỘI
        HÀ NỘI, BAN CHẤP HÀNH TRUNG ƯƠNG ĐẢNG LAO ĐỘNG, 1960, 215P

1373. ĐẢNG LAO ĐỘNG VIỆT NAM, BAN CHẤP HÀNH TRUNG ƯƠNG
        THÔNG CÁO CỦA HỘI NGHỊ LẦN THỨ 10 (MỞ RỘNG) CỦA BAN CHẤP HÀNH
        TRUNG ƯƠNG ĐẢNG LAO ĐỘNG VIỆT NAM
        ND 900, 30-10-1956

1374. ĐẢNG LAO ĐỘNG VIỆT NAM, ĐẠI HỘI ĐẠI BIỂU TOÀN QUỐC LẦN THỨ BA
        VĂN KIỆN ĐẠI HỘI
        HANOI, BAN CHẤP HÀNH TRUNG ƯƠNG ĐẢNG LAO ĐỘNG VIỆT NAM, 1960, 3V.
        FILM 2584 NO. 66A-C

1375. ĐOÀN THANH NIÊN LAO ĐỘNG VIỆT NAM, BAN TUYÊN HUẤN TRUNG ƯƠNG
        TÌM HIỂU NGHỊ QUYẾT ĐẠI HỘI ĐOÀN TOÀN QUỐC LẦN THỨ BA
        HANOI, NHÀ XUẤT BẢN THANH NIÊN, 1961, 59P
        FILM 2584 NO. 75

1376. HỒ CHÍ MINH
        BÀN VỀ CHỦ NGHĨA ANH HÙNG CÁCH MẠNG
        HANOI, QUÂN ĐỘI NHÂN DÂN, 1966

1377. HỒ CHÍ MINH
        BÁO CÁO CHÍNH TRỊ ĐỌC TẠI HỘI ĐẠI BIỂU TOÀN QUỐC LẦN THỨ NHẤT
        ĐẢNG LAO ĐỘNG VIỆT NAM
        THÁNG 2-1951, XUẤT BẢN LẦN 4
        HANOI, BAN CHẤP HÀNH TRUNG ƯƠNG, 1951? 36P
        FILM 2584 NO. 54

1378. HO CHI MINH
        BÁO CÁO TẠI HỘI NGHỊ CHÍNH TRỊ ĐẶC BIỆT (1964)
        HÀ NỘI, SỰ THẬT, 1964

1379. HỒ CHÍ MINH
        HO CHI MINH ON REVOLUTION, SELECTED WRITINGS, 1920-1966. EDITED AND
        WITH AN INTRODUCTION BY BERNARD B. FALL
        NEW YORK, PRAEGER, 1967, 389P
        LC DS557.A7H533

1380. HỒ CHÍ MINH
        LỜI HỒ CHỦ TỊCH
        HT 9-1971, P5-6

1381. HỒ CHÍ MINH
        NÂNG CAO ĐẠO ĐỨC CÁCH MẠNG QUÉT SẠCH CHỦ NGHĨA CÁ NHÂN
        HÀ NỘI, SỰ THẬT, 1969, 42P

1382, HỒ CHÍ MINH
        PHÁT HUY TINH THẦN CẦU HỌC CẦU TIẾN BỘ
        MỘT SỐ BÀI NÓI CHUYỆN CỦA HỒ CHỦ TỊCH Ở CÁC LỚP HỌC
        CHÍNH TRỊ VÀ HUẤN THỊ VỀ VẤN ĐỀ HUẤN LUYỆN VÀ HỌC TẬP
        HANOI, SỰ THẬT, 1960, 96P, ILLUS
        DS557 A7H6822 1960

1383, HỒ CHÍ MINH
        VỀ XÂY DỰNG ĐẢNG
        HÀ NỘI, SỰ THẬT, 1972

1384, HỒ CHÍ MINH
        VÌ ĐỘC LẬP TỰ DO VÌ CHỦ NGHĨA XÃ HỘI
        HANOI, SỰ THẬT, 1970, 344P, ILLUS
        DS557 A7 H6691

1385, HỒ CHÍ MINH
        BÀN VỀ CHỦ NGHĨA ANH HÙNG CÁCH MẠNG
        HANOI, QUÂN ĐỘI NHÂN DÂN, 1966

1386, HỒ CHÍ MINH (NGUYỄN)
        FOR A JUST CAUSE: A LETTER FROM VIETNAM
        NEW TIMES 49, DEC 1952, P26-28

1387, HỒ CHÍ MINH, ET AL.
        BÀN VỀ CHỦ NGHĨA ANH HÙNG CÁCH MẠNG
        HANOI, QUÂN ĐỘI NHÂN DÂN, 1966, 164P
        DS557 A7B193

1388, HOÀNG LÊ
        VỀ LIÊN MINH CÔNG NÔNG
        HT 194, 2-1972, P46-56

1389, HONEY, P. J,
        IS VIETNAMESE COMMUNISM DYING?
        CNA 815, NVQR 38, SEP 18, 1970, P1-7

1390, LÊ DUẨN
        CHỦ NGHĨA LÊ-NIN SOI SÁNG MỤC TIÊU CÁCH MẠNG CỦA THỜI ĐẠI
        HANOI, SỰ THẬT, 1970, 38P
        HX314 L43C5

1391, LÊ DUẨN
        CHỦ NGHĨA LENIN VÀ CÁCH MẠNG VIỆT NAM
        HANOI, SỰ THẬT, 1960, 44P
        HX314 L43

1392, LÊ DUẨN
        DƯỚI LÁ CỜ VẺ VANG CỦA ĐẢNG, VÌ ĐỘC LẬP, TỰ DO, VÌ CHỦ NGHĨA XÃ HỘI,
        TIẾN LÊN GIÀNH NHỮNG THẮNG LỢI MỚI
        HÀ NỘI, SỰ THẬT, 1970

1393, LÊ DUẨN
        GIAI ĐOẠN MỚI CỦA CÁCH MẠNG VÀ NHIỆM VỤ CỦA CÔNG DÂN
        BÀI PHÁT BIỂU TẠI ĐẠI HỘI CÔNG ĐOÀN VIỆT NAM LẦN THỨ BA
        HÀ NỘI, SỰ THẬT, 1974

1394, LÊ DUẨN
        GIƯƠNG CAO NGỌN CỜ CÁCH MẠNG CỦA CHỦ NGHĨA MÁC SÁNG TẠO,
        ĐƯA SỰ NGHIỆP CÁCH MẠNG CỦA CHÚNG TA ĐẾN TOÀN THẮNG
        HÀ NỘI, SỰ THẬT, 1963

1395, LÊ DUẨN
        HỌC TẬP VÀ VẬN DỤNG SÁNG TẠO CHỦ NGHĨA LÊ-NIN
        HÀ NỘI, SỰ THẬT, 1970, 106P

1396, LÊ DUẨN
    HOLD HIGH THE REVOLUTIONARY BANNER OF CREATIVE MARXISM,
    LEAD OUR REVOLUTIONARY CAUSE TO COMPLETE VICTORY
    PEKING, FOREIGN LANGUAGES PRESS, 1964, 56P
    PAM HX 82

1397, LÊ DUẨN
    MỘT VÀI ĐẶC ĐIỂM CỦA CÁCH MẠNG VIỆT NAM
    HÀ NỘI, SỰ THẬT, 1960

1398, LÊ DUẨN
    NHIỆM VỤ CÁCH MẠNG XÃ HỘI CHỦ NGHĨA Ở MIỀN BẮC VÀ CÔNG TÁC KHOA HỌC
    (HỌC TẬP, 1-1960)
    HANOI, SỰ THẬT, 1960, 27P
    FILM 2584 NO, 69

1399, LÊ DUẨN
    ON THE SOCIALIST REVOLUTION IN VIET NAM, VOLS, I-III
    WRITINGS BETWEEN 1957 AND 1962
    HANOI, FLPH, 1965-67

1400, LÊ DUẨN
    PHÁT HUY THẮNG LỢI 40 NĂM QUA, TIẾN LÊN HOÀN THÀNH NHIỆM VỤ MỚI
    HÀ NỘI, SỰ THẬT, 1970

1401, LÊ DUẨN
    PROBLEMS OF SOCIALIST CONSTRUCTION IN NORTH VIET NAM
    VCM 23, APRIL 1974, P6-7, 26-29

1402, LÊ DUẨN
    REASSESSMENT OF THE LEADERSHIP OF THE VIETNAMESE PROLETARIAT
    SPEECH DELIVERED ON THE DAY COMMEMORATING THE 12TH ANNIVERSARY
    OF THE AUGUST REVOLUTION, 1957
    IN: ON THE SOCIALIST REVOLUTION
    HANOI, FLPH, 1965, VOL, 1, P57-84

1403, LÊ DUẨN
    RÉVOLUTION VIETNAMIENNE À LA LUMIERE DU MARXISME-LÉNINISME /LA
    PARTISANS NO, 40, JAN/FEV 1968, P7-18

1404, LÊ DUẨN
    REVOLUTION VIETNAMIENNE: PROBLÈMES FONDAMENTAUX, TÂCHES ESSENTIELLES
    HANOI, ELE, 1970, 203P

1405, LÊ DUẨN
    SUR LA RÉVOLUTION SOCIALISTE AU VIET NAM (TOMES I-III)
    HANOI, ELE, 1965-67, 110+219+250P

1406, LÊ DUẨN
    SUR LA RÉVOLUTION SOCIALISTE AU VIETNAM
    HANOI, ELE, 1964
    DS557 A7L451 1964

1407, LÊ DUẨN
    UNDER THE GLORIOUS PARTY BANNER FOR INDEPENDENCE, FREEDOM AND
    SOCIALISM, LET US ADVANCE AND ACHIEVE NEW VICTORIES
    LE DUAN'S ARTICLE ON 40TH ANNIVERSARY OF INDOCHINESE COMMUNIST PARTY
    SAIGON, U.S, EMBASSY, JUSPAO, NORTH VIET NAM AFFAIRS DIVISION
    VDRN NO, 77, APR 1970, 120P

1408, LÊ DUẨN
    VỀ CÁCH MẠNG XÃ HỘI CHỦ NGHĨA Ở VIỆT NAM
    HÀ NỘI, SỰ THẬT, 1963

1409, LÊ DUẨN
    VIETNAMESE REVOLUTION /THE
    MARXISM TODAY 12, MAY 1968, P135-142

1410, LÊ DUẨN
         VIETNAMESE REVOLUTION, FUNDAMENTAL PROBLEMS, ESSENTIAL TASKS /THE
         SPEECH ON THE 40TH ANNIVERSARY OF THE VIET NAM WORKERS PARTY, 2-1970
         HANOI, FLPH, 1970, 195P

1411, LÊ DUẨN, ET AL,
         KHÔNG NGỪNG NÂNG CAO Ý CHÍ CHIẾN ĐẤU
         HÀ NỘI, QUÂN ĐỘI NHÂN DÂN, 1971, 171P

1412, LÊ ĐỨC THỌ,
         MỘT SỐ VẤN ĐỀ XÂY DỰNG ĐẢNG TRONG GIAI ĐOẠN CÁCH MẠNG
         XÃ HỘI CHỦ NGHĨA VÀ CHỐNG MỸ, CỨU NƯỚC
         HÀ NỘI, SỰ THẬT, 1967

1413, NGUYỄN CHÍ THANH
         ĐẢNG TA LÃNH ĐẠO TẠI TÌNH, CHIẾN TRANH NHÂN DÂN VÀ XÂY DỰNG
         LỰC LƯỢNG VŨ TRANG NHÂN DÂN
         HÀ NỘI, SỰ THẬT, 1970, 434P

1414, NGUYỄN KHÁNH TOÀN
         DƯỚI LÁ CỜ VĨ ĐẠI CỦA LÊ-NIN, TIẾN LÊN
         NCLS 144, 5&6-1972, P1-8

1415, NGUYỄN VINH
         ĐẢNG LAO ĐỘNG VIỆT NAM, NGƯỜI TỔ CHỨC VÀ LÃNH ĐẠO MỌI THẮNG LỢI
         CỦA CHÚNG TA
         AL T 958 PHÁT HÀNH TRONG DỊP KỶ NIỆM 30 NĂM NGÀY THÀNH LẬP ĐẢNG
         (6-1-1960)
         VCD 67, 17P

1416, NHÂN DÂN
         ĐẠI HỘI CỦA CHÚNG TA
         NỎ 1, 11-3-1951; IN CKCTT 3, P9-17

1417, TÂN TRÀO, I.E, TRƯỜNG CHINH
         NGỌN CỜ GIẢI PHÓNG
         HÀ NỘI, SỰ THẬT, 1960

1418, TRẦN HUY LIỆU
         Ý NGHĨA LỊCH SỬ CỦA ĐẠI HỘI ĐẢNG LẦN THỨ III
         NCLS 15, 6-1960, P1-3

1419, TRƯỜNG CHINH
         BÀN VỀ CÁCH MẠNG VIỆT NAM
         HANOI, BAN CHẤP HÀNH TRUNG ƯƠNG, 1956
         BÁO CÁO ĐỌC TẠI ĐẠI HỘI ĐẠI BIỂU TOÀN QUỐC THÁNG 2 NĂM 1951, IN LẦN 2
         FILM 2584 NO, 59

1420, TRƯỜNG CHINH
         CÁCH MẠNG THÁNG 10 VÀ CUỘC ĐẤU TRANH CỦA NHÂN DÂN VIỆT NAM CHO ĐỘC
         LẬP DÂN TỘC DÂN CHỦ NHÂN DÂN VÀ CHỦ NGHĨA XÃ HỘI
         HANOI, SỰ THẬT, 1957, 64P
         DS557 A5D18 1957

1421, TRƯỜNG CHINH
         CHÚNG TA ĐANG TIẾN BƯỚC TRÊN CON ĐƯỜNG CỦA CÁCH MẠNG THÁNG MƯỜI
         HÀ NỘI, SỰ THẬT, 1971

1422, TRƯỜNG CHINH
         EN AVANT SOUS LE DRAPEAU DU PARTI
         HANOI, ELE, 1965, 107P

1423, TRƯỜNG CHINH
         FORWARD ALONG THE PATH CHARTED BY K, MARX
         SPEECH ON THE 150TH BIRTHDAY OF KARL MARX, MAY 5, 1968
         HANOI, FLPH, 1969

1424, TRƯỜNG CHINH
        HOÀN THÀNH GIẢI PHÓNG DÂN TỘC, PHÁT TRIỂN DÂN CHỦ NHÂN DÂN, TIẾN TỚI
        CHỦ NGHĨA XÃ HỘI (2-1951)
        N/A

1425, TRƯỜNG CHINH
        LET US BE GRATEFUL TO KARL MARX AND FOLLOW THE PATH TRACED BY HIM
        (TRUONG CHINH SPEECH ON 150TH ANNIVERSARY OF MARX' DEATH)
        SAIGON, U.S. EMBASSY, JUSPAO, NORTH VIET NAM AFFAIRS DIVISION
        VDRN NO. 51, FEB 1969, 44P

1426, TRƯỜNG CHINH
        MỘT NĂM HOẠT ĐỘNG CỦA ĐẢNG LAO ĐỘNG VIỆT NAM
        BÁO CÁO NHÂN DỊP KỶ NIỆM LẦN THỨ NHẤT NGÀY ĐẢNG RA MẮT
        QUỐC DÂN 3-3-1952
        N/A, CITED PASSIM IN HO CHI MINH, ET AL., BÀN VỀ CHIẾN TRANH
        NHÂN DÂN VÀ LỰC LƯỢNG VŨ TRANG NHÂN DÂN

1427, TRƯỜNG CHINH
        TIẾN LÊN DƯỚI LÁ CỜ CỦA ĐẢNG
        HANOI, SỰ THẬT, 1961, 89P
        FILM 2584 NO. 74

1428, TUYÊN HUẤN
        ANALYSIS FOR PROPAGANDA CADRES OF LE DUAN'S "UNDER THE GLORIOUS PARTY
        BANNER" /AN
        SAIGON, U.S. EMBASSY, JUSPAO, NORTH VIET NAM AFFAIRS DIVISION
        VDRN SUPPLEMENT, JUN 1970, 34P

1429, U.S. EMBASSY, SAIGON, JUSPAO, NORTH VIET NAM AFFAIRS DIVISION
        VIETNAMESE COMMUNISTS OBSERVE LENIN CENTENARY;
        SPEECHES OF LE DUAN, AN NLF OFFICIAL, AND TRUONG CHINH
        VDRN NO. 79, MAY 1970, 58P

1430, VIỆT NAM DÂN CHỦ CỘNG HÒA, VIỆN SỬ HỌC VIỆT NAM
        VẤN ĐỀ ĐẢNG SỬ
        NCLS 10, 1-1960, P1-5

1431, VÕ NGUYÊN GIÁP
        KIÊN QUYẾT ĐƯA SỰ NGHIỆP CÁCH MẠNG ĐẾN TOÀN THẮNG
        HÀ NỘI, SỰ THẬT, 1972

        4.2. Leadership Structure and Recruitment

1432,
        BẢY NHIỆM VỤ CỦA ĐẢNG VIÊN
        ẤN LOÁT HOÀI SƠN ẤN HÀNH; NGÀY 8-5-1965
        VCD 852V, 14P
1433,
        CHANGES IN THE LAO DONG (COMMUNIST) PARTY
        CNA 804, JUN 12, 1970, P5-7
1434,
        COLLECTIVE LEADERSHIP
        CNA 794, MAR 13, 1970, P1-7
1435,
        TĂNG CƯỜNG CÔNG TÁC XÂY DỰNG, CỦNG CỐ ĐẢNG. CHỦ YẾU LÀ CHI BỘ,
        LÀ MỘT YÊU CẦU CẤP BÁCH HIỆN NAY
        NỘI SAN HỌC TẬP, SỐ 3, 30-8-1960, P11-19, 73-81
        RACE DOC. 38
1436,
        VẤN ĐỀ LÃNH ĐẠO CỦA ĐẢNG Ở ĐÔ THỊ (CHỈ LƯU HÀNH NỘI BỘ ĐẢNG)
        N.X.B. TIỀN PHONG, 1965, 23P
        VCD 916

1437, ***
BỒI DƯỠNG THẾ HỆ TRẺ THÀNH NHỮNG NGƯỜI KẾ TỤC MỘT CÁCH
TRUNG THÀNH VÀ XUẤT SẮC SỰ NGHIỆP CÁCH MẠNG CỦA ĐẢNG
HT 12-1971, P11-18

1438, CRITCHFIELD, RICHARD
NEW MAN IN HANOI: FIRST PARTY SECRETARY LE DUAN
NEW LEADER, SEPT, 15, 1969, P3-6

1439, ĐẢNG LAO ĐỘNG VIỆT NAM
BA TIÊU CHUẨN CĂN BẢN CỦA NGƯỜI ĐẢNG VIÊN ĐẢNG LAO ĐỘNG VIỆT NAM
VCD 278, 15P

1440, ĐẢNG LAO ĐỘNG VIỆT NAM
CONSTITUTION OF THE LAO DONG PARTY OF VIET NAM
TRANSLATION OF CAPTURED DOCUMENT PUBLISHED IN HANOI, 1963, 126P
VCD 984

1441, ĐẢNG LAO ĐỘNG VIỆT NAM, BAN CHẤP HÀNH TRUNG ƯƠNG, BỘ CHÍNH TRỊ
NGHỊ QUYẾT CỦA BỘ CHÍNH TRỊ TRUNG ƯƠNG ĐẢNG VỀ CUỘC VẬN ĐỘNG NÂNG
CAO CHẤT LƯỢNG ĐẢNG VIÊN VÀ KẾT NẠP ĐẢNG VIÊN LỚP HỒ CHÍ MINH
HT 171, 3-1970, P9-15; ND 5852, 25-4-1970, P1-2

1442, ĐẢNG LAO ĐỘNG VIỆT NAM, BAN TỔ CHỨC TRUNG ƯƠNG
MẤY VẤN ĐỀ VỀ NÂNG CAO CHẤT LƯỢNG SINH HOẠT CHI BỘ
HÀ NỘI, SỰ THẬT, 1972

1443, ĐẢNG LAO ĐỘNG VIỆT NAM, BAN TỔ CHỨC TRUNG ƯƠNG
RA SỨC NÂNG CAO CHẤT LƯỢNG SINH HOẠT CHI BỘ
HÀ NỘI, SỰ THẬT, 1972

1444, ĐẢNG LAO ĐỘNG VIỆT NAM, BỘ CHÍNH TRỊ TRUNG ƯƠNG
NGHỊ QUYẾT CỦA BỘ CHÍNH TRỊ VỀ CÔNG TÁC CÁN BỘ TRONG GIAI ĐOẠN MỚI
20-2-1973
ND 6895, 12-3-1973, P1-2

1445, ĐẢNG LAO ĐỘNG VIỆT NAM
THIRD NATIONAL CONGRESS OF THE VIET NAM WORKERS' PARTY
DOCUMENTS, VOLS I-IV
HANOI, FLPH, 1960
JQ929 A8V64 1960

1446, ĐOÀN THANH NIÊN LAO ĐỘNG VIỆT NAM
CÔNG TÁC CHI ĐOÀN (THANH NIÊN LAO ĐỘNG)
VĨNH LONG, NHÀ IN NGUYỄN VĂN THANH, 1963, 18P
VCD 193 V

1447, HÀ ĐÔNG, BAN CHẤP HÀNH TỈNH ĐẢNG BỘ
KẾ HOẠCH GIÁO DỤC VÀ KHẢO SÁT ĐẢNG VIÊN
"THEO QUYẾT NGHỊ CÁN BỘ HỘI NGHỊ TỈNH NGÀY 1, 2, 3-1-50"
HÀ ĐÔNG, 1950, 9P
FILM 2584 NO, 39

1448, HỒ CHÍ MINH
VỀ VẤN ĐỀ CÁN BỘ
HÀ NỘI, SỰ THẬT, 1974

1449, HOÀNG LÊ
LÀM TỐT CÔNG TÁC XÂY DỰNG ĐẢNG VỀ TỔ CHỨC TRONG THỜI KỲ
XÂY DỰNG CHỦ NGHĨA XÃ HỘI
HT 2-1971, P60-69

1450, HỌC TẬP
LÀM TỐT CÔNG TÁC KẾT NẠP NGƯỜI VÀO ĐẢNG
HT 194, 2-1972, P1-7

1451, HONEY, P. J,
       DIVIDED COUNSELS IN THE PARTY
       NORTH VIETNAM QUARTERLY SURVEY, NO. 11
       CHINA NEWS ANALYSIS NO. 508, MAR 13, 1964, P1-7

1452, HONEY, P. J,
       HANOI HARD PRESSED. DURABILITY OF LEADERSHIP
       CNA 834, NVQR 40, MAR 12, 1971

1453, HONEY, P. J,
       NORTH VIET NAM'S PARTY CONGRESS
       CHINA QUARTERLY, OCT-DEC 1960, P66-75

1454, HONEY, P. J,
       NORTH VIETNAMESE COMMUNIST LEADERSHIP /THE
       CNA 568, NVQR 16, JUNE 11, 1965, P5-7

1455, HONEY, P. J,
       POSITION OF THE DRV LEADERSHIP AND THE SUCCESSION TO HO CHI MINH /THE
       CHINA QUARTERLY 9, JAN-MAR 1962, P24-36

1456, HONEY, P. J,
       SPLIT IN THE PARTY
       CNA 520, NVQR 12, 1964, P4-7

1457, LÊ DUẨN
       CHUYỂN MẠNH SỰ LÃNH ĐẠO CỦA CÁC CẤP ĐẢNG, RA SỨC XÂY DỰNG
       MIỀN BẮC VỮNG MẠNH VỀ KINH TẾ VÀ QUỐC PHÒNG
       TUYÊN HUẤN 9-1965

1458, LÊ DUẨN
       MẤY VẤN ĐỀ VỀ CÁN BỘ VÀ VỀ TỔ CHỨC TRONG CÁCH MẠNG XÃ HỘI CHỦ NGHĨA
       ND 6897-8, 14&15-3-1973

1459, LÊ ĐỨC BÌNH
       KẾT HỢP ĐÚNG ĐẮN CÁN BỘ CŨ VỚI CÁN BỘ TRẺ
       HT 3-1971, P35-42

1460, MAU, M. P.
       TRAINING OF CADRES IN THE LAO DONG PARTY OF NORTH VIETNAM, 1960-1967
       ASIAN STUDIES, APR 1969, P281-96

1461, NGUYỄN LAM
       PHẤN ĐẤU VÀ RÈN LUYỆN ĐỂ TRỞ THÀNH ĐẢNG VIÊN
       HÀ NỘI, SỰ THẬT, 1960

1462, NGUYỄN NGỌC BÍCH
       NORTH VIETNAMESE ELECTIONS AND THE RISE OF TRUONG CHINH /THE
       WASHINGTON, EMBASSY OF VIET NAM, 1971, UNPUBLISHED, 21P (UNPAGED)

1463, PIKE, DOUGLAS
       OPERATIONAL CODE OF THE NORTH VIETNAMESE POLITBURO
       ASIA QUARTERLY, 1, 1971, P91-102

1464, TIẾN HẢI
       VẤN ĐỀ PHÂN CÔNG ĐẢNG VIÊN Ở MẠNH CHỮ
       HT 5-1971, P56-61

1465, TRẦN KIÊN
       MẤY KINH NGHIỆM VỀ KẾT NẠP ĐẢNG VIÊN LỚP HỒ CHÍ MINH Ở HẢI PHÒNG
       HT 9-1971, P43-50

1466, U.S. CENTRAL INTELLIGENCE AGENCY
       NORTH VIETNAMESE PARTY LEADERSHIP /THE
       WASHINGTON, 1972

1467. U.S. DEPARTMENT OF STATE, OFFICE OF EXTERNAL RESEARCH
        WHO'S WHO IN NORTH VIETNAM
        WASHINGTON, DEPT. OF STATE, 1972, 342P
        DS557 A76 A1* 1972 REF

1468. U.S. EMBASSY, SAIGON. JUSPAO, NORTH VIET NAM AFFAIRS DIVISION
        DRV CADRE POLICY IN THE "NEW PHASE"
        VDRN NO. 112, MAY 1973, 61P

1469. U.S. EMBASSY, SAIGON. JUSPAO, NORTH VIET NAM AFFAIRS DIVISION
        VWP-DRV LEADERSHIP 1960 TO 1973, PART I, THE PARTY
        PART II, THE GOVERNMENT
        VDRN NO. 114, JULY 1973, 138P

1470. ZORZA, VICTOR
        IN HANOI, THE DOVES HAVE BEATEN THE HAWKS
        MANCHESTER GUARDIAN, REPRINTED IN ATLAS, JUN 1970, P15-20

4.3. Popular Mobilization and Mass Work

1471.
        CHỈ THỊ VỀ CÔNG TÁC TUYÊN TRUYỀN Ở CHI BỘ
        N/P, BAN TUYÊN HUẤN QN DN, 1950, 27P
        FILM 2584 NO. 41

1472. CHAFFARD, GEORGE
        FROM HERE TO NOVEMBER; MORALE IN NORTH VIETNAM
        FEER, APR 11, 1968, P63-4

1473. ĐẢNG LAO ĐỘNG VIỆT NAM, BAN CHẤP HÀNH TRUNG ƯỞNG
        CENTRAL COMMITTEE OF THE PARTY OF WORKING PEOPLE OF VIETNAM
        ON INTENSIFYING MOBILIZATION WORK AMONG THE WORKING CLASS AND THE
        ACTIVITY OF TRADE UNIONS IN THE NEW CONDITIONS/THE
        INFORMATION BULLETIN (PRAGUE) NO. 1, 1968, P46-55

1474. HÀ PHƯỢNG
        HUYỆN ỦY DAN PHƯỢNG CỐ GẮNG NÂNG CAO NĂNG LỰC LÃNH ĐẠO
        CỦA CÁN BỘ CHỦ CHỐT XÃ VÀ HỢP TÁC XÃ
        HT 10-1971, P63-67

1475. HỒ CHÍ MINH
        ĐOÀN KẾT, ĐOÀN KẾT, ĐẠI ĐOÀN KẾT; THÀNH CÔNG, THÀNH CÔNG, ĐẠI THÀNH
        CÔNG
        HÀ NỘI, SỰ THẬT, 1973

1476. LÊ DUẨN
        CÁCH MANG LÀ SỰ NGHIỆP CỦA QUẦN CHÚNG
        HÀ NỘI, SỰ THẬT, 1963

1477. N. N.
        IDEOLOGICAL AND POLITICAL WORK AMONG THE PEASANTS
        VIETNAMESE STUDIES NO. 2 1964, P124-142

1478. NGUYỄN ĐÀM
        HẢI PHÒNG PHÁT HUY TRUYỀN THỐNG "TRUNG DŨNG QUYẾT THẮNG"
        HT 9-1972, P36-43

1479. NGUYỄN SĨ QUẾ
        PHÁT ĐỘNG CAO TRÀO CÁCH MẠNG CỦA QUẦN CHÚNG, TĂNG CƯỜNG XÂY DỰNG
        ĐẢNG BỘ, CẢI TIẾN PHƯƠNG THỨC CHỈ ĐẠO DO HOÀN THÀNH TỐT NHẤT NHIỆM
        VỤ TRONG TÌNH HÌNH MỚI
        HT 9-1972, P22-35

1480. U.S. INFORMATION AGENCY, VIETNAM UNIT
        HANOI LAUNCHES WAR SUPPORT DRIVE
        WASHINGTON, MARCH 25, 1966

4.4. Criticism and Self-Criticism

1481.
        BÀI HỌC PHÁT ĐỘNG PHÊ, TỰ PHÊ CỦA CHI BỘ VĂN PHÒNG
        VCD 176V, 32P
1482.
        PHẢI ĐẠT CÔNG TÁC GIÁO DỤC, CẢI TẠO TƯ TƯỞNG, NÂNG CAO TRÌNH ĐỘ
        CHÍNH TRỊ CHO CÁN BỘ, ĐẢNG VIÊN LÊN HÀNG ĐẦU TRONG TOÀN BỘ CÔNG
        TÁC XÂY DỰNG, CỦNG CỐ CHI BỘ
        NỘI SAN HỌC TẬP, SỐ 21, P14-25, 29-42
        RACE DOC. 38
1483.
        THỰC HÀNH TIẾT KIỆM VÀ CHỐNG THAM Ô LÃNG PHÍ CHỐNG BỆNH QUAN LIÊU
        VCD 239, 1952, 16P
1484.
        TƯ TƯỞNG LỆCH LẠC VÀ NHẬN THỨC SAI LẦM CẦN PHẢI ĐƯỢC UỐN NẮN
        VÀ GIẢI QUYẾT KỊP THỜI
        NỘI SAN, HỌC TẬP, SỐ 3, NGÀY 30-8-1960, P1-10, 62-72
        RACE DOC. 38

1485. ĐẢNG LAO ĐỘNG VIỆT NAM, BAN BÍ THƯ TRUNG ƯƠNG ĐẢNG
        TỔ CHỨC BÁO CÔNG, LẬP CÔNG TRONG NHÂN DÂN, TỰ PHÊ BÌNH, PHÊ BÌNH
        TRONG CÁC TỔ CHỨC ĐẢNG VÀ NHÀ NƯỚC
        NĐ 6437, 7-12-1971

1486. ĐẢNG LAO ĐỘNG VIỆT NAM, BAN CHẤP HÀNH TRUNG ƯƠNG
        CHỈ THỊ VỀ CUỘC VẬN ĐỘNG CHỈNH HUẤN MÙA XUÂN NĂM 1965, SỐ 88-CT/TW
        HÀ NỘI, NGÀY 2 THÁNG 1 NĂM 1965, 11P

1487. HỒ CHÍ MINH
        SỬA ĐỔI LỐI LÀM VIỆC (CỦA) X.Y.Z, (1948), XUẤT BẢN LẦN THỨ BẢY
        HÀ NỘI, SỰ THẬT, 1959, N.X.B. CHÂU VĂN DANG TÁI BẢN
        VCD 222 V, E, 124P

1488. HOÀNG VĂN CHÍ
        NEW CLASS IN NORTH VIETNAM /THE
        SAIGON, CONG DAN, 1958, XI, 165P ILLUS
        DS557A7H67

1489. MẶT TRẬN DÂN TỘC GIẢI PHÓNG MIỀN NAM VIỆT NAM
        SOUTH VIETNAM N.F.L. STATEMENT ON 14TH ANNIVERSARY OF GENEVA
        AGREEMENTS
        PR, JULY 26, 1968, P14-15

1490. THANH MAI
        ĐẢNG BỘ HUYỆN KIM THÀNH PHẤN ĐẤU KHẮC PHỤC NHỮNG SAI
        LẦM, THIẾU SÓT VỀ MẶT ĐẠO ĐỨC, PHẨM CHẤT CỦA CÁN BỘ, ĐẢNG VIÊN
        HT 5-1971, P62-66

1491. TỐ HỮU
        TĂNG CƯỜNG VÀ CẢI TIẾN CÔNG TÁC GIÁO DỤC LÝ LUẬN, CHÍNH
        TRỊ CƠ BẢN CHO CÁN BỘ, ĐẢNG VIÊN
        HT 6-1971,

1492. XÍCH ĐIỂU
        CƯỚP CỜ CƯỚP MỚI; THƠ ĐẢ KÍCH
        HANOI, VĂN HỌC, 1971, 81P
        PL4389 X68C9

4.5. Training and Indoctrination

1493,
CHỦ NGHĨA ANH HÙNG CÁCH MẠNG
N.X.B. THANH NIÊN MIỀN TÂY NAM BỘ, 1961, 29P
VCD 57

1494,
CHÚNG TA PHẢI GIỮ BÍ MẬT QUỐC GIA THẾ NÀO?
TÀI LIỆU HỌC TẬP CHO CHI BỘ VÀ NHÂN DÂN Ở XÃ
TỈNH VĨNH PHÚC. BAN HUẤN LUYỆN TỈNH VĨNH PHÚC, 1952

1495,
CÔNG TÁC ĐỊCH VẬN CỦA ĐẢNG TA
N/P, N/D, 30P
FILM 2584 NO, 44

1496,
CUỘC TRANH ĐẤU CHỐNG KHIÊU KHÍCH VÀ TRINH THÁM
N/P, N/D, 78P
FILM 2584 NO, 22

1497,
DÂN TỘC ANH HÙNG GIAI CẤP TIỀN PHONG, IN LẦN 2
(LOẠI SÁCH NGƯỜI TỐT, VIỆC TỐT)
HANOI, LAO ĐỘNG, 1969, V, 1,3 ONLY, ILLUS
PL4385 D18 1969

1498,
GIỮ LẤY MÙA XUÂN TƯƠI SÁNG, IN LẦN 2
HANOI, PHỤ NỮ, 1969, 83P

1499,
MẶT NẠ ĐẾ QUỐC MỸ, TÀI LIỆU PHẢN TUYÊN TRUYỀN MỸ NHÂN DỊP PHÁI ĐOÀN
NGOẠI GIAO, QUÂN SỰ MELBY CỦA MỸ TỚI HANOI
HANOI, PHÒNG THÔNG TIN NỘI THÀNH, 1950, 17P
FILM 2584 NO, 10

1500,
RA SỨC ĐẨY MẠNH HƠN NỮA CÔNG TÁC ĐÔ THỊ
NỘI SAN HỌC TẬP, SỐ 3, 30-8-1960, P20-27, 82
RACE DOC, 38

1501,
RỪNG CHÔNG, THƠ ĐẢ KÍCH MỸ DIỆM
HANOI, PHỔ THÔNG, 1963, 40P
PAMPHLET DS VIETNAM 26

1502,
SẴN SÀNG CHIẾN ĐẤU
SONGS WITH PIANO ACCOMPANIMENT
READY TO STRUGGLE (12P) INSERTED AT END
HANOI, MY THUẬT ÂM NHẠC, 1966, 28P
PAMPHLET M 198+

1503,
THẾ HỆ ANH HÙNG
(LOẠI SÁCH NGƯỜI TỐT, VIỆC TỐT)
HANOI, THANH NIÊN, 1968, V, 1-2, ILLUS
PL4385 T378

1504,
TUYÊN TRUYỀN CHỈ NAM
HANOI, TY THÔNG TIN, 1950, 66P
FILM 2584 NO, 13

1505,
UỐNG NƯỚC NHỚ NGUỒN
HÀ NỘI, QUÂN ĐỘI NHÂN DÂN, 1969, 182P

1506,
VÌ NƯỚC, VÌ DÂN, IN LẦN 2
HANOI, QUÂN ĐỘI NHÂN DÂN, 1969, V, 1-3
(LOẠI SÁCH NGƯỜI TỐT, VIỆC TỐT)
PL4385 V57 1969

1507,
VIỆC NHỎ NGHĨA LỚN, BÌA VÀ MINH HỌA CỦA NGUYỄN BÍCH, VAN DA VA HUY
TOÀN, IN LẦN 2, (LOẠI SÁCH NGƯỜI TỐT, VIỆC TỐT)
PL4385 V62 1969

1508, ***
        CÁN BỘ, ĐẢNG VIÊN VÀ NGHĨA VỤ HỌC TẬP
        HT 9-1972, P52-58

1509, C. B. & D. S.
        MỸ QUỐC LÀ NƯỚC XẤU
        N/P, SỰ THẬT, 1952, 49P
        FILM 2584 NO, 52

1510, ĐẠI HỘI ANH HÙNG CHIẾN SĨ THI ĐUA CHỐNG MỸ CỨU NƯỚC,
        NHỮNG GƯƠNG SÁNG CHÓI CHỦ NGHĨA ANH HÙNG CÁCH MẠNG TRONG SẢN XUẤT VÀ
        CHIẾN ĐẤU
        HANOI, SỰ THẬT, 1967, 290P
        DS557 A7D13

1511, ĐẠI HỘI ANH HÙNG CHIẾN SĨ THI ĐUA CHỐNG MỸ CỨU NƯỚC LẦN THỨ 4
        PHÁT HUY CAO ĐỘ CHỦ NGHĨA ANH HÙNG CÁCH MẠNG, ĐẨY MẠNH CAO TRÀO THI
        ĐUA CHỐNG MỸ, CỨU NƯỚC, QUYẾT TÂM ĐÁNH THẮNG GIẶC MỸ XÂM LƯỢC
        HANOI, SỰ THẬT, 1967, 68P
        PAMPHLET DS VIETNAM 475

1512, ĐẢNG LAO ĐỘNG VIỆT NAM, BAN CHẤP HÀNH TRUNG ƯƠNG
        LET'S CLEARLY SEE THE NEW REQUIREMENTS OF THE SITUATION, HEIGHTEN
        THE STRUGGLE DETERMINATION, IMPROVE REVOLUTIONARY VIRTUE AND
        SUCCESSFULLY COMPLETE ALL IMMEDIATE TASK AND DUTIES (2 JAN 1965)
        TRANSLATION OF "NHAN RO YEU CAU MOI..."
        VCD 912, 44P

1513, ĐẢNG LAO ĐỘNG VIỆT NAM, BAN CHẤP HÀNH TRUNG ƯƠNG
        NHẬN RÕ YÊU CẦU MỚI CỦA TÌNH HÌNH, NÂNG CAO Ý CHÍ PHẤN ĐẤU VÀ
        TRAU DỒI ĐẠO ĐỨC CÁCH MẠNG, HOÀN THÀNH TỐT MỌI NHIỆM VỤ CÔNG TÁC
        TRƯỚC MẮT (2-1-1965), KÝ TÊN: TRƯỜNG CHINH
        VCD 912

1514, ĐOÀN THANH NIÊN LAO ĐỘNG VIỆT NAM
        CHỦ NGHĨA CỘNG SẢN, HUẤN LUYỆN CHO ĐẢNG VIÊN THANH LAO
        VCD 322 V, 4P

1515, HỒ CHÍ MINH
        VỀ VẤN ĐỀ HỌC TẬP
        HÀ NỘI, SỰ THẬT, 1971

1516, HỒ DZẾNH
        ĐI HAY O, KHAI CHO DUNG
        HÀ NỘI, VĂN NGHỆ, 1954, 34P

1517, LA VĂN CẦU, ET AL,
        QUYẾT XỨNG ĐÁNG VỚI ĐẢNG QUANG VINH
        HÀ NỘI, THANH NIÊN, 1970, 129P

1518, LÊ HOAN
        YOUNG SOCIALIST WORKERS' SCHOOL /THE
        WOMEN OF VIETNAM, 2, 1971, P13-15

1519, NAM MỘC
        CHẾ ĐỘ PHONG KIẾN NGĂN CẢN BƯỚC TIẾN CỦA XÃ HỘI VIỆT NAM
        HÀ NỘI, SỰ THẬT, 1955, 33P

1520, NGUYỄN CHÍ THANH
        CẢI TIẾN TÁC PHONG CÔNG TÁC CỦA CHÚNG TA
        HÀ NỘI, SỰ THẬT, 1960
        BẾN TRE, NHÀ XUẤT BẢN CHIẾN THẮNG TÁI BẢN, 1962, 32P
        VCD 71 V, E

1521, NGUYỄN MINH CHÂU, ET AL,
        CHIẾN SĨ NHÂN DÂN
        HÀ NỘI, THANH NIÊN, 1959, 103P

1522, PHAM THANH VINH
       KINH TE MIEN NAM
       HANOI, SU THAT, 1957, 206P, ILLUS, MAPS
       HC443 V5P53 1957

1523, QUANG DAM
       HOI DAP VE TINH HINH VA NHIEM VU CHONG MY, CUU NUOC, SAU KHI DE
       QUOC MY O AT DUA QUAN MY VAO MIEN NAM VIET NAM
       HANOI, PHO THONG, 1966, 31P
       DS557 A7013

1524, RICHARDSON, N, J.
       COMMUNIST PROPAGANDA IN VIETNAM
       ARMY DIGEST, OCT, 1967, P32=5

1525, SONG HAO
       CUNG CO LAP TRUONG GIAI CAP, REN LUYEN Y CHI CHIEN DAU
       VCD 721, 1965, 11P

1526, THANH VAN
       DA PHA BENH CAU AN, REN LUYEN TINH THAN TONG PHAN CONG CHO TOAN DAN
       TOAN DANG
       N/P, BAN DANG VU LIEN KHU 3, 1951, 61P
       FILM 2584 NO, 47

1527, TRAN HUU DUC
       SUOT DOI PHAN DAU CHO LY TUONG CACH MANG
       HT 2-1971, P26-34

1528, TRUONG CHINH
       CONG TAC TU TUONG CUA DANG
       HA NOI, SU THAT, 1962

1529, TRUONG CHINH
       NHUNG MAU THUAN VA VAN DE GIAI QUYET MAU THUAN O VIET NAM HIEN NAY
       VCD 117, V, E, EXCERPTS ONLY, 4P

1530, TRUONG CHINH
       SPEECH ON THE 15TH ANNIVERSARY OF THE BAO ANH VIET NAM
       SAIGON, U,S, EMBASSY, JUSPAO, NORTH VIET NAM AFFAIRS DIVISION
       VDRN NO, 69, DEC 1969, 7P

1531, U,S, INFORMATION AGENCY, RESEARCH AND REFERENCE SERVICE
       VIETNAMESE COMMUNIST PROPOGANDA OFFENSIVE 1965
       WASHINGTON, MARCH 1966

4.6. United Front Organizations: Viet Minh, Lien Viet, Mat Tran To Quoc, and Affiliated Organizations

1532,
       VIET NAM PEASANTS' NATIONAL CONFERENCE (1951)
       VNIR 387, MAY 11, 1951, P5

1533, DOAN THANH NIEN LAO DONG VIET NAM
       BY-LAWS OF THE VIETNAM LAO DONG YOUTH GROUP
       WASHINGTON, U,S, JPRS, 1961

1534, DUIKER, WILLIAM J,
       BUILDING THE UNITED FRONT: THE COMMUNIST MOVEMENT IN VIET NAM,
       1930-1954
       AD HOC SEMINAR ON COMMUNIST MOVEMENTS AND REGIMES IN INDOCHINA
       NEW YORK, SEADAG, ASIA SOCIETY, 1974, 40P

1535, HO CHI MINH
       VE MAT TRAN DAN TOC THONG NHAT
       HA NOI, SU THAT, 1972

1536, HỌC TẬP
     MẶT TRẬN DÂN TỘC THỐNG NHẤT, MỘT TRONG NHỮNG NHÂN TỐ
     THẮNG LỢI CỦA CÁCH MẠNG VIỆT NAM
     HT 6-1971,

1537, HỘI LIÊN VIỆT QUỐC GIA VIỆT NAM (LIÊN VIỆT)
     MƯỜI ĐIỀU GHI NHỚ CỦA HỘI LIÊN VIỆT (5-1952)
     ND 67, 24-7-1952
     CKCTT, III, 315

1538, HỘI LIÊN VIỆT QUỐC GIA VIỆT NAM (LIÊN VIỆT)
     PLATFORM OF THE VIET NAM NATIONAL UNION FRONT
     VNIR 379, MAR 30, 1951, P7-9

1539, HỘI LIÊN VIỆT QUỐC GIA VIỆT NAM (LIÊN VIỆT)
     RESOLUTION OF THE VIET NAM NATIONAL UNION FRONT
     VNIR 379, MAR 30, 1951, P4-5

1540, HONEY, P. J,
     NATIONAL UNITED FRONT IN VIETNAM: A COMMUNIST STRATEGY FOR
     REVOLUTION /THE
     STUDIES IN COMPARATIVE COMMUNISM, JANUARY 1969, P69-95

1541, LÊ ĐỨC THỌ
     G. DI-MI-TO-RỐP VÀ VẤN ĐỀ MẶT TRẬN THỐNG NHẤT
     HÀ NỘI, SỰ THẬT, 1972

1542, MẶT TRẬN LIÊN VIỆT
     REALISATION OF LIEN VIET'S SEVEN-POINT PROGRAM OF ACTION
     VIET NAM INFORMATION, RANGOON, 376, MAR 10, 1951, P2-3

1543, MẶT TRẬN LIÊN VIỆT
     TUYÊN NGÔN, CHÍNH CƯƠNG VÀ ĐIỀU LỆ
     N/P, BAN TUYÊN TRUYỀN, UỶ BAN LIÊN VIỆT TOÀN QUỐC, 1951? 38P, ILLUS
     FILM 2584 NO, 55

1544, MẶT TRẬN TỔ QUỐC VIỆT NAM
     NHIỆM VỤ CỦA CHÚNG TA
     TRÍCH BÁO CÁO CỦA CHỦ TỊCH ĐOÀN UỶ BAN TRUNG ƯƠNG MẶT TRẬN TỔ QUỐC
     VIỆT NAM ĐỌC TẠI HỘI NGHỊ LẦN THỨ 10 UỶ BAN TRUNG ƯƠNG MẶT TRẬN
     TỔ QUỐC VIỆT NAM
     CỨU QUỐC, 19-9-1965, P14

1545, MẶT TRẬN TỔ QUỐC VIỆT NAM
     THÔNG CÁO CỦA HỘI NGHỊ UỶ BAN TRUNG ƯƠNG MẶT TRẬN TỔ QUỐC VIỆT NAM
     ND 973, 3-11-1956

1546, MẶT TRẬN TỔ QUỐC VIỆT NAM
     VĂN KIỆN VÀ TÀI LIỆU VỀ CUỘC ĐI THĂM MIỀN BẮC CỦA ĐOÀN ĐẠI BIỂU
     MẶT TRẬN DÂN TỘC GIẢI PHÓNG MIỀN NAM VIỆT NAM
     HÀNOI, SỰ THẬT, 1963, 185P, ILLUS
     FILM 2584 NO, 84

1547, MẶT TRẬN TỔ QUỐC VIỆT NAM
     VIET NAM FATHERLAND FRONT: RESOLUTIONS, MANIFESTO, PROGRAMME
     AND STATUTES, REVISED EDITION
     HANOI, FLPH, 1956, 35P

1548, MẶT TRẬN TỔ QUỐC VIỆT NAM
     VIET NAM FATHERLAND FRONT: RESOLUTIONS, MANIFESTO, PROGRAMME AND
     STATUTES, REV, ED,
     HANOI, FLPH, 1956

1549, MẶT TRẬN TỔ QUỐC VIỆT NAM, ĐOÀN CHỦ TỊCH
     NHIỆM VỤ VÀ CÔNG TÁC MẶT TRẬN HIỆN NAY
     TRÍCH BÁO CÁO CHÍNH TRỊ CỦA ĐOÀN CHỦ TỊCH TẠI HỘI NGHỊ
     UỶ BAN TRUNG ƯƠNG MẶT TRẬN TỔ QUỐC VIỆT NAM LẦN THỨ 19
     ND 5832, 5-4-1970, P2

1550. MẶT TRẬN TỔ QUỐC VIỆTNAM
THIRD CONGRESS OF THE VIETNAM FATHERLAND FRONT (DOCUMENTS)
(DECEMBER 1971)
HANOI, FLPH, 1972, 182P

1551. NGUYỄN NGỌC BÍCH
THIRD FATHERLAND FRONT CONGRESS /THE
WASHINGTON, 1972, 27P
PAM JQ VN 59*

1552. THAYER, CARLYLE A.
LAO DONG PARTY FROM THE GENEVA CONFERENCE TO THE FATHERLAND FRONT
CANBERRA, AUSTRALIAN NATIONAL UNIVERSITY, DEPT. OF
INTERNATIONAL RELATIONS, SEMINAR PAPER, OCT 10, 1973

1553. TRẦN ICH QUỐC
MẶT TRẬN TỔ QUỐC, MỘT CHIẾN LƯỢC XẢO QUYỆT CỦA VIỆT MINH CỘNG SẢN
SÀIGON? 1957, 112P
DS557 A6T77 195M

1554. TRƯỜNG CHINH
VỀ CÔNG TÁC MẶT TRẬN HIỆN NAY
HT 194, 2-1972, P8-30

1555. VĂN TÂN
QUÁ TRÌNH TIẾN HÀNH CÔNG TÁC MẶT TRẬN CỦA ĐẢNG TA
NCLS 139, 788-1971, P1-7

1556. VĂN TẠO
TÌM HIỀU QUÁ TRÌNH HÌNH THÀNH VÀ PHÁT TRIỂN CỦA MẶT TRẬN DÂN TỘC
THỐNG NHẤT VIỆT NAM
NCLS 1, 3-1959, P27-41

1557. XUÂN THUY
POLITIQUE DE FRONT NATIONAL UNI /LA
LA NOUVELLE CRITIQUE, MARS 1962, P82-95

1558. XUÂN THUY
POLITIQUE DE FRONT NATIONAL UNI /LA
LA NOUVELLE CRITIQUE, MARS 1962, P82-95

5. LAND POLICY AND AGRICULTURE

5.0. General Land Policy and Agriculture

1559,
AGRICULTURAL PRODUCTION IN NORTH VIETNAM DURING LAST 15 YEARS
WASHINGTON, U.S, JPRS, 1961

1560,
FEW DATA ON NORTH VIETNAMESE AGRICULTURE /A
VCM 18, NOV 1973, P18-19

1561,
PHÁT TRIỂN NÔNG NGHIỆP TOÀN DIỆN MẠNH MẼ VÀ VỮNG CHẮC
HÀ NỘI, SỰ THẬT, 1961, 43P

1562, CHALIAND, GÉRARD
PAYSANS DU NORD-VIETNAM ET LA GUERRE /LES
PARIS, F. MASPERO, 1968, 200P

1563, CHALIAND, GÉRARD
PEASANTS OF NORTH VIETNAM /THE
WITH A PREF, BY PHILIPPE DEVILLERS. TRANSLATED BY PETER WILES
BALTIMORE, PENGUIN BOOKS, 1969, 244P

1564, ĐẢNG LAO ĐỘNG VIỆT NAM
CHÁNH SÁCH CỦA ĐẢNG LAO ĐỘNG VIỆT-NAM ĐỐI VỚI GIAI CẤP NÔNG DÂN
(CÁC CHÁNH SÁCH CỦA ĐẢNG, TÀI LIỆU SỐ 2)
VCD859, 9P

1565, ĐẢNG LAO ĐỘNG VIỆT NAM, BAN CHẤP HÀNH TRUNG ƯỜNG
RESOLUTION OF THE FIFTH PLENUM OF THE PARTY CENTRAL COMMITTEE
ON THE DEVELOPMENT OF AGRICULTURE IN THE FIRST FIVE-YEAR PLAN
(1961-65)
VIETNAMESE STUDIES NO, 2 1964, P154-164

1566, ELLO, PAUL S,
COMMISSAR AND THE PEASANT /THE
A COMPARATIVE ANALYSIS OF LAND REFORM AND COLLECTIVIZATION IN
NORTH KOREA AND NORTH VIETNAM
PH.D. DISSERTATION
IOWA CITY, UNIVERSITY OF IOWA, 1967

1567, GITTINGER, J. PRICE
COMMUNIST LAND POLICY IN NORTH VIET NAM
FAR EASTERN SURVEY, AUG 1959, P113-126

1568, GITTINGER, J. PRICE
NOTE ON THE ECONOMIC IMPACT OF TOTALITARIAN LAND TENURE CHANGE; THE
VIETNAMESE EXPERIENCE /A
MALAYAN ECONOMIC REVIEW, OCT 1960, P81-84

1569, HỌC TẬP
CỦNG CỐ VÀ HOÀN THIỆN QUAN HỆ SẢN XUẤT XÃ HỘI CHỦ NGHĨA
Ở NÔNG THÔN, ĐẨY MẠNH NÔNG NGHIỆP PHÁT TRIỂN
HT 7-1971, P1-12

1570, HỌC TẬP
TẬP TRUNG SỨC ĐẨY MẠNH SẢN XUẤT NÔNG NGHIỆP PHÁT TRIỂN
TOÀN DIỆN, MẠNH MẼ, VỮNG CHẮC, TỪNG BƯỚC TIẾN LÊN SẢN
XUẤT LỚN, XÃ HỘI CHỦ NGHĨA
HT 4-1971, P1-13

1571, HỒNG GIAO
ĐƯA NÔNG NGHIỆP TỪNG BƯỚC TIẾN LÊN SẢN XUẤT LỚN, XÃ HỘI CHỦ NGHĨA
HT 7-1971, P13-30

1572. LARSEN, MARION
        AGRICULTURAL ECONOMY OF NORTH VIETNAM
        WASHINGTON, 1965

1573. LÊ DUẨN
        GIAI CẤP VÔ SẢN VỚI VẤN ĐỀ NÔNG DÂN TRONG CÁCH MẠNG VIỆT NAM
        HÀ NỘI, SỰ THẬT, 1965

1574. MITCHELL, EDWARD J.
        SIGNIFICANCE OF LAND TENURE IN THE VIETNAMESE INSURGENCY /THE
        ASIAN SURVEY, AUGUST 1967, P577-580

1575. NGUYỄN CHÍ THANH
        SITUATION DE L'AGRICULTURE NORD-VIETNAMIENNE
        TRADUIT PAR NGUYEN KHAC VIEN
        TIERS MONDE 4, JAN-JUN 1963, P227-236, TABLES

1576. NGUYỄN KHẮC VIEN
        WATER, RICE AND MEN
        VS 2 (1964)

1577. NGUYỄN VĂN VINH
        RÉFORMES AGRAIRES AU VIET NAM /LES
        LOUVAIN, LIBRAIRIE UNIVERSITAIRE UYSTPRUYST, 1961, 192P, ILLUS, MAPS
        TABLES
        HC443 V5N577

1578. PHAM HÙNG
        NẮM VỮNG PHƯƠNG CHÂM: TOÀN DIỆN, VƯỢT BẬC, VỮNG CHẮC TRONG SẢN XUẤT
        NÔNG NGHIỆP
        HÀ NỘI, SỰ THẬT, 1960, 27P

1579. STELLY, RANDALL
        ECONOMIC STUDY OF AGRARIAN PROBLEMS IN INDOCHINA /AN
        LOUISIANA STATE UNIVERSITY, THESIS, 1956, XIII, 452P, ILLUS, MAPS
        FILM 46

1580. TRẦN HỮU DỰC
        MỘT SỐ VẤN ĐỀ NÔNG NGHIỆP XÃ HỘI CHỦ NGHĨA Ở MIỀN BẮC
        NƯỚC TA HIỆN NAY
        HÀ NỘI, SỰ THẬT, 1960, 42P

1581. TRẦN NHƯ TRANG
        TRANSFORMATION OF THE PEASANTRY IN NORTH VIET NAM /THE
        PH. D. DISSERTATION
        PITTSBURGH, UNIV. OF PITTSBURGH, 1972, 553P, DAI 34, OCT 1973
        1993-4-A, UM 73-13,210

1582. TRẦN PHƯỠNG
        LAND REFORM /THE
        VS 7 (1965), P153-197

1583. TRƯỜNG CHINH & VÕ NGUYÊN GIÁP
        VẤN ĐỀ DÂN CÀY, XUẤT BẢN LẦN 2
        HANOI, SỰ THẬT, 1959, 131P
        HD1513 V6D18 1959

1584. VIỆT NAM DÂN CHỦ CỘNG HÒA
        AGRICULTURAL STATISTICS OF THE D.R.V.
        VS 2 (1964)

1585. VIỆT NAM DÂN CHỦ CỘNG HÒA. BỘ NÔNG LÂM
        THÀNH TÍCH SẢN XUẤT NÔNG NGHIỆP TRONG 15 NĂM DƯỚI CHẾ ĐỘ VIỆT NAM
        DÂN CHỦ CỘNG HÒA
        HÀ NỘI, SỰ THẬT, 1960, 91P

1586. WHITE, CHRISTINE PELZER
        LAND REFORM IN NORTH VIETNAM
        WASHINGTON, AGENCY FOR INTERNATIONAL DEVELOPMENT, JUNE 1970

5.1. Land Policy During the 1946-54 War of Resistance

1587,
THÔN DÂN CĂM THÙ
N/P, SỞ THÔNG TIN LIÊN KHU 3, 1950, (TÀI LIỆU GIẢI THÍCH), 15P

1588, NGUYỄN KIẾN GIANG
PHÁC QUA TÌNH HÌNH RUỘNG ĐẤT VÀ ĐỜI SỐNG NÔNG DÂN TRƯỚC CÁCH MẠNG
THÁNG TÁM
HÀ NỘI, SỰ THẬT, 1959, 285P

1589, TRƯỜNG CHINH
VIET NAM LAO DONG PARTY'S POLICY TOWARD PEASANTS
VNIR 388, MAY 19, 1951, P9-11

1590, VIỆT NAM DÂN CHỦ CỘNG HÒA
LOI SUR LA RÉFORME AGRAIRE VOTÉE PAR L'ASSEMBLÉE NATIONALE DE LA
RÉPUBLIQUE DÉMOCRATIQUE DU VIETNAM EN SA 3È SESSION PLÉNIÈRE
LE 4-12-1953
HANOI, ELE, 1955

1591, VIỆT NAM DÂN CHỦ CỘNG HÒA
NHỮNG CẢI CÁCH MỚI CỦA CHÍNH PHỦ
VẤN ĐỀ CẢI CÁCH RUỘNG ĐẤT, TẬP II
HÀ NỘI, TY THÔNG TIN HÀ NỘI XUẤT BẢN, 1950

1592, VIỆT NAM DÂN CHỦ CỘNG HÒA
POPULATION CLASSIFICATION DECREE (MARCH 2, 1953)
IN: ALLAN B. COLE, ED., CONFLICT IN INDO-CHINA
ITHACA, CORNELL UNIV. PRESS, 1956

1593, VIỆT NAM DÂN CHỦ CỘNG HÒA
SẮC LỆNH SỐ 88-SL NGÀY 22-5-1950 ĐỊNH THỂ LỆ CANH RUỘNG ĐẤT
IN: NHỮNG CẢI CÁCH MỚI CỦA CHÍNH PHỦ
HÀ NỘI, TY THÔNG TIN HÀ NỘI, 1950, P1-6

1594, VIỆT NAM DÂN CHỦ CỘNG HÒA
SẮC LỆNH SỐ 89-SL NGÀY 22-5-1950 ẤN ĐỊNH THỂ LỆ GIẢM TỨC
IN: NHỮNG CẢI CÁCH MỚI CỦA CHÍNH PHỦ
HÀ NỘI, TY THÔNG TIN HÀ NỘI, P7-11

1595, VIỆT NAM DÂN CHỦ CỘNG HÒA
SẮC LỆNH SỐ 90-SL NGÀY 22-5-1950 VỀ VIỆC SỬ DỤNG CÁC RUỘNG ĐẤT BỎ
HOANG
IN: NHỮNG CẢI CÁCH MỚI CỦA CHÍNH PHỦ
HÀ NỘI, TY THÔNG TIN HÀ NỘI, 1950, P12-16

1596, WOODSIDE, ALEXANDER
DECOLONIZATION AND AGRICULTURAL REFORM IN NORTHERN VIETNAM
AS, AUG 1970, P705-723

5.2. Initial Land Reform and Rectification of Errors

1597,
AGRARIAN REFORM AND THE DEVELOPMENT OF AGRICULTURE IN THE DEMOCRATIC
REPUBLIC OF VIETNAM
INTERNATIONAL LIFE, APR 1956, P126-127

1598,
CẢI CÁCH RUỘNG ĐẤT ĐỢT 1
ND 212, 7-9--8--1954

1599,
ĐỜI SỐNG NÔNG THÔN MIỀN BẮC
SAIGON, VĂN HỮU Á CHÂU, 1959, 39P

1600,
KỂ CHUYỆN XÂY DỰNG PHONG TRÀO ĐỔI CÔNG Ở XÃ DUY TÂN
HÀ NỘI, BAN LIÊN LẠC NÔNG DÂN TOÀN QUỐC, 1956, 32P

1601, ASIAN PEOPLE'S ANTI COMMUNIST LEAGUE, VIETNAM
QUỲNH LƯU UPRISINGS /THE
[SAIGON], N/PU, [1957], 71P

1602, BAN LIÊN LẠC NÔNG DÂN TOÀN QUỐC
LÀM ĐỔI CÔNG LỚI HƠN LÀM RIÊNG LỂ,
N/P, 1956, 39P
FILM 2584 NO, 20

1603, FALL, BERNARD B,
CRISIS IN NORTH VIETNAM
FAR EASTERN SURVEY, JAN 1957, P12-15

1604, GITTINGER, J. PRICE
VIETNAMESE LAND TRANSFER PROGRAM
LAND ECONOMICS, 33, 1957

1605, HỒ CHÍ MINH
HỒ CHỦ TỊCH NÓI CHUYỆN Ở HỘI NGHỊ ĐỔI CÔNG TOÀN QUỐC, IN LẦN 5
NP, BAN LIÊN LẠC NÔNG DÂN TOÀN QUỐC, 1955, 27P
FILM 2584 NO, 19

1606, HUY ĐỊNH
NẮM VỮNG HƯỚNG TỔNG KẾT CÔNG TÁC PHÁT ĐỘNG QUẦN CHÚNG GIẢM TÔ ĐỢT 5
ND 221, 4-6--9--1954

1607, LÊ CHUẨN, ET AL,
CỤ QUÝ VÀO TỔ ĐỔI CÔNG, TRUYỆN NGẮN, KY AN, ET AL, DỊCH
HÀ NỘI, VĂN NGHỆ, 1955, 65P

1608, LÊ NGHIÊM
CUỘC SỐNG MỚI CỦA NÔNG DÂN SAU CUỘC CẢI CÁCH RUỘNG ĐẤT
HÀ NỘI, SỰ THẬT, 1955, 44P

1609, NGUYỄN BẢO, ET AL,
ĐƯỜNG LÀNG, THƠ DỰ THI ĐƯỢC VÀO CHUNG KHẢO
HÀ NỘI, ỦY BAN CẢI CÁCH RUỘNG ĐẤT TRUNG ƯƠNG XUẤT BẢN, 1956, 46P

1610, PORTER, D. GARETH
MYTH OF THE BLOODBATH: NORTH VIETNAM'S LAND REFORM RECONSIDERED /THE
INTERIM REPORT NO. 2
ITHACA, CORNELL U., INTERNATIONAL RELATIONS OF EAST ASIA PROJECT
1972

1611, TRẦN VIỆT SƠN
ECONOMIC REFORMS AND AGRARIAN POLICY IN NORTH VIETNAM
ASIAN CULTURE 1 1959, NO. 3, P38-54

1612, TRƯỜNG CHINH
CARRYING OUT LAND REFORM
HANOI, FLPH, 1955

1613, TRƯỜNG CHINH
POUR LA RÉALISATION DE LA RÉFORME AGRAIRE
HANOI, ELE, 1955

1614, VĂN PHONG
ĐÁNH GIÁ CHO ĐÚNG NHỮNG THẮNG LỢI CỦA NHIỆM VỤ PHẢN PHONG VÀ NHỮNG
SAI LẦM TRONG CẢI CÁCH RUỘNG ĐẤT
HANOI, SỰ THẬT, 1956, 27P
FILM 2584 NO, 58

1615. VIỆT NAM CỘNG HÒA
      SỬA SAI CỦA VIỆT CỘNG
      SAIGON, NHÀ IN QUỐC GIA, 1958, (TỦ SÁCH MỞ RỘNG KIẾN THỨC), 61P

1616. VIỆT NAM DÂN CHỦ CỘNG HÒA
      AGRARIAN REFORM LAW
      HANOI, FLPH, 1955

1617. VIỆT NAM DÂN CHỦ CỘNG HÒA, HỘI ĐỒNG CHÍNH PHỦ
      AMENDMENTS TO THE AGRARIAN REFORM POLICY
      APPROVED BY THE GOVERNMENT COUNCIL AT ITS SESSION IN THE THIRD
      WEEK OF MARCH 1955
      IN: AGRARIAN REFORM LAW
      HANOI, FLPH, 1955, P49-59

1618. VIỆT NAM DÂN CHỦ CỘNG HÒA, HỘI ĐỒNG CHÍNH PHỦ
      NGHỊ QUYẾT CỦA ĐỒNG CHÍNH PHỦ VỀ KẾT QUẢ SỬA SAI CẢI CÁCH
      RUỘNG ĐẤT VÀ CHỈNH ĐỐN TỔ CHỨC
      VĂN SỬ ĐỊA 42, 7-1958, P1-2

1619. VÕ NGUYÊN GIÁP
      BÀI NÓI CHUYỆN CỦA ĐỒNG CHÍ VÕ NGUYÊN GIÁP VỀ NGHỊ QUYẾT CỦA
      HỘI NGHỊ TRUNG ƯƠNG LẦN THỨ 10
      NÓ 970, 31-10-1956, P1-3

5.3. Agricultural Co-operatives and State Farms

1620.
      AGRICULTURAL COOPERATIVIZATION
      TRANSLATION ON NORTH VIETNAM, ECONOMIC DATA
      NEW YORK, USJPRS, 1959
1621.
      HỢP TÁC XÃ LÀ NHÀ, XÃ VIÊN LÀ CHỦ,
      (LOẠI SÁCH NGƯỜI TỐT, VIỆC TỐT)
      HANOI, PHỔ THÔNG, 1969, 106P, ILLUS
      PL4385 H79
1622.
      TRÊN NHỮNG NÔNG TRƯỜNG
      HÀ NỘI, THANH NIÊN, 1963, 69P

1623. ĐẢNG LAO ĐỘNG VIỆT NAM, BAN BÍ THƯ TRUNG ƯƠNG
      BAN BÍ THƯ TRUNG ƯƠNG ĐẢNG RA THÔNG TRI VỀ VIỆC PHỔ BIẾN VÀ THI HÀNH
      ĐIỀU LỆ HỢP TÁC XÃ SẢN XUẤT NÔNG NGHIỆP
      HT, 9-1969, P3-4

1624. ĐẢNG LAO ĐỘNG VIỆT NAM, BAN CHẤP HÀNH TRUNG ƯƠNG
      NGHỊ QUYẾT CỦA BỘ CHÍNH TRỊ VỀ CUỘC VẬN ĐỘNG CẢI TIẾN QUẢN LÝ
      HỢP TÁC XÃ CẢI TIẾN KỸ THUẬT NHẰM PHÁT TRIỂN SẢN XUẤT NÔNG THÔN
      TOÀN DIỆN, MẠNH MẼ VÀ VỮNG CHẮC
      HANOI, SỰ THẬT, 1963, 19P
      HG2051 V6A5

1625. HOÀNG TÙNG
      HỢP TÁC HÓA CON ĐƯỜNG ĐƯA NÔNG DÂN ĐẾN NO ẤM VÀ TỰ DO
      HÀ NỘI, SỰ THẬT, 1959, 43P

1626. KIM NHẬT THÀNH
      VỀ THẮNG LỢI HỢP TÁC XÃ HỘI CHỦ NGHĨA VÀ PHÁT TRIỂN HƠN NỮA
      NỀN NÔNG NGHIỆP NƯỚC TA
      HÀ NỘI, SỰ THẬT, 1959, 75P

1627. KY SƠN
      STRIKING PROGRESS OF AN AGRICULTURAL CO-OPERATIVE
      VCM 26, JULY 1974, P11-13

1628. LÊ DUẨN
      REMARKS ON AGRICULTURAL COOPERATION
      VIETNAMESE STUDIES NO. 2 1964, P143-153

1629. LÊ DUẨN
      TẬP TRUNG LÃNH ĐẠO CỦNG CỐ HỢP TÁC XÃ QUYẾT DÀNH THẮNG LỢI QUYẾT
      ĐỊNH TRÊN MẬT TRẬN NÔNG NGHIỆP TRONG NHỮNG NĂM TỚI (31-8-1962)
      HANOI, SỰ THẬT, 1963, 41P
      FILM 2584 NO. 85

1630. NGUYỄN KHẮC VIÊN, PHAN QUANG & NGUYỄN NGỌC OANH
      AGRICULTURAL CO-OPERATION POLICY /THE
      VS 13 (1967), P75-106

1631. NGUYỄN XUÂN LAI
      FAMILY ECONOMY OF CO-OPERATIVE FARMERS
      VS 13 (1967), P107-128

1632. NGUYỄN YÊM
      THANH OAI DISTRICT /THE
      VS 27 (1971), P179-207

1633. PHẠM ĐÌNH NHƯỢNG
      STRUCTURE OF CULTIVATION IN AN AGRICULTURAL CO-OPERATIVE
      VCM 18, NOV 1973, P20-21, 30

1634. PHẠM TOÀN
      NGO XUYEN CO-OPERATIVE /THE
      VS 27 (1971), P209-249

1635. PHÙ TRỌNG
      MẤY KINH NGHIỆM LÃNH ĐẠO HỢP TÁC XÃ CỦA ĐẢNG BỘ XÃ HỒNG HƯNG
      HT 1-1971, P46-50

1636. SONG LÊ
      HỢP TÁC XÃ TRUNG HOA TỪ ĐẤU TRANH CẢI TẠO ĐẤT BẮC MAU MÀ VƯỜN LÊN
      HT 4-1971, P54-60

1637. TONG DAO & VƯƠNG NAM
      TÍNH TẤT NHIÊN CỦA VIỆC CHUYỂN HỢP TÁC XÃ TỪ THẤP LÊN CAO
      HÀ NỘI, SỰ THẬT, 1961, 74P

1638. TRẦN DOAN
      QUÁ TRÌNH CHUYỂN BIẾN CỦA HỢP TÁC XÃ TRAC BUT THEO HƯỚNG TIẾN DẦN
      LÊN SẢN XUẤT LỚN XÃ HỘI CHỦ NGHĨA
      HT 9-1972, P44-51

1639. TRẦN DONG
      HỢP TÁC XÃ VINH KIM, MỘT PHÁO ĐÀI VỮNG CHẮC VỀ CHIẾN ĐẤU VÀ SẢN SUẤT
      HT 193, 1-1972, P57-64

1640. TRƯỜNG CHINH
      COOPÉRATION AGRICOLE AU NORD-VIET NAM /LA
      RAPPORT À LA 10È SESSION DE L'ASSEMBLÉE NATIONALE (MAI 1959)
      HANOI, ELE, 1959, 89P

1641. TRƯỜNG CHINH
      KIÊN QUYẾT CỦA NÔNG THÔN MIỀN BẮC NƯỚC TA QUA CON ĐƯỜNG HỢP TÁC HÓA
      NÔNG NGHIỆP TIẾN LÊN CHỦ NGHĨA XÃ HỘI
      BÁO CÁO TẠI KHÓA HỢP LẦN THỨ 10 CỦA QUỐC HỘI NƯỚC
      VIỆT NAM DÂN CHỦ CỘNG HÒA, NGÀY 20 THÁNG 5 NĂM 1959
      HANOI, SỰ THẬT, 1959, 87P
      PAMPHLET HC VIETNAM 45

1642, TRƯỜNG CHINH
    RESOLUTELY TAKING THE NORTH VIETNAM COUNTRYSIDE TO SOCIALISM THROUGH
    AGRICULTURAL COOPERATION; REPORT TO THE 10TH SESSION OF
    THE NATIONAL ASSEMBLY OF THE DEMOCRATIC REPUBLIC OF VIETNAM
    HANOI, FLPH, 1959, 98P
    PAM HC VIETNAM 23

1643, TRƯỜNG CHINH
    WEAKNESSES, SHORTCOMINGS AND MISTAKES IN AGRICULTURAL COOPERATIVES
    SAIGON, U.S. EMBASSY, JUSPAO; NORTH VIET NAM AFFAIRS DIVISION
    VDRN NO. 63, JUN 1969, 34P

1644, TRƯỜNG CHINH
    WHY AGRICULTURAL CO-OPERATION MUST BE REALISED IN NORTH VIETNAM
    VIETNAM ADVANCES, AUG 1959, P1-3

1645, TUÂN CÂU & VŨ MẪN
    HỘI MÙA, KINH NGHIỆM TỔ CHỨC HỘI MÙA Ở NÔNG THÔN
    HÀ NỘI, VĂN HÓA NGHỆ THUẬT, 1963, 63P

1646, U.S. EMBASSY, SAIGON, JUSPAO, NORTH VIET NAM AFFAIRS DIVISION
    NEW STATUTE ON AGRICULTURAL COOPERATIVES IN THE CONTEXT OF THE
    AGRICULTURAL POLICY DEBATE IN NORTH VIET NAM /THE; A BACKGROUND PAPE
    SAIGON, JUSPAO, OCT 1969; 24P

1647, VIỄN TRÌNH
    TÌM HIỂU ĐƯỜNG LỐI GIAI CẤP CỦA ĐẲNG Ở NÔNG THÔN TRONG CUỘC VẬN
    ĐỘNG HỢP TÁC HÓA NÔNG NGHIỆP
    HANOI, SỰ THẬT, 1959, 37P
    FILM 2584 NO. 63

1648, VIỆT NAM DÂN CHỦ CỘNG HÒA
    CONSTITUTION OF HIGH-LEVEL CO-OPERATIVE FARMS
    VS 27 (1971), P253-286

1649, VIỆT NAM DÂN CHỦ CỘNG HÒA
    ĐIỀU LỆ TÓM TẮT CỦA HỢP TÁC XÃ SẢN XUẤT NÔNG NGHIỆP
    HT, 9-1969, P16-20

1650, VIỆT NAM DÂN CHỦ CỘNG HÒA
    GENERAL REGULATIONS CONCERNING AGRICULTURAL PRODUCERS' LOWER-TYPE
    CO-OPERATIVES
    VS 2 (1964)

1651, VIỆT NAM DÂN CHỦ CỘNG HÒA
    STATUTS DES COOPÉRATIVES DE DEGRÉ INFÉRIEUR EN RÉPUBLIQUE
    DÉMOCRATIQUE DU VIET NAM
    ÉTUDES ÉCONOMIQUES NO.142, 1963, P75-93

1652, VÕ NGUYÊN
    T, 30, A VANGUARD CO-OPERATIVE
    VS 13 (1967), P155-164

1653, VŨ QUÝ VỸ
    VIET NAM-CHINA FRIENDSHIP STATE FARM /THE
    VCM 12, MAY 1973, P11-14

5.4. Agricultural Management

1654, ĐẢNG LAO ĐỘNG VIỆT NAM, BAN CHẤP HÀNH TRUNG ƯƠNG
    NGHỊ QUYẾT CỦA BỘ CHÍNH TRỊ VỀ CUỘC VẬN ĐỘNG CẢI TIẾN QUẢN LÝ
    HỢP TÁC XÃ, CẢI TIẾN KỸ THUẬT, NHẰM PHÁT TRIỂN SẢN XUẤT NÔNG NGHIỆP
    TOÀN DIỆN, MẠNH MẼ VÀ VỮNG CHẮC
    HANOI, SỰ THẬT, 1963, 19P
    HG2051 V6A5

1655, HỌC TẬP,
LÀM TỐT VIỆC THI HÀNH ĐIỀU LỆ MỚI CỦA HỢP TÁC XÃ SẢN XUẤT NÔNG NGHIỆP
HT, 9-1969; P5-15

1656, LÊ THANH NGHỊ
ĐẨY MẠNH BA CUỘC CÁCH MẠNG, PHẤN ĐẤU ĐẠT BA MỤC TIÊU ĐỒNG THỜI
PHÁT TRIỂN NÔNG NGHIỆP TOÀN DIỆN
ND 5833, 6-4-1970, P2

1657, LÊ XUÂN TAI,
BA CUỘC CÁCH MẠNG VÀ PHONG TRÀO LAO ĐỘNG SẢN XUẤT TRONG NGÀNH
NÔNG TRƯỜNG QUỐC DOANH
ND 5810, 14-3-1970, P2

1658, PHẠM CƯỜNG
MANAGEMENT WORK IN AGRICULTURAL CO-OPERATIVES
VS 2 (1964)

1659, PHẠM VĂN ĐỒNG
QUESTION PAYSANNE ET LA RÉVOLUTION VIETNAMIENNE /LA
NOUVELLE REVUE INTERNATIONALE, DÉC 1959, P57-73

1660, VÕ NHÂN TRÍ
POLITIQUE AGRAIRE DU NORD VIETNAM /LA
TIERS MONDE: PROBLÈMES DES PAYS SOUS-DÉVELOPPÉS
JUILLET-SEPTEMBRE 1960, TOME 2, NO, 3, EXTRAIT

1661, ZASLOFF, JOSEPH, ED,
VIETNAM, POLITICS, LAND REFORM AND DEVELOPMENT IN THE COUNTRYSIDE
ASIAN SURVEY, SPECIAL ISSUE OF AUG 1970

5.5. General Problems of Agriculture

1662,
AGRICULTURAL PROBLEMS (VOL, I)
VIETNAMESE STUDIES, NO, 2
1663,
AGRICULTURAL PROBLEMS (VOL, II)
VIETNAMESE STUDIES, NO, 13
1664,
AGRICULTURAL PROBLEMS (VOL, III); SOME TECHNICAL ASPECTS
VIETNAMESE STUDIES, NO, 27
1665,
OFFENSIVE AGAINST POVERTY AND BACKWARDNESS
HANOI, FLPH, 1963, 174P
HC442 D18 03 1963

1666, PHAN QUANG
MẤY SUY NGHĨ BƯỚC ĐẦU VỀ CUỘC PHẤN ĐẤU GIẢM CHI PHÍ SẢN XUẤT VÀ HAO
PHÍ SỨC LAO ĐỘNG TRONG NÔNG NGHIỆP
HT 195, 3-1972, P44-55

5.6. Food Supply and Foodstuffs

1667,
LAND REFORM FAILURES IN COMMUNIST NORTH VIET NAM
SAIGON, REVIEW HORIZONS, (1957), 16P
1668,
NORTH VIET NAM PEASANTRY RESIST COLLECTIVIZATION
NEWS FROM VIET NAM, JAN 19, 1959, P9

1669.
        NORTH VIET NAM SOCIALIZES PEASANTS
        FAR EASTERN ECONOMIC REVIEW, 1960 YEARBOOK, P69

1670. DƯỜNG HỒNG HIỀN
        ABOUT THE "GREEN REVOLUTION"; SPRING RICE
        VCM 5, OCT 1972, P19-23

1671. HOÀNG VĂN CHÍ
        COLLECTIVIZATION AND RICE PRODUCTION
        CHINA QUARTERLY, JAN-MAR 1962, P94-104

1672. HONEY, P. J.
        FOOD CRISIS IN NORTH VIETNAM
        FAR EASTERN ECONOMIC REVIEW 41, AUG 15, 1963, P493-495

1673. HONEY, P. J.
        FOOD PROBLEM /THE
        CNA 497, NVQR 10, 1963, P5-6

1674. HỮU HANH
        NUÔI LỢN GIA ĐÌNH Ở HỢP TÁC XÃ PHÚ CƯỜNG
        HT 5-1971, P31-36

1675. JONES, P.H.M.
        FIGHT FOR FOOD /THE
        FEER, FEB 21, 1963, P348-9

1676. LARSEN, MARION R.
        NORTH VIET NAM STILL UNABLE TO PRODUCE ENOGH FOOD
        FOREIGN AGRICULTURE, OCT 10, 1966, P5, 6

1677. LÊ ĐIỀU MƯỜI.
        CHAM LO TỔ CHỨC TỐT BỮA ĂN HẰNG NGÀY CỦA CÁN BỘ, CÔNG
        NHÂN, VIÊN CHỨC VÀ HỌC SINH
        HT 6-1971,

1678. NGHIÊM KHANH
        HIỆU QUẢ CỦA VIỆC NUÔI LỢN LÃI KINH TỀ
        HT 5-1971, P26-30

1679. NGUYỄN LAI VIÊN
        BATTLE OF RICE /THE
        VS 13 (1967), P5-35, TABLES

1680. NGUYỄN NGỌC RÍCH
        RICE PRODUCTION IN NORTH VIET NAM
        CHUONG VIET, XUAN NHAM TY 1972, SO 170-1, P42-53

1681. PHẠM BÀI
        CÔNG TÁC XÂY DỰNG ĐẢNG VÀ VIỆC MỞ RỘNG DIỆN TÍCH LÚA XUÂN Ở THÁI BÌNH
        HT 1-1971, P38-45

1682. PHẠM CƯỜNG
        PORK SUPPLY IN HANOI
        VCM 10, MARCH 1973, 811-15

1683. TAUSSIG, H. C.
        LAND REFORM ABUSES; BLUNDERS OF COMMUNIST CADRES INNORTH VIET NAM
        CHECKED
        SOUTH CHINA MORNING POST, NOV 28, 1956

1684. TAUSSIG, H. C.
        NORTH VIET NAM'S HEADACHES
        EASTERN WORLD, MAR 1957, P12-14

1685, TRẦN DUY DƯỞNG
      KINH NGHIỆM BƯỚC ĐẦU VỀ PHÁT TRIỂN LỚN LẠI KINH TẾ Ở
      NGOẠI THÀNH HÀNỘI
      HT 5-1971, P36-42

1686, VIỆT NAM DÂN CHỦ CỘNG HÒA
      LOI SUR LA REFORME AGRAIRE
      HANOI, ELE, 1955

1687, VŨ HUY BẰNG
      PURCHASE OF FARM PRODUCTS BY THE STATE AND THE PRICE PROBLEM /THE
      VS 13 (1967), P129-154

5.7. Water Resources, Hydraulics, and Hydrology

1688, DION, PHILIP
      AFTER THE DELUGE
      FEER, MAY 1, 1971, P19-26

1689, HONEY, P. J,
      FLOODS /THE
      CNA, 865, DEC 17, 1971, P3-7; NVQR 43

1690, NGOC PHÁCH
      WORST FLOOD EVER: DISASTER HITS RED RIVER DELTA REGION /THE
      VIET NAM MAGAZINE, NO, 10, 1971, P14-16

1691, PHẠM HÙNG
      NHIỆM VỤ TRỌNG YẾU CỦA CÔNG TÁC THỦY LỢI ĐỐI VỚI PHONG TRÀO HỢP TÁC
      HÓA VÀ SẢN XUẤT NÔNG NGHIỆP
      HA NOI, SU THAT, 1960, 23P

1692, TRẦN ĐẰNG KHOA
      WATER CONSERVANCY IN NORTH VIETNAM
      VIETNAMESE STUDIES NO, 2 1964, P44-76, ILLUS

5.8. Agricultural Technology

1693,
      DI TRUYỀN HỌC, CÂY TRỒNG. VŨ TUYÊN HOAN VÀ TRẦN THẾ TỨC DỊCH
      HÀ NỘI, GIÁO DỤC NHÂN DÂN, 1963, 297P

1694, BÙI HUY ĐÁP
      AGRONOMIC RESEARCH
      VS 27 (1971), P73-87

1695, BÙI HUY ĐÁP
      SOME CHARACTERISTIC FEATURES OF RICE GROWING IN VIET NAM
      VS 13 (1967), P37-66

1696, DƯỜNG HỒNG HIẾN
      CROP MULTIPLICATION
      VS 27 (1971), P7-36

1697, HUỲNH NGỌC BỬU
      PISCICULTURE
      VS 27 (1971), P57-71

160° LÊ DUY THƯỚC & HỒNG TIẾN
      QUẢN LÝ CHẶT CHẼ VÀ SỬ DỤNG TỐT ĐẤT TRONG NÔNG NGHIỆP
      HT 2-1971, P70-77

1699, NGUYỄN LAI
        ON AGRICULTURAL MECHANIZATION
        VCM 19, DEC 1973, P17-19

1700, NGUYỄN LAO ĐỘNG
        ANIMAL HUSBANDRY
        VS 27 (1971), P37-56

1701, PHẠM CƯỜNG
        TRAINING OF TECHNICIANS FOR AGRICULTURAL CO-OPERATIVES /THE
        ANNEXE: THE MIDDLE SCHOOL OF AGRICULTURAL TECHNIQUE OF HẢI HƯNG
        PROVINCE
        VS 27 (1971), P89-121

1702, TRỊNH VĂN THỊNH
        IMPROVEMENT OF AGRICULTURAL TECHNIQUES IN NORTH VIETNAM
        VIETNAMESE STUDIES NO.2, 1964, P77-101, ILLUS

1703, VIỆT NAM DÂN CHỦ CỘNG HÒA, BỘ NÔNG LÂM
        DÙNG BÈO HOA DÂU LÀM PHÂN BÓN LÚA
        HÀ NỘI, BỘ NÔNG LÂM, 1956, 19P

1704, VIETNAMESE STUDIES
        SMALL AGRICULTURAL MECHANIZATION IN THE D.R.V.
        VS 13 (1967), P67-73

5.9. Miscellaneous Aspects of Agriculture

1705, CHALIAND, GÉRARD
        PEASANTS OF NORTH VIETNAM, WITH A PREFACE BY PHILIPPE DEVILLERS,
        TRANSLATED BY PETER WILES, /THE
        BALTIMORE, MARYLAND, PENGUIN BOOKS, 1969, 244P

1706, ĐOÀN BỐ
        BÀN VỀ CƠ CẤU CÂY TRỒNG VỤ ĐÔNG Ở MIỀN BẮC NƯỚC TA
        HT 10-1971, P45-53

1707, NGUYỄN TẠO
        PHÁT TRIỂN MẠNH MẼ VÀ ĐỀU KHẮP PHONG TRÀO TRỒNG CÂY GÂY RỪNG
        HT 1-1971, P32-37

1708, NGUYỄN XUÂN LAI
        INTERDEPENDENCE BETWEEN AGRICULTURE AND INDUSTRY
        VS 27 (1971), P123-176

1709, TRẦN THI
        NÔNG THÔN LÀ CỦA CHÚNG TA
        HANOI, THANH NIÊN, 1955, V. 2 ONLY
        PL4389 T8266 N8

1710, VIỆT NAM DÂN CHỦ CỘNG HÒA
        THÀNH TÍCH SẢN XUẤT NÔNG NGHIỆP TRONG 15 NĂM DƯỚI CHẾ ĐỘ
        VIỆT NAM DÂN CHỦ CỘNG HÒA
        HÀ NỘI, SỰ THẬT, 1960, 91P

1711, VIỆT NAM DÂN CHỦ CỘNG HÒA, BỘ NÔNG LÂM, VIỆN KHẢO CỨU NÔNG LÂM
        PHÂN BÓN
        HÀ NỘI, VIỆN KHẢO CỨU NÔNG LÂM, 1956, 48P

1712, XUÂN KIỀU
        XÂY DỰNG VÙNG CHUYÊN CANH CÓI Ở KIM SƠN
        HT 9-1971, P60-69

6. THE NON-AGRICULTURAL ECONOMY

6.0. General Economic Policy

1713,
ECONOMIC ACHIEVEMENTS OF NORTH VIETNAM
INTERNATIONAL LIFE, OCT 1956, P121

1714,
NORTH VIET NAM: PRIVATE PROPERTY -- HANDS OFF
ECONOMIST, NOV. 21, 1970, P31

1715, BÙI CÔNG TRỪNG
DEMOCRATIC REPUBLIC OF VIỆT NAM ON THE ROAD TO SOCIALISM /THE
INTERNATIONAL AFFAIRS (MOSCOW) NO. 4, APR 1959, P53-58

1716, BÙI CÔNG TRỪNG
ECONOMY IN NORTH AND SOUTH VIỆT NAM
VIETNAM ADVANCES 3, NO.7, JULY 1958, P19-23, TABLES

1717, BÙI CÔNG TRỪNG
SEVERNYI V'ETNAM NA PUTI POSTROENIIA SOTSIALIZMA
MOSKVA, 1959
LC HC443.V5B8

1718, BÙI CÔNG TRỪNG
MIỀN BẮC VIỆT NAM TRÊN CON ĐƯỜNG TIẾN LÊN CHỦ NGHĨA XÃ HỘI. IN LẦN 2
HÀ NỘI, SỰ THẬT, 1961, 332P
DS557 A7 B92

1719, CHARRIÈRE, JACQUES
SOCIALISM IN NORTH VIETNAM
MISSOURI REVIEW, FEB 1966, P19-41

1720, CLERMONT, ANDRÉ
ÉCONOMIE VIET-MINH /L'
INDOCHINE SUD-EST ASIATIQUE, JUN 1953

1721, ĐOÀN TRỌNG TRUYỀN & PHẠM THÀNH VINH
ÉDIFICATION D'UNE ÉCONOMIE NATIONALE INDÉPENDANTE AU VIETNAM
1945-1965 /L'
HANOI, ELE, 1966

1722, ĐOÀN TRỌNG TRUYEN & PHẠM THÀNH VINH
BUILDING AN INDEPENDENT NATIONAL ECONOMY IN VIETNAM
HANOI, FLPH, 1964, 171P, ILLUS
HC443 V5D63

1723, FAR EASTERN ECONOMIC REVIEW YEARBOOK, 1962
NORTH VIET NAM
HONGKONG, FAR EASTERN ECONOMIC REVIEW, DECEMBER 1962

1724, GORDON, ALEC
ECONOMIC DEVELOPMENT AND SOCIALISM IN NORTH VIETNAM
LONDON, SCHOOL OF ORIENTAL AND AFRICAN STUDIES LEFT GROUP, 1971, 11P
PAM HC VN 119+

1725, HO CHI MINH
VỀ PHÁT TRIỂN SẢN XUẤT, THỰC HÀNH TIẾT KIỆM
HÀ NỘI, SỰ THẬT, 1973

1726, HỒ CHÍ MINH, ET AL,
ROAD TO HAPPINESS AND PROSPERITY /THE
HANOI, FLPH, 1963, 192P
HC442 D18C5 1963

1727. HỌC TẬP
      RA SỨC LÀM TỐT CÔNG TÁC QUẢN LÝ, BẢO ĐẢM THỰC HIỆN THẮNG
      LỢI ĐƯỜNG LỐI KINH TẾ CỦA ĐẢNG
      HT 12-1971, P1-10

1728. HONEY, P. J.
      ECONOMIC SITUATION; SPLIT IN THE PARTY
      NORTH VIETNAM QUARTERLY SURVEY, NO. 12
      CHINA NEWS ANALYSIS NO. 520, JUN 12, 1964, P1-7

1729. KAYE, WILLIAM
      BOWL OF RICE DIVIDED; THE ECONOMY OF NORTH VIETNAM /A
      CHINA QUARTERLY, JAN-MAR 1962, P82-93

1730. KLOPOTOV, KIRILL K.
      OCHERKI NARODNOGO KHOZIAISTVA DEMOKRATICHESKOI RESPUBLIKI VIETNAM
      MOSKVA, 1956
      LC HC443.V5K6

1731. LAVALLÉE, LÉON
      ÉCONOMIE DU NORD VIETNAM, VOL. 1: 1960-1970; VOL. 2: ESSAI
      PERSPECTIVE, PRÉFACE DE JACQUES DUCLOS
      PARIS, LES CAHIERS DU CENTRE D'ÉTUDES ET DE RECHERCHES MARXISTES,
      NOS. 94-94BIS, 1971

1732. LÊ CHÂU
      VIET NAM SOCIALISTE: UNE ÉCONOMIE DE TRANSITION /LE
      PARIS, F. MASPERO, 1966

1733. LÊ DUẨN
      TẤT CẢ ĐỂ SẢN XUẤT, ĐỂ CÔNG NGHIỆP HÓA XÃ HỘI CHỦ NGHĨA
      HÀ NỘI, SỰ THẬT, 1962, 106P

1734. LENIN, V. I.
      BÀN VỀ TÀI CHÍNH
      HÀ NỘI, SỰ THẬT, 1972

1735. LENIN, V. I.
      VỀ CÁCH MẠNG KỸ THUẬT
      HÀ NỘI, SỰ THẬT, 1971

1736. LIMBOURG, MICHEL
      ECONOMIE ACTUELLE DU VIET NAM DÉMOCRATIQUE /L'
      HANOI, ELE, 1956, 136P ILLUS, TABLES, MAPS,
      HC443V5L73

1737. LIMBOURG, MICHEL
      EKONOMIKE DEMOKRATICHESKOI RESPUBLIKI VIETNAM
      MOSKVA, 1957
      LC HC443.V5L5

1738. MARX, KARL
      BÀN VỀ TIẾT KIỆM VÀ TĂNG NĂNG XUẤT LAO ĐỘNG
      HÀ NỘI, SỰ THẬT, 1971

1739. MARX, KARL
      GÓP PHẦN PHÊ PHÁN CHÍNH TRỊ KINH TẾ HỌC
      HÀ NỘI, SỰ THẬT, 1972

1740. MARX, KARL, ET AL.
      BÀN VỀ KẾ HOẠCH HÓA NỀN KINH TẾ QUỐC DÂN
      CỦA MÁC, ĂNG-GHEN, LÊ-NIN, STA-LIN
      HÀ NỘI, SỰ THẬT, 1971

1741. MARX, KARL, ET AL.
      BÀN VỀ KINH TẾ ĐỊA PHƯỜNG
      C. MÁC, F. ĂNG-GHEN, V.I. LÊ-NIN, J. STA-LIN
      HÀ NỘI, SỰ THẬT, 1973

1742, MARX, KARL, ET AL,
BÀN VỀ QUAN HỆ GIỮA CÔNG NGHIỆP VÀ NÔNG NGHIỆP
C, MAC, F, ANG-GHEN, V, LÊ-NIN, J, STA-LIN
HÀ NỘI, SỰ THẬT, 1974

1743, MARX, KARL, ET AL,
VỀ MỐI QUAN HỆ GIỮA TRIẾT HỌC VÀ KHOA HỌC TỰ NHIÊN
C, MAC, F, ANG-GHEN, V,I, LÊ-NIN
HÀ NỘI, KHOA HỌC XÃ HỘI, 1974

1744, NGHIEM XUAN YEM, ET AL,
SỰ NGHIỆP KINH TẾ VÀ VĂN HÓA; 1945-1960
HANOI, SỰ THẬT, 1960, 255P
FILM 3249

1745, NGUYEN CON
QUAN TRIET DAY DU, DUONG LOI, PHƯỜNG HƯỚNG PHÁT TRIỂN KINH TẾ
TRONG GIAI ĐOẠN MỚI, PHẤN ĐẤU THỰC HIỆN THẮNG LỢI NHỮNG NHIỆM VỤ
KINH TẾ TRƯỚC MẮT
HÀ NỘI, SỰ THẬT, 1970, 60P

1746, NGUYỄN DUY TRINH, ET AL,
NHỮNG THẮNG LỢI VỀ VANG CỦA NHÂN DÂN TA TRONG CÔNG CUỘC XÂY DỰNG
NỀN KINH TẾ XÃ HỘI CHỦ NGHĨA Ở MIỀN BẮC (1955-1965)
HANOI, SỰ THẬT, 1966, 33P
HC443 V5N6

1747, NGUYỄN KHẮC VIỆN
NORD-VIETNAM A LA RECHERCHE DE L'INDEPENDANCE ECONOMIQUE /LE
DEMOCRATIE NOUVELLE NO, 3, MAR 1964, P41-48
D839 D38+

1748, NGUYỄN NGỌC BÍCH
ECONOMIC CRISIS AND LEADERSHIP CONFLICT IN NORTH VIETNAM
WASHINGTON, 1971, 53P
PAM HC VN 112+

1749, NGUYỄN NGỌC BÍCH
NORTH VIET NAM; BACKTRACKING ON SOCIALISM
SAIGON, VIETNAM COUNCIL ON FOREIGN RELATIONS, 1971, 32P
PAM DS VN 656

1750, NGUYỄN NGỌC MINH
KINH TẾ VIỆT NAM; TỪ CÁCH MẠNG THÁNG TÁM ĐẾN KHÁNG CHIẾN
THẮNG LỢI (1945-1954)
HANOI, KHOA HỌC, 1966, 488P
HC443 V5H24

1751, NIKITIN, PETR IVANOVICH
CHÍNH TRỊ KINH TẾ HỌC PHỔ THÔNG
HÀ NỘI, SỰ THẬT, 1962, 465P

1752, RONCO, THÉO
RÉPUBLIQUE DÉMOCRATIQUE DU VIETNAM: LE SYSTÈME
ÉCONOMIQUE A FAIT SES PREUVES
CAHIERS DU COMMUNISME, JUIN 1970, P65-81

1753, RONCO, THÉO
REPUBLIQUE DEMOCRATIQUE DU VIETNAM: LE SYSTÈME ÉCONOMIQUE A FAIT SES
PREUVES
CAHIERS DU COMMUNISME, JUIN 1970, P65-81

1754, SHABAD, THEODORE
ECONOMIC DEVELOPMENTS IN NORTH VIETNAM
PACIFIC AFFAIRS, MAR 1958, P36-53

1755. STALIN, IOSIF
      NHỮNG VẤN ĐỀ KINH TẾ CỦA CHỦ NGHĨA XÃ HỘI Ở LIÊN-SÔ
      HÀ NỘI, SỰ THẬT, 1954, 120P

1756. TRẦN ĐỨC THẢO
      "ECONOMIC GROWTH OF THE DEMOCRATIC REPUBLIC OF VIETNAM (1945-1965)"
      BY VÕ NHÂN TRÍ (A BOOK REVIEW)
      VS 17 (1968), P168-172

1757. U.S. JOINT PUBLICATIONS RESEARCH SERVICE
      NORTH VIET NAM'S TRADE AND PRICES
      NEW YORK, 1959
      LC AS36.U57 NO. 2000

1758. VIỆN NGHIÊN CỨU KINH TẾ THUỘC VIỆN HÀN LÂM KHOA HỌC LIÊN XÔ
      SÁCH GIÁO KHOA CHÍNH TRỊ HỌC KINH TẾ,
      HÀ NỘI, SỰ THẬT, 1962, 949P

1759. VIỆT NAM DÂN CHỦ CỘNG HÒA
      DEMOCRATIC REPUBLIC OF VIETNAM ON THE ROAD TO SOCIALIST
      INDUSTRIALIZATION /THE
      HANOI, FLPH, 1963, 80P, ILLUS
      HC443 V5D58

1760. VIỆT NAM DÂN CHỦ CỘNG HÒA
      FIVE YEARS OF ECONOMIC AND CULTURAL EDIFICATION (1955-1959)
      HANOI, FLPH, 1961

1761. VIỆT NAM DÂN CHỦ CỘNG HÒA, UỶ BAN KHOA HỌC VÀ KỸ THUẬT NHÀ NƯỚC
      TỔ LUẬT HỌC, PHẦN TỔ DÂN LUẬT
      HỘI ĐỒNG KINH TẾ
      HANOI, NHÀ XUẤT BẢN KHOA HỌC, 1964, 247P
      HF1372 V66

1762. VIỆT NAM DÂN CHỦ CỘNG HÒA, VIỆN KINH TẾ
      KINH TẾ VIỆT NAM, 1945-1954
      HANOI, KHOA HỌC, 1956

1763. VIỆT NAM DÂN CHỦ CỘNG HÒA, VIỆN KINH TẾ
      KINH TẾ VIỆT NAM, 1945-1960
      HÀ NỘI, SỰ THẬT, 1960

1764. VIỆT NAM DÂN CHỦ CỘNG HÒA, VỤ HUẤN HỌC
      CHÍNH TRỊ KINH TẾ HỌC, CHƯƠNG TRÌNH TRUNG CẤP
      PHẦN 1.KINH TẾ TƯ BẢN CHỦ NGHĨA
      PHẦN 2.KINH TẾ XÃ HỘI CHỦ NGHĨA
      HANOI, SỰ THẬT, 1964, V, 1 ONLY
      JA76 H2J

1765. VÕ NHÂN TRÍ
      CROISSANCE ÉCONOMIQUE DE LA RÉPUBLIQUE DÉMOCRATIQUE DU VIETNAM
      (1945-1965)
      HANOI, ELE, 1967, 627P
      HC443 V5V87

1766. VŨ KHIÊU
      VỀ TÂM LÝ SẢN XUẤT NHỎ
      HT 196, 4-1972, P61-74

1767. VŨ QUỐC TUẤN
      MAIN ECONOMIC TASKS FOR 1974
      VCM 22, MARCH 1974, P9-12

6.1. Economic Planning, Management, and Control

1768,
PHÂN PHỐI THEO LAO ĐỘNG VÀ TIỀN LƯƠNG DƯỚI CHẾ ĐỘ XÃ HỘI CHỦ NGHĨA
HÀ NỘI, SỰ THẬT, 1960, 105P

1769,
PHONG TRÀO TIỀN TIẾN VÀ VIỆC XÂY DỰNG CHI TIÊU KINH TẾ KỸ THUẬT
HÀ NỘI, LAO ĐỘNG, 1961, 128P

1770,
TRANSFER OF POPULATION TO NEW ECONOMIC AREAS
VCM 28, SEPT 1974, P14-15

1771, CHẾ VIẾT TÂN
TIẾP TỤC ĐẨY MẠNH PHONG TRÀO LAO ĐỘNG SẢN XUẤT VÀ TIẾT KIỆM
HT 195; 3-1972; P34-43

1772, ĐẢNG LAO ĐỘNG VIỆT NAM, BỘ CHÁNH TRỊ
NGHỊ QUYẾT CỦA BỘ CHÁNH TRỊ VỀ CHẾ ĐỘ LÃNH ĐẠO QUẢN LÝ XÍ NGHIỆP XÃ
HỘI CHỦ NGHĨA
HANOI, SỰ THẬT, 1965, 66P
FILM 2584 NO, 88

1773, ĐẢNG VIỆT CHÂU
MẤY VẤN ĐỀ VỀ QUẢN LÝ TÀI CHÍNH Ở XÍ NGHIỆP
HT 9-1971, P21-32

1774, ĐÀO DUY PHÚC
REALIZATION OF THE PRODUCTION PLAN FOR THE FIRST SIX MONTHS
OF 1958, NORTH VIETNAM
NEW YORK, U,S, JPRS, 1959

1775, HOÀNG QUỐC VIỆT
TĂNG CƯỜNG PHÁP CHẾ XÃ HỘI CHỦ NGHĨA TRONG CÔNG TÁC
QUẢN LÝ XÍ NGHIỆP
HÀ NỘI, SỰ THẬT, 1972

1776, HỌC TẬP
MỞ RỘNG VÀ CỦNG CỐ THỊ TRƯỜNG XÃ HỘI CHỦ NGHĨA, TĂNG CƯỜNG QUẢN LÝ
THỊ TRƯỜNG TỰ DO
HT 195, 3-1972, P1-10

1777, HỌC TẬP
PHÁT HUY KHÍ THẾ CHIẾN THẮNG THIÊN TAI, ĐẨY MẠNH SẢN XUẤT,
HOÀN THÀNH THẮNG LỢI KẾ HOẠCH NHÀ NƯỚC NĂM 1971
HT 10-1971, P1-8

1778, JONES, P,H,M,
UNDER TWO PLANS
FEER, MAY 4, 1961, P220-1

1779, LÊ DUẨN
HĂNG HÁI TIẾN LÊN HOÀN THÀNH THẮNG LỢI KẾ HOẠCH 5 NĂM
LẦN THỨ NHẤT
HÀ NỘI, SỰ THẬT, 1963

1780, LÊ HỒNG TÂM
CÔNG NGHIỆP ĐỊA PHƯƠNG VÀ BƯỚC PHÁT TRIỂN MỚI CỦA KINH TẾ ĐỊA PHƯƠNG
HT 3-1971, P23-34

1781, LÊ TÀI
KẾ HOẠCH NHÀ NƯỚC NĂM 1961 MỞ ĐẦU KẾ HOẠCH 5 NĂM LẦN THỨ NHỨT
(1961-1965)
HÀ NỘI, SỰ THẬT, 1961, 112P

1782, LÊ THANH NGHỊ
NẮM VỮNG MỤC ĐÍCH, YÊU CẦU, PHƯỜNG HƯỚNG CẢI TIẾN
QUẢN LÝ XÍ NGHIỆP CÔNG NGHIỆP QUỐC DOANH
HT 9-1971, P14-20

1783, LÊ THANH NGHỊ
        NHIỆM VỤ, PHƯƠNG HƯỚNG KHÔI PHỤC VÀ PHÁT TRIỂN KINH TẾ HAI NĂM
        1974-1975 VÀ KẾ HOẠCH NHÀ NƯỚC NĂM 1974
        BÁO CÁO CỦA HỘI ĐỒNG CHÍNH PHỦ DO PHÓ THỦ TƯỚNG LÊ THANH NGHỊ TRÌNH
        BÀY TRƯỚC QUỐC HỘI KHÓA 4, KỲ HỢP THỨ 4 THÁNG 2 NĂM 1974
        HÀ NỘI, SỰ THẬT, 1974

1784, LÊ THANH NGHỊ
        ỔN ĐỊNH TÌNH HÌNH SẢN XUẤT, CẢI TIẾN MỘT BƯỚC CÔNG TÁC
        QUẢN LÝ XÍ NGHIỆP CÔNG NGHIỆP QUỐC DOANH
        HT 11-1971, P8-25

1785, NGUYỄN ĐỨC DƯỜNG
        TĂNG CƯỜNG CÔNG TÁC THÔNG TIN KINH TẾ Ở XÍ NGHIỆP
        HT 193, 1-1972, P45-56

1786, NGUYỄN LÂM
        MẤY VẤN ĐỀ VỀ CẢI TIẾN CÔNG TÁC KẾ HOẠCH Ở XÍ NGHIỆP CÔNG NGHIỆP
        HT 12-1971, P19-28

1787, NGUYỄN VĂN TRÂN
        KIÊN TRÌ THỰC HIỆN ĐƯỜNG LỐI XÂY DỰNG VÀ PHÁT TRIỂN CÔNG
        NGHIỆP ĐỊA PHƯƠNG CỦA ĐẢNG
        HT 3-1971, P11-22

1788, PHẠM ĐÌNH TÂN
        CON ĐƯỜNG KINH DOANH MỚI CỦA NHÀ CÔNG THƯƠNG VIỆT NAM
        HÀ NỘI, MINH ĐỨC THỜI ĐẠI, 1955, 30P

1789, PHẠM HÙNG
        TĂNG CƯỜNG CÔNG TÁC TÀI CHÍNH, RA SỨC PHỤC VỤ NHIỆM VỤ CẢI TẠO VÀ
        PHÁT TRIỂN KINH TẾ
        HÀ NỘI, SỰ THẬT, 1959, 19P

1790, PHẠM VĂN ĐỒNG
        NHẬN THỨC RÕ VỊ TRÍ CỦA XÍ NGHIỆP, RA SỨC PHẤN ĐẤU NHẰM
        CẢI TIẾN MỘT BƯỚC CÔNG TÁC QUẢN LÝ XÍ NGHIỆP
        HT 9-1971, P7-13

1791, PHẠM VĂN ĐỒNG
        PROBLEMES FONDAMENTAUX DU PLAN D'ETAT POUR 1956
        ETUDES ECONOMIQUES (PARIS), 97/98, 1956, P43-53

1792, PHẠM VĂN ĐỒNG
        TĂNG CƯỜNG LÃNH ĐẠO QUẢN LÝ KINH TẾ TÀI CHÁNH
        HÀ NỘI, SỰ THẬT, 1964, 187P

1793, PHẠM VĂN ĐỒNG & LÊ THANH NGHỊ
        NHẬN RÕ VỊ TRÍ CỦA XÍ NGHIỆP, RA SỨC CẢI TIẾN QUẢN LÝ XÍ NGHIỆP
        HÀ NỘI, SỰ THẬT, 1972

1794, TRẦN ĐẠI NGHĨA
        MỘT SỐ Ý KIẾN VỀ CÔNG TÁC QUẢN LÝ KỸ THUẬT Ở XÍ NGHIỆP
        HT 12-1971, P29-40

1795, TRẦN GIÁP VÀ LÊ TRỌNG BÌNH
        KINH NGHIỆM XÂY DỰNG KINH TẾ TRÊN VÙNG ĐỒI NÚI CỦA NÔNG TRƯỜNG THỐNG
        NHẤT
        HT 195, 3-1972, P56-65

1796, U.S. EMBASSY, SAIGON, JUSPAO, NORTH VIET NAM AFFAIRS DIVISION
        ON NORTH VIET NAM'S 1968 STATE PLAN
        VDRN NO. 33, MAY 1968, 10P

1797, U.S. EMBASSY, SAIGON, JUSPAO, NORTH VIET NAM AFFAIRS DIVISION
        ON NORTH VIET NAM'S STATE PLANS
        VDRN NO. 78, MAY 1970, 37P

1798, U.S. EMBASSY, SAIGON. JUSPAO. NORTH VIET NAM AFFAIRS DIVISION
PLAN FOR STRENGTHENING THE VAST REAR BASE AND THE VAST FRONT LINE;
NORTH VIET NAM'S STATE PLAN FOR 1969
VDRN NO. 53, MAR 1969, 5P

1799, U.S. JOINT PUBLICATIONS RESEARCH SERVICE
SELECTED NEWSPAPER ARTICLES ON 1959 STATE PLAN IN NORTH VIETNAM
NEW YORK, 1959
LC AS36.U57 NO. 1646

1800, VIỆT NAM DÂN CHỦ CỘNG HÒA
KẾ HOẠCH PHÁT TRIỂN KINH TẾ QUỐC GIA 5 NĂM LẦN THỨ NHẤT, 1961-1965
NO. 3 & 4-5-1963

1801, VIỆT NAM DÂN CHỦ CỘNG HÒA
SUCCESS OF THE 1959 PLAN AND THE STRUGGLE TO
ACHIEVE THE 1960 PLAN AND THE THREE-YEAR PLAN
NEW YORK, CCM INFORMATION CORP., 1960, 98P
HC443 V5 S94 1960

1802, VIỆT NAM DÂN CHỦ CỘNG HÒA. BAN CHỈ ĐẠO CẢI TIẾN QUẢN LÝ XÍ NGHIỆP
CÔNG NGHIỆP QUỐC DOANH TRUNG ƯỞNG
CÔNG TÁC CÔNG ĐOÀN, CÔNG TÁC ĐOÀN THANH NIÊN TRONG XÍ
NGHIỆP CÔNG NGHIỆP
HÀ NỘI, SỰ THẬT, 1972

1803, VIỆT NAM DÂN CHỦ CỘNG HÒA. BAN CHỈ ĐẠO CẢI TIẾN QUẢN LÝ XÍ NGHIỆP
CÔNG NGHIỆP QUỐC DOANH TRUNG ƯỞNG
CÔNG TÁC KẾ HOẠCH, CUNG ỨNG VẬT TƯ-KỸ THUẬT, QUẢN LÝ KỸ THUẬT
TRONG XÍ NGHIỆP CÔNG NGHIỆP
HÀ NỘI, SỰ THẬT, 1972

1804, VIỆT NAM DÂN CHỦ CỘNG HÒA. BAN CHỈ ĐẠO CẢI TIẾN QUẢN LÝ XÍ NGHIỆP
CÔNG NGHIỆP QUỐC DOANH TRUNG ƯỞNG
CÔNG TÁC TIỀN LƯƠNG, TÀI CHÁNH, NGÂN HÀNG TRONG XÍ NGHIỆP
CÔNG NGHIỆP
HÀ NỘI, SỰ THẬT, 1972

1805, VIỆT NAM DÂN CHỦ CỘNG HÒA. BAN CHỈ ĐẠO CẢI TIẾN QUẢN LÝ XÍ NGHIỆP
CÔNG NGHIỆP QUỐC DOANH TRUNG ƯỞNG
HỆ THỐNG THÔNG TIN KINH TẾ VÀ TỔ CHỨC BỘ MÁY QUẢN LÝ
TRONG XÍ NGHIỆP CÔNG NGHIỆP
HÀ NỘI, SỰ THẬT, 1972

1806, VIỆT NAM DÂN CHỦ CỘNG HÒA. BAN CHỈ ĐẠO CẢI TIẾN QUẢN LÝ XÍ NGHIỆP
CÔNG NGHIỆP QUỐC DOANH TRUNG ƯỞNG
CÔNG TÁC CÔNG ĐOÀN, CÔNG TÁC ĐOÀN THANH NIÊN TRONG XÍ
NGHIỆP CÔNG NGHIỆP
HÀ NỘI, SỰ THẬT, 1972

1807, VIỆT NAM DÂN CHỦ CỘNG HÒA. CỤC THỐNG KÊ TRUNG ƯỞNG
NĂM NĂM XÂY DỰNG KINH TẾ VÀ VĂN HÓA, (SỐ TÀI LIỆU THỐNG KÊ THÀNH TÍCH
KHÔI PHỤC, CẢI TẠO, PHÁT TRIỂN KINH TẾ, PHÁT TRIỂN VĂN HÓA TỪ
1955 ĐẾN 1959),
HÀ NỘI, CỤC THỐNG KÊ TRUNG ƯỞNG, 1960, 248P

1808, VIỆT NAM DÂN CHỦ CỘNG HÒA. QUỐC HỘI
THREE-YEAR PLAN TO DEVELOP AND TRANSFORM ECONOMY AND TO DEVELOP
CULTURE (1958-1960), DOCUMENTS OF THE NINTH SESSION OF THE NATIONAL
ASSEMBLY OF THE DEMOCRATIC REPUBLIC OF VIET NAM
HANOI, FLPH, 1959, 136P
HC443V5A351958A

1809, VŨ ĐÌNH HÒE, ET AL.
HỢP ĐỒNG KINH TẾ
HANOI, KHOA HỌC, 1964, 247P
HF1372 H79

6.2. Fiscal and Monetary Policy

1810, NGUYỄN LANG
TWENTY YEARS OF ACTIVITY OF THE NATIONAL BANK
VCM 3, AUG 1972, P22-28

1811, NGUYỄN SĨ ĐÔNG
MẤY KINH NGHIỆM VỀ CÔNG TÁC NGÂN HÀNG PHỤC VỤ CÔNG CUỘC
XÂY DỰNG CHỦ NGHIA XÃ HỘI Ở MIỀN BẮC NƯỚC TA
HT 6-1971

1812, PHẠM HÙNG
TĂNG CƯỜNG CÔNG TÁC TÀI CHÍNH
RA SỨC PHỤC VỤ NHIỆM VỤ CẢI TẠO VÀ PHÁT TRIỂN KINH TẾ
HÀ NỘI, SỰ THẬT, 1959, 19P

1813, PHẠM VĂN ĐỒNG
TĂNG CƯỜNG LÃNH ĐẠO QUẢN LÝ KINH TẾ TÀI CHÁNH
HÀ NỘI, SỰ THẬT, 1964, 187P

1814, RASTORGUYEV, VICTOR SERGEYEVICH
FINANCE AND CREDIT IN THE DEMOCRATIC REPUBLIC OF VIETNAM
TRANSLATION FROM RUSSIAN
WASHINGTON, D.C., U.S. JPRS, NO. 33, 326, DEC 14, 1965; 127P

1815, TRẦN DƯỜNG & PHẠM THỌ
LƯU THÔNG TIỀN TỆ Ở NƯỚC VIỆT NAM DÂN CHỦ CỘNG HÒA
HÀ NỘI, SỰ THẬT, 1960, 211P

1816, VIỆT NAM DÂN CHỦ CỘNG HÒA, NGÂN HÀNG NHÀ NƯỚC
VĂN KIỆN HỘI NGHỊ NGÂN HÀNG TOÀN QUỐC 1960. TẬP I
HÀ NỘI, NGÂN HÀNG NHÀ NƯỚC VIỆT NAM TRUNG ƯỜNG, 1960; 103P

6.3. Emulation

1817,
HẬU PHƯỜNG THI ĐUA VỚI TIỀN PHƯỜNG
(LOẠI SÁCH "NGƯỜI TỐT, VIỆC TỐT")
HANOI, PHỔ THÔNG, 1968, V, 1-2 ONLY
PL4385 H36

1818,
TỔ TRƯỞNG TIỂU TẤT THI ĐUA CAO VIỆT BÁO HUÂN CHƯƠNG KHÁNG CHIẾN
HẠNG NHỨT
N/P, NHA TUYÊN TRUYỀN VÀ VĂN NGHỆ, 1953, 38P

1819, ***
PHỤC LỆ TỪNG BƯỚC ĐI LÊN THEO HƯỚNG SẢN XUẤT LỚN
HT 8-1971, P42-57

1820, BAN VẬN ĐỘNG THI ĐUA ÁI QUỐC TRUNG ƯỜNG
THI ĐUA YÊU NƯỚC
NAM BỘ, SỞ THÔNG TIN NAM BỘ, 1949, 48P
FILM 2584, NO. 31

1821, ĐỖ MƯỜI
MỌI NGƯỜI TÍCH CỰC THAM GIA PHONG TRÀO LAO ĐỘNG SẢN XUẤT,
THỰC HÀNH TIẾT KIỆM
HT 1-1971, P19-31

1822, HỒ CHÍ MINH
THI ĐUA YÊU NƯỚC
HÀ NỘI, SỰ THẬT, 1970, 70P

1823, LÊ HỒNG TÂM
        TÁM GIỜ LÀM VIỆC CỦA NGƯỜI TỔ TRƯỞNG SẢN XUẤT
        HÀ NỘI, LAO ĐỘNG, 1963, 65P

1824, LÊ THANH NGHỊ
        ĐẨY MẠNH PHONG TRÀO THI ĐUA YÊU NƯỚC, PHẤN ĐẤU HOÀN THÀNH TOÀN DIỆN
        VÀ VƯỢT MỨC KẾ HOẠCH NHÀ NƯỚC, BÁO CÁO TẠI HỘI NGHỊ TỔNG KẾT PHONG
        TRÀO THI ĐUA NĂM 1962 VÀ PHỔ BIẾN PHƯƠNG HƯỚNG, NỘI DUNG THI ĐUA
        NĂM 1963 DO PHỦ THỦ TƯỚNG TRIỆU TẬP, NGÀY 26 THÁNG CHẠP 1962
        HANOI, SỰ THẬT, 1963, 65P
        HC443 V5L43

1825, NGUYỄN CÔNG HOA, ET AL,
        GREAT WAVES; EMULATION MOVEMENT AMONG THE WORKERS
        HANOI, FLPH, 1962, 168P, ILLUS
        DH8699 V62G78

1826, UỶ BAN VẬN ĐỘNG THI ĐUA ÁI QUỐC TRUNG ƯƠNG
        THI ĐUA YÊU NƯỚC
        NAM BỘ, SỞ THÔNG TIN NAM BỘ, 1949, 48P
        FILM 2584 NO, 31

1827, UỶ BAN VẬN ĐỘNG THI ĐUA ÁI QUỐC TRUNG ƯƠNG
        VẬN ĐỘNG PHONG TRÀO THI ĐUA ÁI QUỐC
        NAM BỘ, SỞ THÔNG TIN NAM BỘ, 1949, 52P
        FILM 2584 NO, 29

1828, VIỆT NAM DÂN CHỦ CỘNG HÒA
        ĐẠI HỘI LIÊN HOAN ANH HÙNG, CHIẾN SĨ THI ĐUA TOÀN QUỐC LẦN THỨ BA,
        TUYÊN DƯƠNG THÀNH TÍCH
        HÀ NỘI, SỰ THẬT, 1962, 127P

            6.4. Industrialization and Heavy Industry

1829,
        DEVELOPMENT OF CHEMICAL INDUSTRY OF NORTH VIETNAM /THE
        VIETNAM (NEW DELHI) NO, 5, SEPT 2, 1963, P25-26, ILLUS
1830,
        REPUBLIQUE DEMOCRATIQUE DU VIET NAM SUR LA VOIE DE
        L'INDUSTRIALISATION SOCIALISTE
        HANOI, ELE, 1963

1831, ĐẢNG LAO ĐỘNG VIỆT NAM, BAN TUYÊN GIÁO TRUNG ƯƠNG, VỤ HUẤN HỌC
        TÀI LIỆU HỌC TẬP KINH TẾ CÔNG NGHIỆP, (CHƯƠNG TRÌNH TRUNG CẤP)
        HÀ NỘI, TẠP CHÍ TUYÊN HUẤN, 1963, V, I 207P, V, II 235P

1832, JONES, P,H,M,
        INDUSTRY OF NORTH VIETNAM /THE
        FEER, SEP 22, 1960

1833, LÊ THANH NGHỊ
        NHIỆM VỤ VÀ PHƯƠNG HƯỚNG XÂY DỰNG VÀ PHÁT TRIỂN CÔNG NGHIỆP
        HÀ NỘI, SỰ THẬT, 1962, 103P

1834, LÊ THANH NGHỊ
        VẤN ĐỀ CÔNG NGHIỆP HÓA XÃ HỘI CHỦ NGHĨA MIỀN BẮC NƯỚC TA
        HÀ NỘI, SỰ THẬT, 1961, 95P

1835, NGUYỄN VĂN THAO
        ACHIEVEMENTS IN INDUSTRIAL PRODUCTION
        VNC 205, FEB 24, 1969

1836, TRẦN PHONG
        SOCIALIST INDUSTRIALIZATION IN NORTH VIETNAM
        NEW YORK, U,S, JPRS, 1959
        LC AS36 U56 NO, 737

6.5. Light Industries and Handicrafts

1837, ĐẶNG TRUNG
ARTISANAT AU VIETNAM /L'
HANOI, ELE, 1958, 70P, ILLUS
NK1054 V5D18

1838, NGUYỄN HỒNG SINH
CON ĐƯỜNG TIẾN LÊN CỦA SẢN XUẤT THỦ CÔNG NGHIỆP TRONG THỜI KỲ
XÂY DỰNG CHỦ NGHĨA XÃ HỘI Ở MIỀN BẮC NƯỚC TA
HÀ NỘI, SỰ THẬT, 1959, 100P

1839, NHUNG VĂN TA
CÔNG NGHIỆP NHẸ VÀ CÔNG NGHIỆP HÓA NƯỚC NHÀ
SỰ THẬT, 1958, 79P

1840, PHẠM ĐÌNH TÂN
GÓP PHẦN NGHIÊN CỨU CÔNG NGHIỆP QUỐC DOANH TRONG THỜI KỲ KHÁNG CHIẾN
HÀ NỘI, SỰ THẬT, 1962, 91P

1841, VIỆT NAM DÂN CHỦ CỘNG HÒA
VIETNAMESE HANDICRAFTS
HANOI, FLPH, 1959, 48P
NK1054V5V66

1842, YÊM VỸ
Q.X. PAPER MILL
VCM 2, JULY 1972, P20-24

6.6. Basic Construction and Public Works

1843, BÙI QUANG TẠO
NGÀNH XÂY DỰNG BƯỚC VÀO THỜI KỲ MỚI
ND 6911, 28-3-1973, P2

1844, ĐỖ MƯỜI
XÂY DỰNG VỚI TỐC ĐỘ CAO CHẤT LƯỢNG TỐT, GIÁ THÀNH HẠ
HT 193, 1-1972, P31-44

1845, LÊ HỒNG TÂM
BUILDING INDUSTRY /THE
VCM 28, SEP 1974, P15-17

1846, NGUYỄN GIA NUNG
CHUYỆN MỘT TỔ MÁY XÚC
HÀ NỘI, LAO ĐỘNG, 1962, 98P

1847, TRƯỜNG DUNG
BÀN VỀ CƠ SỞ VÀ KIẾN TRÚC THƯỢNG TẦNG
HÀ NỘI, SỰ THẬT, 1960, 223P

6.7. Transportation and Communications

1848,
NORTH VIET NAM: SEVEN BRIDGES REOPENED TO TRAFFIC
VCM 11, APR 1973, P15

1849, LÊ THANH NGHỊ
RA SỨC ĐẨY MẠNH PHÁT TRIỂN CÔNG NGHIỆP XÂY DỰNG CƠ BẢN
GIAO THÔNG VẬN TẢI
HÀ NỘI, SỰ THẬT, 1961, 88P

1850, NGOC THẠCH & XUÂN MAI
TRÊN ĐƯỜNG VẠN DẶM, TẬP TRUYỆN VỀ GIAO THÔNG VẬN TẢI
HÀ NỘI, PHỔ THÔNG, 1963, 42P

6.8. Trade and Commerce

1851,
ĐỊA CHỈ CÔNG THƯỜNG NGHIỆP MIỀN BẮC VIỆT NĂM 1957
HÀ NỘI, BÙI NAM THÁI, 1957, 120P

1852, AUSENEV, MIKHAIL M.
DEMOCRATIC REPUBLIC OF VIETNAM: ECONOMY AND FOREIGN TRADE
NEW YORK, CCMIC, 1960

1853, AUSENEV, MIKHAIL M.
DEMOKRATICHESKAIA RESPUBLIKA VIETNAM: EKONOMIKA I
VNESHNAIA TORGOVLIA
MOSKVA, 1960
LC HC443.V5A85

1854, BAN VẬN ĐỘNG TOÀN QUỐC LIÊN HỢP TÁC XÃ MUA BÁN VIỆT NAM
ĐIỀU LỆ MẪU HỢP TÁC XÃ MUA BÁN CƠ SỞ, IN LẦN THỨ BA
HÀ NỘI,1956

1855, LÊ TRUNG TOAN
SỰ PHÁT TRIỂN THƯỜNG NGHIỆP CỦA NƯỚC VIỆT NAM DÂN CHỦ CỘNG HÒA
HANOI, SỰ THẬT, 1961, 189P
HF3799 V5L43

1856, LƯU VĂN ĐẠT
VỊ TRÍ CỦA NGOẠI THƯỜNG VÀ NHIỆM VỤ ĐẨY MẠNH XUẤT KHẨU
HT 12-1971, P58-65

1857, PHẠM BÌNH TÂN
CON ĐƯỜNG KINH DOANH MỚI CỦA NHA CÔNG THƯỜNG VIỆT NAM
HÀ NỘI, MINH ĐỨC - THỜI ĐẠI, 1955, 30P

1858, VIỆT NAM DÂN CHỦ CÔNG HÒA, CENTRAL JOINT SUPPLY AND MARKETING
COOPERATIVE
SUPPLY AND MARKETING COOPERATIVES IN THE DEMOCRATIC
REPUBLIC OF VIETNAM
HANOI, FLPH, 1959

6.9. Wartime Economy and Economic Reconstruction

1859,
ECONOMIC DEVELOPMENT IN WARTIME NORTH VIET NAM
VNC 215, MAY 5, 1969, P3

1860,
NORTH VIET NAM IN RECONSTRUCTION
VCM 17, OCT 1973, P14-17

1861,
USPEKHI VOSSTANOVLENIIA NARODNOGO KHOZIIAISTVA DEMOKRATICHESKOI
RESPUBLIKI V'ETNAM, 1955-1956
MOSKVA, 1958
LC HC443.V5U7

1862, EFIMOV, P.
          VIETNAM DEMOCRATIC REPUBLIC ON THE WAY TO BUILDING A NEW LIFE /THE
          INTERNATIONAL LIFE, AUG 1955, P45-47

1863, GOODSTADT, L. F.
          NORTH VIET NAM: LIFE WITHOUT THE BOMBS
          FEER, JULY 16, 1970, P28-31

1864, LIONE, LOUISE
          NORTH VIETNAMESE BAND TOGETHER IN REBUILDING HOMES
          PHILADELPHIA INQUIRER, FEB 5, 1973, P1&2

1865, NGUYỄN XUÂN LAI
          ECONOMY OF THE D.R.V. FACING THE TRIAL OF WAR /THE
          VS 17 (1968), P75-109

1866, NGUYỄN XUÂN LAI
          FACE TO FACE WITH U.S. BOMBS: IN A MECHANICAL ENGINEERING PLANT
          VCM 7, DEC 1972, P18-20

1867, NGUYỄN YẾM
          REORGANIZATION OF COMMERCIAL SERVICES AS B-52'S RAIDED HANOI
          VCM 21, FEB 1974, P21-23

1868, PHẠM CƯỜNG
          FISHING AND AGRICULTURAL PRODUCTION IN FACE OF U.S. ESCALATION
          NOTES ON A VILLAGE IN QUANG BINH
          VCM 12, MAY 1973, P6-10, 18

1869, PHẠM DÌNH TÂN
          GÓP PHẦN NGHIÊN CỨU CÔNG NGHIỆP QUỐC DOANH TRONG THỜI KỲ KHÁNG CHIẾN
          HÀ NỘI, SỰ THẬT, 1962, 91P

1870, PHẠM VĂN ĐỒNG
          NINETEEN (19) MONTHS OF ECONOMIC REHABILITATION AND DEVELOPMENT
          IN NORTH VIET NAM
          VCM 29, OCT 1974, P3-6

1871, PHẠM VĂN ĐỒNG
          NORTH VIET NAM'S POST-WAR TASKS
          VCM 17, OCT 1973, P11-13

1872, PHAN QUANG
          WARTIME DEVELOPMENT OF STATE FARMS
          VNC 219, JUNE 2, 1969, P3, 7

1873, VIỆT NAM DÂN CHỦ CỘNG HÒA
          RELEVEMENT ECONOMIQUE ET DEVELOPPEMENT CULTUREL DANS LA
          REPUBLIQUE DEMOCRATIQUE DU VIETNAM
          HANOI, ELE, 1958

1874, VIỆT NAM DÂN CHỦ CỘNG HÒA
          ECONOMIC RESTORATION AND CULTURAL DEVELOPMENT IN THE DEMOCRATIC
          REPUBLIC OF VIETNAM (1955-57)
          HANOI, FLPH, 1958, 47P
          HC443V5E19

1875, VÕ NHÂN TRÍ
          WAR TIME ECONOMY OF THE D.R.V.
          INTERNATIONAL AFFAIRS (MOSCOW), FEB 1969, P27-33

1876, VŨ QUỐC TUẤN
          NINETEEN SEVENTY-THREE (1973): FIRST YEAR OF ECONOMIC REHABILITATION
          VCM 21, FEB 1974, P6-7, 18

7. CULTURAL AND INTELLECTUAL LIFE

7.0. General Aspects of Culture and Intellectual Life

1877,
ĐẠI HỘI VĂN CÔNG TOÀN QUỐC 1954
HÀ NỘI, VĂN NGHỆ, 1954, (SÁCH HÌNH ẢNH), 25P

1878,
NHỮNG NHIỆM VỤ MỚI CỦA VĂN HỌC
HÀ NỘI, VĂN HỌC, 1963, 245P

1879, ***
TRƯỜNG THANH NIÊN LAO ĐỘNG XÃ HỘI CHỦ NGHĨA HÒA BÌNH,
MỘT KIỂU TRƯỜNG VỪA HỌC TẬP VỪA LAO ĐỘNG SẢN XUẤT TỐT
HT 3-1971, P69-83

1880, ĐẠI BÁCH KHOA TOÀN THƯ LIÊN-XÔ
VĂN HÓA LÀ GÌ? TRÍCH DỊCH TRONG BỘ 'ĐẠI BÁCH KHOA TOÀN THƯ' CỦA
LIÊN-XÔ
HÀ NỘI, SỰ THẬT, 1956, 24P

1881, ĐẢNG LAO ĐỘNG VIỆT NAM, BAN CHẤP HÀNH TRUNG ƯỢNG
THƯ CỦA BAN CHẤP HÀNH TRUNG ƯỢNG ĐẢNG LAO ĐỘNG VIỆT NAM GỬI
ĐẠI HỘI VĂN NGHỆ TOÀN QUỐC LẦN THỨ 3 (26-11-1962)
HT 12-1962, P1-6

1882, ĐẢNG LAO ĐỘNG VIỆT NAM, BAN CHẤP HÀNH TRUNG ƯỢNG
THƯ CỦA BAN CHẤP HÀNH TRUNG ƯỢNG ĐẢNG LAO ĐỘNG VIỆT NAM GỬI
ĐẠI HỘI VĂN NGHỆ TOÀN QUỐC LẦN THỨ HAI (20-2-1957)
IN: HỒNG CƯỜNG, ĐẨY MẠNH SÁNG TÁC VĂN NGHỆ
HÀ NỘI, VĂN HỌC, 1961, P5-13

1883, ĐẢNG LAO ĐỘNG VIỆT NAM, BAN TUYÊN GIÁO TRUNG ƯỢNG
VĂN NGHỆ VŨ KHÍ SẮC BÉN; (CUỘC THẢO LUẬN DO VỤ VĂN NGHỆ THUỘC BAN
TUYÊN GIÁO TRUNG ƯỢNG ĐẢNG TỔ CHỨC.)
HÀ NỘI, VĂN HỌC, 1962, 177P

1884, ĐẶNG THÁI MAI & HỒNG CƯỜNG
TIẾN TỚI ĐẠI HỘI VĂN NGHỆ TOÀN QUỐC
HÀ NỘI, VĂN HỌC, 1961, 40P

1885, ĐẶNG VIỆT THANH
CÁCH MẠNG THÁNG TÁM VÀ CÁCH MẠNG VĂN HÓA
NCLS 18, 9-1960, P31-37

1886, HẢI TRIỀU
VỀ VĂN HỌC NGHỆ THUẬT, IN LẦN THỨ HAI
HÀ NỘI, VĂN HỌC, 1969, 103P

1887, HỒ CHÍ MINH
VỀ CÔNG TÁC VĂN HÓA, VĂN NGHỆ
HÀ NỘI, SỰ THẬT, 1971

1888, HOÀNG MINH GIÁM
BÁO CÁO BỔ SUNG CỦA CHÍNH PHỦ VỀ GIÁO DỤC, VĂN HÓA, Y TẾ
BÁO CÁO ĐỌC TRƯỚC KHÓA HỌP QUỐC HỘI LẦN THỨ 6, NGÀY 4-1-1957
HANOI, SỰ THẬT, 1957, 54P
LA1181 H67

1889, HỒNG CHƯƠNG
CHỦ NGHĨA HIỆN THỰC BỊ PHẢN BỘI
HT 5-1971, P67-79

1890. LÊ XUÂN VŨ
    "ĐIỀU CƠ BẢN NHẤT, CÁI VỐN QUÝ NHẤT VẪN LÀ TÂM HỒN"
    (ĐỌC TÁC PHẨM 'TỔ QUỐC TA, NHÂN DÂN TA, SỰ NGHIỆP TA VÀ
    NGƯỜI NGHỆ SĨ' CỦA ĐỒNG CHÍ PHẠM VĂN ĐỒNG)
    HT 11-1971, P66-7-

1891. M. P. KIM
    QUY LUẬT CÁCH MẠNG VĂN HÓA
    HÀ NỘI, SỰ THẬT, 1960, 47P

1892. MARX, KARL, ET AL.
    TRÍ THỨC VÀ CÁCH MẠNG (TRÍCH DỊCH MỘT SỐ TÁC PHẨM CỦA C. MÁC,
    F. ANG-GHEN, V. LE-NIN, J. STA-LIN, G. DI-MI-TO-ROP,...HỒ CHÍ MINH)
    HÀ NỘI, SỰ THẬT, 1957, 165P

1893. NGHIÊM XUÂN YẾM, ET AL.
    NƯỚC VIỆT NAM DÂN CHỦ CỘNG HÒA: SỰ NGHIỆP KINH TẾ VÀ VĂN HÓA
    1945-1960
    HÀ NỘI, SỰ THẬT, 1960, 225P

1894. NGUYỄN VĂN HUYÊN
    TIẾP TỤC ĐẨY MẠNH CUỘC VẬN ĐỘNG THI ĐUA "HAI TỐT" THEO GƯỜNG CÁC
    TRƯỜNG TIÊN TIẾN, PHÁT TRIỂN VỮNG CHẮC SỰ NGHIỆP GIÁO DỤC TRONG TỈNH
    HÌNH MỚI
    HT 9-1972, P15-21

1895. PHẠM VĂN ĐỒNG
    TỔ QUỐC TA, NHÂN DÂN TA, SỰ NGHIỆP TA VÀ NGƯỜI NGHỆ SĨ
    HÀ NỘI, VĂN HỌC, 1969

1896. TỐ HỮU
    NẮM VỮNG ĐƯỜNG LỐI CỦA ĐẢNG, HỌC TẬP CÁC TRƯỜNG HỌC TIÊN
    TIẾN, ĐƯA SỰ NGHIỆP GIÁO DỤC TIẾN LÊN MẠNH MẼ, VỮNG CHẮC
    HT 8-1971, P11-30

1897. TỐ HỮU
    NEW CULTURE IS BEING MOULDED IN VIETNAM /A
    WORLD MARXIST REVIEW, SEPT 1960, P39-43

1898. TỐ HỮU
    XÂY DỰNG MỘT NỀN VĂN NGHỆ LỚN XỨNG ĐÁN VỚI NHÂN DÂN TA
    VỚI THỜI ĐẠI TA
    HÀ NỘI, VĂN HỌC, 1973, 528P

1899. TRẦN VĂN GIÀU
    TRIẾT HỌC PHỔ THÔNG, PHẦN THỨ NHỨT, DUY VẬT LUẬN
    N/P, SỰ THẬT, 1949, 202P

1900. TRƯỜNG CHINH
    CHỦ NGHĨA MÁC VÀ VĂN HÓA VIỆT NAM (1948), XUẤT BẢN LẦN THỨ 2
    HÀ NỘI, SỰ THẬT, 1974

1901. VIỆN HÀN LÂM KHOA HỌC LIÊN-XÔ
    NGUYÊN LÝ MỸ HỌC MÁC-LE-NIN, PHẦN I-IV
    HÀ NỘI, SỰ THẬT, 1963

1902. VIỆT NAM DÂN CHỦ CỘNG HÒA
    DIRECTIVES AND RESOLUTIONS OF THE DRVN GOVERNMENT AND THE VIET NAM
    WORKERS' PARTY ON EDUCATION
    VS 30 (1971), P163-203

1903. XUÂN TRƯỜNG
    TẠO CÁI MỚI CHO NỀN VĂN NGHỆ MỚI
    HT 195, 3-1972, P66-77

1904. ZUY MINH AND MAI THI TU
    SCHOOL OF YOUNG SOCIALIST WORKERS OF HOA BINH /THE
    VS 30 (1971), P47-77

7.1. The Party's Cultural Line

1905,
  ARTISTIC AND LITERARY LIFE IN THE D.R.V.N. IN 1971
  VCM 5, OCT 1972, P17-18

1906, HÀ HUY GIÁP
  HIỆN THỰC CÁCH MANG VÀ VĂN HỌC NGHỆ THUẬT, TIỂU LUẬN
  HANOI, VĂN HỌC, 1970, 241P
  PL4380 H118

1907, HỌC TẬP
  THẤU SUỐT VÀ CHẤP HÀNH ĐÚNG ĐẮN CHỈ THỊ CỦA ĐẢNG VỀ VIỆC MỞ RỘNG PHÊ
  BÌNH TRÊN BÁO CHÍ
  HT 196, 4-1972, P4-11

1908, HONEY P. J.
  PRESS IN NORTH VIETNAM /THE
  NORTH VIETNAM QUARTERLY SURVEY, NO 6
  CHINA NEWS ANALYSIS, DEC 14, 1962, P1-7

1909, KYOZO, MORI
  LOGIC AND PSYCHOLOGY OF NORTH VIETNAM /THE
  JAPAN QUARTERLY JULY/SEP 1967, P286-96

1910, NGUYỄN VĨNH VIỄN
  HANOI SNAPSHOTS; THE SCHOLARS AND THE MIG'S
  VCM 6, NOV 1972, P13-14

1911, PHỤC KHÁCH
  THỬ TÌM HIỂU NHỮNG YẾU TỐ TƯ TƯỞNG
  TRIẾT HỌC TRONG THẦN THOẠI VIỆT NAM
  HÀ NỘI, SỰ THẬT, 1961, 102P

1912, TỐ HỮU
  PROBLÈMES DU TRAVAIL CULTUREL AU VIET NAM
  NOUVELLE REVUE INTERNATIONALE, SEP 1960, P100-110

1913, VŨ CẦN
  WHEN THE INTELLECTUAL LIVES HIS PEOPLE'S LIFE
  VCM 11, APR 1973, P12-14

1914, WEISS, PETER
  NOTES ON THE CULTURAL LIFE OF THE DEMOCRATIC REPUBLIC OF VIETNAM
  TRANSLATED FROM GERMAN
  LONDON, CALDER & BOYARS, 1970, 180P

1915, XUÂN TRƯỜNG
  VÌ MỘT NỀN VĂN NGHỆ MỚI VIỆT NAM; TIỂU LUẬN PHÊ BÌNH
  HANOI, VĂN HỌC, 1971, 289P
  NX578 6 V7X85

7.2. Fine Arts

1916,
  BÁC VẪN BÊN TA
  HANOI, MỸ THUẬT ÂM NHẠC, 1971, 12P
  M1824 V6B12+

1917,
  BÀI CA TRÊN ĐƯỜNG DÀI
  HANOI, MỸ THUẬT ÂM NHẠC, 1971, 12P
  M1824 V6B15+

1918.
  DÂN CA VIỆT NAM
  SONGS WITH PIANO ACCOMPANIMENT
  VIETNAMESE WORDS WITH ENGLISH TRANSLATION (10P) INSERTED AT END
  M1824 V6D23+ 1961
1919.
  MẤY VẤN ĐỀ ĐẠO DIỄN SÂN KHẤU
  HÀ NỘI, VỤ NGHỆ THUẬT SÂN KHẤU, 1968?, 140P
1920.
  NGHỆ THUẬT TẠO HÌNH VIỆT NAM
  ARTS PLASTIQUES DU VIETNAM. VIETNAMESE ART
  HA NOI, 1959, 125P, RUSSIAN TITLE
1921.
  THUẬT NGỮ ÂM NHẠC. NGA-PHÁP-HÁN VIỆT-VIỆT
  HÀ NỘI, KHOA HỌC XÃ HỘI, 1969, 71P
1922.
  TIẾNG HÁT VIỆT NAM
  QUELQUES CHANSONS VIETNAMIENNES, SOME VIETNAMESE SONGS
  HANOI, ELE, 1956, 59P
  M1973 T56
1923.
  TIẾNG HÁT VIỆT NAM
  SONGS WITH PIANO ACCOMPANIMENT
  VIETNAMESE WORDS WITH ENGLISH TRANSLATION (10P) INSERTED AT END
  HANOI, ELE, 1962, 34P
  M1973 T57+

1924. ĐÀO TRỌNG TU
  HÁT CHÈO: SONG OF OARS /THE
  (THE PEOPLE ARE TELLING THEIR OWN STORY)
  VCM 26, JULY 1974, P23-27, 30

1925. HỒNG CHƯƠNG
  MÃI MÃI ĐI THEO ĐƯỜNG LỐI VĂN NGHỆ CỦA CHỦ TỊCH HỒ CHÍ MINH.
  PHÊ BÌNH, TIỂU LUẬN
  HÀ NỘI, VĂN HỌC, 1971, 195P

1926. HỒNG CHƯƠNG
  PHƯƠNG PHÁP SÁNG TÁC TRONG VĂN HỌC NGHỆ THUẬT
  HA NOI, SU THAT, 1962, 468P

1927. HỒNG CƯỜNG
  ĐẨY MẠNH SÁNG TÁC VĂN NGHỆ
  HÀ NỘI, VĂN HỌC, 1961, 155P

1928. KIM LAN
  CÔ GÁI CÔNG TRƯỜNG. TRUYỆN PHIM
  HÀ NỘI, THANH NIÊN, 1960, 83P

1929. LONG CHƯƠNG
  A NĂNG. KỊCH THƠ
  HÀ NỘI, VĂN HỌC, 1963, 106P

1930. LONG CHƯƠNG
  QUAN, HẢI KỊCH NĂM HỒI VÀ MỘT CẢNH VÀO TRÒ
  HA NOI, VĂN HỌC, 1961, 100P

1931. LÝ THÁI BẢO
  ĐÊM CUỐI NĂM, KỊCH NÓI MỘT MÀN
  HÀ NỘI, PHỔ THÔNG, 1963, 23P

1932. NGUYỄN ĐÌNH THI
  CON NAI ĐEN, KỊCH NĂM MÀN BỐN CẢNH
  HÀ NỘI, VĂN HỌC, 1961, 103P

1933. NGUYỄN PHI HOANH
  LƯỢC SỬ MỸ THUẬT VIỆT NAM
  HÀ NỘI, KHOA HỌC XÃ HỘI, 1970, 316P, ILLUS.

1934. NGUYẾN SEN, TÔ HOÀI
        VỢ CHỒNG A-PHU. TRUYỆN PHIM
        HÀ NỘI, VĂN HỌC, 1960, 108P

1935. TRẦN BANG
        VỀ VẤN ĐỀ PHÁT HUY TRUYỀN THỐNG TRONG NGHỆ THUẬT KỊCH HÁT DÂN TỘC
        HT 4=1971, P61-69

1936. VIỆN NGÔN NGỮ HỌC
        THUẬT NGỮ ÂM NHẠC. NGA-PHÁP, HÁN-VIỆT
        HÀ NỘI, KHOA HỌC XÃ HỘI, 1969, 72P

1937. VIỆN NGÔN NGỮ HỌC
        TỰ ĐIỂN THUẬT NGỮ BẢO TÀNG HỌC. NGA-PHÁP-VIỆT
        HÀ NỘI, KHOA HỌC XÃ HỘI, 1971, 63P

7.3. Selective Works on Language and Literature

1938.
        CA DAO SƯU TẦM (TỪ 1945 ĐẾN NAY)
        HÀ NỘI, VĂN HỌC, 1962, 161P
1939.
        CHIẾN THẮNG, TẬP THƠ CỦA NHIỀU TÁC GIẢ
        HÀ NỘI, VĂN HỌC, 1965, 119P
1940.
        CON ĐƯỜNG VẺ VANG. TRUYỆN NGẮN VÀ KÝ SỰ
        HÀ NỘI. QUÂN ĐỘI NHÂN DÂN, 1965, 153P
1941.
        ĐẢNG CHO TA MÙA XUÂN, THƠ
        HANOI, NHÀ XUẤT BẢN THANH NIÊN, 1970, 340P
        PL4389 D158
1942.
        ĐỘI BẠN DŨNG CẢM
        HÀ NỘI, KIM ĐỒNG, 1965, 59P
1943.
        ĐỨA CON, TẬP TRUYỆN NGẮN TỪ MIỀN NAM GỬI RA
        HÀ NỘI, VĂN HỌC, 1965, 128P
1944.
        HỢP TUYỂN THƠ VẤN VIỆT NAM.
        TẬP 1, VĂN HỌC DÂN GIAN.--TẬP 2, VĂN HỌC VIỆT NAM, THẾ KỸ X-THẾ KỸ
        XVII. TẬP 3. VĂN HỌC VIỆT NAM, THẾ KỸ XVII-GIỮA THẾ KỸ XIX.--TẬP 4.
        VĂN HỌC VIỆT NAM 1858-1930. TẬP 5, VĂN HỌC VIỆT NAM 1930-1945, TẬP 6.
        VĂN HỌC DÂN TỘC THIỂU SỐ. HANOI, VĂN HÓA, 19--. V, 3-6 ONLY
        PL4380 H79
1945.
        LITERATURE AND NATIONAL LIBERATION IN SOUTH VIET NAM
        VIETNAMESE STUDIES, NO. 14
1946.
        NGUYẾN ĐÌNH CHIỂU, TẤM GƯƠNG YÊU NƯỚC VÀ LAO ĐỘNG NGHỆ THUẬT
        HÀ NỘI, KHOA HỌC XÃ HỘI, 1973, 664P
1947.
        NGUYẾN DU AND KIỀU
        VIETNAMESE STUDIES, NO. 4
1948.
        NHỮNG NHIỆM VỤ MỚI CỦA VĂN HỌC
        HÀ NỘI, VĂN HỌC, 1963, 245P
1949.
        THƠ CHỌN LỌC (1960-1970)
        HÀ NỘI, GIẢI PHÓNG, 1970, 275P
1950.
        THƠ CHỐNG MỸ CỨU NƯỚC (1965-1967); CHỌN
        LỜI GIỚI THIỆU CỦA CHẾ LAN VIÊN
        HANOI, VĂN HỌC, 1968, 485P
        PL4389 T434

1951,
  THƠ VIỆT NAM, TUYỂN TẬP 1945-1965
  HÀ NỘI, VĂN NGHỆ, 1956, 283P

1952,
  THƠ, GIẢI THƯỞNG BÁO VĂN NGHỆ 1969
  HANOI, VĂN HỌC, 1970, 106P
  PL4389 T432

1953,
  TỪ TUYẾN ĐẦU TỔ QUỐC, MỘT SỐ THƯ CHỌN LỌC TRONG TẬP TỪ TUYẾN ĐẦU TỔ
  QUỐC I VÀ II
  HANOI, VĂN HỌC, 1964, 183P, ILLUS
  DS557 A6T88

1954,
  TUYỂN TẬP THƠ VIỆT NAM, 1945-1960
  HANOI, VĂN HỌC, 1960, 278P
  PL4386 T96

1955,
  TUYỂN TẬP VĂN VIỆT NAM 1945-1960, TẬP II
  HÀ NỘI, VĂN HỌC, 1961, 247P

1956,
  VẤN ĐỀ CẢI TIẾN CHỮ QUỐC NGỮ, TÀI LIỆU HỘI NGHỊ CẢI TIẾN CHỮ
  QUỐC NGỮ THÁNG 9-1960
  HÀ NỘI, VĂN HÓA, 1961, 392P

1957,
  VĂN, TUYỂN TẬP 1945-1956
  HÀ NỘI, VĂN NGHỆ, 1956, 382P

1958, CAO HUY ĐỈNH
  PHƯƠNG PHÁP SƯU TẦM VĂN HỌC DÂN GIAN Ở NÔNG THÔN, TẬP 1
  VĂN HỌC DÂN GIAN CỔ TRUYỀN
  HÀ NỘI, VỤ VĂN HÓA QUẦN CHÚNG XUẤT BẢN, 1969, 112P

1959, CHẰNG VĂN
  NÓI CHUYỆN VĂN THƠ, (HỎI ĐÁP VỀ VĂN HỌC)
  HÀ NỘI?, VĂN HỌC, 1960, 102P

1960, CHẾ LAN VIÊN
  ÁNH SÁNG VÀ PHÙ SA, TẬP THƠ
  HÀ NỘI, VĂN HỌC, 1960, 137P

1961, ĐẶNG THÁI MAI
  TRÊN ĐƯỜNG HỌC TẬP VÀ NGHIÊN CỨU
  HANOI, VĂN HỌC, 1965, VOL. 2 ONLY
  PL4380 D18T7

1962, ĐINH GIA KHANH & CHU XUÂN DIÊN
  VĂN HỌC DÂN GIAN VIỆT NAM
  HÀ NỘI, GIÁO DỤC, 1962, 472P

1963, ĐÔNG HOÀI
  QUA NHỮNG CHẶNG ĐƯỜNG VĂN NGHỆ, PHÊ BÌNH NGHIÊN CỨU, 1955-1969
  HANOI, VĂN HỌC, 1970, 258P
  PL4380 D68

1964, ĐÔNG TÙNG
  RÚT CHIẾN ĐẤU: LƯỢC SỬ ĐẤU TRANH GIẢI PHÓNG CỦA DÂN TỘC VIỆT NAM
  TRONG MẶT TRẬN VĂN NGHỆ, BÁO CHÍ,...
  SAIGON, HỘI KHỔNG HỌC VIỆT NAM, 1957, 78P, PORTS
  PN5449 V5D68

1965, HÀ MINH ĐỨC
  NHÀ VĂN VÀ TÁC PHẨM
  HÀ NỘI, VĂN HỌC, 1971, 271P

1966, HỒ CHÍ MINH
  THƠ
  HANOI, VĂN HỌC, 1970, 137P, ILLUS
  PL4389 H515T4

1967. HỒ CHÍ MINH, ET AL.
BÀN VỀ VĂN HÓA VÀ VĂN NGHỆ
HANOI, VĂN HÓA NGHỆ THUẬT, 1963, 283P
PL4380 B19

1968. HOÀNG HỮU YÊN & NGUYỄN LỘC
VĂN HỌC VIỆT NAM, THẾ KỶ XVIII, NỬA ĐẦU THẾ KỶ XIX
HÀ NỘI, GIÁO DỤC, 1962, 499P

1969. HOÀNG NGỌC THÀNH
NHỮNG PHẢN ẢNH XÃ HỘI VÀ CHÍNH TRỊ TRONG TIỂU THUYẾT MIỀN BẮC
(1950-1967)
SAIGON, PHONG TRÀO VĂN HÓA, 1969, 136P

1970. HOÀNG TRUNG THÔNG
CHẶNG ĐƯỜNG MỚI CỦA VĂN HỌC CHÚNG TA, PHÊ BÌNH VÀ TIỂU LUẬN
HANOI, VĂN HỌC, 1961, 168P
PL4380 H68

1971. HỌC PHI
MỘT ĐẢNG VIÊN, KỊCH NÓI, 4 HỒI, 6 CẢNH
HÀ NỘI, VĂN HỌC, 1960, 117P

1972. HỌC PHI
NGƯỜI CON GÁI CAO BẰNG, HỒI KÝ CÁCH MẠNG CỦA VONG RINH
HÀ NỘI, PHỤ NỮ, 1961, 73P

1973. HỘI NGHỊ SƯU TẬP VĂN HỌC DÂN GIAN TOÀN MIỀN BẮC, HÀNỘI, 1964
NHỮNG Ý KIẾN VỀ VĂN HỌC DÂN GIAN VIỆT NAM PHÁT BIỂU TRONG
HỘI NGHỊ SƯU TẬP VĂN HỌC DÂN GIAN TOÀN MIỀN BẮC DO VIỆN VĂN HỌC
TỔ CHỨC NGÀY 4 VÀ 5 THÁNG 12, 1964 TẠI HANOI.
HANOI, KHOA HỌC, 1966, 218P
PL4380 H72 1964

1974. HỒNG CHƯƠNG
MẤY VẤN ĐỀ LÝ LUẬN VÀ PHÊ BÌNH VĂN NGHỆ.
HANOI, VĂN HỌC, 1965, 243P
PL4380 H77M4

1975. HƯỚNG TRIỀU
BÀI CA KHỞI NGHĨA, THỞ.
N/P, VIỆT NAM, NHÀ XUẤT BẢN GIẢI PHÓNG, 1970, 71P
PL4389 H88B15

1976. NGỌC TÚ & VĂN THAO
CÒN HỚI THỞ CÒN CHIẾN ĐẤU
HÀ NỘI, MINH ĐỨC-THỜI ĐẠI, 1955, 52P

1977. NGƯỜI THĂNG LONG
THI CA MIỀN BẮC, THỞ TRÀO PHÚNG TRÍCH TRÊN BÁO CHÍ HÀNỘI
NGƯỜI THĂNG LONG SƯU TẦM VÀ CHÚ GIẢI
SAIGON, NẮNG HỒNG, 1966, 253P
PL4366 N55T4

1978. NGUYỄN ĐÌNH
NHỮNG MŨI TÊN NHỌN, TẬP THỞ ĐẢ KÍCH (1954-1960)
HANOI, VĂN HỌC, 1961, 107P
PL4389 N5495 N5

1979. NGUYỄN ĐÌNH THI
BƯỚC ĐẦU CỦA VIỆC VIẾT VĂN
HÀ NỘI, VĂN HỌC, 1960, 82P

1980. NGUYỄN ĐÌNH THI
CÔNG VIỆC CỦA NGƯỜI VIẾT TIỂU THUYẾT, TẬP TIỂU LUẬN
HANOI, VĂN HỌC, 1964, 194P
PL4380 N52C7

1981, NGUYỄN ĐÌNH THI
CÔNG VIỆC CỦA NGƯỜI VIẾT TIỂU THUYẾT, TẬP TIỂU LUẬN, IN LẦN THỨ HAI
HÀ NỘI, VĂN HỌC, 1969, 187P

1982, NGUYỄN ĐÌNH THI
LITERATURE OF VIET NAM /THE
SOVIET LITERATURE, 1955, P143=151

1983, NGUYỄN ĐÌNH THI
VIETNAMESE LITERATURE; A SKETCH
HANOI, FLPH, 1956, 24P
PL4380N521956

1984, NGUYỄN ĐÌNH THI, ET AL, BIÊN SOẠN
NÂNG CAO CHẤT LƯỢNG SÁNG TÁC
TỦ SÁCH LÝ LUẬN, HƯỚNG DẪN SÁNG TÁC
PL4380 N17

1985, NGUYỄN ĐỨC THUẬN
BẤT KHUẤT; LỜI TỰA CỦA ĐỒNG CHÍ PHẠM HÙNG
PL4389 N5617 B2

1986, NGUYỄN HUY TƯỞNG
BẮC SƠN; KỊCH NĂM HỒI
HANOI, VĂN HỌC, 1971, 79P
PL4389 N5673B2 1971

1987, NGUYỄN NGỌC
ĐẤT NƯỚC ĐỨNG LÊN, TIỂU THUYẾT GIẢI NHẤT GIẢI THƯỞNG VĂN HỌC
VĂN NGHỆ VIỆT NAM NĂM 1954=1955
HÀ NỘI, VĂN HỌC, 1959, 207P

1988, NGUYỄN TRÁC, ED,
VĂN THƠ HỒ CHỦ TỊCH, NGUYỄN TRAC BIÊN SOẠN
HÀ NỘI, GIÁO DỤC, 1964, 187P

1989, TỐ HỮU
DEPUIS, POÈMES
HANOI, ELE, 1968, 134P
PL4389 T64A33

1990, TỐ HỮU
GIÓ LỘNG, TẬP THƠ
HANOI, VĂN HỌC, 1961, 108P
PL4389 T64G4

1991, TỐ HỮU
THƠ TỐ HỮU TUYỂN
HANOI, VĂN HỌC, 1968, 238P
PL4389 T64T4

1992, TỐ HỮU,
TỪ ẤY VÀ VIỆT BẮC
PHONG CHÂU VÀ ĐẠI XUÂN NINH GIỚI THIỆU VÀ TRÍCH DẪN, IN LẦN 2
HANOI, GIÁO DỤC, 1963, 147P
PL4389 T64T8 1963

1993, TỐ HỮU
VIỆT BẮC THƠ
HÀ NỘI, VĂN HỌC, 1954, 103P

1994, TỐ HỮU, ET AL
SANG THÁNG NĂM, THƠ TUYỂN
HANOI, VĂN HỌC, 1965, 220P
PL4389 H515Z75

1995. VĂN NGỌC & VĂN ĐÀN
        BÔNG HOA ĐỎ, TẬP TRUYỆN NGẮN
        HÀ NỘI, VĂN HỌC, 1961; 175P

1996. VĂN TÂN
        TỰ ĐIỂN TIẾNG VIỆT
        HÀNOI, KHOA HỌC XÃ HỘI, 1967; 117P
        PL4377 V23T7

1997. VĂN TÂN & NGUYỄN HỒNG PHONG
        LỊCH SỬ VĂN HỌC VIỆT NAM, SỞ GIẢN, IN LẦN THỨ HAI
        HÀ NỘI, KHOA HỌC, 1963, 431P

1998. VIỆT CHUNG
        BẤT KHUẤT, A LITERARY EVENT IN VIETNAM; (BOOK REVIEW)
        VS 17 (1968), P159-167

1999. VIỆT NAM DÂN CHỦ CỘNG HÒA
        FIFTEEN YEARS OF VIETNAMESE POETRY
        HANOI, FLPH, 1961

2000. VIỆT NAM DÂN CHỦ CỘNG HÒA
        FIFTEEN YEARS OF VIETNAMESE PROSE
        HANOI, FLPH, 1961

2001. VIỆT NAM DÂN CHỦ CỘNG HÒA
        SỞ THẢO LỊCH SỬ VĂN HỌC VIỆT NAM, 1930-1945
        HANOI, VĂN HỌC, 1964, 231P
        PL4380 H24

2002. VIỆT NAM DÂN CHỦ CỘNG HÒA
        VIỆN VĂN HỌC
        VĂN HỌC MIỀN NAM TRONG LÒNG MIỀN BẮC
        TẬP SÁCH CHỌN LỌC NHỮNG BÀI PHỆ BÌNH MỘT SỐ TÁC PHẨM VĂN HỌC
        CÁCH MẠNG MIỀN NAM ĐÃ ĐƯỢC GIẢI THƯỞNG NGUYỄN ĐÌNH CHIỂU
        HANOI, NHÀ XUẤT BẢN KHOA HỌC XÃ HỘI, 1969, 306P
        PL4380 H24V2

2003. XUÂN DIỆU
        ĐI TRÊN ĐƯỜNG LỚN; BÚT KÝ VÀ TIỂU LUẬN
        HANOI, VĂN HỌC, 1968, 223P
        DS557 A69X81

2004. XUÂN DIỆU
        RIÊNG CHUNG, TẬP THƠ
        HANOI, VAN HOC, 1960, 143P
        PL4389 X83R5

2005. XUÂN DIỆU
        TRÒ CHUYỆN VỚI CÁC BẠN LÀM THƠ TRẺ
        HANOI, VĂN HỌC, 1961
        PL4382 X83N7

2006. XUÂN THỦY
        THƠ XUÂN THỦY
        HÀ NỘI, VĂN HỌC, 1974, 176P

        7.4. Social Sciences

2007.
        CÁC TÁC GIẢ KINH ĐIỂN CỦA CHỦ NGHĨA MÁC; BÀN VỀ KHOA HỌC LỊCH SỬ
        HÀ NỘI, SỰ THẬT, 1963, 483P
2008.
        ĐẮC ĐIỂM GIAI ĐOẠN MỚI CỦA CUỘC TỔNG KHỦNG HOẢNG TƯ BẢN CHỦ NGHĨA
        HÀ NỘI, SỰ THẬT, 1961, 67P

2009. ĐẶNG PHONG
        KINH TẾ THỜI NGUYÊN THỦY Ở VIỆT NAM
        HANOI, KHOA HỌC XÃ HỘI, 1970; 490P
        HC443 V5D18

2010. HÀ VĂN TẤN & TRẦN QUỐC VƯỢNG
        SỞ YẾU KHẢO CỔ HỌC NGUYÊN THỦY VIỆT NAM
        HÀ NỘI, GIÁO DỤC, 1961, 183P

2011. LÝ KHAI VINH
        CHÁNH TRỊ HỌC, VẤN ĐÁP, VĂN LANG DỊCH SOẠN. 'LOẠI SÁCH QUẦN CHÚNG'
        HÀ NỘI, DÂN XÃ TÙNG THỎ, 1947?; 98P

2012. MINH, TRANH
        SỬ HỌC PHẢI PHỤC VỤ CÁCH MẠNG NHƯ THẾ NÀO?
        NCLS 3, 5-1959; P1-8

2013. NGUYỄN KHÁNH TOÀN
        NGÀNH SỬ HỌC PHỤC VỤ CÁCH MẠNG NHÂN DÂN
        NCLS 2, 4-1959, P1-9

2014. TRẦN PHƯƠNG
        KINH TẾ HỌC PHỔ THÔNG, TẬP II
        HÀ NỘI, KHOA HỌC, 1962, 270P

2015. VIỆT NAM DÂN CHỦ CỘNG HÒA, ỦY BAN KHOA HỌC XÃ HỘI VIỆT NAM
        MẤY VẤN ĐỀ PHƯƠNG PHÁP LUẬN SỬ HỌC
        HANOI, VIỆN SỬ HỌC, 1967; 298P
        DS16.4 V6V66

7.5. Science and Technology

2016.
        ĐƯỜNG VÀO KHOA HỌC
        HANOI, THANH NIÊN, 1971, 361P
        Q162 D92 1971
2017.
        VỀ VẤN ĐỀ DÙNG THUẬT NGỮ KHOA HỌC NƯỚC NGOÀI
        HÀ NỘI, KHOA HỌC XÃ HỘI, 1968, 298P

2018. BÙI HUY ĐÁP
        HỌC THUYẾT MI-CHU-RIN, LOẠI SÁCH KHOA HỌC LIÊN-XÔ
        HÀ NỘI, MINH ĐỨC THỜI ĐẠI, 1955, 38P

2019. BÙI HUY ĐÁP
        MỘT CHIẾN DỊCH SẢN XUẤT CỦA LIT-XEN-CO
        HÀ NỘI, NHÀ NÔNG CHÍNH, 1951?, 32P

2020. ĐẠI BÁCH KHOA TOÀN THƯ LIÊN-XÔ
        KHOA HỌC LÀ GÌ
        HÀ NỘI, SỰ THẬT, 1960, 62P

2021. HỒ CHÍ MINH, ET AL
        THANH NIÊN TIẾN QUÂN VÀO KHOA HỌC KỸ THUẬT
        HANOI, THANH NIÊN, 1966, 66P
        LC1047 V6T36

2022. PHẠM VĂN ĐỒNG
        HÃY TIẾN MẠNH TRÊN MẶT TRẬN KHOA HỌC VÀ KỸ THUẬT
        HÀ NỘI, SỰ THẬT, 1969, 91P

2023. VIỆN HÀN LÂM KHOA HỌC LIÊN-XÔ VIỆN TRIẾT HỌC
        VẤN ĐỀ NHÂN QUẢ TRONG VẬT LÝ HỌC HIỆN ĐẠI
        HÀ NỘI, SỰ THẬT, 1963, 587P

2024, VIỆN TRIẾT HỌC HÀN LÂM KHOA HỌC LIÊN-XÔ
        VẤN ĐỀ NHÂN QUẢ TRONG VẬT LÝ HỌC HIỆN ĐẠI
        HÀ NỘI, SỰ THẬT, 1963, 584P

2025, VIỆT NAM DÂN CHỦ CỘNG HÒA, ỦY BAN KHOA HỌC NHÀ NƯỚC
        DANH TỪ SINH VẬT HỌC, NGA-VIỆT, TẬP I
        HÀ NỘI, KHOA HỌC, 1960, 320P

2026, VIỆT NAM DÂN CHỦ CỘNG HÒA, ỦY BAN KHOA HỌC VÀ KỸ THUẬT NHÀ NƯỚC
        ACTA MEDICA VIETNAMICA
        HANOI, EDITIONS SCIENTIFIQUES ET TECHNIQUES, 1968-
        R97.5 F8 A19+

7.6. General Education

2027,
        EDUCATION IN THE DRVN
        VIETNAMESE STUDIES, NO. 5
2028,
        EDUCATION IN THE DRVN
        HOW PRODUCTION WORK IS ORGANIZED AT BAC LY SCHOOL
        VNCM NO.7,DEC 1972, P12-14

2029, ***
        BẮC LÝ, MỘT TRƯỜNG PHỔ THÔNG 'DẠY TỐT, HỌC TỐT' THEO
        ĐÚNG ĐƯỜNG LỐI GIÁO DỤC CỦA ĐẢNG
        HT 9-1971, P51-59

2030, ***
        KINH NGHIỆM XÂY DỰNG HỆ THỐNG GIÁO DỤC Ở XÃ CẨM BÌNH
        HT 10-1971, P54-62

2031, ĐINH PHƯỜNG ANH
        KINDERGARTENS OF TÂN TIẾN /THE
        VS 30 (1971), P111-124

2032, GALSTON, ARTHUR W.
        EDUCATION UNDER FIRE
        NATURAL HISTORY, MAY 1973, P18-22+

2033, HOÀNG TỪ ĐÔNG
        COMPLEMENTARY EDUCATION FOR ADULTS
        VS 30 (1971), P23-46

2034, LÊ DUẨN, ET AL.,
        THẤU SUỐT ĐƯỜNG LỐI CỦA ĐẢNG ĐƯA SỰ NGHIỆP GIÁO DỤC
        TIẾN LÊN MẠNH MẼ VỮNG CHẮC
        HANOI, SỰ THẬT, 1972, 146P
        LA1181 T38

2035, NGUYỄN KHÁNH TOÀN
        TWENTY YEARS' DEVELOPMENT OF EDUCATION IN THE DEMOCRATIC REPUBLIC OF
        VIETNAM
        HANOI, PUBLISHING HOUSE OF THE MINISTRY OF EDUCATION IN
        THE DRVN, 1965

2036, NGUYỄN KHÁNH TOÀN
        EDUCATIONAL PROBLEMS IN VIET NAM
        RANGOON, VIETNAM NEWS SERVICE, 1950

2037, NGUYỄN KHÁNH TOÀN
        GENERAL EDUCATION IN THE D.R.V.N.
        VIETNAMESE STUDIES NO. 30, 1971, 203P

2038. NGUYỄN VĂN HUYỄN
       GENERAL EDUCATION IN THE DEMOCRATIC REPUBLIC OF VIET NAM
       INTERVIEW WITH THE DRVN EDUCATION MINISTER
       VS 30 (1971), P5-21

2039. NGUYỄN VĂN HUYỄN
       SIXTEEN YEARS' DEVELOPMENT OF NATIONAL EDUCATION IN THE DEMOCRATIC
       REPUBLIC OF VIET NAM
       HANOI, FLPH, 1961, 48P
       PAM L VIETNAM 2

2040. TONGAS, GÉRARD
       INDOCTRINATION REPLACES EDUCATION
       CHINA QUARTERLY, JAN-MAR 1962, P70-81

2041. VIỆT NAM DÂN CHỦ CỘNG HÒA
       DRVN EDUCATIONAL ACHIEVEMENTS IN 25 YEARS
       VS 30 (1971), P161-162

2042. VIỆT NAM DÂN CHỦ CỘNG HÒA
       STRUGGLE AGAINST ILLITERACY IN VIET NAM
       HANOI, FLPH, 1959, 57P, ILLUS
       LC157 V5L97 1959A

2043. VIỆT NAM DÂN CHỦ CỘNG HÒA
       STRUGGLE AGAINST ILLITERACY IN VIET NAM /THE
       HANOI, FLPH, 1959, 58P ILLUS

2044. VIETNAMESE STUDIES
       PORTRAITS;
       THE "SECOND MOTHER";
       SCHOOL-TEACHER CHU;
       VINH NIEM SCHOOL-MISTRESSES
       VS 30 (1971), P147-157

2045. VŨ CẬN
       CAM BINH, THE STUDIOUS VILLAGE
       VS 30 (1971), P79-100

       7.7. Higher and Technical Education

2046.   .
          .
          VIETNAMESE AND TEACHING IN VIETNAMESE IN THE D.R.V.N. UNIVERSITIES
          HANOI, FLPH, 1968

2047. LÊ VĂN GIANG
       PHẤN BẤU NÂNG CAO CHẤT LƯỢNG ĐÀO TẠO VÀ CÓ BIỆN PHÁP
       SỬ DỤNG TỐT ĐỘI NGŨ CÁN BỘ KHOA HỌC KỸ THUẬT VÀ CÁN BỘ
       QUẢN LÝ KINH TẾ CỦA CHÚNG TA
       HT 7-1971, P37-43

       7.8. Literary and Cultural Dissent

2048.   "DANGEROUS THOUGHTS" IN NORTH VIETNAM
          N/P, MARCH 1957, 12P
          FILM 2584, NO, 129
2049.
          COMMUNISTS REFORM ARTISTS AND WRITERS IN NORTH VIETNAM
          NEWS FROM VIETNAM, DEC 22, 1958, P6-10

2050.
    SỐ PHẬN TRÍ THỨC MIỀN BẮC (QUA VỤ TRẦN ĐỨC THẢO)
    SAIGON, VĂN HỮU Á CHÂU, 1959

2051. CHAFFARD, GEORGES
    GOUVERNEMENT NORDVIETNAMIEN DOIT AFFRONTER À SON TOUR
    LE MÉCONTENTEMENT POPULAIRE /LE
    LE MONDE, 5 DÉC 1956

2052. HỒ CHÍ MINH
    TÁM NĂM KHÁNG CHIẾN THẮNG LỢI
    HÀ NỘI, SỰ THẬT, 1954, 36P

2053. HOA MAI, ED
    NHÂN VĂN AFFAIR /THE
    SAIGON, N/PU, 1958, 174P
    DS557A6H67

2054. HONEY, P. J.
    HO CHI MINH AND THE INTELLECTUALS; BITTER RICE IN VIET MINH
    SOVIET SURVEY, APR/JUN 1959, P19=24

2055. HONEY, P. J.
    REVOLT OF THE INTELLECTUALS IN NORTH VIETNAM
    WORLD TODAY, JUN 1957, P250=260

2056. MẠC ĐỈNH, COMP.
    TÂM TRẠNG CỦA GIỚI VĂN NGHỆ MIỀN BẮC.
    SAIGON? VĂN HÓA Á CHÂU, 1957?, 255P
    PL4385 M13

2057. MẶT TRẬN BẢO VỆ TỰ DO VĂN HÓA
    TRĂM HOA ĐUA NỞ TRÊN ĐẤT BẮC
    SAIGON, 1959, XVI, 318P, ILLUS
    DS557 A7M42

2058. NGUYỄN ĐĂNG THỤC
    INTELLECTUAL VIEWS THE NHAN VAN AFFAIR /AN
    ASIAN CULTURE, 1958, NO 2, P54=73

2059. NHƯ PHONG
    INTELLECTUALS, WRITERS AND ARTISTS
    CHINA QUARTERLY, JAN=MAR 1962, P47=69

2060. PFUTZNER, R
    PLIGHT OF INTELLECTUALS IN NORTH VIET NAM /THE
    NEWS FROM VIET NAM, DEC 8, 1958, P14=17

7.9. Miscellaneous Aspects of Culture

2061.
    ANG=DEC=SEN (HANS CHRISTIAN ANDERSEN)
    NHÀ VIẾT TRUYỆN TRE EM TÀI TỈNH CỦA NHÂN DÂN ĐAN MẠCH VÀ
    NHÂN DÂN THẾ GIỚI, HUY CẬN, TẾ HANH, VÀ NGUYỄN VIẾT LAM DỊCH
    HÀ NỘI, VĂN NGHỆ, 1955, 59P

2062.
    ANH VẤN HÀNH QUÂN (YOU KEEP ON MARCHING)
    HANOI, MỸ THUẬT & ÂM NHẠC, 1966, 41+16P
    PAMPHLET M257

2063.
    LUÂN LÝ, LỚP BẢY PHỔ THÔNG. IN LẦN 3.
    HANOI, GIÁO DỤC, 1966, 64P
    LT380 V5L92

2064,
    LUÂN LÝ, LỚP NĂM PHỔ THÔNG. IN LẦN 3,
    HANOI, GIÁO DỤC, 1966, 52P
    LT380 V5L921

2065,
    LUÂN LÝ, LỚP SÁU PHỔ THÔNG. IN LẦN 3,
    HANOI, GIÁO DỤC, 1966, 48P
    LT380 V5L922

2066,
    VIETNAMESE INTELLECTUALS AGAINST U.S. AGGRESSION
    HANOI, FLPH, 1966

2067, NGUYỄN KHẮC VIỄN
    MYTHS AND TRUTHS: ABOUT A BOOK BY FRANCES FITZGERALD
    VCM 16, SEP 1973, P11-14, 27-30

2068, NGUYỄN VINH
    AMERICAN AUTHORS IN THE D.R.V.
    VS 17 (1968), P155-158

2069, TẾ HANH, ET AL,
    ĐẠI HỘI LẦN THỨ II CÁC NHÀ VĂN LIÊN-XÔ
    HÀ NỘI, VĂN NGHỆ, 1955, 85P

2070, TRẦN ĐỘ, ED, TRẦN ĐỘ VÀ HỨA VĂN LAN BIÊN SOẠN
    LUÂN LÝ, LỚP HAI PHỔ THÔNG TOÀN TẬP
    HANOI, NHÀ XUẤT BẢN GIÁO DỤC, 1966, 60P, ILLUS
    LT380 V5T70

2071, TRẦN VĂN GIÀU
    SỰ PHÁT TRIỂN TƯ TƯỞNG Ở VIỆT NAM TỪ THẾ KỶ XIX ĐẾN CÁCH MẠNG
    THÁNG TÁM
    HÀ NỘI, KHOA HỌC XÃ HỘI, 568P

2072, VIỆT NAM DÂN CHỦ CỘNG HÒA
    VIỆN BẢO TÀNG CÁCH MẠNG VIỆT NAM, (BAN HƯỚNG DẪN)
    HANOI, VĂN HÓA NGHỆ THUẬT, 1962, 79P, ILLUS
    FILM 2584 NO, 82

8. MILITARY AFFAIRS

8.0. General Works on Military Affairs

2073.
CHIẾN TRANH NHÂN DÂN, QUÂN ĐỘI NHÂN DÂN, TÀI LIỆU GIÁO DỤC TRONG
QUÂN ĐỘI
N/P, 1963, 40P
VCD 490

2074.
QUAY SÚNG
HANOI, BINH SĨ KHÁNG CHIẾN ĐOÀN, 1950? 7P
FILM 2584 NO. 42

2075.
TRẬN ĐỊA QUÊ HƯƠNG, TẬP BÀI VIẾT CHỌN LỌC TRONG HAI NĂM 1968-1969
HÀ NỘI, QUÂN ĐỘI NHÂN DÂN, 1969, 154P

2076.
VOLKSARMEE VIETNAMS
BEITRAGE UND DOKUMENTE ZUM BEFREIUNGSKAMPF DES
VIETNAMESISCHEN VOLKES /DIE
BERLIN, VERLAG DES MINISTERIUMS FUR NATIONALE VERTEIDIGUNG, 1957
LC UA853.V5V615

2077. CHAFFARD, GEORGES
DEUX GUERRES DU VIETNAM, DE VALLUY À WESTMORELAND /LES
PARIS, LA TABLE RONDE, 1969

2078. ENGELS, FRIEDRICH
TUYẾN TẬP LUẬN VĂN QUÂN SỰ, NHỮNG BÀI XÃ LUẬN, BÌNH LUẬN ĐĂNG TRÊN
TỜ DIỄN ĐÀN NỮU-ƯỚC, CỦA ĂNG-GHEN
HANOI, QUÂN ĐỘI NHÂN DÂN, 1964, V, 5 ONLY
U19 E57 1964

2079. HỒ CHÍ MINH
HỒ CHỦ TỊCH VỚI CÁC LỰC LƯỢNG VŨ TRANG NHÂN DÂN
HÀ NỘI, QUÂN ĐỘI NHÂN DÂN, 1962

2080. HỒ CHÍ MINH
PRESIDENT HO CHI MINH PROMULGATES PARTIAL MOBILIZATION ORDER
PRESIDENT HO CHI MINH'S APPEAL
COMMUNIQUE OF THE SUPREME NATIONAL DEFENCE COUNCIL OF
THE DEMOCRATIC REPUBLIC OF VIETNAM
PARIS? 1966
DS557 A7 H68262+

2081. HỒ CHÍ MINH, ET AL.
VỀ ĐẤU TRANH VŨ TRANG VÀ LỰC LƯỢNG VŨ TRANG NHÂN DÂN
HÀ NỘI, QUÂN ĐỘI NHÂN DÂN, 1970; 458P

2082. LENIN, V. I.
CÓ LỢI CHO AI, LOẠI LUẬN VĂN QUÂN SỰ CHỌN LỌC
HÀ NỘI, QUÂN ĐỘI NHÂN DÂN, 1963, 27P

2083. PRIDYBAILO, ANDREI
NARODNAIA ARMIIA VIETNAMA
MOSKVA, 1959
LC DS557.A7P74

2084. SVETLANOV, IU
NHÀ QUÂN SỰ XÔ-VIẾT THIÊN TÀI PHO-RUN-DE
N/P, NHÀ XUẤT BẢN THÔNG TẤN/ BÁO CHÍ "NO-VO-XTI", 1967
TRANSLATION OF ... "SOVETSKII POLKOVODETS M. FRUNZE"
DK254 F94S9 1967

2085, TANHAM, GEORGE K,
         COMMUNIST REVOLUTIONARY WARFARE: FROM THE VIETMINH TO THE VIET CONG
         REV. ED,
         NEW YORK, PRAEGER 1967, 214P
         LC DS557.A5T3 1967

2086, TURLEY, WILLIAM S,
         CIVIL-MILITARY RELATIONS IN NORTH VIETNAM
         ASIAN SURVEY, DECEMBER 1969, P870-899

2087, U.S. INFORMATION AGENCY, VIETNAM UNIT
         MILITARY STRESSES IN NORTH VIETNAM
         WASHINGTON, JUNE 23, 1965

2088, VĂN TIẾN DŨNG
         MẤY VẤN ĐỀ NGHỆ THUẬT QUÂN SỰ VIỆT NAM
         HÀ NỘI, QUÂN ĐỘI NHÂN DÂN, 1968, 322P

2089, VIỆT NAM DÂN CHỦ CỘNG HÒA, QUÂN ĐỘI NHÂN DÂN
         HAI BÀI THỂ DỤC
         HÀ NỘI, TỔNG CỤC CHÍNH TRỊ BỘ TỔNG TỬ LỆNH, 1955, 32P

2090, VIỆT NAM DÂN CHỦ CỘNG HÒA, VIET NAM NEWS AGENCY
         TEN YEARS OF FIGHTING AND BUILDING OF THE VIETNAMESE PEOPLE'S ARMY
         HANOI, FLPH, 1955, 28P, ILLUS
         DS557 A7V66 1955

2091, VÕ NGUYÊN GIÁP
         BIG VICTORY, GREAT TASK: INTROD. BY DAVID SCHOENBRUN
         NEW YORK, PRAEGER, 1968, 120P
         LC DS557.A6V58

2092, VÕ NGUYÊN GIÁP
         CHIẾN TRANH NHÂN DÂN VÀ QUÂN ĐỘI NHÂN DÂN
         HANOI, SỰ THẬT, 1959, 140P
         DS557 A7V874 1959

2093, VÕ NGUYÊN GIÁP
         DEVELOPING VIETNAMESE MILITARY SCIENCE
         SAIGON, U.S. EMBASSY, JUSPAO, NORTH VIET NAM AFFAIRS DIVISION
         VDRN NO. 87, DEC 1970, 32P

2094, VÕ NGUYÊN GIÁP
         MILITARY ART OF PEOPLE'S WAR /THE
         SELECTED WRITINGS OF GENERAL VO NGUYEN GIAP
         EDITED WITH AN INTRODUCTION BY RUSSELL STETLER
         NEW YORK & LONDON, MONTHLY REVIEW PRESS, 1970, 332P

2095, VÕ NGUYÊN GIÁP
         NHẬT LỆNH, DIỄN TỪ VÀ THỨ ĐỘNG VIÊN (1944-1962)
         HANOI, SU THẬT, 1963, 383P, ILLUS
         DS557 A7V872

2096, VÕ NGUYÊN GIÁP
         PEOPLE'S WAR PEOPLE'S ARMY
         HANOI, FLPH, 1961, 217P, ILLUS, MAPS

2097, VÕ NGUYÊN GIÁP
         REVOLUTIONARY ARMED FORCES AND PEOPLE'S ARMY
         VCM 1, JULY 1972, P7-11:VCM 3, AUG 1972, P12-15, 29:VCM 4, SEP 1972,
         P12-15

2098, VÕ NGUYÊN GIÁP
         THẮNG LỢI TO LỚN, NHIỆM VỤ VĨ ĐẠI
         NHÂN DÂN 14-19 THANG 10, 1967

2099. VÕ NGUYÊN GIÁP
TRUYỀN THỐNG VÀ KINH NGHIỆM XÂY DỰNG LỰC LƯỢNG VŨ TRANG CỦA QUÂN ĐỘI
TA
HT 194, 2=1972, P31=45

2100. VÕ NGUYÊN GIÁP
TWO SPEECHES BY GENERAL VO NGUYEN GIAP
SAIGON, U.S. EMBASSY, JUSPAO, NORTH VIET NAM AFFAIRS DIVISION
VDRN NO, 68, NOV 1969, 37P

2101. VÕ NGUYÊN GIÁP
VIETNAMESE MILITARY TRADITIONS
VCM 1, JUNE 1972, P8=13, 27=29

8.1. The People's Army of Viet Nam: Ideology, Leadership, and Organization

2102.
BẢN CHẤT TỐT ĐẸP VÀ TRUYỀN THỐNG VẺ VANG CỦA QUÂN ĐỘI
LONG AN, NHÀ IN PHAN VĂN MĂNG, 1962, 27P, TÁI BẢN
VCD 32

2103.
CHÍNH TRỊ CƠ BẢN CỦA QUÂN NHÂN
BÀ RỊA, BAN CHÍNH TRỊ TỈNH ĐỘI BÀ RỊA TAI BẢN, 1962
VCD 229 V

2104.
CHÍNH TRỊ VIÊN TRONG QUÂN ĐỘI
HANOI, 1945, 80P

2105.
CỘNG TÁC CHÍNH TRỊ TRONG QUÂN ĐỘI NHÂN DÂN
TÀI LIỆU HỌC TẬP CHO CÁC CÁN BỘ, MẬT
N/P, 1963, 63P
VCD 902

2106.
MẤY VẤN ĐỀ CẦN KIỆM XÂY DỰNG LỰC LƯỢNG VŨ TRANG NHÂN DÂN
HÀ NỘI, QUÂN ĐỘI NHÂN DÂN, 1970, 130P

2107.
TEN YEARS OF FIGHTING AND BUILDING OF THE VIETNAMESE PEOPLE'S ARMY
HANOI, FLPH, 1955, 28P
LC UA853.V5T4

2108. BERMAN, PAUL
LIBERATION ARMED FORCES OF THE NLF: COHESION IN REVOLUTIONARY ARMY
PH.D. DISSERTATION
CAMBRIDGE, MASSACHUSETTS INSTITUTE OF TECHNOLOGY, 1970, 350P

2109. BOUDAREL, GEORGES
ESSAI SUR LA PENSÉE MILITAIRE VIETNAMIENNE
L'HOMME ET LA SOCIÉTÉ NO, 7, JAN/FÉV 1968, P183=199

2110. ELLIOTT, DAVID W. P. & MAI ELLIOTT
DOCUMENTS OF AN ELITE VIET CONG DELTA UNIT:
THE DEMOLITION PLATOON OF THE 514TH BATTALION
PART ONE: UNIT COMPOSITION AND PERSONNEL
PART TWO: PARTY ORGANIZATION
PART THREE: MILITARY ORGANIZATION AND ACTIVITIES
PART FOUR: POLITICAL INDOCTRINATION AND MILITARY TRAINING
PART FIVE: PERSONAL LETTERS
SANTA MONICA, CA., RAND CORP., MAY 1969, VARIOUS PAGINGS

2111. HỒ CHÍ MINH
HIỆU TRIỆU CỦA HỒ CHỦ TỊCH NHÂN NGÀY 19=12=1951
KỶ NIỆM NĂM NAM TOÀN QUỐC KHÁNG CHIẾN
HƯNG YÊN, 1951, 4P
FILM 2584 NO, 46

2112, HỒ CHÍ MINH, ET AL,
      BÀN VỀ CHIẾN TRANH NHÂN DÂN VÀ LỰC LƯỢNG VŨ TRANG NHÂN DÂN
      HANOI, QUÂN ĐỘI NHÂN DÂN, 1966; 122P
      DS557 A7B19

2113, HỌC TẬP
      ĐẨY MẠNH XÂY DỰNG KINH TẾ TĂNG CƯỜNG LỰC LƯỢNG CỦA
      CHỦ NGHĨA XÃ HỘI Ở MIỀN BẮC ĐỂ ĐÁNH THẮNG HOÀN TOÀN
      GIẶC MỸ XÂM LƯỢC
      HT 2-1971, P6-18

2114, NGUYỄN CHÍ THANH
      ĐẢNG LÀ NGƯỜI SÁNG LẬP, TỔ CHỨC, LÃNH ĐẠO QUÂN ĐỘI TA
      HÀ NỘI, QUÂN ĐỘI NHÂN DÂN, 1960

2115, NGUYỄN CHÍ THANH
      ĐẢNG TA LÃNH ĐẠO TÀI TÌNH CHIẾN TRANH CÁCH MẠNG, XÂY DỰNG
      QUÂN ĐỘI, CỦNG CỐ QUỐC PHÒNG
      TUYÊN HUẤN, 8-9/1960

2116, NGUYỄN CHÍ THANH
      NẮM VỮNG ĐƯỜNG LỐI GIAI CẤP TRONG VIỆC XÂY DỰNG QUÂN ĐỘI
      HÀ NỘI, QUÂN ĐỘI NHÂN DÂN, 1958

2117, QUÂN ĐỘI NHÂN DÂN VIỆT NAM
      LUẬT QUI ĐỊNH CHẾ ĐỘ PHỤC VỤ CỦA SĨ QUAN QUÂN ĐỘI NHÂN DÂN VIỆT NAM
      QDND 443, 2-5--5--1958

2118, QUÂN ĐỘI NHÂN DÂN VIỆT NAM
      MƯỜI LỜI THỀ DANH DỰ CỦA QUÂN ĐỘI NHÂN DÂN VIỆT NAM
      MƯỜI HAI ĐIỀU KỶ LUẬT CỦA QUÂN ĐỘI NHÂN DÂN VIỆT NAM
      MỘT SỐ QUY ĐỊNH VỀ CHẤP HÀNH CHÍNH SÁCH
      VCD 752, 9P

2119, QUÂN ĐỘI NHÂN DÂN VIỆT NAM
      TÀI LIỆU HỌC TẬP CHO CÁN BỘ TIỂU ĐỘI VÀ CHIẾN SĨ
      N/P, BAN TUYÊN GIÁO, 1952, 67P

2120, QUÂN ĐỘI NHÂN DÂN VIỆT NAM
      TỔ CHỨC, NHIỆM VỤ, NGUYÊN TẮC LÃNH ĐẠO VÀ CHẾ ĐỘ CÔNG TÁC ĐẢNG ỦY
      QDND, 20-22--6--1972

2121, QUÂN ĐỘI NHÂN DÂN VIỆT NAM
      TROOP TRAINING AND COMBAT COMPETITION CAMPAIGN AN EMULATION PLAN
      VDRN NO, 15, JAN 1968, 10P

2122, SONG HÀO
      BÀI NÓI CHUYỆN TRONG HỘI NGHỊ BỒI DƯỠNG CÔNG TÁC ĐẢNG ỦY
      Ở QUÂN KHU HỮU NGẠN, 8-1961
      N/A, CITED IN HỒ CHÍ MINH, ET AL., BÀN VỀ CHIẾN TRANH NHÂN DÂN
      VÀ LỰC LƯỢNG VŨ TRANG NHÂN DÂN, P, 197-205

2123, SONG HÀO
      ĐẢNG VỮNG MẠNH: NHÂN TỐ QUYẾT ĐỊNH SỰ TRƯỞNG THÀNH VÀ CHIẾN THẮNG
      CỦA QUÂN ĐỘI
      TẠP CHÍ QDND, 184, 2-1972

2124, SONG HÀO
      MẤY Ý KIẾN VỀ ĐƯỜNG LỐI CÁN BỘ CỦA ĐẢNG VẬN DỤNG VÀO QUÂN ĐỘI
      TẠP CHÍ QUÂN ĐỘI NHÂN DÂN, 6-1959, PHỤ LỤC

2125, SONG HÀO
      PARTY LEADERSHIP IS THE CAUSE OF THE GROWTH AND VICTORIES OF OUR ARMY
      SAIGON, U.S, EMBASSY, JUSPAO, NORTH VIET NAM AFFAIRS DIVISION
      VDRN NO, 72, JAN 1970, 68P

2126. SONG HÀO
       QUÁN TRIỆT ĐƯỜNG LỐI QUÂN SỰ CỦA ĐẢNG, NÂNG CAO HƠN NỮA SỨC
       CHIẾN ĐẤU CỦA LỰC LƯỢNG VŨ TRANG SẴN SÀNG HOÀN THÀNH MỌI NHIỆM VỤ
       HÀ NỘI, QUÂN ĐỘI NHÂN DÂN, 1964

2127. SONG HÀO
       RÈN LUYỆN ĐẠO ĐỨC CỦA CỘNG SẢN CHỦ NGHĨA PHÁT HUY TRUYỀN THỐNG
       VẺ VANG CỦA QUÂN ĐỘI CÁCH MẠNG
       HÀ NỘI, QUÂN ĐỘI NHÂN DÂN, 1964

2128. TÂN TRÀO, I.E. TRƯỜNG CHINH
       HỒ CHỦ TỊCH VÀ NHỮNG VẤN ĐỀ QUÂN SỰ CỦA CÁCH MẠNG VIỆT NAM
       TẠP CHÍ QUÂN ĐỘI NHÂN DÂN, 5-1965

2129. TRƯỜNG CHINH
       BA GIAI ĐOẠN TRƯỜNG KỲ KHÁNG CHIẾN
       SAIGON, TY THÔNG TIN SAIGON-CHOLON, 1949, 33P
       FILM 2584 NO. 30

2130. TRƯỜNG CHINH
       GIƯƠNG CAO NGỌN CỜ CỦA CHỦ NGHĨA MÁC--LÊ-NIN SÁNG TẠO
       NẮM VỮNG ĐƯỜNG LỐI QUÂN SỰ CỦA ĐẢNG
       TẠP CHÍ QĐND, 2-1965

2131. TRƯỜNG CHINH
       KHÁNG CHIẾN NHẤT ĐỊNH THẮNG LỢI, IN LẦN 4
       HANOI, SỰ THẬT, 1959, VII, 115P
       DS557 A5D18 1959, DS557 A5D18 1967

2132. TRƯỜNG CHINH
       NẮM VỮNG MỐI QUAN HỆ GIỮA CHIẾN TRANH VÀ CÁCH MẠNG Ở VIỆT NAM
       ĐỂ HOÀN THÀNH THẮNG LỢI SỰ NGHIỆP CHỐNG MỸ, CỨU NƯỚC
       TẠP CHÍ QĐND, 9-1965

2133. TRƯỜNG CHINH
       RESISTANCE WILL WIN /THE
       HANOI, FLPH, 1960, 137P
       DS557 A5D18 1960A

2134. TURLEY, WILLIAM S.
       ARMY, PARTY AND SOCIETY IN THE DEMOCRATIC REPUBLIC OF VIETNAM:
       CIVIL-MILITARY RELATIONS IN A MASS MOBILIZATION SYSTEM
       PH.D. DISSERTATION
       SEATTLE, UNIVERSITY OF WASHINGTON, 1972, 261P

2135. TURLEY, WILLIAM S.
       POLITICAL ROLE AND CHARACTER OF THE PEOPLE'S ARMY OF VIET NAM /THE
       AD HOC SEMINAR ON COMMUNIST MOVEMENTS AND REGIMES IN INDOCHINA
       NEW YORK, SEADAG, ASIA SICIETY, 1974, 71P

2136. U.S. EMBASSY, SAIGON. JUSPAO. NORTH VIET NAM AFFAIRS DIVISION
       DECISIVE VICTORY: STEP BY STEP BIT BY BIT
       VDRN NO. 61-62, JUN 1969, 14P

2137. U.S. EMBASSY, SAIGON. JUSPAO. NORTH VIET NAM AFFAIRS DIVISION
       LOCAL FORCES AND ARMY RECRUITING IN NORTH VIET NAM /THE
       VDRN 104, MAR 1972, 103P

2138. U.S. EMBASSY, SAIGON. JUSPAO. NORTH VIET NAM AFFAIRS DIVISION
       PARTY IN COMMAND: POLITICAL ORGANIZATION AND THE VIET CONG
       ARMED FORCES
       VDRN NO. 34, MAY 1968, 19P

2139. VĂN TIẾN DŨNG
       BÀN VỀ NHỮNG KINH NGHIỆM XÂY DỰNG LỰC LƯỢNG VŨ TRANG
       CÁCH MẠNG CỦA ĐẢNG TA
       HÀ NỘI, QUÂN ĐỘI NHÂN DÂN, 1965

2140. VĂN TIẾN DŨNG
      BUILDING OF OUR REVOLUTIONARY ARMED FORCES /ON THE
      (SEE HOC TAP 9-1964)
      VIETNAM COURIER NO. 16, DEC 17, 1964, P4-7

2141. VĂN TIẾN DŨNG
      MẤY VẤN ĐỀ XÂY DỰNG QUÂN ĐỘI HIỆN NAY
      HÀ NỘI, QUÂN ĐỘI NHÂN DÂN, 1963

2142. VĂN TIẾN DŨNG
      NHẬN RÕ TÌNH HÌNH TÍCH CỰC XÂY DỰNG LỰC LƯỢNG VŨ TRANG
      HOÀN THÀNH THẮNG LỢI MỌI NHIỆM VỤ
      HÀ NỘI, SỰ THẬT, 1964

2143. VĂN TIẾN DŨNG
      UNDER THE PARTY'S BANNER, VIET NAM'S MILITARY ART HAS CONSTANTLY
      DEVELOPED AND TRIUMPHED
      SAIGON, U.S. EMBASSY, JUSPAO, NORTH VIET NAM AFFAIRS DIVISION
      VDRN NO. 71, JAN 1970, 36P

2144. VIỆT NAM DÂN CHỦ CỘNG HÒA, HỌC VIỆN QUÂN CHÍNH LÊ-NIN
      NHÂN TỐ TINH THẦN CHÍNH TRỊ TRONG CHIẾN TRANH HIỆN ĐẠI
      HANOI, QUÂN ĐỘI NHÂN DÂN, 1960, 119P
      FILM 2584 NO. 72

2145. VÕ NGUYÊN GIÁP
      ARM THE REVOLUTIONARY MASSES AND BUILD THE PEOPLE'S ARMY, PARTS I-III
      SAIGON, U.S. EMBASSY, JUSPAO, NORTH VIET NAM AFFAIRS DIVISION,
      VDRN 106, JUNE-OCT 1972, 54P, 72P AND 51P

2146. VÕ NGUYÊN GIÁP
      BANNER OF PEOPLE'S WAR, THE PARTY'S MILITARY LINE
      PREFACE BY JEAN LACOUTURE
      NEW YORK, PRAEGER, 1970

2147. VÕ NGUYÊN GIÁP
      CHÚNG TA CÓ QUYỀN TIÊU DIỆT VÀ SẼ KIÊN QUYẾT TIÊU DIỆT BẤT
      CỨ KẺ ĐỊCH NÀO XÂM LƯỢC NƯỚC TA
      HT 1-1971, P14-18

2148. VÕ NGUYÊN GIÁP
      ĐƯỜNG LỐI QUÂN SỰ CỦA ĐẢNG LÀ NGỌN CỜ TRĂM TRẬN TRĂM THẮNG CỦA
      CHIẾN TRANH NHÂN DÂN Ở NƯỚC TA
      HÀ NỘI, SỰ THẬT, 1971

2149. VÕ NGUYÊN GIÁP
      FOUNDING, DEVELOPMENT AND PRESENT TASKS OF THE VIET NAM PEOPLE'S ARMY
      INTERVIEW BY MILITIARWESEN (GDR) /THE
      VNC 248, DEC 22, 1969

2150. VÕ NGUYÊN GIÁP
      GUERRE DU PEUPLE, ARMÉE DU PEUPLE
      PARIS, MASPÉRO, 1967, 190P
      DS557 A7 V871

2151. VÕ NGUYÊN GIÁP
      IN COMMEMORATION OF THE 26TH FOUNDING ANNIVERSARY OF THE
      DEMOCRATIC REPUBLIC OF VIET NAM, TWENTY SIX YEARS AGO
      JULY/SEP 1971, P10-11

2152. VÕ NGUYÊN GIÁP
      MẤY VẤN ĐỀ VỀ ĐƯỜNG LỐI QUÂN SỰ CỦA ĐẢNG TA
      HANOI, SỰ THẬT, 1970, 450P, ILLUS
      DS557 A7V877

2153, VÕ NGUYÊN GIÁP
NĂM VŨNG ĐƯỜNG LỐI QUÂN SỰ CỦA ĐẢNG ĐẨY MẠNH CHIẾN TRANH
NHÂN DÂN, KIÊN QUYẾT ĐÁNH THẮNG GIẶC MỸ XÂM LƯỢC
TUYÊN HUẤN, 10-1965

2154, VÕ NGUYÊN GIÁP
NHỮNG KINH NGHIỆM LỚN CỦA ĐẢNG TA VỀ LÃNH ĐẠO ĐẤU TRANH VŨ TRANG VÀ
XÂY DỰNG LỰC LƯỢNG VŨ TRANG CÁCH MẠNG
HANOI, SỰ THẬT, 1961, 82P
FILM 2584 NO, 80

2155, VÕ NGUYÊN GIÁP
PARTY'S MILITARY LINE IS THE EVER VICTORIOUS BANNER OF PEOPLE'S WAR
IN OUR COUNTRY /THE
SAIGON, U,S, EMBASSY, JUSPAO; NORTH VIET NAM AFFAIRS DIVISION
VDRN NO, 70, JAN 1970, 82P

2156, VÕ NGUYÊN GIÁP
QUÁN TRIỆT ĐƯỜNG LỐI QUÂN SỰ CỦA ĐẢNG, NÂNG CAO HƠN NỮA SỨC
CHIẾN ĐẤU CỦA LỰC LƯỢNG VŨ TRANG SẴN SÀNG HOÀN THÀNH MỌI
NHIỆM VỤ
HÀ NỘI, QUÂN ĐỘI NHÂN DÂN, 1964

2157, VỞ NGUYÊN GIÁP
SỰ SÁNG TẠO CỦA ĐẢNG TA VÀ NHÂN DÂN TA TRONG VIỆC VŨ TRANG QUẦN CHÚNG
CÁCH MẠNG VÀ XÂY DỰNG QUÂN ĐỘI NHÂN DÂN
HT 196, 4-1972, P12-53

2158, VÕ NGUYÊN GIÁP
VỞ TRANG QUẦN CHÚNG CÁCH MẠNG XÂY DỰNG QUÂN ĐỘI NHÂN DÂN
HT 193, 1-1972, P12-30

2159, VÕ NGUYÊN GIÁP & NGUYỄN CHÍ THANH
ĐƯỜNG LỐI QUÂN SỰ MÁC-XÍT CỦA ĐẢNG LÀ NGỌN CỜ CHIẾN THẮNG
CỦA QUÂN ĐỘI TA
HÀ NỘI, QUÂN ĐỘI NHÂN DÂN, 1959

2160, VÕ NGUYÊN GIÁP, ET AL,
ĐƯỜNG LỐI QUÂN SỰ CỦA ĐẢNG LÀ VŨ KHÍ TẤT THẮNG CỦA LỰC LƯỢNG
VŨ TRANG NHÂN DÂN TA
HANOI, QUÂN ĐỘI NHÂN DÂN, 1971, 295P
DS557 A7D92

2161, VÕ NGUYÊN GIÁP, NGUYỄN CHÍ THANH & TRẦN ĐỘ
ĐẢNG, NGƯỜI TỔ CHỨC VÀ LÃNH ĐẠO QUÂN ĐỘI
HÀ NỘI, SỰ THẬT, 1960

8.2. Military Strategy and Tactics

2162,
CANH GÁC PHÒNG GIAN
HÀ ĐÔNG, HÀ ĐÔNG GIẾT GIẶC X, B, , 1950

2163,
KHÁNG CHIẾN LÂU DÀI VÀ GIAN KHỔ NHƯNG NHẤT ĐỊNH THẮNG LỢI,
N/P, TỔNG CỤC CHÍNH TRỊ, CỤC TUYÊN HUẤN, 1952, 26P
FILM 2584 NO, 51

2164,
KHÁNG CHIẾN TRƯỜNG KỲ GIAN KHỔ NHẤT ĐỊNH THẮNG LỢI,
N/P, BAN TUYÊN GIÁO, PHÒNG CHÍNH TRỊ LIÊN KHU 3, 1952, 43P
FILM 2584 NO, 50

2165,
VIETNAMESE COMMUNIST MILITARY STRATEGY
CNA 804, JUNE 12, 1970, P1-3

2166, CHU VĂN TẤN
      PHÁT HUY CỐ GẮNG CHỦ QUAN CỦA CÁC CẤP UỶ ĐẢNG TRONG VIỆC
      CHỈ ĐẠO CÔNG TÁC QUÂN SỰ ĐỊA PHƯƠNG
      HT 8-1971, P31-41

2167, CLOS, MAX
      STRATEGIST BEHIND THE VIETCONG /THE
      NEW YORK TIMES MAGAZINE, AUGUST 16, 1964, P7, 52-55

2168, ĐINH TỨC
      BA THỨ QUÂN VỚI NHIỀU CÁCH ĐÁNH PHONG PHÚ
      TUYEN HUẤN, 11/12-1972

2169, FALL, BERNARD B,
      INDOCHINA: THE LAST YEAR OF THE WAR
      COMMUNIST ORGANIZATION AND TACTICS
      MILITARY REVIEW, OCT 1956, P48-56

2170, HỒ CHÍ MINH
      CHIẾN DỊCH NÀY PHẢI ĐÁNH CHO THẮNG LỢI
      HA NOI, N,X,B, QUAN DOI, 1972

2171, JONES, P, H, M,
      NORTH VIET NAM'S POLICIES: HANOI'S OPTIONS
      FEER, FEB 27, 1969, P361-3

2172, KIRK, DONALD
      NORTH VIET NAM'S STRATEGY: INTENSIFYING THE PRESSURE
      NEW LEADER, JUNE 3, 1968, P7-9

2173, LÊ TỰ
      ĐICH VẬN, MỘT NHIỆM VỤ CHIẾN LƯỢC,
      HÀ ĐÔNG, BAN DỊCH VẬN THỐNG NHẤT LIÊN KHU III, 1950, 75P
      FILM 2584 NO, 3

2174, LEONTYEV, ALEXEI
      VIET NAM WAR: STRATEGY AND TACTICS /THE
      NEW TIMES, DEC 27, 1965, P15-7

2175, MODELSKI, GEORGE
      VIET MINH COMPLEX /THE
      IN: CYRIL E, BLACK & THOMAS P, THORNTON, EDS,, COMMUNISM AND
      REVOLUTION: THE STRATEGIC USES OF VIOLENCE
      PRINCETON, PRINCETON U,P,, 1964, P185-214

2176, NGUYỄN VĂN ÇA
      KINH NGHIỆM NGHỆ AN CHIẾN THẮNG MÁY BAY MỸ
      HÀ NỘI, QUÂN ĐỘI NHÂN DÂN, 1965, 44P

2177, O'NEILL, ROBERT JOHN
      GENERAL GIAP: POLITICIAN AND STRATEGIST
      NEW YORK, F, A, PRAEGER, 1969, 219P

2178, O'NEILL, ROBERT JOHN
      STRATEGY OF GENERAL GIAP SINCE 1964 /THE
      CANBERRA, AUSTRALIAN NATIONAL UNIVERSITY PRESS, 1969, 20P

2179, PIKE, DOUGLAS
      GIAP'S GENERAL UPRISING
      FEER, MAR 21, 1968, P513-5

2180, ROLPH, HAMMOND
      VIETNAMESE COMMUNISM AND THE PROTRACTED WAR
      AS, SEP 1972, P783-792

2181, SAMSON, JACK
      VIET CONG TACTICS: 'TEN AGAINST ONE'
      MILITARY REVIEW, JAN 1967, P89-93

2182. SIMON, SHELDON W.
IMPLICATIONS OF CEASEFIRE PACT FOR NORTH VIETNAMESE STRATEGY
INTERNATIONAL PERSPECTIVES (CANADA), MAY/JUNE 1973, P9-14

2183. TANHAM, GEORGE K.
COMMUNIST REVOLUTIONARY WARFARE; THE VIETMINH IN INDOCHINA
NEW YORK, PRAEGER, 1961, 166P, ILLUS
DS557 A5T16

2184. TRẦN LỘC
YÊN BÁI, TỈNH MIỀN NÚI LÀM TỐT CÔNG TÁC QUÂN SỰ ĐỊA PHƯỜNG
HT 5-1971, P43-49

2185. TRƯỜNG CHINH
BA GIAI ĐOẠN TRƯỜNG KỲ KHÁNG CHIẾN
SAIGON, TY THÔNG TIN SAIGON-CHOLON, 1949, 33P
FILM 2584 NO. 30

2186. TRƯỜNG CHINH
RESISTANCE WILL WIN /THE
HANOI, FLPH, 1960, 150P
DS557 A5T87 1960A

2187. TRƯỜNG SƠN
CHIẾN THẮNG ĐÔNG XUÂN 1966-1967 VÀ 5 BÀI HỌC THÀNH CÔNG VỀ CHỈ ĐẠO
CHIẾN LƯỢC QUÂN SỰ
HANOI, QUÂN ĐỘI NHÂN DÂN, 1967, 87P
DS557 A6T872 1967

2188. U.S. EMBASSY, SAIGON. JUSPAO. NORTH VIET NAM AFFAIRS DIVISION
DECISIVE HOUR /THE; TWO DIRECTIVES FOR TET
VDRN NO. 28-29, APR 1968, 15P

2189. U.S. EMBASSY, SAIGON. JUSPAO. NORTH VIET NAM AFFAIRS DIVISION
IMPACT OF THE SAPPER ON THE VIET NAM WAR /THE; A BACKGROUND PAPER
SAIGON, JUSPAO, OCT 1967, 17P

2190. U.S. EMBASSY, SAIGON. JUSPAO. NORTH VIET NAM AFFAIRS DIVISION
LOCAL MILITARY TASK IN NORTH VIET NAM /THE
VDRN NO. 89, FEB 1971, 45P

2191. VĂN TIẾN DŨNG
LẤY KINH NGHIỆM ĐẤU TRANH VÀ VŨ TRANG CỦA TA LÀM CƠ SỞ XÂY
DỰNG VÀ PHÁT TRIỂN NGHỆ THUẬT QUÂN SỰ
TẬP CHÍ QUÂN ĐỘI NHÂN DÂN 3-1965

2192. VIỆT NAM DÂN CHỦ CỘNG HÒA. TỔNG TƯ LỆNH
TỔ CHỨC MỘT CHIẾN DỊCH
N/P, HỘI NGHỊ THAM MƯU QUÂN HUẤN, 1950, 27P
FILM 2584 NO. 33

2193. VÕ NGUYÊN GIÁP
GUERRE DE LIBÉRATION NATIONALE AU VIET NAM; LIGNE GÉNÉRALE,
STRATÉGIE, TACTIQUE
HANOI, ELE, 1970, 153P
DS557 A7V8715

2194. VÕ NGUYÊN GIÁP
NATIONAL LIBERATION WAR IN VIET NAM; GENERAL LINE, STRATEGY, TACTICS
HANOI, FLPH, 1971, 142P (DATE WRITTEN: DECEMBER 1969)

8.3. Logistics

2195, CHỊ QUANG
MẤY KINH NGHIỆM LÃNH ĐẠO SẢN XUẤT CỦA CHI BỘ ĐỘI 609
HT 5-1971, P50-56

2196, COSYNS-VERHAEGEN, ROGER
ARRIERE-PLAN REVOLUTIONNAIRE DE LA GUERRE DU VIETNAM
BRUXELLES, LES OURS, 1968

2197, GEIRT, VAN'
PISTE HO CHI MINH /LA
PARIS, EDITION SPECIALE, 1971, 340P

2198, GUERRA, ADRIANO
SENTIERO DI HO CHI MINH /IL
ROMA, EDITORI RIUNITI, 1970, 194P

2199, HIGGINS, J. W.
PORTERAGE PARAMETERS AND TABLES
RM-5292-ISA/ARPA
SANTA MONICA, CAL; RAND CORP, AUG 1967, 54P

2200, KINH LICH
NHÂN DÂN TÂN THUẬT ĐÁNH GIẶC GIỮ LÀNG
HÀ NỘI, QUÂN ĐỘI NHÂN DÂN, 1963, 87P

2201, NGUYỄN NGỌC ANH
PRODUCTION AND FIGHTING IN DAI PHONG
VS 9 (1966), P48-57

2202, NGUYỄN QUYẾT
HƯỚNG RA TIỀN TUYẾN, TĂNG CƯỜNG XÂY DỰNG CƠ SỞ NHẰM
LÀM TỐT CÔNG TÁC QUÂN SỰ ĐỊA PHƯƠNG VÀ CỦNG CỐ HẬU PHƯƠNG VỮNG MẠNH
HT 9-1971, P33-42

2203, NGUYỄN THỊ THẬP
THẮNG LỢI TO LỚN CỦA CÔNG TÁC PHỤ VẬN TRONG NHỮNG NĂM
CHỐNG MỸ, CỨU NƯỚC VÀ XÂY DỰNG CHỦ NGHĨA XÃ HỘI
HT 2-1971, P35-45

2204, O'BALLANCE, EDGAR
HO CHI MINH TRAIL /THE
ARMY QUARTERLY, APR 1967, P105-10

2205, PHẠM CƯỜNG
CU CHI, A GUERILLA BASE
VS 20, DEC 1968, P255-287

2206, PHẠM CƯỜNG AND VƯƠNG HỒNG
EXAMPLE OF NO. 10 /THE
VS 13 (1967), P165-175

2207, U.S. EMBASSY, SAIGON, JUSPAO, NORTH VIET NAM AFFAIRS DIVISION
PROBLEMS OF A DISPENSARY /THE
VDRN NO. 16, JAN 1968, 8P

2208, U.S. EMBASSY, SAIGON, JUSPAO, NORTH VIET NAM AFFAIRS DIVISION
SELF SUFFICIENCY; A DUTY OF CADRE AND COMBATANT
VDRN NO. 58-59, MAY 1969, 9P

8.4. Discipline, Motivation, and Psychological Warfare

2209,
BÀI HÁT GIẢI PHÓNG QUÂN
TITLE ALSO IN RUSSIAN, CHINESE, FRENCH AND SPANISH
SONGS WITH PIANO ACCOMPANIMENT. "LE CHANT DU COMBATTANT DE
LIBERATION" (11P) INSERTED AT END
HANOI, MỸ THUẬT & ÂM NHẠC, 1967, 36P
PAMPHLET M 258+

2210,
MỘT DÂN TỘC BÁCH CHIẾN BÁCH THẮNG
HÀ NỘI, SỰ THẬT, 1972

2211,
THỬ THÁCH; TRUYỆN CHIẾN SĨ THI ĐUA QUÂN ĐỘI
HÀ NỘI, QUÂN ĐỘI NHÂN DÂN, 1962, 118P

2212,
THUYỀN TRƯỞNG TÀU SỐ 5, (TRUYỆN CHIẾN SĨ THI ĐUA QUÂN ĐỘI)
HÀ NỘI, QUÂN ĐỘI NHÂN DÂN, 1963, 94P

2213, DENTON, F. H.
VOLUNTEERS FOR THE VIET CONG
RM-5647-ISA/ARPA
SANTA MONICA, CAL; RAND CORP; SEPT. 1968, 34P

2214, FALL, BERNARD B.
UNREPENTANT, UNYIELDING; AN INTERVIEW WITH VIET CONG PRISONERS
NEW REPUBLIC, FEBRUARY 4; 1967, P19-24

2215, FISHEL, WESLEY R.
NATIONAL LIBERATION FRONT /THE
VIETNAM PERSPECTIVES, AUGUST 1965, P8-16

2216, HENDERSON, WILLIAM D.
NATIONAL LIBERATION ARMY OF VIETNAM; A STUDY IN MOTIVATION AND
CONTROL /THE
PH.D. DISSERTATION
PITTSBURGH, UNIVERSITY OF PITTSBURGH

2217, HỒ CHÍ MINH
VÌ ĐỘC LẬP VÌ TỰ DO QUYẾT ĐÁNH, QUYẾT THẮNG
HÀ NỘI, N,X,B, QUÂN ĐỘI, 1972

2218, JENKINS, B.
WHY THE NORTH VIETNAMESE WILL KEEP FIGHTING
P-4395-1
SANTA MONICA, CALF RAND CORP, MAR, 1972, 12P

2219, KELLEN, KONRAD
CONVERSATIONS WITH ENEMY SOLDIERS IN LATE 1968/EARLY 1969;
A STUDY OF MOTIVATION AND MORALE
RM-6131-1-ISA/ARPA
SANTA MONICA, CAL; RAND CORP, SEPT, 1970, 156P

2220, KELLEN, KONRAD
VIEW OF THE VC; ELEMENTS OF COHESION IN THE ENEMY CAMP
IN 1966-1967 /A
RM-5462-1-ISA/ARPA
SANTA MONICA, CAL; RAND CORP, NOV, 1969, 89P

2221, LÊ ĐÌNH THIỆP
RA SỨC THỰC HIỆN TỐT HƠN NỮA CHÍNH SÁCH ĐỐI VỚI LIỆT SĨ,
THƯƠNG BINH, BỆNH BINH, BỘ ĐỘI PHỤC VIÊN, BỘ ĐỘI CHUYỂN
NGÀNH VÀ GIA ĐÌNH LIỆT SĨ, GIA ĐÌNH BỘ ĐỘI
HT 7-1971, P44-53

2222, LÊ DUẨN, ET AL,
        KHÔNG NGỪNG NÂNG CAO Ý CHÍ CHIẾN ĐẤU
        HÀ NỘI, QUÂN ĐỘI NHÂN DÂN, 1971, 172P

2223, NAM MỘC
        NÂNG CAO CẢNH GIÁC CỦNG CỐ HOÀ BÌNH
        CHẬN TAY ĐẾ QUỐC MỸ VÀ TAY SAI LẠI
        HÀ NỘI, SỰ THẬT, 1955, 69P

2224, NGUYỄN CHÍ THANH
        CHÚ TRỌNG LÃNH ĐẠO TƯ TƯỞNG TĂNG CƯỜNG GIÁO DỤC CHÍNH TRỊ
        TRONG QUÂN ĐỘI TA
        N/P, CỤC TUYÊN HUẤN TỔNG CỤC CHÍNH TRỊ, 1951

2225, NGUYỄN CHÍ THANH
        NHỮNG KINH NGHIỆM LỚN CỦA CÔNG TÁC CHÍNH TRỊ TRONG 15 NĂM XÂY
        DỰNG QUÂN ĐỘI
        QUÂN ĐỘI NHÂN DÂN, 17-12-1959

2226, NGUYỄN CHÍ THANH
        TIẾP TỤC NÂNG CAO TINH THẦN CHIẾN ĐẤU CỦA QUÂN ĐỘI
        HÀ NỘI, QUÂN ĐỘI NHÂN DÂN, 1963

2227, NGUYỄN CHÍ THANH
        YẾU TỐ TINH THẦN CỦA QUÂN ĐỘI VÀ NHÂN DÂN TA TRONG CHIẾN
        DỊCH ĐIỆN-BIÊN-PHỦ
        NĐ 6-5-1964

2228, PAGNIEZ, YVONNE
        VIETMINH ET LA GUERRE PSYCHOLOGIQUE /LE
        PARIS, ÉDITIONS DE LA COLOMBE, 1955, 100P

2229, PATTON, LT. COL. GEORGE S.
        WHY THEY FIGHT?
        MILITARY REVIEW, 45:12, P16-23

2230, PIKE, DOUGLAS
        MYSTIQUE OF THE VIET CONG
        ARMY, JUNE 1967: 25-31

2231, SONG HÀO
        MẤY VẤN ĐỀ CƠ BẢN TRONG NỘI DUNG DỰ THẢO ĐIỀU LỆ CÔNG TÁC
        CHÍNH TRỊ CỦA QUÂN ĐỘI NHÂN DÂN VIỆT NAM
        BÁO CÁO TRONG HỘI NGHỊ CHÍNH UỶ CAO CẤP, 6-1958
        N/A, CITED IN HỒ CHÍ MINH, ET AL., BÀN VỀ CHIẾN TRANH NHÂN
        DÂN VÀ LỰC LƯỢNG VŨ TRANG NHÂN DÂN, P. 144-5

2232, U.S. EMBASSY, SAIGON. JUSPAO, NORTH VIET NAM AFFAIRS DIVISION
        IDEOLOGICAL DEFICIENCIES AND LOWERED COMBAT EFFECTIVENESS
        VDRN NO. 73, MAR 1970, 12P

2233, U.S. EMBASSY, SAIGON. JUSPAO, NORTH VIET NAM AFFAIRS DIVISION
        POLITICAL AND IDEOLOGICAL INDOCTRINATION AGAINST DESERTION AND
        SURRENDER /ON
        VDRN NO. 46, OCT 1968, 7P

2234, U.S. EMBASSY, SAIGON. JUSPAO, NORTH VIET NAM AFFAIRS DIVISION
        SELF CRITICISM; REPORT FROM A NORTH VIETNAMESE DIVISION
        VDRN NO. 19, FEB 1968, 8P

2235, U.S. EMBASSY, SAIGON. JUSPAO, NORTH VIET NAM AFFAIRS DIVISION
        SHARPENING THE THIRD PRONG; AN INCREASE OF VIET CONG PROSELYTING
        VDRN NO. 18, FEB 1968, 13P

2236, U.S. EMBASSY, SAIGON. JUSPAO, NORTH VIET NAM AFFAIRS DIVISION
        TROOP TRAINING AND COMBAT COMPETITION CAMPAIGN; AN EMULATION PLAN
        VDRN NO. 15, JAN 1968, 10P

2237, VĂN TIẾN DŨNG
        CÔNG TÁC TƯ TƯỞNG TRONG HUẤN LUYỆN QUÂN SỰ
        HÀ NỘI, QUÂN ĐỘI NHÂN DÂN, 1964

2238, VIỆT NAM DÂN CHỦ CỘNG HÒA, HỘI ĐỒNG CHÍNH PHỦ
        NGHỊ QUYẾT CỦA HỘI ĐỒNG CHÍNH PHỦ VỀ VIỆC BỔ SUNG CHÍNH SÁCH ĐỐI VỚI
        THƯƠNG BINH BỆNH BINH
        ND, 30-11-1972, P184, QDND, 30-11-1972, P1-2

2239, VIỆT NAM DÂN CHỦ CỘNG HÒA, QUÂN ĐỘI NHÂN DÂN VIỆT NAM
        CHÍNH SÁCH ĐỐI VỚI CÁC THÀNH THỊ MỚI GIẢI PHÓNG
        ND, 22-24--7--1954; IN CKCTT, IV, P405

2240, VIỆT NAM DÂN CHỦ CỘNG HÒA, QUÂN ĐỘI NHÂN DÂN VIỆT NAM
        MƯỜI ĐIỀU KỶ LUẬT CỦA BỘ ĐỘI, CÁN BỘ VÀ NHÂN VIÊN CÔNG TÁC KHI VÀO
        THÀNH PHỐ MỚI GIẢI PHÓNG
        ND 22-24--7--1954; IN CKCTT, IV, P405-6

2241, VÕ NGUYÊN GIÁP
        CẢ NƯỚC MỘT LÒNG ĐẨY MẠNH CUỘC CHIẾN TRANH YÊU NƯỚC VĨ ĐẠI
        KIÊN QUYẾT ĐÁNH THẮNG GIẶC MỸ XÂM LƯỢC
        TUYÊN HUẤN, 1-966

2242, ZASLOFF, JOSEPH J,
        POLITICAL MITIVATION OF THE VIET CONG; THE VIETMINH REGROUPEES
        RM-4703/2-ISA/ARPA
        SANTA MONICA, CAL; RAND CORP, MAY 1968, 197P

        8.5. Guerrilla Warfare and Insurgency

2243,
        BIỂU LỆ HỘI BẢO TRỢ DU KÍCH QUÂN NỘI THÀNH HÀNỘI
        N/P, N/D, 4P
        FILM 2584 NO, 45
2244,
        KINH NGHIỆM DU KÍCH PHÁP, IN LẦN THỨ HAI
        HÀ NỘI, SỰ THẬT, 1948, (LOẠI SÁCH KHÁNG CHIẾN), 40P

2245, COOPER, B, ET AL,
        VIET NAM; 1941-1954
        IN; CASES STUDIES IN INSURGENCY AND REVOLUTIONARY WARFARE
        WASHINGTON, AMERICAN UNIVERSITY, SPECIAL OPERATION RESEARCH
        OFFICE, 1963-64

2246, GASTIL, RAYMOND DUNCAN
        FOUR PAPERS ON THE VIETNAMESE INSURGENCY
        CROTON-ON-HUDSON, N,Y,, HUDSON INSTITUTE, 1967, 4V
        DS557 A61G25*

2247, HEILBRUNN, OTTO
        STRATEGY IN VIETNAM
        ROYAL UNITED SERVICE INSTITUTION JOURNAL, AUG 1967, P257-60

2248, HỒ CHÍ MINH
        CÁCH ĐÁNH DU KÍCH
        N/P, N/PU, 1944

2249, HỒ CHÍ MINH
        HUẤN THỊ TẠI HỘI NGHỊ CHIẾN TRANH DU KÍCH (7-1952)
        N/A, CITED IN HO CHI MINH, ET AL,, BÀN VỀ CHIẾN TRANH NHÂN
        DÂN VÀ LỰC LƯỢNG VŨ TRANG NHÂN DÂN, P, 110

2250, HOÀNG VĂN THÁI, LT, GEN,
        SOME ASPECTS OF GUERILLA WARFARE IN VIETNAM
        HANOI, FLPH, 1965

2251, HOGARD, JEAN
        GUERRE REVOLUTIONNAIRE ET PACIFICATION
        REVUE MILITAIRE D' INFORMATION, NO, 280, FEV 1957

2252, HONEY, P. J.
        NORTH VIET NAM'S MODEL OF STRATEGY AND TACTICS FOR REVOLUTION
        STUDIES ON THE SOVIET UNION, V. 6, NO. 2, 1966, P8-28

2253, O'BALLANCE, EDGAR
        INDOCHINA WAR, 1945-1954: A STUDY IN GUERILLA WARFARE /THE
        LONDON, FABER, 1964

2254, TRƯỜNG CHINH
        TRANH THỦ NHÂN DÂN BỒI DƯỠNG LỰC LƯỢNG Ở SAU LƯNG ĐỊCH
        BÁO CÁO TẠI HỘI NGHỊ CHIẾN TRANH DU KÍCH (7-1952)
        N/A, CITED PASSIM IN HO CHI MINH, ET AL., BÀN VỀ CHIẾN TRANH
        NHÂN DÂN VÀ LỰC LƯỢNG VŨ TRANG NHÂN DÂN

2255, VÕ NGUYÊN GIÁP
        CHỈ ĐẠO CHIẾN TRANH DU KÍCH
        N/P, BỘ TỔNG THAM MƯU, 1961

2256, VÕ NGUYÊN GIÁP
        CUỘC CHIẾN TRANH GIẢI PHÓNG CỦA NHÂN DÂN MIỀN NAM CHỐNG ĐẾ QUỐC MỸ
        VÀ TAY SAI NHẤT ĐỊNH THẮNG LỢI (7-1964)
        HÀ NỘI,N.X,B, QUÂN ĐỘI NHÂN DÂN, 1964, 68P

2257, VÕ NGUYÊN GIÁP
        ĐẨY MẠNH CHIẾN TRANH DU KÍCH
        NO 6-9-1951

2258, VÕ NGUYÊN GIÁP
        PHÁT ĐỘNG DU KÍCH CHIẾN TRANH
        N/P, BỘ TỔNG CHI HUY, 1947

        8.6. External Military Assistance

2259, O'BALLANCE, EDGAR
        SINO-SOVIET INFLUENCE ON THE WAR IN VIETNAM
        CONTEMPORARY REVIEW, FEBRUARY 1967, P70-76

2260, TAYLOR, FREDERICK
        SOVIETS MAY SHIP HANOI ARMS BY SEA, PERHAPS PROVOKING U.S. ACTION
        WALL STREET JOURNAL, FEBRUARY 14, 1967

2261, ZASLOFF, JOSEPH J.
        ROLE OF THE SANCTUARY IN INSURGENCY:
        COMMUNIST CHINA'S SUPPORT TO THE VIETMINH, 1946-1954
        RM-4618-PR
        SANTA MONICA, CAL: RAND CORP, MAY 1967 93P

        8.7. The War of Resistance Against France, 1946-54

2262,
        CA DAO KHÁNG CHIẾN
        HANOI, QUÂN ĐỘI NHÂN DÂN, 1961, 146P
        PL4388 C14

2263.
CUỘC KHÁNG CHIẾN THẦN THÁNH CỦA NHÂN DÂN VIỆT NAM
NHỮNG BÀI VIẾT TRONG THỜI KỲ KHÁNG CHIẾN TRÊN CÁC BÁO ĐẢNG
(TÀI LIỆU SƯU TẦM)
HANOI, SỰ THẬT, 1960, 4 V., ILLUS, MAPS
FILM 2316

2264.
LÀN SÓNG PHẢN CHIẾN Ở PHÁP ĐANG LÊN CAO
TÀI LIỆU NGHIÊN CỨU PHỔ THÔNG
HÀ ĐÔNG, 1950, 32P

2265.
THÀNH TÍCH HAI MƯƠI NGÀY ĐẦU CỦA CHIẾN DỊCH LÊ HỒNG PHONG
HÀ NỘI, BAN CHÍNH TRỊ, MẶT TRẬN HÀ NỘI, 1950, 32P

2266. BODARD, LUCIEN
GUERRE D'INDOCHINE /LA
PARIS, GALLIMARD, 1963

2267. BODARD, LUCIEN
QUICKSAND WAR; PRELUDE TO VIETNAM /THE
TRANSLATED AND WITH AN INTRODUCTION BY PATRICK O'BRIAN
BOSTON, LITTLE, BROWN, 1967

2268. BÙI ĐÌNH THANH
FIRST YEAR OF RESISTANCE IN SOUTH VIET NAM (1945-1946) /THE
VS 7 (1965)

2269. ĐẢNG LAO ĐỘNG VIỆT NAM, BAN CHẤP HÀNH TRUNG ƯƠNG
CHỈ THỊ VỀ VIỆC CHỐNG THỰC DÂN PHÁP VÀ BỌN CAN THIỆP MỸ
HÀ ĐÔNG, TỈNH ĐẢNG BỘ HÀ ĐÔNG, 1950, 17P

2270. FALL, BERNARD B.
STREET WITHOUT JOY; INDOCHINA AT WAR, 1946-1954
HARRISBURG, PA., STACKPOLE, 1961, 322P, ILLUS, MAPS

2271. FERRANDI, JEAN
OFFICIERS FRANCAIS FACE AU VIETMINH, 1945-1954
PARIS, FAYARD, 1966; CHRNOLOGIE, P11-18, ANNEXES, P276-317

2272. HỒ CHÍ MINH
TÁM NĂM KHÁNG CHIẾN THẮNG LỢI
HÀ NỘI, SỰ THẬT, 1954, 36P

2273. HỒ CHÍ MINH
VỀ CUỘC KHÁNG CHIẾN CHỐNG THỰC DÂN PHÁP
HÀ NỘI, SỰ THẬT, 1967

2274. HOÀNG LĨNH
TỘI ÁC CỦA GIẶC PHÁP MỸ VÀ BÙ NHÌN Ở THIẾT TRỤ (HƯNG YÊN)
HÀ NỘI, SỰ THẬT, 1954, 39P

2275. HOÀNG TÙNG
CUỘC ĐẤU TRANH YÊU NƯỚC THẦN THÁNH
HÀ NỘI, SỰ THẬT, 1962, 39P

2276. NAM MỘC
CHÍNH ĐẾ QUỐC PHÁP MỸ LÀ THỦ PHẠM GÂY RA VÀ KÉO DÀI
CHIẾN TRANH XÂM LƯỢC VIỆT NAM VÀ MIỀN LÀO
HÀ NỘI, SỰ THẬT, 1954, 45P

2277. NAM THUÂN
CHÍNH SÁCH CẢI CÁCH ĐIỀN ĐỊA: MỘT TRÒ BỊP BỢM CỦA GIẶC PHÁP MỸ
VÀ BÙ NHÌN
HÀ NỘI, SỰ THẬT, 1954, 62P

2278. NGÀNH THÔNG TIN NỘI THÀNH
      BAO GIỜ TA TỔNG PHẢN CÔNG?
      (LOẠI A. HỌC TẬP LÝ LUẬN CĂN BẢN, 6)
      HANOI, PHÒNG THÔNG TIN NỘI THÀNH, 1950, 8P
      FILM 2584 NO, 11

2279. NGUYỄN ĐỨC THỌ
      NAM BỘ LIBRE /LE
      LE VRAI VISAGE DE LA RÉSISTANCE VIETNAMIENNE
      PARIS, VĂN HÓA LIÊN HIỆP, 1949, 33P
      NN #C-6 P.V,7

2280. PHẠM NGỌC THẠCH
      VIETNAM'S STRUGGLE FOR INDEPENDENCE
      ASIAN HORIZON III, 1948, P42-44

2281. TRƯỜNG CHINH
      CHÚNG TA ĐÃ LÀM GÌ VÀ CÒN PHẢI LÀM GÌ ĐỂ CHUYỂN SANG
      GIAI ĐOẠN MỚI
      TẠP CHÍ CỘNG SẢN, 8-1950

2282. TRƯỜNG CHINH
      CUỘC KHÁNG CHIẾN THẦN THÁNH CỦA NHÂN DÂN VIỆT NĂM
      HÀ NỘI, SỰ THẬT, 1960

2283. TRƯỜNG CHINH
      HOÀN THÀNH NHIỆM VỤ CHUẨN BỊ CHUYỂN MẠNH SANG TỔNG PHẢN CÔNG
      TẠP CHÍ CỘNG SẢN, 7-1950

2284. VIỆT NAM DÂN CHỦ CỘNG HÒA
      GẤP RÚT HOÀN THÀNH NHIỆM VỤ CHUẨN BỊ CHUYỂN MẠNH SÁNG TỔNG PHẢN CÔNG
      N/P, 1950?, 40P
      FILM 2584 NO, 7

2285. VÕ NGUYÊN GIÁP
      ĐẨY MẠNH DU KÍCH CHIẾN TRẠNH TẠI HẦU DỊCH BẮC BỘ
      BÁO CÁO "TÌNH HÌNH QUÂN SỰ 6 THÁNG ĐẦU NĂM VÀ NHIỆM VỤ
      THU ĐÔNG SẮP TỚI" (1-1952)
      N/A, CITED IN HỒ CHÍ MINH, ET AL., BÀN VỀ CHIẾN TRANH NHÂN
      DÂN VÀ LỰC LƯỢNG VŨ TRANG NHÂN DÂN, P. 294-5

2286. VÕ NGUYÊN GIÁP
      ĐIỆN BIÊN PHỦ
      HANOI, ELE, 1959, 83P, ILLUS, FOLD, MAPS
      DS550 V87 1959

2287. VÕ NGUYÊN GIÁP
      DIỄN VĂN ĐỌC TRONG DỊP KỶ NIỆM NGÀY TOÀN QUỐC KHÁNG CHIẾN
      VÀ NGÀY THÀNH LẬP QUÂN ĐỘI NHÂN DÂN (19-12-1955)
      ND 22-12-1955

2288. VÕ NGUYÊN GIÁP
      NHIỆM VỤ QUÂN SỰ TRƯỚC MẮT CHUYỂN SANG TỔNG PHẢN CÔNG
      HÀ ĐÔNG,UY BAN KHÁNG CHIẾN HÀNH CHÍNH, 1950, 58P
      FILM 2584 NO, 40

8.8. The War Against the United States and the Republic of Viet Nam

2289.
      AMERICAN USE OF WAR GASES AND WORLD PUBLIC OPINION
      HANOI, FLPH, 1966
2290.
      CA DAO CHỐNG MỸ
      HÀ NỘI, QUÂN ĐỘI NHÂN DÂN, N/D
      PL4388 C13

2291,
CẢ NƯỚC MỘT LÒNG QUYẾT CHIẾN QUYẾT THẮNG GIẶC MỸ XÂM LƯỢC
HANOI, QUÂN ĐỘI NHÂN DÂN, 1971, 94P
DS557 A6C102

2292,
CHEMICAL WARFARE BY U.S. TROOPS IN SOUTH VIET NAM
BULLETIN OF THE UNION OF VIETNAMESE INTELLECTUALS IN FRANCE
REPRINTED IN VS 29 (1971), P113-128

2293,
DIEN BIEN PHU--GIAP!S LAST WIN?
MILITARY REVIEW, FEB 1968, P84-91

2294,
GUERRE D'AGRESSION DES ÉTATS-UNITS AU VIET NAM /LA
UN CRIME CONTRE LE PEUPLE VIETNAMIEN, CONTRE LA PAIX ET CONTRE
L'HUMANITÉ
HANOI, ELE, 1966, 50P

2295,
HỌC THUYẾT NICH-XON NHẤT ĐỊNH PHÁ SẢN
HÀ NỘI, SỰ THẬT, 52P

2296,
KẺ CƯỚP MỸ BỊ TRỪNG TRỊ ĐÍCH ĐÁNG
HANOI, QUÂN ĐỘI NHÂN DÂN, 1964, 79P
FILM 3258

2297,
ON THE FRONTLINE AGAINST U.S. IMPERIALISM
HANOI, FLPH, N/D

2298,
QUÊ TA ANH HÙNG, THƠ CA CHIẾN THẮNG GIẶC MỸ
HÀ NỘI, QUÂN ĐỘI NHÂN DÂN, 1966, 79P

2299,
VIETNAMIZATION,,,THE PATH LEADING TO COLLAPSE
VDRN NO. 74, MAR 1970, 30P

2300, AARTS, HARALD
BOMBS FOR LITTLE PEOPLE! WASHINGTON CLAIMS THAT U.S. PLANES BOMB
ONLY MILITARY TARGETS IN NORTH VIETNAM; NOT SO,
SAYS A DUTCH DOCTOR WHO WITNESSED A CRUEL PATTERN IN THE BOMBING
FEER, AUG 26, 1972, P23-4

2301, ASSOCIATION D'AMITIÉ FRANCO-VIETNAMIENNE
CRIMES AU VIET NAM
PARIS, 1966, 32P

2302, ASSOCIATION D'AMITIÉ FRANCO-VIETNAMIENNE
GUERRE CHIMIQUE /LA, CAHIER DE L'AMITIÉ NO. 1
PARIS, 1966, 35P

2303, AUSTIN, ANTHONY
PRESIDENT'S WAR /THE
THE STORY OF THE TONKIN GULF RESOLUTION AND HOW THE NATION WAS
TRAPPED IN VIETNAM
PHILADELPHIA, LIPPINCOTT, 1971, 368P

2304, BARRYMAINE, NORMAN
BOMB DAMAGE IN NORTH VIETNAM DESCRIBED
AVIATION WEEK, DECEMBER 26, 1966, P47, 49, 51

2305, BONNET, GABRIEL G. M.
GUERRE RÉVOLUTIONNAIRE DU VIETNAM /LA
HISTOIRE, TECHNIQUE ET ENSEIGNEMENT DE LA GUERRE
AMERICANO-VIETNAMIENNE
PARIS, PAYOT, 1969

2306, BRIANTAIS, J. M.
ACTION OF DEFOLIANTS AND HERBICIDES ON PLANTS!
THEIR UTILIZATION IN VIET NAM
VS 29 (1971), P141-150

2307, BÙI BÌNH THANH
        KHỐI LIÊN HIỆP QUÂN SỰ CÔNG NGHIỆP MỸ VÀ CUỘC CHIẾN TRANH XÂM LƯỢC
        VIỆT NAM
        NCLS 143, 3&4=1972, P22=30

2308, BURCHETT, WILFRED G,
        FURTIVE WAR /THE
        NEW YORK, INTERNATIONAL PUBLISHERS, 1963

2309, BURCHETT, WILFRED G,
        VIET NAM WILL WIN! WHY THE PEOPLE OF SOUTH VIETNAM HAVE ALREADY
        DEFEATED U.S. IMPERIALISM=AND HOW THEY HAVE DONE IT
        NEW YORK, DISTRIBUTED BY MONTHLY REVIEW PRESS, 1968, 215P
        LC DS557.A6B838

2310, COURRIER DU VIET NAM
        VRAIS ET FAUX SECRETS DU PENTAGONE: DOCUMENTS
        HANOI, LE COURRIER DU VIET NAM, 1971, 138P

2311, DEVILLERS, PHILIPPE
        PERSPEKTIVEN DES VIETNAM=KONFLIKTS NACH DEM TODE HO CHI MINH: HANOI
        UND DIE "VIETNAMISIERUNG" DES KRIEGES
        EUROPA=ARCHIV, JAN 15, 1970, P59=70

2312, DORONILA, AMANDO E,
        WHOLE COUNTRY DUG IN: THE WAR FROM NORTH VIETNAM /Ā
        ASIA MAGAZINE, OCTOBER 22, 1967, P6=16

2313, DƯỜNG HỒNG DAT
        EFFECTS OF HERBICIDES AND DEFOLIANTS ON THE FAUNA AND FLORA
        OF SOUTH VIET NAM
        VS 29 (1971), P45=52

2314, FALL, BERNARD B,
        STREET WITHOUT JOY
        HARRISBURG, PA,, STACKPOLE COMPANY, 1964, 408P

2315, FARMER, J,
        COUNTERINSURGENCY: PRINCIPLES AND PRACTICES IN VIET NAM
        SANTA MONICA, CAL: RAND CORP, DEC, 1964, 36P

2316, FARMER, J,
        COUNTERINSURGENCY: VIET NAM 1962=1963
        SANTA MONICA, CAL: RAND CORP, AUG, 1963, 29P

2317, GIUGLARIS, MARCEL
        VIET NAM: LE JOUR DE L'ESCALADE, REPORTAGE
        PARIS, GALLIMARD, 1966

2318, HẢI THU
        NORTH VIET NAM AGAINST U.S. AIR FORCE
        HANOI, FLPH, 1967, 93P
        DS557 A65H14

2319, HARVEY, FRANK
        AIR WAR: VIETNAM
        NEW YORK, BANTAM BOOKS, 1967

2320, HAYDEN, TOM
        PROSPECTS OF THE NORTH VIETNAM OFFENSIVE /THE
        RAMPARTS, AUG 1972, P21=25, 51=56

2321, HIGGINS, J, W,
        CONCEPTS, DATA REQUIREMENTS, AND USES OF THE LOC INTERDICTION
        MODEL AS APPLIED TO NORTH VIETNAM
        SANTA MONICA, CA,, RAND, 1970
        PAM DS VN 637+

2322. HILSMAN, ROGER
MUST WE INVADE THE NORTH?
FOREIGN AFFAIRS, APR 1968, P425-41

2323. HỒ CHÍ MINH
PRESIDENT HO CHI MINH'S APPEAL (JUL 17, 1966)
VS 18-19 (1968), P345-8

2324. HỒ CHÍ MINH
PRESIDENT HO CHI MINH'S APPEAL (NOV 3, 1968)
VS 18-19 (1968), P349-352

2325. HỒ CHÍ MINH
QUYẾT TÂM ĐÁNH THẮNG GIẶC MỸ XÂM LƯỢC
HÀ NỘI, SỰ THẬT, 1965

2326. HỒ CHÍ MINH
VỀ NHIỆM VỤ CHỐNG MỸ, CỨU NƯỚC
HÀ NỘI, SỰ THẬT, 1967

2327. HOÀNG QUỐC VIỆT
GIAI CẤP CÔNG NHÂN VÀ NHÂN DÂN TA NHẤT ĐỊNH ĐÁNH THẮNG GIẶC MỸ
XÂM LƯỢC
HANOI, LAO ĐỘNG, 1969, 51P
PAMPHLET DS VIETNAM 476

2328. HỌC TẬP
CẢ NƯỚC MỘT LÒNG, KIÊN TRI VÀ ĐẨY MẠNH CUỘC KHÁNG
CHIẾN CHỐNG MỸ CỨU NƯỚC, GIẢI PHÓNG MIỀN NAM, BẢO
VỆ MIỀN BẮC, TIẾN TỚI HÒA BÌNH THỐNG NHẤT NƯỚC NHÀ
HT 1-1971, P3-13

2329. HODGKIN, DOROTHY C.
EFFECTS OF CHEMICAL DEFOLIANTS /THE
VS 29 (1971), P101-106

2330. HOEFFDING, OLEG
BOMBING NORTH VIETNAM; AN APPRAISAL OF ECONOMIC AND
POLITICAL EFFECTS
SANTA MONICA, CAL; RAND CORP; 1966,44P

2331. HONEY, P. J.
COMMUNIST INVASION OF SOUTH VIET NAM /THE
CNA 882, NVQR 45, JUNE 2, 1972

2332. HONEY, P. J.
D.R.V. RESPONSIBILITY FOR THE WAR IN SOUTH VIET NAM
CNA 544, NVQR 14, DEC 11, 1964, P6-7

2333. HONEY, P. J.
NEW PHASE OF THE WAR /THE
CNA 568, NVQR 16, JUNE 11, 1965, P1-5

2334. HONEY, P. J.
TONGKING INCIDENT /THE
CNA 533, NVQR 13, SEP 18, 1964

2335. HƯƠNG NAM
CHÍNH SÁCH "VIỆT NAM HÓA" THỂ HIỆN BẢN CHẤT NGOAN CỐ;
THẾ SUY YẾU VÀ NHẤT ĐỊNH THẤT BẠI CỦA ĐẾ QUỐC MỸ
HT 3-1971, P84-89

2336. INTERNATIONAL CONFERENCE OF SCIENTISTS ON U.S. CHEMICAL
WARFARE IN VIET NAM
DOCUMENTS OF THE INTERNATIONAL CONFERENCE OF SCIENTISTS ON U.S.
CHEMICAL WARFARE IN VIET NAM
ORSAY, PARIS; DEC 12-14, 1970
VS 29 (1971), P9-109

2337, JONES, P.H.M.
        BENEATH THE BOMBS
        FEER, JUNE 3, 1965, P455-457

2338, KAHN, FRANCIS
        USE OF GASES BY AMERICANS IN VIET NAM
        VS 29 (1971), P151-164

2339, KOZHEVNIKOV, F.I. & V. MENZHINSKY
        U.S. AGGRESSION IN VIETNAM AND INTERNATIONAL LAW
        MOSCOW, NOVOSTI PRESS AGENCY PUB. HOUSE, 1968, 94P
        PAM DS VN 538

2340, KỲ SON & DICH VAN
        FROM PHNOM PENH TO VIENTIANE
        VS 33, 1972, P89-140

2341, LAVOREL, J.
        REPORT BY AN INQUIRY MISSION ON THE SPRAYING OF HERBICIDES IN
        CAMBODIA
        MVS 29 (1971), P165-174

2342, LÊ DUẨN,
        TA NHẤT ĐỊNH THẮNG, ĐỊCH NHẤT ĐỊNH THUA. (LƯU HÀNH NỘI BỘ)
        N/P, N.X.B. TIỀN PHONG, 1966, 30P
        VCD 999

2343, LÊ KIM
        DU KÍCH KIỂU MỸ
        HÀ NỘI, QUÂN ĐỘI NHÂN DÂN, 1961, 76P

2344, LƯU QUÝ KỲ
        ESCALATION WAR AND SONGS ABOUT PEACE
        HANOI, FLPH, 1965

2345, M. T. T.
        WAR OF EXTERMINATION AGAINST DRVN SCHOOLS
        VNCM NO.7,DEC1972, P10-11

2346, MILLIS, WALTER
        WAR AND REVOLUTION TODAY, WITH SPECIAL REFERENCE TO VIETNAM
        SANTA BARBARA, CALIF., CENTER FOR THE STUDY OF DEMOCRATIC
        INSTITUTIONS, 1965, 11P

2347, MINH KHOA, ET AL.
        THỂ DIỆT MỸ ĐỂN CÙNG
        HANOI, QUÂN ĐỘI NHÂN DÂN, 1968, 76P

2348, MOSKIN, J. ROBERT
        HARD-LINE DEMAND VICTORY, EXCLUSIVE REPORT FROM HANOI
        LOOK, DEC 26, 1970, P20-25

2349, MOUSSEAU, M.
        ACTION OF DEFOLIANTS ON NATURAL EQUILIBRIUM
        VS 29 (1971), P129-140

2350, NEUMEIER, RICHARD L.
        AMERICAN BOMBING OF NORTH VIETNAM
        M.A. THESIS
        CHICAGO, UNIVERSITY OF CHICAGO, 1968, 72P

2351, NGUYỄN ĐĂNG TÂM
        CHEMICAL WARFARE
        VS 29 (1971), P175-189

2352, NGUYỄN HOÀNG
        TEST OF VIETNAMIZATION /THE
        VS 33, 1972, P5-22

2353, NGUYỄN KHẮC VIỄN
        IMPOTENCE OF AMERICAN TECHNIQUE IN FACE OF THE PEOPLE'S WAR /THE
        VS 12 (1966), P99=144

2354, NGUYỄN KHẮC VIỄN & H. N.
        U.S.-THIEU REGIME /THE
        VS 33, 1972, P57=88

2355, NGUYỄN KHẮC VIỄN, ET AL.
        IN QUANG BINH
        EXCERPTS FROM TRAVEL NOTES BY KHAC VIEN, HAC HAI AND DUC MOC
        VS 9 (1966), P23=47

2356, NGUYỄN KIÊN
        ESCALADE DE LA GUERRE AU VIETNAM VERS UN CONFLIT NUCLÉAIRE
        MONDIAL? /L'
        SUIVI D'UNE DÉCLARATION DU FRONT NATIONAL DE LIBÉRATION DU
        SUD-VIETNAM, 22 MARS 1965
        PARIS, EDITIONS CUJAS, 1965

2357, NGUYỄN VĂN BA
        EVOLUTION OF THE MILITARY SITUATION IN 1968
        VS 20, DEC 1968, P87=107

2358, NGUYỄN VĂN HIỂU
        "SPECIAL WAR": AN OUTGROWTH OF NEO-COLONIALISM (AUGUST 1964)
        PEKING, FLP, 1965, 25P
        PAM DS VN87

2359, NGUYỄN VĂN HIỂU
        INTRODUCTORY REPORT TO THE INTERNATIONAL CONFERENCE OF SCIENTISTSL
        ON U.S. CHEMICAL WARFARE IN VIET NAM
        VS 29 (1971), P19=26

2360, NGUYỄN VĂN VỊNH
        VIETNAMESE PEOPLE ON THE ROAD TO VICTORY /THE
        HANOI, FLPH, 1966

2361, NHUẬN VŨ
        TÌNH HÌNH QUÂN SỰ MỸ, QUA LỜI THÚ NHẬN CỦA TƯỚNG LĨNH VÀ BÁO CHÍ MỸ
        HÀ NỘI, QUÂN ĐỘI NHÂN DÂN, 1961, 100P

2362, NIEBUHR, REINHOLD
        FIGHTING AN INTRACTABLE DWARF
        NEW LEADER, AUG 5, 1968, P12=13

2363, PFEIFFER, A. W.
        RECENT DEVELOPMENTS IN INDOCHINA AND THE U.S.A. RELATING TO THE
        MILITARY USES OF HERBICIDES
        VS 29 (1971), P85=100

2364, PHAM CƯỜNG
        WAR CRIMES AND GENOCIDE
        VS 18=19 (1968), P275=302

2365, PHAM VĂN BẠCH
        LEGAL VIEWPOINT [ON U.S. CHEMICAL WARFARE IN VIET NAM] /THE
        VS 29 (1971), P27=36

2366, PHẠM VĂN ĐỒNG
        EN AVANT! LA VICTOIRE ES ENTRE NOS MAINS!
        HANOI, ELE, 1968, 68P

2367, PHẠM VĂN ĐỒNG
        FORWARD! FINAL VICTORY WILL BE OURS!
        HANOI, FLPH, 1968, 61P
        LC DS557.A635V5

2368, PIC, ROGER
      AU COEUR DU VIETNAM, LA RÉPUBLIQUE DÉMOCRATIQUE DU VIETNAM ET LE
      FRONT NATIONAL DE LIBÉRATION DU SUD-VIETNAM FACE À L'AGRESSION
      PARIS, F. MASPÉRO, 1968, P128
      LC DS557.A7P5

2369, PIKE, DOUGLAS
      GIAP'S GENERAL UPRISING
      FEER 59, MAR 21, 1968, P513-515

2370, PIKE, DOUGLAS
      TET OFFENSIVE; A SETBACK FOR GIAP, BUT JUST HOW BIG? /THE
      ARMY, APRIL 1968, P57-61

2371, PIKE, DOUGLAS
      VIET NAM WAR; VIEW FROM THE OTHER SIDE
      SAIGON, U.S. INFORMATION SERVICE, 1967, 35P
      DS557 A6P632

2372, POHLE, V. AND MENGES, C.
      TIME AND LIMITED SUCCESS AS ENEMIES OF THE VIET CONG
      SANTA MONICA, CAL; RAND CORP, OCT, 1967, 8P

2373, POOL, ITHIEL DE SOLA
      VILLAGE VIOLENCE AND PACIFICATION IN VIET NAM
      URBANA, DEPT. OF POLITICAL SCIENCE, UNIV. OF ILLINOIS, 1968, 19P

2374, QUYẾT THẮNG
      CHIẾN LƯỢC PHONG NGỰ CỦA MỸ-NGỤY Ở MIỀN NAM VIỆT NAM
      NGÀY CÀNG KHỦNG HOẢNG
      HT 1-1971, P51-60

2375, QUYẾT THẮNG
      CHIẾN TRANH VIỆT NAM VÀ BƯỚC ĐƯỜNG SUY SỤP
      CỦA CHỦ NGHĨA ĐẾ QUỐC MỸ
      HÀ NỘI, QUÂN ĐỘI NHÂN DÂN, 1971, 117P

2376, RACE, JEFFREY
      HOW THEY WON
      AS, AUG 1970, P628-650

2377, REINHARDT, G. C.
      GUERRILLA COMBAT STRATEGY AND DETERRENCE IN SOUTHEAST ASIA
      SANTA MONICA, CAL; RAND CORP; JAN, 1964, 25P

2378, SAWYER, FRANKLYN
      VŨ KHÍ VÀ NHÂN VIÊN TỪ BẮC VIỆT GỬI VÀO NAM, ĐÃ NHANH CHÓNG
      CỦA CUỘC XÂM LƯỢC DO HÀ NỘI ĐIỀU KHIỂN
      SAIGON, SỞ THÔNG TIN HOA KỲ, 1965, 12P
      DS557 A6S27+ 1964

2379, SCHREADLEY, R. L.
      NAVAL WAR IN VIETNAM, 1950-1970 /THE
      U.S. NAVAL INSTITUTE PROCEEDINGS, MAY 1971, P180-209

2380, SHAPLEN, ROBERT
      ROAD FROM WAR; VIET NAM 1965-1971 /THE; REV. ED.
      NEW YORK, HARPER & ROW, 1971; 454P

2381, SIMLER, GEORGE B.
      NORTH VIET NAM'S AIR DEFENSE SYSTEM
      AIR FORCE AND SPACE DIGEST, MAY 1967, P81-82

2382, SMITH, GAINES
      HOW HO STARTED THE WAR; A HISTORY LESSON FOR RICHARD NIXON
      NEW GUARD, MAY 1972, P10-12

2383, SONG HÀO
QUÂN VÀ DÂN TA NHẤT ĐỊNH ĐÁNH THẮNG GIẶC MỸ XÂM LƯỢC
HÀ NỘI, QUÂN ĐỘI NHÂN DÂN, 1965

2384, THÀNH TÍN
CHIẾN LƯỢC QUÂN SỰ MỸ GIỮA CƠN LÚNG TÚNG VÀ BẾ TẮC
HT 1-1971, P73-81

2385, TODD, OLIVER
AMERICANS ARE NOT INVINCIBLE /THE
NEW LEFT REVIEW, JAN/FEB 1968, P2-19

2386, TÔN THẤT TÙNG, ET AL.
CLINICAL EFFECTS OF MASSIVE AND CONTINUOUS UTILIZATION OF
DEFOLIANTS ON CIVILIANS
VS 29 (1971), P53-84

2387, TÔN VỸ
"VIETNAMIZATION"
VS 28 (1970), P33-74

2388, TRẦN ĐĂNG KHOA
ON THE CON CO ROCK
VS 9 (1966), P86-96

2389, TRUNG DUNG
CHIẾN THẮNG LỊCH SỬ, BƯỚC TIẾN VƯỢT BẬC
HT 4-1971, 18-29

2390, TRƯỜNG SƠN
FIVE LESSONS OF A GREAT VICTORY: WINTER 1966-SPRING 1967
HANOI, FLPH, 1967

2391, TRƯỜNG SƠN
WINTER 1966-SPRING 1967 VICTORY AND FIVE LESSONS CONCERNING
THE CONDUCT OF MILITARY STRATEGY /THE
HANOI, FLPH, 1967

2392, U.S. CONGRESS, SENATE, COMMITTEE ON ARMED SERVICES
INVESTIGATION OF THE PREPAREDNESS PROGRAM
SUMMARY REPORT ... ON AIR WAR AGAINST NORTH VIETNAM
WASHINGTON, USGPO, 1967
PAM DS VN 223

2393, U.S. CONGRESS, SENATE, COMMITTEE ON FOREIGN RELATIONS
AMERICAN PRISONERS OF WAR IN SOUTHEAST ASIA
WASHINGTON, USGPO, 1970

2394, U.S. CONGRESS, SENATE, COMMITTEE ON FOREIGN RELATIONS
BOMBING AS A POLICY TOOL IN VIETNAM: EFFECTIVENESS
A STAFF STUDY BASED ON THE PENTAGON PAPERS, STUDY NO. 5, OCT. 12, 1972
WASHINGTON, USGPO, 1972,20P, APPENDIX

2395, U.S. DEPT. OF STATE
WORKING PAPER ON THE NORTH VIETNAMESE ROLE IN THE WAR IN SOUTH
VIET NAM
WASHINGTON, D.C., 1968
DS557 A635 U58+

2396, U.S. DEPT. OF STATE, OFFICE OF MEDIA SERVICES
AGGRESSION FROM THE NORTH: THE RECORD OF NORTH VIET-NAM'S CAMPAIGN
TO CONQUER SOUTH VIET-NAM
WASHINGTON, USGPO, 1965, 64P

2397, U.S. EMBASSY, SAIGON, JUSPAO, NORTH VIET NAM AFFAIRS DIVISION
VIET NAM WORKERS' PARTY'S 1963 DECISION TO ESCALATE THE WAR IN THE
SOUTH /THE
VDRN NO. 96, JUL 1971, 91P

2398. U.S. MILITARY ASSISTANCE COMMAND, C.O.R.D.S.
        CHIEU HOI INFORMATION
        SAIGON, CIVIL OPERATIONS FOR REVOLUTIONARY DEVELOPMENT SUPPORT, 1968
        DS557 A6U66* 1968

2399. VAN DYKE, JON M
        NORTH VIET NAM'S STRATEGY FOR SURVIVAL
        WITH A FOREWORD BY EDWIN O. REISCHAUER
        PALO ALTO, CAL., PACIFIC BOOKS, 1972, 336P, TABLES

2400. VAN SON
        BANK OF THE BEN HAI RIVER /ON THE
        VS 9 (1966), P72-85

2401. VĂN TIẾN DŨNG
        AFTER POLITICAL FAILURE, THE U.S. IMPERIALISTS ARE FACING MILITARY
        DEFEAT IN SOUTH VIETNAM
        HANOI, FLPH, 1966
        LC DS557.A6V3

2402. VĂN TIẾN DŨNG
        PEOPLE'S WAR AGAINST AIR WAR OF DESTRUCTION
        VS 20, DEC 1968, P63-86

2403. VĂN TIẾN DŨNG
        QUYẾT TÂM ĐÁNH BẠI CHIẾN TRANH PHÁ HOẠI CỦA ĐẾ QUỐC MỸ
        HANOI, QUÂN ĐỘI NHÂN DÂN, 1966, 84P
        DS557 A7V21

2404. VĂN TIẾN DŨNG
        SOUTH VIET NAM: U.S. DEFEAT INEVITABLE
        HANOI, FLPH, 1967

2405. VIỆT NAM CỘNG HÒA
        AMERICAN AIRCRAFT SYSTEMATICALLY ATTACK DAMS AND DIKES IN THE DRV
        HANOI, FLPH, 1968

2406. VIỆT NAM CỘNG HÒA
        COMMUNIST VIETMINH AGGRESSIVE POLICY AND COMMUNIST SUBVERSIVE
        WARFARE IN SOUTH VIETNAM, PERIOD FROM MAY 1961 TO JUNE 1962
        SAIGON, 1962

2407. VIỆT NAM CỘNG HÒA
        POLITIQUE AGRESSIVE DES VIET MINH COMMUNISTES ET LA GUERRE
        SUBVERSIVE COMMUNISTE AU SUD VIETNAM, PÉRIODE DE MAI 1961 À
        JUIN 1962 /LA
        SAIGON, 1962

2408. VIỆT NAM CỘNG HÒA, BỘ NGOẠI GIAO
        INFILTRATION D'ELEMENTS ARMES COMMUNISTES ET INTRODUCTION
        CLANDESTINE D'ARMES DU NORD AU SUD VIETNAM
        SAIGON, MINISTRE DES AFFAIRES ETRAGÈRES, RÉPUBLIQUE DU VIETNAM, 1967

2409. VIỆT NAM CỘNG HÒA, BỘ NGOẠI GIAO
        OPEN INVASION OF THE REPUBLIC OF VIETNAM BY
        COMMUNIST NORTH VIET NAM /THE
        SAIGON, REPUBLIC OF VIETNAM, MINISTRY OF FOREIGN AFFAIRS, 1972, 32
        PAM DS VN 732*

2410. VIỆT NAM CỘNG HÒA, BỘ THÔNG TIN TÂM LÝ CHIẾN
        ĐÁNH TẠC BẮC VIỆT
        SAIGON, BỘ THÔNG TIN TÂM LÝ CHIẾN, 1965, 55P, ILLUS
        DS557 A5A29,

2411. VIỆT NAM DÂN CHỦ CỘNG HÒA
        ASSASSINS D'ENFANTS: LES CRIMES AMÉRICAINS A L'ENCONTRE DES ÉCOLES
        DE LA R.D.V.
        HANOI, MINISTÈRE DE L'ÉDUCATION DE LA R.D.V. , 1966, 20P

2412. VIỆT NAM DÂN CHỦ CỘNG HÒA
    U.S. IMPERIALISTS' WAR CRIMES
    DOCUMENT OF THE COMMITTEE FOR DENUNCIATION OF WAR CRIMES IN VIETNAM
    NEW TIMES, AUG 17, 1966, P34-40

2413. VIỆT NAM DÂN CHỦ CỘNG HÒA
    VIETNAMESE WORKING CLASS IN THE LONG AND HARD WAR OF RESISTANCE /THE
    SPECIAL ARTICLE PUBLISHED BY THE VIETNAM NEWS AGENCY ON THE
    OCCASION OF THE 8TH ANNIVERSARY OF THE VIETNAMESE PEOPLE'S WAR
    OF RESISTANCE
    HANOI, FLPH, 1955, 20P ILLUS
    FILM 2584 NO 102

2414. VIỆT NAM DÂN CHỦ CỘNG HÒA, BỘ NGOẠI GIAO
    ACTIVITÉS CRIMINELLES DES ÉTATS-UNITS ET DE LEUR AGENTS AU
    NORD-VIET NAM /LES
    HANOI, MINISTÈRE DES AFFAIRES ÉTRANGÈRES, 1964, 83P

2415. VIỆT NAM DÂN CHỦ CỘNG HÒA, BỘ NGOẠI GIAO
    CRIMES DE GUERRE DES ÉTATS-UNITS AU NORD-VIETNAM
    HANOI, MINISTÈRE DES AFFAIRES ÉTRANGÈRES, FÉV 1966, 72P, PHOTOS

2416. VIỆT NAM DÂN CHỦ CỘNG HÒA, BỘ NGOẠI GIAO
    MÉMORANDUM AU SUJET DES ACTES DE GUERRE DES ÉTATS-UNITS À L'ENCONTRE
    DE LA R.D.V, DANS LES PREMIERS JOURS D'AOÛT 1964
    HANOI, MINISTÈRE DES AFFAIRES ÉTRANGÈRES, SEP 1964, 49P

2417. VIỆT NAM DÂN CHỦ CỘNG HÒA, BỘ NGOẠI GIAO
    MENÉES IMPERIALISTES AU VIET NAM CONTRE LA PAIX ET LA RÉUNIFICATION
    HANOI, MINISTÈRE DES AFFAIRES ÉTRANGÈRES, JUILLET 1958, 101P

2418. VIỆT NAM DÂN CHỦ CỘNG HÒA, BỘ NGOẠI GIAO
    MILITARY EVENTS IN 1971
    VS 33, 1972, P23-56

2419. VIỆT NAM DÂN CHỦ CỘNG HÒA, QUỐC HỘI
    VIETNAMESE PEOPLE WILL WIN! DECLARATION BY THE D.R.V. NATIONAL
    ASSEMBLY ADOPTED AT THE ASSEMBLY'S THIRD SESSION.
    HANOI, APR 16-22, 1966
    NEW TIMES, MAY 17, 1966, P8-10

2420. VIỆT NAM DÂN CHỦ CỘNG HÒA, UỶ BAN TỐ CÁO TỘI ÁC ĐẾ QUỐC MỸ Ở MIỀN NAM
    BỐN TỘI PHẠM CHIẾN TRANH LỚN NHẤT TRONG THỜI ĐẠI HIỆN NAY
    HÀ NỘI, SỰ THẬT, 1967

2421. VIỆT NAM DÂN CHỦ CỘNG HÒA, UỶ BAN TỐ CÁO TỘI ÁC ĐẾ QUỐC MỸ Ở MIỀN NAM
    CHRONOLOGIE DES FAITS ET DOCUMENTS RELATIFS À L'AGRESSION AMÉRICAINE
    AU VIETNAM
    PARIS, ASSOCIATION D'AMITIÉ FRANCO-VIETNAMIENNE, 1967
    DS557 A7A232* V 2 ONLY

2422. VIETNAMESE STUDIES
    AMERICAN FAILURE
    VS 20, 1968, 287P

2423. VIETNAMESE STUDIES
    BATTLE-COUNT IN INDOCHINA, 1971
    VS 33, 1972, P165-9

2424. VIETNAMESE STUDIES
    CHEMICAL WARFARE
    VS 29, 1971, 189P, ILLUS.

2425. VIETNAMESE STUDIES
    ESCALATION OF WAR CRIMES UNDER NIXON
    VS 33, 1972, P171-182

2426, VIETNAMESE STUDIES
       IN FACE OF AMERICAN AGGRESSION (1965-1967)
       VS 16, 1968, 182P

2427, VIETNAMESE STUDIES
       INDOCHINA 1971-1972
       VIETNAMESE STUDIES NO, 33, 1972, 211P

2428, VIETNAMESE STUDIES
       SOUTH VIET NAM, 1968 -- THE D,R,V,N, AT WAR
       VS 17, 1968, 185P

2429, VIETNAMESE STUDIES
       U,S, NEO-COLONIALISM IN SOUTH VIET NAM
       GLIMPSES OF U,S, NEO-COLONIALISM, VOL II
       VIETNAMESE STUDIES NO, 31, 1971, 236P

2430, VÕ HOÀI TUẤN
       SOME DATA ON CHEMICAL WARFARE IN SOUTH VIET NAM IN 1969-1970
       VS 29 (1971), P37-44

2431, VÕ NGUYÊN GIÁP
       CẢ NƯỚC MỘT LÒNG ĐẨY MẠNH CUỘC CHIẾN TRANH YÊU NƯỚC VĨ ĐẠI, KIÊN
       QUYẾT ĐÁNH THẮNG GIẶC MỸ XÂM LƯỢC
       HANOI, SỰ THẬT, 1966, 43P
       DS557 A7V875 1966

2432, VÕ NGUYÊN GIÁP
       ECHEC A L'AGRESSEUR AMERICAIN; VIET NAM 1967
       PARIS, EDITIONS SOCIALES, 1967, 127P

2433, VO NGUYEN GIAP
       NOTRE GUERRE DU PEUPLE A VAINCU LA GUERRE DE DESTRUCTION AMERICAINE
       HANOI, ELE, 1969, 85P

2434, VÕ NGUYÊN GIÁP
       ONCE AGAIN WE WILL WIN
       (FIRST PUBLISHED IN HOC TẠP, 1-1966)
       HANOI, FLPH, 1966

2435, VÕ NGUYÊN GIÁP
       VICTOIRE TOTALE, TÂCHE GRANDIOSE
       INTRODUCTION DE DAVID SCHOENBRUN, TRADUIT PAR L, PRINCE
       PARIS, DIDIER, 1968, 112P

2436, VÕ NGUYÊN GIÁP
       VIET NAM PEOPLE'S WAR HAS DEFEATED U,S, WAR OF DESTRUCTION
       HANOI, FLPH, 1969, 76P

2437, VŨ CẦN
       PEOPLE'S STRUGGLE AGAINST THE U,S,-DIEM REGIME FROM 1954 TO 1960 /THE
       VS 18-19 (1968), P55-129

2438, VŨ CẦN & NGUYỄN KHẮC VIỆN
       D,R,V, IN FACE OF U, S, AGGRESSION /THE
       VS 9 (1966), P5-18

2439, VŨ QUÝ VỸ
       AMERICAN WAR CRIMES IN SOUTH VIETNAM
       VS 17 (1968), P53-74

2440, VŨ VĂN THÁI
       FIGHTING AND NEGOTIATING IN VIETNAM; A STRATEGY
       SANTA MONICA, CAL, RAND CORP, JUL, 1969, 82P

2441, WEST, F, J, JR,
       AREA SECURITY
       SANTA MONICA, CAL; RAND CORP, AUG, 1969, 25P

2442, WHITE, RALPH K,
        NOBODY WANTED WAR: MISPERCEPTION IN VIETNAM AND OTHER WARS
        CHAPTER 3, THE CONFLICT AS SEEN BY THE COMMUNISTS
        GARDEN CITY, N.Y., DOUBLEDAY, 1968, P85-117

2443, WHITNEY, CRAIG R,
        GIAP TEACHES US A LESSON, BUT IT'S OVER OUR HEADS
        NEW YORK TIMES MAGAZINE, SEP 24, 1972, P16-17, 76-84

2444, WINDCHY, EUGENE C,
        TONKIN GULF
        GARDEN CITY, N.Y., DOUBLEDAY, 1971, 358P

2445, WOLF, C, JR,
        INSURGENCY AND COUNTERINSURGENCY: NEW MYTHS AND OLD REALITIES
        SANTA MONICA, CAL: RAND CORP, JUL, 1965, 25P

2446, WOLF, C., JR,
        LOGIC OF FAILURE: A VIETNAM "LESSON"
        SANTA MONICA, CAL, RAND CORP, OCT, 1971, 10P

2447, ZINN, HOWARD
        VIET NAM: THE LOGIC OF WITHDRAWAL
        BOSTON, BEACON PRESS, 1968, 131P

2448, ZORZA, VICTOR
        IS HANOI READY TO END THE VIETNAM WAR?
        CURRENT, AUG 1970, P27-30

8.9. Military Memoirs and Accounts of Specific Campaigns

2449,
        CHUYỆN NGƯỜI RA TRẬN
        HANOI, NHÀ XUẤT BẢN QUÂN ĐỘI NHÂN DÂN, 1970, 140P
        PL4389 C71
2450,
        CONTRIBUTION TO THE HISTORY OF DIEN BIEN PHU
        VIETNAMESE STUDIES, NO. 3
2451,
        ĐƯỜNG 9, THƠ
        HANOI, VĂN HỌC, 1971, 86P
        PL4386 D92
2452,
        ĐƯỜNG LỬA MÙA XUÂN
        HÀ NỘI, VĂN HỌC, 1972, 278P
2453,
        FROM KHE SANH TO CHEPONE
        HANOI, FLPH, 1971, 89P
2454,
        HÀNỘI CHIẾN ĐẤU, TẬP HỒI KÝ THỦ ĐÔ KHÁNG CHIẾN
        HANOI, QUÂN ĐỘI NHÂN DÂN, 1964, 202P
        DS558 H2W11
2455,
        HIGHWAY 9
        N/P, SOUTH VIET NAM, GIẢI PHONG PUB. HOUSE, 1971, 63P
        PAM DS VN 725+
2456,
        HOAN NGHÊNH CHIẾN THẮNG BA GIA
        HÀ NỘI, QUÂN ĐỘI NHÂN DÂN, 1965, 39P
2457,
        HỒN BÃO RỰC LỬA, TẬP TRUYỆN NGẮN
        CỦA QUÂN ĐỘI CÁC NƯỚC XÃ HỘI CHỦ NGHĨA ANH EM
        HÀ NỘI, QUÂN ĐỘI NHÂN DÂN, 1964, 159P

2458,
    NHỮNG CHUYỆN CHIẾN ĐẤU CỦA NHÂN DÂN LIÊN KHU 3, TẬP I
    HÀ NỘI, SỞ THÔNG TIN LIÊN KHU 3 XUẤT BẢN, 1950, 14P

2459,
    NỔ SÚNG LÀ CHIẾN THẮNG, NHỮNG MẪU CHUYỆN VỀ ANH HÙNG CÁC
    LỰC LƯỢNG VŨ TRANG NHÂN DÂN GIẢI PHÓNG MIỀN NAM
    HANOI, QUÂN ĐỘI NHÂN DÂN, 1967, 79P
    PL4385 N73

2460,
    SẤM SÉT TRÊN ĐƯỜNG PHỐ, KÝ VỀ CUỘC TỔNG TIẾN CÔNG VÀ NỔI DẬY
    N/P, VIETNAM, NHÀ XUẤT BẢN GIẢI PHÓNG, 1969, V. 2 ONLY
    PL4389 S21

2461,
    THỀ DIỆT MỸ ĐẾN CÙNG, NHỮNG MẪU CHUYỆN VỀ ANH HÙNG CÁC LỰC LƯỢNG
    VŨ TRANG NHÂN DÂN GIẢI PHÓNG MIỀN NAM
    HANOI, QUÂN ĐỘI NHÂN DÂN, 1968, 76P
    PL4385 T377

2462,
    TIẾNG SẤM ĐIỆN BIÊN
    HÀ NỘI, QUÂN ĐỘI NHÂN DÂN, 1974, 404B

2463,
    VÀI MẪU CHUYỆN VỀ QUÂN GIẢI PHÓNG MIỀN NAM
    HÀ NỘI, QUÂN ĐỘI NHÂN DÂN, 1964, 139P

2464, CHIẾN SĨ
    TRẬN PHỤC KÍCH LA NGÀ
    HÀ NỘI, QUÂN ĐỘI NHÂN DÂN, 1964, 56P

2465, CHU VAN TAN,
    KỶ NIỆM CỨU QUỐC DÂN, HỒI KÝ
    HANOI, QUÂN ĐỘI NHÂN DÂN, 1971, 252P
    DS557 A5 C55

2466, ĐẰM ANH PHỞ
    HẦM TẦU CHIẾN ĐẤU TRÊN MẶT BIỂN
    HA NOI, QUAN ĐỘI NHÂN DÂN, 1963, 132P

2467, ĐÀO VŨ
    CON ĐƯỜNG MÒN ẤY
    HÀ NỘI, THANH NIÊN, 1971, 478P

2468, FALL, BERNARD B,
    COMMUNIST PRISONER OF WAR TREATMENT IN INDOCHINA
    MILITARY REVIEW, DEC 1958

2469, FALL, BERNARD B,
    HELL IN A VERY SMALL PLACE: THE SIEGE OF DIEN BIEN PHU
    PHILADELPHIA, J. B. LIPPINCOTT COMPANY, 1967, 515P

2470, FALLACI, ORIANA
    FROM NORTH VIETNAM: TWO AMERICAN POW'S
    LOOK, JULY 15, 1969, P30-35

2471, GIANG NAM
    NGƯỜI ANH HÙNG ĐỒNG THÁP (THƠ VÀ TRƯỜNG CA)
    N/P, VIETNAM, NHÀ XUẤT BẢN GIẢI PHÓNG, 1969, 101P
    PL4389 G43N5

2472, GIANG NAM, ET AL,
    ĐỒNG BẰNG ĐÁNH MỸ, TRUYỆN VÀ KÝ TỪ MIỀN NAM GỬI RA
    HANOI, THANH NIÊN, 1968, 138P
    PL4385 D68

2473, GIANG NAM, ET AL,
    VÀO MÙA NẮNG, BÚT KÝ MIỀN NAM
    HANOI, VĂN HỌC, 1967, 168P
    PL4385 V29

2474. HẢI HỒ
    NHỮNG NGƯỜI CÙNG TUYẾN
    HÀ NỘI, QUÂN ĐỘI NHÂN DÂN, 1973, 384P

2475. HỒ PHƯƠNG
    NHỮNG TẦM CAO
    HÀ NỘI, QUÂN ĐỘI NHÂN DÂN, 1973, 421P

2476. HỒ THỪA
    CHIẾN ĐẤU Ở THUNG LŨNG I-A-DO-RANG, KÝ SỰ
    HANOI, QUÂN ĐỘI NHÂN DÂN, 1967, 121P
    PL4389 H6067

2477. HOÀNG AN, THANH LIÊM VÀ THANH NHÃ
    SÀIGÒN MÁU LỬA, TẾT MẬU THÂN, 1968
    SAIGON, SAIGON VĂN NGHỆ, 1968, 193P, ILLUS
    DS557 A6H6M

2478. HOÀNG LAI GIANG
    TRONG VÀNH ĐAI MỸ, KÝ SỰ, (TỪ MIỀN NAM GỬI RA)
    HANOI, VĂN HỌC, 1969, 129P
    PL4389 H6291 T8

2479. HOÀNG TÙNG
    CUỘC ĐẤU TRANH YÊU NƯỚC THẦN THÁNH
    HÀNỘI, SỰ THẬT, 1962, 37P
    PAMPHLET DS VIETNAM 60

2480. HỮU MAI
    ĐƯỜNG HẦM A 1
    HÀ NỘI, KIM ĐỒNG, 1960, 46P

2481. HỮU MAI
    PHÍA TRƯỚC MẮT LÀ MẶT TRẬN, TRUYỆN VÀ KÝ SỰ
    HANOI, VĂN HỌC, 1968, 151P
    PL4389 H89P5

2482. KNOBL, KUNO
    VICTOR CHARLIE: THE FACE OF WAR IN VIET-NAM;
    INTRODUCTION BY BERNARD B. FALL, TRANSLATED FROM THE GERMAN BY
    ABE FARBSTEIN
    LONDON, PALL MALL, 1967, 304P
    LC DS557.A6K553 1967B

2483. LÊ THỊ TÚY & VĂN TẬP
    MẢNH ĐẤT LẬP CHIẾN CÔNG
    HANOI, KIM ĐỒNG, 1967, 62P, ILLUS
    PL4389 L642M3

2484. LÊ THUẦN
    LẦN THEO DẤU ĐỊCH, TRUYỆN BẮT BIỆT KÍCH
    HÀ NỘI, QUÂN ĐỘI NHÂN DÂN, 1964, 56P

2485. LÊ VĂN THẢO
    NGOÀI MẶT TRẬN, (KÝ VÀ TRUYỆN NGẮN)
    N/P, VIỆTNAM, NHÀ XUẤT BẢN GIẢI PHÓNG, 1969, 207P
    PL4385 L662N5

2486. LÊ VĂN THẢO
    TỪ THẾ CAO, KÝ SỰ
    N/P, VIỆTNAM, NHÀ XUẤT BẢN GIẢI PHÓNG, 1970, 94P
    PL4389 L662T8

2487. LORIDAN, MARCELINE & JORIS IVENS
    DIX-SEPTIÈME PARALLÈLE, LA GUERRE DU PEUPLE; DEUX MOIS
    SOUS LA TERRE
    PARIS, LES ÉDITEURS FRANÇAIS RÉUNIS, 1968

2488, LƯỠI LÊ
    MỸ-NGỤY PHIÊU LƯU TRÊN ĐƯỜNG 9 ... SUỐI
    HANOI, QUÂN ĐỘI NHÂN DÂN, 1971, 123P
    DS557 A6L96

2489, LƯU QÚY KỲ
    ESCALATION WAR AND SONGS ABOUT PEACE
    HANOI, FLPH, 1965, 78P
    LC DS557,A6L85

2490, MAI TRỌNG THƯỢNG & KHẮC TỈNH
    TIÊU DIỆT CỨ ĐIỂM HIM-LAMI TRẬN ĐÁNH MỞ MANG CHIẾN DỊCH ĐIỆN BIÊN PHỦ
    HÀ NỘI, QUÂN ĐỘI NHÂN DÂN, 1966, 73P

2491, MARSHALL, S, L, A,
    BATTLES IN THE MONSOON: CAMPAIGNING IN THE CENTRAL HIGHLANDS,
    VIETNAM, SUMMER 1966, WITH MAPS AND SKETCHES BY JAC PURDON
    NEW YORK, W, MORROW, 1969, 408P
    LC DS557,A6M35

2492, NGUYỄN HUY THÔNG
    FRONTIER CAMPAIGN: MEMOIRS /THE
    HANOI, FLPH, 1962

2493, NGUYỄN THI, ET AL,
    ĐẤT THÉP CỦ CHI, TRUYỆN VÀ KÝ TỪ MIỀN NAM GỬI RA
    HANOI, THANH NIÊN, 1968, 136P
    PL4385 D33

2494, NHUẬN VŨ
    NHỮNG THÁNG NGÀY TRONG QUÂN ĐỘI MIỀN NAM
    HANOI, QUÂN ĐỘI NHÂN DÂN, 1962, 129P
    PL4389 N69 N9

2495, PHẠM HOI
    TIẾNG GỌI NGÀY "N"
    HANOI, QUÂN ĐỘI NHÂN DÂN, 1971, 209P
    PL4385 P46

2496, PHẠM KIỆT
    TỪ NÚI RỪNG BA TO, HỒI KÝ, LƯỜNG SI CẢM NGHĨ
    HÀ NỘI, QUÂN ĐỘI NHÂN DÂN, 1964, 121P

2497, PHẠM VĂN SƠN
    VIET CONG "TET" OFFENSIVE (1968) /THE
    SAIGON, PRINTING AND PUBLICATIONS CENTER, RVNAF, 1969, 490P

2498, PHAN NGHI
    ĐƯỜNG MÒN HỒ CHÍ MINH, BÚT KÝ CHIẾN TRANH
    SAIGON, TÁC GIẢ XUẤT BẢN, 1965, 143P, ILLUS
    PL4389 P4995 D8

2499, PHAN NGHI
    VƯỢT TRƯỜNG SƠN, IN LẦN 2
    SAIGON, 1967, 321P, ILLUS
    PL4389 P4995 V8 1967

2500, PHAN THỊ NHƯ BĂNG
    NGƯỜI CON GÁI BẾN TRE
    TRUYỆN ANH HÙNG QUÂN ĐỘI GIẢI PHÓNG MIỀN NAM TẠ THỊ KIỀU (MƯỜI LÝ)
    HANOI, QUÂN ĐỘI NHÂN DÂN, 1965, 127P
    DS557 A6P54 1965

2501, PHAN VĂN TÙNG
    LỚN LÊN VỚI ĐIỆN BIÊN, HỒI KÝ ĐIỆN BIÊN PHỦ
    THIẾU ÚY PHAN VĂN TÙNG KỂ, VĂN PHAN GHI
    HÀ NỘI, QUÂN ĐỘI NHÂN DÂN, 1964, 139P

2502, ROY, JULES
        BATTLE OF DIEN BIEN PHU /THE, TRANS, BY ROBERT BALDISH
        NEW YORK, HARPER AND ROW, 1963

2503, THÉP MỚI
        ĐIỆN BIÊN PHỦ, MỘT DANH TỪ VIỆT NAM, BÚT KÝ
        HÀ NỘI, VĂN HỌC, 1965, 93P

2504, TÔ MINH TRUNG
        BATTLE OF SAIGON /THE
        VS 20, DEC 1968, P147-190

2505, TÔ MINH TRUNG & NGUYỄN XUÂN HUY
        TRUONG DINH, BINH TAY DAI NGUYEN SOAI
        HÀ NỘI, QUÂN ĐỘI NHÂN DÂN, 1965, 88P

2506, TRẦN ĐỘ, ED,
        CHIẾN THẮNG ĐIỆN BIÊN PHỦ, KÝ SỰ
        TRẬN ĐỘ CHỦ BIÊN, MAI TRỌNG THƯỜNG, ET AL, VIẾT
        ĐOÀN TRUNG HUY, ET AL, SỬU TẦM NGHIÊN CỨU TÀI LIỆU
        HANOI, QUÂN ĐỘI NHÂN DÂN, 1964, V, 1 ONLY, ILLUS, MAPS
        DS550 T73C5

2507, TRẦN HỮU THUNG
        VỊNH RỰC LỬA, BÚT KÝ
        HÀ NỘI, VĂN HỌC, 1969, 119P

2508, TRẦN VĂN ĐẮC
        REFLECTIONS OF A COLONEL OF THE NORTH VIETNAMESE ARMY
        THE 120TH INFILTRATES INTO THE SOUTH, 1962
        N/P, 1968, 8P
        PAM HX VN 8*

2509, TRIỆU BÔN
        MẦM SỐNG, TẬP TRUYỆN KÝ
        HÀ NỘI, QUÂN ĐỘI NHÂN DÂN, 1970, 230P

2510, TRUNG KY, ET AL,
        NIỀM VINH DỰ ĐẦU TIÊN, TẬP KÝ SỰ
        HÀ NỘI, QUÂN ĐỘI NHÂN DÂN, 1965, 67P

2511, TU DUONG
        THOSE WHO DEFEATED THE BLOCKADE
        VCM 26, JULY 1974, P17-19

2512, U.S, CONGRESS, HOUSE, SUBCOMMITTEE ON NATIONAL SECURITY POLICY
        AND SCIENTIFIC DEVELOPMENTS
        AMERICAN PRISONERS OF WAR IN VIETNAM
        HEARINGS, NINETY-FIRST CONGRESS, FIRST SESSION, NOV 13-14, 1969
        WASHINGTON, USGPO, 1969, 118P

2513, U.S, EMBASSY, SAIGON, JUSPAO, NORTH VIET NAM AFFAIRS DIVISION
        DIARY OF AN INFILTRATOR
        VDRN NO, 1, OCT 1967, 6P

2514, U.S, EMBASSY, SAIGON, JUSPAO, NORTH VIET NAM AFFAIRS DIVISION
        FROM POETRY TO REALITY, A NORTH VIETNAMESE SOLDIER'S NOTEBOOK
        VDRN NO, 10, 1967, 12P

2515, VÕ NGUYÊN GIÁP
        ĐIỆN BIÊN PHỦ, IN LẦN 3, CÓ BỔ SUNG VÀ THÊM PHỤ LỤC
        HANOI, QUÂN ĐỘI NHÂN DÂN, 1964, 302P, ILLUS, MAPS
        DS550 V87 1964

2516. VÕ NGUYÊN GIÁP
          SOUTH VIET NAM PEOPLE WILL WIN /THE
          HANOI, FLPH, 1965, 127P
          LC DS557.A6V64

2517. VÕ NGUYÊN GIÁP, ET AL.
          MỘT VÀI HỒI ỨC VỀ ĐIỆN BIÊN PHỦ
          HÀ NỘI, QUÂN ĐỘI NHÂN DÂN, 1964, 293P

2518. VÕ NGUYÊN GIÁP, ET AL.
          MỘT VÀI HỒI ỨC VỀ ĐIỆN BIÊN PHỦ, TẬP I, II
          HÀ NỘI, QUÂN ĐỘI NHÂN DÂN, 1964, 293P, 282P

2519. VƯƠNG THỪA VŨ
          HÀ NỘI 60 NGÀY KHÓI LỬA
          HÀ NỘI, N.X.B. QUÂN ĐỘI NHÂN DÂN, 1964, 183P

9. FOREIGN RELATIONS

9.0. General Works on Foreign Relations

2520,

EXÉCUTION DES ACCORDS DE GENÈVE AU VIET NAM CINQ ANS APRÈS LEUR
SIGNATURE /L'
HANOI, COMITÉ DE LA PAIX, 1959, 34P

2521,

HOW HANOI AND THE N.L.F. SEE THE CHANCES FOR PEACE
THE CURRENT ATTITUDES AND POSITIONS OF THE OTHER SIDE IN THE
VIETNAM WAR ARE SET FORTH IN DETAIL BY WIFRED BURCHETT
WAR/PEACE REPORT, NOV 1967, P3-6

2522,

NONALIGNED STATES APPEAL ON VIETNAM!
ON APRIL 1, 1965, 17 NONALIGNED NATIONS PRESENTED AN APPEAL
ORIGINALLY ADOPTED ON MARCH 15 AT BELGRADE, YUGOSLAVIA TO
PRESIDENT LYNDON JOHNSON AND OTHER HEADS OF STATE (URGING)
NEGOTIATIONS ON VIETNAM BY ALL INTERESTED COUNTRIES TO TAKE
PEACE AS SOON AS POSSIBLE
CURRENT HISTORY, OCT 1965, P237+, TEXT

2523,

THIRD SYMPOSIUM AGAINST U.S. GENOCIDE IN VIET NAM
VCM 5, OCT 1972, P12-13

2524,

VOIX D'UNE JUSTE CAUSE /LA
HANOI, ELE, 1963, 163P
PAM DS VN 740

2525, ASSOCIATION D'AMITIÉ FRANCO-VIETNAMIENNE
ACCORDS DE GENÈVE ET LEUR VIOLATION /LES, CAHIER DE L'AMITIÉ NO. 2
PARIS, 1967, 29P

2526, ASSOCIATION D'AMITIÉ FRANCO-VIETNAMIENNE
QUESTION VIETNAMIENNE /LA, CAHIER DE L'AMITIÉ NO. 4
PARIS, 1970, 26P

2527, CASELLA, ALESSANDRO
NORTH VIET NAM! THE STUBBORN SMILE
FEER, DEC 7, 1967, P437-40

2528, CHIÊM TÊ
CÁCH MẠNG THÁNG TÁM LÀ MỘT BỘ PHẬN CỦA CÁCH MẠNG THẾ GIỚI
NCLS 18, 9-1960, P21-30

2529, CLUBB, OLIVER EDMUND
UNITED STATES AND THE SINO-SOVIET BLOC IN SOUTHEAST ASAI /THE
WASHINGTON, D.C., BROOKINGS INSTITUTION, 1962

2530, CRITCHFIELD, ROBERT
HANOI'S PEACE PLAN! "FORMING A POLITICAL BASE"
NEW LEADER, DEC 30, 1968, P14-5

2531, ĐẢNG LAO ĐỘNG VIỆT NAM, BAN CHẤP HÀNH TRUNG ƯỜNG
RESOLUTION OF THE 9TH CONFERENCE OF THE VIET NAM WORKERS' PARTY
CENTRAL COMMITTEE, DECEMBER 1963
SAIGON, U.S. MISSION IN VIET NAM, 63P, ENGLISH TRANSLATION ONLY

2532, DE LA PRADELLE, P.
NORD-VIET NAM ET LES CONVENTIONS HUMANITAIRES DE GENÈVE /LE
REVUE GÉNÉRALE DE DROIT INTERNATIONAL PUBLIC, APR/JUIN 1971
P313-332

2533, FRANKFURTER ALLGEMEINE ZEITUNG
WHO'S SELLING OUT WHOM? HANOI LOOKING OUT FOR THE DOUBLE CROSS
ATLAS, OCT 1971, P15

2534. GERASIMOV, GENNADII
        KEY TO PEACE IN VIETNAM /THE
        MOSCOW, NOVOSTI PRESS AGENCY PUBLISHING HOUSE ; 1968

2535. HALBERSTAM, DAVID
        BARGAINING WITH HANOI
        NEW REPUBLIC, MAY 11, 1968, P14=16

2536. HONEY, P. J.
        CEASE-FIRE THAT FAILED /THE
        CNA 923, NVQR 49, JUNE 15, 1973

2537. HONEY, P. J.
        FOREIGN POLICY OF NORTH VIETNAM /THE
        PUBLIC POLICY, 1967, P160=80

2538. HONEY, P. J.
        NEW SITUATION IN VIET NAM /THE
        CNA 588, NOV 12, 1965

2539. HONEY, P. J.
        NORTH VIET NAM AND PEACE NEGOTIATIONS
        CNA 726, NVQR 30, SEP 20, 1968

2540. HONEY, P. J.
        NORTH VIET NAM'S OBJECTIVES
        CNA 913, NVQR 48, MAR 16, 1973

2541. HONEY, P. J.
        PEACE HANGS IN THE BALANCE
        CNA 903, NVQR 47, DEC 8, 1972

2542. HONEY, P. J.
        PEACE IN VIET NAM?
        CNA 713, NVQR 29, JUNE 21, 1968, 1=7

2543. HONEY, P. J.
        PEACE OR FURTHER WAR IN VIET NAM?
        CNA 894, NVQR 46, SEP 15, 1972

2544. HONEY, P. J.
        VIET NAM AND NIXON'S VISIT TO CHINA
        CNA 874, NVQR, MAR 17, 1972

2545. HONEY, P. J.
        VIET NAM: IF THE COMMUNIST WON
        SAIGON, COUNCIL ON FOREIGN RELATIONS, 1972, 24P
        REPRINTED FROM SOUTHEAST ASIAN PERSPECTIVES, NO. 2, JUNE 1971
        PAM DS VN 321

2546. HUDSON, G. F.
        FINAL DECLARATION OF THE GENEVA CONFERENCE ON INDO=CHINA, 1954 /THE
        OXFORD UNIVERSITY, ST. ANTONY'S COLLEGE, FAR EASTERN AFFAIRS
        NO. 4, 1967, P73=87

2547. JONES, P. H. M.
        AS THE NORTH SEES IT
        FEER, MAR 18, 1965, P455=7

2548. JONES, P. H. M.
        CHOICE FOR HO CHI MINH /THE
        FEER, FEB 24, 1966, P355=7

2549. JONES, P. H. M.
        NORTH VIET NAM IN THE TIGHT=ROPE
        FEER, DEC 20, 1962, P669=671

2550, KATTENBURG, PAUL M,
       D,R,V,'S EXTERNAL POLICIES AND RELATIONS IN THE NEW REVOLUTIONARY
       PHASE /THE
       AD HOC SEMINAR ON COMMUNIST MOVEMENTS AND REGIMES IN INDOCHINA
       NEW YORK, SEADAG, ASIA SOCIETY, 1974, 49P

2551, LACOUTURE, JEAN
       HOW TO TALK TO MR, HO
       RAMPARTS, OCT 1966, P42-46

2552, LACOUTURE, JEAN
       NORTH VIET NAM FACES PEACE
       INTERNATIONAL AFFAIRS, OCT 1973, P567-73

2553, LACOUTURE, JEAN & PHILIPPE DEVILLERS
       END OF A WAR: INDOCHINA 1954
       NEW YORK, PRAEGER, 1969

2554, LANDON, KENNETH P,
       IMPACT OF THE SINO-AMERICAN DETENTE ON THE INDOCHINESE CONFLICT /THE
       IN: SINO-AMERICAN DETENTE AND ITS POLICY IMPLICATIONS
       GENE T, HSIAO, ED,
       NEW YORK, PRAEGER, 1974

2555, LÊ DUẨN
       SUR QUELQUES PROBLÈMES INTERNATIONAUX ACTUELS
       HANOI, ELE, 1964, 201P

2556, LƯU QUÝ KỲ
       VIETNAMESE PROBLEM /THE
       HANOI, FLPH, 1967

2557, MARKBREITER, TUYẾT NGUYỆT
       DIALOGUE OF DEATH /A
       INTERVIEWS WITH COLONEL HA VĂN LÂU, ADVISER TO THE HANOI
       DELEGATION TO THE PARIS PEACE TALKS AND TRẦN VĂN HƯỜNG,
       PRIME MINISTER OF SOUTH VIETNAM
       FEER, SEP 26, 1968, P616-8

2558, NGUYỄN DUY TRINH
       OBJECTIVES AND MEANS OF OUR PRESENT STRUGGLE
       VCM 22, MARCH 1974, P3, 28-30

2559, NGUYỄN KHẮC VIỄN
       IN WHAT DIRECTION SHOULD INTERNATIONAL HUMANITARIAN LAW EVOLVE?
       VCM 19, DEC 1973, P7-9

2560, NHÂN DÂN
       REVOLUTION WILL WIN /THE
       TRANSLATION OF AN EDITORIAL APPEARING IN NHÂN DÂN ON AUGUST 17, 1972
       ON THE OCCASION OF THE CONFERENCE OF FOREIGN MINISTERS OF
       NON-ALIGNED COUNTRIES HELD IN GEORGETOWN
       VCM 4, SEP 1972, P3-5

2561, OSBORNE, MILTON
       HANOI'S AIMS: VIETNAM OR INDOCHINA?
       PACIFIC COMMUNITY, JAN 1971, P330-341

2562, PETERSON, JORGEN E,
       VOICE OF HANOI /THE
       (INTERVIEW WITH PRIME MINISTER PHAM VAN DONG)
       FEER, NOV 23, 1967, P367-70

2563, PHẠM THANH VINH
       VIETNAMESE PEOPLE'S FUNDAMENTAL NATIONAL RIGHTS /THE
       (FROM THE GENEVA AGREEMENTS OF JULY 1954 TO THE 4-POINT
       STAND OF THE D,R,V,)
       VS 12 (1966), P45-77

2564, PHẠM VĂN ĐỒNG
        LÉVONS HAUT LA BANNIÈRE DE L'INDÉPENDANCE ET LA PAIX
        HANOI, ELE, 1965, 63P

2565, POOLE, PETER A,
        EXPANSION OF THE VIET NAM WAR INTO CAMBODIA: ACTION AND RESPONSE
        BY THE GOVERNMENTS OF NORTH VIET NAM, SOUTH VIET NAM, CAMBODIA,
        AND THE UNITED STATES
        ATHENS, OHIO, OHIO UNIV. CENTER FOR INTERNATIONAL STUDIES, 1970

2566, RADIO FREE EUROPE, AUDIENCE AND PUBLIC OPINION RESEARCH DEPT
        EAST EUROPEAN ATTITUDES TO THE VIETNAM CONFLICT: A STUDY IN
        RADIO EFFECTIVENESS
        MUNICH, 1967
        LC DS557,A5R3

2567, RANDLE, ROBERT F,
        GENEVA 1954: THE SETTLEMENT OF THE INDOCHINESE WAR
        PRINCETON, PRINCETON UNIVERSITY PRESS, 1969

2568, SACKS, I, MILTON, ET AL,
        VIET NAM AND THE SINO-SOVIET DISPUTE
        SYMPOSIUM HELD AT THE INSTITUTE FOR THE STUDY OF THE USSR,
        MUNICH, MAY 31-JUNE2, 1966
        STUDIES ON THE SOVIET UNION, 6:2, 1966, P1-778

2569, SCALAPINO, ROBERT A,
        MOSCOW, PEKING AND THE COMMUNIST PARTIES OF ASIA
        FOREIGN AFFAIRS, JAN 1963, P323-343

2570, TÔN THẤT THIỆN
        GENEVA AGREEMENTS AND PEACE PROSPECTS IN VIETNAM /THE
        INDIA QUARTERLY, OCT-DEC 1956, P375-388

2571, U,S, DEPT, OF DEFENSE
        GENEVA ACCORDS: VIET MINH POSITION AND SINO-SOVIET STRATEGY /THE
        USVR, BOOK 1, III,C

2572, U,S, EMBASSY, SAIGON, JUSPAO, NORTH VIET NAM AFFAIRS DIVISION
        NORTH VIET NAM ASSESSES THE WORLD SITUATION AT THE END OF 1973
        VDRN NO, 116, FEB 1974, 106P

2573, VIỆT NAM CỘNG HÒA, BỘ NGOẠI GIAO
        VẤN ĐỀ VIỆT NAM, I-III
        SAIGON, BỘ NGOẠI GIAO, 1968

2574, VIET NAM COURIER
        BASES FOR A SETTLEMENT OF THE VIET NAM PROBLEM
        HANOI, FLPH, 1971

2575, VIỆT NAM DÂN CHỦ CỘNG HÒA
        JULY 20, 1954-JULY 20, 1964: TEN YEARS' IMPLEMENTATION OF THE
        1954 GENEVA AGREEMENTS ON VIET NAM
        SUPPLEMENT TO VIET NAM COURIER NO, 3, 1964
        PAM DS VN 74

2576, VIỆT NAM DÂN CHỦ CỘNG HÒA
        PARIS AGREEMENT ON VIET NAM /THE: (FUNDAMENTAL JURIDICAL PROBLEMS)
        HANOI, INSTITUTE OF JURIDICAL SCIENCES, COMMITTEE OF SOCIAL SCIENCES
        OF THE DRVN, 1973

2577, VIỆT NAM DÂN CHỦ CỘNG HÒA, BỘ NGOẠI GIAO
        AGREEMENT ON ENDING THE WAR AND RESTORING THE PEACE IN VIET NAM
        VCM 9, FEB 1973, SUPPLEMENT, 32P

2578, VIỆT NAM DÂN CHỦ CỘNG HÒA, BỘ NGOẠI GIAO
        ONE YEAR OF IMPLEMENTATION OF THE PARIS AGREEMENT ON VIET NAM
        HANOI, MINISTRY OF FOREIGN AFFAIRS, 1974

2579, VIỆT NAM DÂN CHỦ CỘNG HÒA, BỘ NGOẠI GIAO
SERIOUS VIOLATIONS OF THE PARIS AGREEMENT ON VIET NAM BY THE UNITED
STATES AND THE SAIGON ADMINISTRATION
HANOI, MINISTRY OF FOREIGN AFFAIRS, MAY 7, 1973

2580, VIỆT NAM DÂN CHỦ CỘNG HÒA, BỘ NGOẠI GIAO
WHITE BOOK ON THE IMPLEMENTATION OF THE PARIS AGREEMENT /A
VCM 13, JUNE 1973, P5-7, 28-29

2581, VIỆT NAM DÂN CHỦ CỘNG HÒA, DEMOCRATIC REPUBLIC OF VIETNAM
INDEPENDENCE AND PEACE FOR THE VIETNAMESE PEOPLE
HANOI, FLPH, 1966

2582, VIỆT NAM DÂN CHỦ CỘNG HÒA, REPUBLIQUE DEMOCRATIQUE DU VIETNAM
POUR LA CONFERENCE CONSULTATIVE
HANOI, ELE, 1955

2583, VÕ NGUYÊN GIÁP
ON THE IMPLEMENTATION OF THE GENEVA AGREEMENTS
HANOI, FLPH, 1955, 51P

2584, WOITO, ROBERT S,, ED,
VIET NAM PEACE PROPOSALS
BERKELEY, CALIF,, WORLD WITHOUT WAR COUNCIL, 1967, 52P
DS557 A692 V66

2585, WORLD PEACE CONFERENCE, STOCKHOLM
NGHI QUYET CUA HOI DONG HOA BINH THE GIOI
KHOA HOP STOC-KHON, TU 18 DEN 23-11-1945
HA NOI, UY BAN BAO VE HOA BINH THE GIOI CUA VIET NAM, 1954, 60P

9.1. Relations with the Comintern, Cominform, and the Communist World

2586,
HO'S BEGGING BOWL
ECONOMIST, JULY 2, 1955, P18

2587,
PEKING-MOSCOW DIPLOMATIC CONTEST IN HANOI /THE
THE PEKING INFORMER (HONGKONG), EDITORIAL, OCT 1, 1969, P1-4

2588,
VIỆT-HOA-XÔ BANG GIAO
SAIGON, CHI ĐOÀN SINH VIÊN VIỆT NAM BỘ VÀ ĐOÀN HỌC SINH VIỆT NAM
BỘ XUẤT BẢN, 1950

2589, ALBINSKI, HENRY S,
CHINESE AND SOVIET POLICIES IN THE VIETNAM CRISIS
IN: PRYBYLA, JAN S,, ED, COMMUNISM AT THE CROSSROADS
UNIVERSITY PARK, PENNSYLVANIA STATE UNIVERSITY, 1968, P126-134

2590, CRANE, ROBERT D,
SINO-SOVIET DISPUTE ON WAR AND THE NATIONAL LIBERATION OF VIETNAM
IN: REMARKS OF EVERETT MCKINLEY DIRKSEN
CONGRESSIONAL RECORD, MAY 7, 1965, P9508-9511

2591, ĐẢNG CỘNG SẢN ĐÔNG DƯƠNG, BAN TUYÊN TRUYỀN
SỰ NGHIỆP CÁCH MẠNG CỦA LE-NIN
N/D, BAN TUYÊN TRUYỀN CỦA ĐẢNG CỘNG SẢN ĐÔNG DƯƠNG XUẤT BẢN, 1930

2592, ĐẢNG LAO ĐỘNG VIỆT NAM, BAN CHẤP HÀNH TRUNG ƯƠNG
THÔNG CÁO VỀ HỘI NGHỊ LẦN THỨ 10 CỦA BAN CHẤP HÀNH TRUNG ƯƠNG ĐẢNG
LAO ĐỘNG VIỆT NAM (12-1964)| CÔNG TÁC THƯƠNG NGHIỆP
HT, 1-1965, P1-8

2593. ĐẢNG LAO ĐỘNG VIỆT NAM. BAN CHẤP HÀNH TRUNG ƯỞNG. BỘ CHÍNH TRỊ
TUYÊN BỐ CỦA BỘ CHÍNH TRỊ BAN CHẤP HÀNH TRUNG ƯỞNG ĐẢNG LAO ĐỘNG
VIỆT NAM VỀ SỰ ĐOÀN KẾT CỦA PHONG TRÀO CỘNG SẢN QUỐC TẾ
HT; 3-1963, P1-4

2594. HONEY, P. J.
NEW DEVELOPMENTS IN THE SINO-SOVIET DISPUTE
NCA 472, NVQR 8, JUNE 14; 1963; P1-4

2595. HONEY, P. J.
SINO-SOVIET DISPUTE /THE
CNA 497, NVQR 10, DEC 13, 1963, P1-5

2596. LANGER, PAUL F.
OUTER MONGOLIA, NORTH KOREA, AND NORTH VIETNAM
IN; THE COMMUNIST STATES AT THE CROSSROADS BETWEEN MOSCOW AND PEKING
NEW YORK; PRAEGER, 1965, PP. 140-163

2597. LONDON, KURT L.
VIET NAM; A SINO-SOVIET DILEMMA
RUSSIAN REVIEW, JAN 1967; P26-37

2598. NGUYỄN KHẮC HUYỀN
INDEPENDENT COMMUNIST LEADER; HO CHI MINH BETWEEN
PEKING AND MOSCOW /AN
ORBIS, WINTER 1970, P1185-1208

2599. NHÂN DÂN
ĐẢNG TA VỚI NGÀY KỶ NIỆM V.I. LE-NIN
ND 5847, 20-4-1970, P2

2600. PRYBYLA, JAN S.
SOVIET AND CHINA ECONOMIC AID TO NORTH VIETNAM
CHINA QUARTERLY, JULY-SEPT 1966, P84-100

2601. RAGEAU, CHRISTINE
HO CHI MINH ET L'INTERNATIONALE COMMUNISTE
PARTISANS, JUNE-AUG 1969; P44-55

2602. RUPEN, ROBERT A.
VIET NAM AND THE SINO-SOVIET DISPUTE; A SUMMARY
STUDIES ON THE SOVIET UNION, 6:2, 1966, P99-118

2603. RUPEN, ROBERT A. & ROBERT FARRELL, EDS.
VIETNAM AND THE SINO-SOVIET DISPUTE
NEW YORK, PRAEGER, 1967, 120P

2604. RUPEN, ROBERT A. AND ROBERT FARRELL, EDS.
SYMPOSIUM ON VIETNAM AND THE SINO-SOVIET DISPUTE, 1966, MUNICH
NEW YORK, PRAEGER, 1967

2605. TAI SUNG AN
SINO-SOVIET DISPUTE AND VIETNAM /THE
ORBIS, SUMMER 1965; P426-436

2606. TRƯỜNG CHINH
LE-NIN VĨ ĐẠI SỐNG MÃI MÃI TRONG SỰ NGHIỆP CHÚNG TA
DIỄN VĂN... ĐỌC TẠI LỄ KỶ NIỆM LẦN THỨ 100 NGÀY SINH LE-NIN
ND 5849, 22-4-1970, P1-3

2607. U.S. INFORMATION AGENCY, VIETNAM UNIT
SINO-SOVIET COMPETITION IN HANOI
WASHINGTON, MARCH 9, 1966

2608. ZAGORIA, DONALD S.
VIET NAM TRIANGLE; MOSCOW, PEKING, HANOI /THE
NEW YORK, PEGASUS, 1968

9.2.   Relations with the Soviet Union and the Communist Party of the Soviet Union

2609.
        FESTIVAL OF VIET NAM-SOVIET FRIENDSHIP /A
        VIET NAM, 161, 1971, P3-6
2610.
        HANOI LEADERS CONFER WITH BREZHNEV
        CDSP, FEB 28, 1973, P17-19
        ARTICLES TRANSLATED FROM PRAVDA AND IZVESTIA, JAN 30-FEB 2, 1973
2611.
        KOSYGIN'S VISIT TO HANOI; AMERICAN BOMBINGS
        CURRENT DIGEST OF THE SOVIET PRESS, 17:6, 1965, P3-12
2612.
        LICH SỬ ĐẢNG CỘNG SẢN LIÊN-XÔ
        HÀ NỘI, SỰ THẬT, 1960, 1058P
2613.
        LUẬN CƯƠNG CỦA BAN CHẤP HÀNH TRUNG ƯỞNG ĐẢNG CỘNG SẢN LIÊN-SÔ
        NHÂN KỶ NIỆM LẦN THỨ 100 NGÀY SINH V. I. LÊ-NIN
        ND 5806-7, 10&11-3-1970
2614.
        PODGORNY VISITS NORTH VIET NAM
        CURRENT DIGEST OF THE SOVIET PRESS, NOV 2, 1971, P1-12
2615.
        PODGORNY VISITS NORTH VIETNAM
        PRESS COVERAGE OF N. V. PODGORNY'S VISIT NORTH VIETNAM
        OCT 3-8, 1971
        CDSP, NOV 2, 1971, P1-11
        ARTICLES TRANSLATED FROM PRAVDA, OCT 2-8, 1971

2616. AKADEMIIA NAUK SSSR, INSTITUT NARODOV AZII
        PLECHOM K PLECHU; VOSPOMINAIIA SOVETSKIKH SPETSIALISTOV
        MOSKVA, 1965
        LC DK68.7,V5A75

2617. ATTWOOD, WILLIAM
        WHY VIETNAM WORRIES THE RUSSIANS
        LOOK, JULY 11, 1967, P23-25

2618. BALLIS, WILLIAM B.
        RELATIONS BETWEEN THE U.S.S.R. AND VIETNAM
        STUDIES ON THE SOVIET UNION V, 6, NO. 2, 1966, P43-56

2619. CASELLA, ALESSANDRO
        RUSSIANS DON'T WANT HANOI TO WIN
        INTERVIEW WITH PRINCE NORODOM SIHANOUK ON THE VIETNAMESE WAR,
        RUSSIAN AND CHINESE INTERESTS IN IT AND CAMBODIA'S SITUATION
        FEER, DEC 25, 1971, P19-21

2620. COMMITTEE OF YOUTH ORGANIZATIONS OF THE USSR
        WITH YOU, VIETNAM, SOVIET YOUTH SAY
        MOSCOW, NOVOSTI PRESS AGENCY, 1966, 70P
        PAM DS VN 569

2621. DALLIN, ALEXANDER
        MOSCOW AND VIETNAM
        NEW LEADER 48:10, MAY 10 65, P5-8

2622. ĐẢNG LAO ĐỘNG VIỆT NAM. BAN CHẤP HÀNH TRUNG ƯỞNG
        THƯ CỦA BAN CHẤP HÀNH TRUNG ƯỞNG ĐẢNG LAO ĐỘNG VIỆT NAM CHÀO MỪNG
        ĐẠI HỘI LẦN THỨ 23 ĐẢNG CỘNG SẢN LIÊN-XÔ
        HT, 5-1966, P1-3

2623. EMMET, CHRISTOPHER
        RUSSIA'S ROLE IN VIETNAM
        AMERICA, JULY 29, 1967, P112-114

2624, GURTOV, MELVIN
     SINO-SOVIET RELATIONS AND SOUTHEAST ASIA
     RECENT DEVELOPMENTS AND FUTURE POSSIBILITIES
     SANTA MONICA, CALIF., RAND CORP., 1970. 19P

2625, HARRIMAN, W, AVERELL
     PRESENT: RUSSIA/VIET NAM
     IN: AMERICA AND RUSSIA IN A CHANGING WORLD, A HALF CENTURY OF
     PERSONAL OBSERVATION
     GARDEN CITY, DOUBLEDAY, 1971

2626, HỒ CHÍ MINH
     CÁCH MẠNG THÁNG MƯỜI VĨ ĐẠI MỞ RA CON ĐƯỜNG GIẢI PHÓNG CÁC DÂN TỘC
     HÀ NỘI, SỰ THẬT, 1971

2627, HỒ CHÍ MINH
     OKTIABRISKAIA REVOLIUTSIIA I OSVOBOZHDENIE NARODOV
     MOSKVA, 1957

2628, HỒ CHÍ MINH, PHẠM VĂN ĐỒNG & VÕ NGUYÊN GIÁP
     ĐẠI HỘI LẦN THỨ XXI ĐẢNG CỘNG SẢN LIÊN-XÔ MỞ ĐẦU TRANG LỊCH SỬ
     CỘNG SẢN CHO TOÀN THẾ GIỚI
     HÀ NỘI, SU THAT, 1959

2629, HONEY, P. J,
     PRESIDENT PODGORNY'S VISIT
     CNA 865, NVQR 43, DEC 17, 1971, P1-3

2630, HOWARD, PETER
     SOVIET POLICIES IN SOUTHEAST ASIA
     INTERNATIONAL JOURNAL, V. 23, SUMMER 1968, P435-455

2631, HUDSON, RICHARD
     WARNING FROM MOSCOW /A
     WAR/PEACE REPORT, JUNE 1965, P3-7

2632, KOTOV, L. V, & R , S. YEGOROV, COMPS,
     MILITANT SOLIDARITY, FRATERNAL ASSISTANCE
     A COLLECTION OF MAJOR SOVIET FOREIGN POLICY DOCUMENTS ON THE VIET NAM
     PROBLEM
     TR, FROM THE RUSSIAN BY DAVID SKVIRSKY
     MOSCOW, PROGRESS PUB,, 1970, 221P
     DS557 A78 867 1970

2633, LENIN, V. I, & IOSIF STALIN
     VỀ CUỘC CÁCH MẠNG XÃ HỘI CHỦ NGHĨA THÁNG MƯỜI VĨ ĐẠI
     HÀ NỘI, SỰ THẬT, 1971

2634, MCGOVERN, RAYMOND L,
     MOSCOW AND HANOI
     PROBLEMS OF COMMUNISM, MAY-JUNE, 1967, P68FF

2635, MIKHEYEV, Y, & V, ZELENTSOV
     ON THE SIDE OF THE JUST CAUSE: SOVIET ASSISTANCE TO THE HEROIC
     VIETNAMESE PEOPLE
     TR, FROM THE RUSSIAN BY DAVID SKVIRSKY
     MOSCOW, PROGRESS PUB,, 1970, 127P

2636, MORGENTHAU, HANS J,
     RUSSIA, THE U,S, AND VIETNAM
     NEW REPUBLIC MAY 1, 1965, P12-13

2637, MORRIS, ROGER
     RUSSIA'S STAKE IN VIETNAM
     NEW REPUBLIC, FEB 13, 1965, P13-15

2638, MORRIS, ROGER
        RUSSIA'S STAKE IN VIETNAM
        NEW REPUBLIC, FEB 13, 1965, P13-15

2639, NOVOSTI PRESS AGENCY
        WORLD CONDEMNS USA AGGRESSION /THE
        PEACE-LOVING FORCES DEMAND STOP USA INTERFERENCE IN VIET NAM,
        CAMBODIA AND LAOS
        MOSCOW, NOVOSTI PRESS AGENCY PUB. HOUSE, 1970, 87P

2640, STALIN, IOSIF
        CACH MANG THANG MUOI VA SACH LUOC CUA NHUNG NGUOI CONG SAN NGA
        HA NOI, SU THAT, 1971

2641, TRẦN HUY LIỆU
        VIETNAMSKAIA REVOLIUTSIIA I VIETNAMO-SOVETSKAIA DRUZHBA
        VOPROSY ISTORII NO. 3, 1968, P66-70

2642, TRƯỜNG CHINH
        ĐẠI HỘI LẦN THỨ 20 CỦA ĐẢNG CỘNG SẢN LIÊN-XÔ LÀ MỘT CUỘC
        ĐẠI HỘI CÓ Ý NGHĨA LỊCH SỬ TRỌNG ĐẠI: BÁO CÁO CỦA ĐỒNG CHÍ
        TRƯỜNG CHINH Ở HỘI NGHỊ TRUNG ƯỜNG LẦN THỨ 9 MỞ RỘNG
        ND 786, 28-4-1956

2643, TRƯỜNG CHINH
        ĐỒNG CHÍ ZTA-LIN PHÁT TRIỂN CHỦ NGHĨA MAC--LE-NIN
        ND, 15-7-1953

2644, TURNER, NICHOLAS
        SOVIET STAKE IN VIETNAM /THE
        FEER, OCT 20, 1966, P180-182

2645, VĂN LANG
        TỰ HỌC TIẾNG NGA, TẬP J, IN LẦN THỨ BA, CÓ SỬA CHỮA
        HÀ NỘI, HỘI VIỆT-XÔ HỮU NGHỊ, 1957, 101P

2646, VIỆT NAM DÂN CHỦ CỘNG HÒA
        JOINT COMMUNIQUE: MILITANT FRIENDSHIP OF U.S.S.R. AND D.R.V.
        DEVELOPS AND GROWS STRONGER (ISSUED AFTER DELEGATION FROM THE
        DEMOCRATIC REPUBLIC OF VIETNAM VISITED MOSCOW)
        CURRENT DIG SOVIET PR 19:27, OCTOBER 11, 1967
        TRANSLATED FROM PRAVDA AND IZVESTIA, SEP 24, 1967

9.3. Relations with China and the Chinese Communist Party

2647,
        BẾN CẦU HIỀN LƯƠNG
        TẬP BÚT KÝ CỦA NHIỀU NHÀ VĂN TRUNG QUỐC VIẾT VỀ VIỆT NAM
        HÀ NỘI, VĂN HỌC, 1965, 207P
2648,
        JOINT STATEMENT OF CHAIRMAN LIU SHAO-CHI AND PRESIDENT HO CHI MINH
        PEKING, FOREIGN LANGUAGES PRESS, 1963
2649,
        LONG LIVE THE GREAT FRIENDSHIP AND MILITANT UNITY BETWEEN
        THE CHINESE AND VIETNAMESE PEOPLES!
        PEKING, FOREIGN LANGUAGES PRESS, 1971, 77P
        PAM DS VN 650
2650,
        NEW MANIFESTATION OF VIETNAM-CHINA FRIENDSHIP /A
        VIET NAM, NO, 161, 1971, P14-15
2651,
        PEKING TALKS BIG BUT HANOI IS WARY
        ECONOMIST, MAY 9, 1970, P27-28

2652.
TÌNH HỮU NGHỊ VÀ ĐOÀN KẾT KHÔNG GÌ PHÁ VỠ NỔI GIỮA NHÂN DÂN
HAI NƯỚC TRUNG VIỆT
BẮC KINH, NHÀ XUẤT BẢN NGOẠI VĂN, 1971, 104P
DS557 A7T58

2653.
VÀI NÉT TRUNG QUỐC HIÊN NAY
BẮC KINH, NGOẠI VĂN, 1958, UNPAGED

2654.
VIỆT NAM - TRUNG QUỐC TRONG CUỘC CHIẾN ĐẤU CHUNG
HÀ NỘI, SỰ THẬT, 1961, 78P

2655. HỒ CHÍ MINH
CHINESE AND VIETNAMESE REVOLUTIONS /THE
VIETNAM INFORMATION BULLETIN, (RANGOON), AUG 9, 1961

2656. HONEY, P. J.
D.R.V. AND CHINA /THE
CNA 544, NVQR 14, DEC 11, 1964, P1-5

2657. HONEY, P. J.
NIXON'S PEKING VISIT AND THE VIETNAM WAR
CNA 855, NVQR 42, SEP 17, 1971, P1-7

2658. HONEY, P. J.
PRESS OF PEKING ON VIET NAM /THE
CNA 564, MAY 15, 1965

2659. LÊ HI
CHINESE AND VIETNAMESE FRIENDSHIP
BANGKOK, VIETNAM NEWS SERVICE, 1948, 12P

2660. LIU PING
MAOISTS AND THE NORTH VIETNAMESE COMMUNISTS: MORE MAOIST CLAMORING
ASIAN OUTLOOK, 1971, P11-13

2661. LỮ TRANH
CHIẾN ĐẤU TRONG LÒNG ĐỊCH, TRUYỆN PHẢN GIAN CỦA TRUNG QUỐC
HÀ NỘI, QUÂN ĐỘI NHÂN DÂN, 1962, 185P

2662. MAO TSE-TUNG
STATEMENT OPPOSING AGGRESSION AGAINST SOUTHERN VIETNAM AND
SLAUGHTER OF ITS PEOPLE BY THE U.S.-NGO DINH DIEM CLIQUE
PEKING, FOREIGN LANGUAGE PRESS, 1963
PAM DS VIETNAM 80

2663. MOZINGO, DAVID P.
CHINA'S RELATIONS WITH ASIAN NEIGHBORS
SANTA MONICA, CALIF., RAND CORP., 1964, 16P

2664. NGUYỄN THÁI
TWO VIETNAMS AND CHINA /THE
HARVARD REVIEW, FALL-WINTER 1963, P26-32

2665. O'NEILL, ROBERT J.
PEKING-HANOI RELATIONS IN 1970
CANBERRA, AUSTRALIAN NATIONAL UNIVERSITY PRESS, 1971, 30P
PAM DS VN 717

2666. OJHA, ISHWER C.
CHINA AND NORTH VIETNAM: THE LIMITS OF THE ALLIANCE
CURRENT HIST, JAN 1968, P42-7

2667. RAU, ROBERT L.
COMMUNIST CHINA'S RECENT FOREIGN POLICY IN SOUTHEAST ASIA
MARINE CORPS GAZETTE, JULY 1970, P19-27

2668, SARESAI, D, R,
CHINA AND PEACE IN VIETNAM
MILITARY REVIEW, DEC 1969, P56-61

2669, SNOW, EDGAR
US PEACE STILL POSSIBLE? THE UNITED STATES, CHINA AND VIETNAM
NEW REPUBLIC, MAY 22, 1965, P15-20

2670, SOLOMON, RICHARD H,
CHINA AND THE VIETNAMESE CONFLICT
MICHIGAN QUARTERLY REVIEW, SUMMER 1968

2671, TAO, JAY
MAO'S WORLD OUTLOOK: VIETNAM AND THE REVOLUTION IN CHINA
ASIAN SURVEY, MAY 1968, P416-432

2672, TERRILL, ROSS
CHINA AND VIETNAM
NEW REPUBLIC, OCT 29, 1966, P16-20

2673, TRƯỜNG BÁ CẦN
TỪ CÁCH MẠNG THÁNG MƯỜI ĐẾN CÁCH MẠNG THÁNG TÁM
ĐẤT NƯỚC, SỐ 3, 1-1968, P45-82

9.4. Relations with Other Communist Parties and Countries

2674.
CONFÉRENCE INTERNATIONALE DE SOLIDARITÉ AVEC LE PEUPLE VIETNAMIEN
CONTRE L'AGRESSION IMPÉRIALISTE AMÉRICAINE, POUR LA DÉFENSE DE LA
PAIX (25-29 NOV 1964)
HANOI, ELE, 1964, 522

2675.
DEUXIÈME CONFÉRENCE DU COMITÉ SYNDICAL INTERNATIONAL CONTRE LES
IMPÉRIALISTES AMÉRICAINS AGRESSEURS (2-7 JUIN 1965)
HANOI, FÉDÉRATION DES SYNDICATS DU VIET NAM, 1965, 226P

2676.
INVINCIBLE IS THE VIETNAMESE PEOPLE'S ANTI-U.S. NATIONAL SALVATION
STRUGGLE
KOREA TODAY, 177, 1971, P37-38

2677.
RÉUNION DU COMITÉ SYNDICAL INTERNATIONAL DE SOLIDARITÉ AVEC LES
TRAVAILLEURS ET LE PEUPLE VIETNAMIENS
HANOI, ELE, 1963, 240P

2678.
SECOND CONFERENCE OF THE INTERNATIONAL TRADE UNION COMMITTEE FOR
SOLIDARITY WITH THE WORKERS AND PEOPLE OF VIET NAM AGAINST THE
U.S. IMPERIALIST AGGRESSORS. HANOI, JUNE 2-7-1965
HANOI, FLPH, 1965, 216P

2679.
YUGOSLAVIA AND VIETNAM
DOCUMENTS ON YUGOSLAVIA'S SUPPORT TO THE LIBERATION STRUGGLE OF
VIETNAM
BELGRADE, MEDUNARODNA STAMPA-INTERPRESS, JUNE 1968, 77P

2680, ALBANIA
EXPOSE TO THE END THE DOUBLEFACED STAND OF THE KHRUSHCHEVITE
REVISIONISTS TOWARDS THE STRUGGLE OF THE VIETNAMESE PEOPLE
TIRANA, NAIM FRASHERI PUBLISHING HOUSE, 1965

2681, DORTICOS TORRADO, OSVALDO
DECLARATION OF THE SEMINARY OF THE CULTURAL CONGRESS OF HAVANA.
MESSAGE: FROM THE CUBAN INTELLECTUALS TO THE VIETNAMESE
INTELLECTUALS. SPEECH GIVEN BY OSVALDO DORTICOS TORRADO
HAVANA, 1967, 67P
PAM HX VN 9

2682. GUEVARA, ERNESTO CHE
      OPEN NEW FRONTS TO AID VIETNAM: INTRODUCTION BY KEN COATES
      LONDON, THE WEEK, 1967

2683. GUEVARA, ERNESTO CHE
      ON VIETNAM & WORLD REVOLUTION
      NEW YORK, PATHFINDER PRESS, 1971

2684. N.V.T.
      CUBA-VIET NAM
      VCM 7, DEC 1972, P25-26

2685. RADIO FREE EUROPE. AUDIENCE AND PUBLIC OPINION RESEARCH DEPT.
      IDENTIFICATION WITH NORTH OR SOUTH VIETNAM IN EASTERN EUROPE
      MUNICH, 1968
      LC DS557.A5R3

2686. THOREZ, MAURICE, ET AL.
      ĐẢNG CỘNG SẢN PHÁP VÀ CÁCH MẠNG VIỆT NAM: MÔ-RI-XƠ TÔ-RÊ,
      GIẮC ĐÚY-CƠ-LỘ, GIAN-NÉT VÉC-MÉT-SƠ
      HÀ NỘI, SỰ THẬT, 1960, 125P

2687. VERMEERSCH, JEANNETTE
      PAIX IMMÉDIATE AU VIETNAM
      PARIS, PARTI COMMUNISTE FRANÇAIS, 1950

9.5. Relations with the United States

2688.
      BỘ MẶT THẬT CỦA ĐẾ QUỐC MỸ
      HANOI, TY THÔNG TIN, 1950, 51P
      FILM 2584 NO. 9
2689.
      ĐẢ ĐẢO ĐẾ QUỐC MỸ TIẾP TỤC CAN THIỆP VÀO ĐÔNG DƯƠNG
      HÀ NỘI, SỰ THẬT, 1955, 42P
2690.
      DANGEUREUSE AVENTURE /UNE
      HANOI, COMITE DE LA PAIX VIETNAMIENNE, 1961, 47P
2691.
      ĐÁNH BẠI ÂM MƯU CAN THIỆP VŨ TRANG CỦA ĐẾ QUỐC MỸ VÀO MIỀN NAM
      HÀ NỘI, SỰ THẬT, 1961, 44P
2692.
      ĐẾ QUỐC MỸ CAN THIỆP THẲNG VÀO VẤN ĐỀ ĐÔNG DƯƠNG
      HÀ ĐÔNG, PHẢN HỘI MÁC, 1950, 14P
2693.
      HIỆP ƯỚC XÂM LƯỢC CỦA ĐÔNG NAM Á, CUỘC PHIÊU LƯU MỚI CỦA ĐẾ QUỐC MỸ
      HÀ NỘI, SỰ THẬT, 1954, 32P
2694.
      INTELLECTUELS VIETNAMIENS CONTRE L'AGRESSION AMÉRICAINE /LES
      ÉDITÉ PAR LE SECRETARIAT DE LA CONFÉRENCE DES INTELLECTUELS
      VIETNAMIENS CONTRE L'AGRESSION AMÉRICAINE POUR LE SALUT NATIONAL
      HANOI, ELE, 1966, 122P
2695.
      PHẢI CHẶN BÀN TAY CAN THIỆP CỦA ĐẾ QUỐC MỸ LẠI
      HÀ NỘI, SỰ THẬT, 1955, 65P
2696.
      QUÊ TA ANH HÙNG, THƠ CA CHIẾN THẮNG GIẶC MỸ
      HÀ NỘI, QUÂN ĐỘI NHÂN DÂN, 1966, 79P

2697. ABBOTT, GEORGE M.
      MEMORANDUM OF CONVERSATION WITH HO CHI MINH, PARIS, SEPT. 11, 1946
      PREPARED BY U.S. EMBASSY FIRST SECRETARY GEORGE M. ABBOTT
      USVR 1, C-103/C-104

2698. ANH ĐỨC
      THẮNG MỸ
      HÀ NỘI, KIM ĐỒNG, 1966, 31P

2699. ASHMORE, HARRY S.
      MISSION TO HANOI; A CHRONICLE OF DOUBLEDEALING IN HIGH PLACES
      A SPECIAL REPORT FROM THE CENTER FOR THE STUDY OF DEMOCRATIC
      INSTITUTIONS, BY HARRY S. ASHMORE AND WILLIAM C. BAGGS. WITH A
      CHRONOLOGY OF AMERICAN INVOLVEMENT IN VIETNAM BY ELAINE H. BURNELL
      NEW YORK, PUTNAM, 1968
      LC DS557.A692A7 1968B

2700. BATOR, VICTOR
      VIET NAM; A DIPLOMATIC TRAGEDY
      NEW YORK, OCEANA PUBLICATIONS, 1965

2701. BATTISTINI, LAWRENCE H.
      HOW IT ALL STARTED IN VIETNAM
      ORIGINS OF THE VIETNAM WAR HAVE BEEN WIDELY FORGOTTEN BY THE
      PUBLIC; ONE EXAMPLE; THE U.S. WAS GIVING AID TO HO CHI MINH
      WAR/PEACE REPORT, JULY 1965, P8=9

2702. BOETTIGER, JOHN R., ED.
      VIET NAM AND AMERICAN FOREIGN POLICY
      BOSTON, HEATH, 1968

2703. BURCHETT, WILFRED G.
      HOW HANOI AND THE N.L.F. SEE CHANCES FOR PEACE
      WAR/PEACE REPORT, NOV 1967, P3=6

2704. BURCHETT, WILFRED G.
      NEGOTIATIONS ON VIETNAM? HOW IT LOOKS FROM THE 'OTHER SIDE'
      WAR/PEACE, NOV 1966, P3=5

2705. BURCHETT, WILFRED G.
      PARIS TALKS AND THE WAR /THE
      LIBERATION, 13:5, 1968, P29=31

2706. BURCHETT, WILFRED G.
      WHAT KIND OF SETTLEMENT FOR VIETNAM?
      AN INTERVIEW WITH WILFRED BURCHETT
      WAR/PEACE REPORT, JAN 1969, P8=13+

2707. BURCHETT, WILFRED G.
      WHY NORTH VIETNAM REJECTS "UNCONDITIONAL NEGOTIATIONS"?
      WAR/PEACE, DEC 1965, P7=9

2708. CHOMSKY, NOAM & HOWARD ZINN, EDS.
      PENTAGON PAPERS /THE, THE SENATOR GRAVEL EDITION, VOLUME V
      CRITICAL ESSAYS EDITED BY NOAM CHOMSKY AND HOWARD ZINN AND
      AN INDEX TO VOLUMES ONE=FOUR
      BOSTON, BEACON PRESS, 1972, NAME INDEX, SUBJECT INDEX, GLOSSARY

2709. CLEMENTIN, JEAN R.
      AMERICAN INTERVENTION IN INDOCHINA
      IN DEFENCE OF PEACE, JAN 1954, P36=43

2710. COMMITTEE OF CONCERNED ASIAN SCHOLARS
      INDOCHINA STORY, A FULLY DOCUMENTED ACCOUNT /THE
      NEW YORK, PANTHEON, 1970, 347P

2711. COOPER, CHESTER L.
      COMPLEXITIES OF NEGOTIATION /THE
      FOREIGN AFFAIRS, APR 1968, P54=66

2712. D. X.
      MẬT THÁM MỸ
      HÀ NỘI, SỰ THẬT, 1954, 26P

2713, ĐẢNG LAO ĐỘNG VIỆT NAM, BAN CHẤP HÀNH TRUNG ƯƠNG
LỜI KÊU GỌI CỦA BAN CHẤP HÀNH TRUNG ƯƠNG ĐẢNG LAO ĐỘNG VIỆT NAM VÀ
CHÍNH PHỦ NƯỚC VIỆT NAM DÂN CHỦ CỘNG HÒA
HT 196, 4-1972, P1-3

2714, ĐÀO VIỆT DOAN
NHỮNG BIỆN PHÁP KINH TẾ MỚI CỦA NÍCH-XƠN CÓ CỨU NGUY
CHO ĐỊA VỊ ĐỒNG ĐÔ-LA MỸ TRONG HỆ THỐNG TIỀN TỆ TƯ BẢN CHỦ
NGHĨA CUỘC KHÔNG?
HT 10-1971, P80-89

2715, DEVILLERS, PHILIPPE
PREVENTING THE PEACE! REPORT FROM AN INTERMEDIARY
NATION, DEC 5, 1966, P597-603

2716, DRACHMAN, EDWARD R,
UNITED STATES POLICY TOWARD VIETNAM, 1940-1945
RUTHERFORD, N.J., FAIRLEIGH DICKINSON UNIVERSITY PRESS, 1970

2717, DUNN, WILLIAM B,
AMERICAN POLICY AND VIETNAMESE NATIONALISM; 1950-1954
CHICAGO, UNIVERSITY OF CHICAGO, 1960, THESIS, 317P. BIBLIOG
FILM 418

2718, DƯỜNG GIA THOẠI
NIXON'S INDOCHINA POLICY
VS 28 (1970), P7-32

2719, DURBROW, ELBRIDGE
NEGOTIATING WITH THE COMMUNISTS; FIRMNESS IS THE KEY
AIR FORCE AND SPACE DIGEST, 51:9, 1968, P48-52

2720, FALK, RICHARD A,
VIET NAM SETTLEMENT; THE VIEW FROM HANOI /A
PRINCETON, NEW JERSEY, WOODROW WILSON SCHOOL OF PUBLIC AND
INTERNATIONAL AFFAIRS, 1968, 29P

2721, FALL, BERNARD B,
POLITIQUE AMERICAINE AU VIET NAM /LA
POLITIQUE ETRANGERE, JUL 1955

2722, GOODMAN, ALLAN E,
FIGHTING-EHILE-NEGOTIATING; THE VIEW FROM HANOI
AD HOC SEMINAR ON COMMUNIST MOVEMENTS AND REGIMES IN INDOCHINA
NEW YORK, SEADAG, ASIA SOCIETY, 22P

2723, GURTOV, MELVIN & KONRAD KELLEN
VIET NAM; LESSONS AND MISLESSONS
SANTA MONICA, CAL; RAND CORP, JUN, 1969, 22P

2724, H, N,
NEO-COLONIALIST POLITICAL STRUCTURE /THE
VS 31, 1971, P43-82

2725, HAYWOOD, HARRY S,
HANOI BUILDS UNITY FRONT FOR KISSINGER VISIT
CHRISTIAN SCIENCE MONITOR, FEB 7, 1973

2726, HENEGHAN, GEORGE MARTIN
NATIONALISM, COMMUNISM AND THE NATIONAL LIBERATION FRONT OF VIETNAM,
DILEMMA FOR AMERICAN FOREIGN POLICY
PH.D. DISSERTATION, UM 70-18,413
STANFORD, STANFORD UNIVERSITY, 1970, 429P

2727, HILSMAN, ROGER
MUST WE INVADE IN THE NORTH?
FOREIGN AFFAIRS, APRIL 1968, P425-441

2728, HỒ CHÍ MINH
        AGAINST U.S. AGGRESSION FOR NATIONAL SALVATION
        HANOI, FLPH, 1967, 152P
        LC DS557.A635H6

2729, HỒ CHÍ MINH
        LETTER TO THE PRESIDENT OF THE UNITED STATES, FEBRUARY 16, 1946
        USVR 1, C-95/C-97

2730, HỒ CHÍ MINH
        LETTER TO U.S. SECRETARY OF STATE JAMES BYRNES, NOVEMBER 1, 1945
        USVR 1, C-90

2731, HỒ CHÍ MINH
        LETTER TO U.S. SECRETARY OF STATE, OCTOBER 22, 1945
        USVR 1, C-80/C-81

2732, HỒ CHÍ MINH
        PRESIDENT HO CHI MINH ANSWERS PRESIDENT L. B. JOHNSON
        HANOI, FLPH, 1967
        LC DS557.A692H6

2733, HỒ CHÍ MINH
        PRESIDENT HO CHI MINH'S LETTER TO DR. LINUS PAULING
        NEW TIMES 49, DEC 8, 1965, P20-1

2734, HỒ CHÍ MINH
        TELEGRAM TO PRESIDENT TRUMAN, OCTOBER 17, 1945
        USVR 1, C-73/C-74

2735, HỒ CHÍ MINH
        TELEGRAM TO U.S. SECRETARY OF STATE, NOVEMBER 26, 1945
        USVR 1, C-92

2736, HOÀNG TÙNG
        THẮNG LỢI VĨ ĐẠI CỦA CUỘC KHÁNG CHIẾN CHỐNG MỸ, CỨU NƯỚC
        HÀ NỘI, SỰ THẬT, 1974

2737, HỌC TẬP
        ĐẾ QUỐC MỸ - KẺ THÙ SỐ MỘT CỦA LOÀI NGƯỜI TIẾN BỘ
        HT 195, 3-1972, P86-89

2738, HỌC TẬP
        NẮM VỮNG ĐƯỜNG LỐI ĐỘC LẬP, TỰ CHỦ, GIƯƠNG CAO CHỦ
        NGHĨA ANH HÙNG CÁCH MẠNG, QUYẾT TÂM ĐÁNH THẮNG HOÀN
        TOÀN GIẶC MỸ XÂM LƯỢC
        HT 8-1971, P1-10

2739, HỌC TẬP
        RA SỨC THỰC HIỆN NGHỊ QUYẾT HỘI NGHỊ LẦN THỨ 20 CỦA BAN
        CHẤP HÀNH TRUNG ƯƠNG ĐẢNG, ĐƯA SỰ NGHIỆP CHỐNG MỸ, CỨU NƯỚC
        VÀ XÂY DỰNG CHỦ NGHĨA ĐẾN THẮNG LỢI
        HT 5-1972, P5-10

2740, HOLZER, WERNER
        HANOI WITHOUT HO, 1971, WHERE UNCLE SAM IS A BAGGY-PANTS CLOWN
        TR. FROM SUDDEUTSCH ZEITUNG, MUNICH
        ATLAS, 20, NO. 3, MAR 1971, P37-38

2741, HONEY, P. J.
        NORTH VIET NAM AND PEACE NEGOTIATIONS
        CHINA NEWS ANALYSIS 726, SEP 20, 1968, P1-7

2742, HONEY, P. J.
        PEACE IN VIETNAM?
        CNA NO. 713, JUNE 21, 1968, P1-7

2743. HUNG, B, T.
        NIXON AND U.S. OPINION
        VS 28 (1970), P151-185

2744. HUONG NAM
        HOC THUYET NICH-XON CHIEN LUOC LAM SEN-DAM QUOC TE TRONG THE SUY YEU
        TOAN DIEN CUA DE QUOC MY
        HT 196, 4-1972, P80-89

2745. HUONG NAM
        VIET NAM-USA NEGOTIATIONS: FUNDAMENTAL PROBLEMS
        VNCM 6, NOV 1972, P9-12

2746. KAHIN, GEORGE MCT,
        NEGOTIATIONS: THE VIEW FROM HANOI
        NEW REPUBLIC, 165, NO, 19, NOV 6, 1971, P13-16

2747. KAHIN, GEORGE MCTURNAN & JOHN W, LEWIS
        UNITED STATES IN VIET NAM /THE
        NEW YORK, DIAL PRESS, 1969, 545P

2748. KAPLAN, MORTON A., ET AL
        VIET NAM SETTLEMENT: WHY 1973, NOT 1969?
        WASHINGTON, AMERICAN ENTERPRISE INSTITUTE, 1973, 208P

2749. KISSINGER, HENRY A,
        VIET NAM NEGOTIATIONS /THE
        FOREIGN AFFAIRS, JAN 1969, P211-34

2750. KRASLOW, DAVID AND STUART H, LOORY
        SECRET SEARCH FOR PEACE IN VIETNAM /THE
        NEW YORK, RANDOM HOUSE, 1968, 247P

2751. LACOUTURE, JEAN
        UNCLE HO DEFIES UNCLE SAM
        NEW YORK TIMES MAGAZINE, MARCH 28, 1965, P25, 110-112

2752. LANSDALE, EDWARD G,
        VIET NAM: DO WE UNDERSTAND REVOLUTION?
        FOREIGN AFFAIRS, OCT 1964, P75-86

2753. LE LONG
        CHU NGHIA AI-XEN-HAO LAI THAT BAI MOT LAN NUA
        HA NOI, SU THAT, 1957, 42P

2754. LE SON
        BO MAT THAT CAC KHOI QUAN SU CUA BON DE QUOC
        HA NOI, SU THAT, 1962, 46P

2755. LENS, SIDNEY
        WHAT HANOI WANTS
        PROGRESSIVE, SEP 1967, P18-20

2756. LUU QUY KY
        NAM 1970, TINH HINH THE GIOI PHAT TRIEN TOT VA THUAN CHO
        CUOC CHIEN DAU CHONG MY, CUU NUOC CUA TA
        HT 1-1971, P82-89

2757. MECKLIN, JOHN
        MISSION IN TORMENT: AN INTIMATE ACCOUNT OF THE U.S. ROLE IN VIETNAM
        GARDEN CITY, DOUBLEDAY, 1965, 318P

2758. NGOC LAN,
        TINH SO TOI AC NICH-XON
        HANOI, NHAN DAN, 1972, 87P
        DS557 A63N57

2759, NGUYỄN ĐỨC DAN, ET AL,
        IDEOLOGICAL AND CULTURAL ACTION
        VS 31, 1971, P181-228

2760, NGUYỄN DUY TRINH
        LẬP TRƯỜNG BỐN ĐIỂM,
        NGỌN CỜ ĐỘC LẬP VÀ HÒA BÌNH CỦA CHÚNG TA HIỆN NAY
        HANOI, NHÀ XUẤT BẢN SỰ THẬT, 1967, 31P
        DS557 A7N51

2761, NGUYỄN HOÀNG
        U,S, AGGRESSIVE ACTIVITIES AGAINST VIETNAM
        PEKING, CULTURAL PRESS, 1950, 48P, ILLUS

2762, NGUYỄN KHẮC VIỆN
        AMERICAN INTERVENTION IN VIET NAM
        VS 31, 1971, P7-42

2763, NGUYỄN VĂN BA
        BASES FOR A VALID SETTLEMENT (SEPT 1968)
        VS 18-19 (1968), P303-335

2764, NGUYỄN VIỆT CHUNG
        ĐẾ QUỐC MỸ CAN THIỆP VÀO CHIẾN TRANH XÂM LƯỢC VIỆT MIỀN LÀO
        NHẤT ĐỊNH SẼ THẤT BẠI NHỤC NHÃ
        VIỆT NAM, SỰ THẬT, 1954, 40P
        FILM 2584 NO, 16

2765, NGUYỄN VINH
        ĐẾ QUỐC MỸ PHÁ HOẠI HÒA BÌNH VÀ HẠNH PHÚC CỦA THANH NIÊN
        HÀ NỘI, THANH NIÊN, 1955, 49P

2766, NGUYỄN XUÂN LAI
        ECONOMIC GEARS AND LEVERS
        VS 31, 1971, P83-180

2767, PHẠM VĂN ĐỒNG
        FORWARD! FINAL VICTORY WILL BE OURS! D,R,V,N, GOVERNMENT REPORT AT
        THE NATIONAL ASSEMBLY, THIRD LEGISLATURE, FOURTH SESSION, MAY 24,1968
        HANOI, FLPH, 1968

2768, PHẠM VĂN ĐỒNG
        KIÊN TRÌ VÀ ĐẨY MẠNH SỰ NGHIỆP CHỐNG MỸ, CỨU NƯỚC ĐẾN
        THẮNG LỢI HOÀN TOÀN
        HÀ NỘI, SỰ THẬT, 1972

2769, PHẠM VĂN ĐỒNG
        LET US HOLD ALOFT THE BANNER OF INDEPENDENCE AND PEACE
        HANOI, FLPH, 1965, 49P
        PAM DS VN 10

2770, PHẠM VĂN ĐỒNG
        NORTH VIETNAMESE PEACE PROPOSAL, ON APRIL 13, 1965
        A POLICY DECLARATION BY NORTH VIETNAMESE PREMIER PHAM VAN DONG
        OUTLINING A FOUR-POINT PEACE PROGRAM FOR VIETNAM WAS MADE PUBLIC
        TEXT ON AN ENGLISH-LANGUAGE SUMMARY OF THIS DECLARATION ISSUED BY
        HSINHUA
        CURRENT HISTORY OCT 1965, P237+

2771, PHẠM VĂN ĐỒNG
        TOÀN DÂN ĐOÀN KẾT CHỐNG MỸ, CỨU NƯỚC
        HÀ NỘI, SỰ THẬT, 1967

2772, PHẠM VĂN ĐỒNG & VÕ NGUYÊN GIÁP
        AMERICAN IMPERIALISM'S INTERVENTION IN VIET NAM
        HANOI, FLPH, 1955
        PAM DS VIETNAM 7

2773. QUYẾT, THẮNG
CHIẾN TRANH VIỆT NAM VÀ BƯỚC ĐƯỜNG SUY SỤP CỦA CHỦ NGHĨA ĐẾ QUỐC MỸ
HÀ NỘI, QUÂN ĐỘI NHÂN DÂN, 1971, 117P

2774. RAJAGOPAL, D. R.
REPORT FROM HANOI: HANOI'S VIEW OF THE VIETNAMESE WAR
FEER, DEC 30, 1965, P601-3

2775. ROBERTS, ADAM
HANOI'S OFFER TO TALK
WORLD AFFAIRS, MAY 1968, P176-178

2776. SCALAPINO, ROBERT A.
WE CANNOT ACCEPT A COMMUNIST SEIZURE OF VIETNAM
NEW YORK TIMES MAGAZINE, DECEMBER 11, 1966, P46-47, 133-141

2777. SIDEY, HUGH
QUESTION OF BELIEF IN HANOI AND AT HOME
LIFE, OCT 10, 1969, P4

2778. SIMON, SHELDON W.
CEASEFIRE IN VIETNAM: A VIEW FROM HANOI
INTERNATIONAL PERSPECTIVE (OTTAWA), MAY-JUNE 1973

2779. T. H. K.
KẺ CƯỚP MỸ LA LÀNG VẪN BỊ TRỪNG PHẠT
HÀ NỘI, QUÂN ĐỘI NHÂN DÂN, 1964, 63P

2780. TĂNG THI THANH TRAI
AMERICAN POLICY AND THE VIETNAMESE REVOLUTION, 1940-1963
PH.D. DISSERTATION
CHICAGO, UNIVERSITY OF CHICAGO, 1967, 226P

2781. THANH, TÍN
CHIẾN LƯỢC "MỚI" CỦA HỌC THUYẾT NICH-SON, MỘT CHIẾN LƯỢC PHÁ SẢN TỪ
KHI MỚI KHỞI ĐẦU
HT 193, 1-1972, P80-89

2782. THANH VỆ
HAI NĂM HÚC ĐẦU VÀO ĐÁ, CHÍNH QUYỀN NICH-XON ĐẨY NƯỚC
MỸ VÀO NHỮNG THẢM HỌA MỚI
HT 2-1971, P82-89

2783. TRẦN VĂN KY
GRAND STRATEGY OF HANOI AND THE N.L.F. /THE
IN INTERVIEWS HELD IN PRAGUE BY TRAN VAN KY, A WESTERN-BASED
VIETNAMESE JOURNALIST, REPRESENTATIVES OF NORTH VIETNAM AND THE
N.L.F. SPELL OUT IN DETAIL THEIR MILITARY AND DIPLOMATIC OBJECTIVES
WAR/PEACE REPORT, MAR 1968, P3-5

2784. U.S. CONGRESS, HOUSE, COMMITTEE ON UN-AMERICAN ACTIVITIES
COMMUNIST ORIGIN AND MANIPULATION OF VIETNAM WEEK
(APRIL 8-15, 1967) REPORT, MARCH 31, 1967
WASHINGTON, D.C., USGPO, 1967

2785. U.S. CONGRESS, SENATE, COMMITTEE ON FOREIGN RELATIONS
BACKGROUND INFORMATION RELATING TO SOUTHEAST ASIA AND VIETNAM
5TH REVISED EDITION
WASHINGTON, USGPO, 1969

2786. U.S. CONGRESS, SENATE, COMMITTEE ON FOREIGN RELATIONS
NEGOTIATIONS, 1964-1968: THE HALF-HEARTED SEARCH FOR PEACE IN VIETNAM
A STAFF STUDY BASED ON THE PENTAGON PAPERS, STUDY NO. 4, AUG.9, 1972
THIS STUDY IS CLASSIFIED TOP SECRET AND IS NOT AVAILABLE TO PUBLIC
TABLE OF CONTENTS IS FOUND IN STAFF STUDY NO. 5, "BOMBING AS POLICY."
WASHINGTON, USGPO, 1972

2787, U.S. CONGRESS, SENATE, COMMITTEE ON FOREIGN RELATIONS
        UNITED STATES AND VIETNAM, 1944-1947 /THE
        A STAFF STUDY BASED ON THE PENTAGON PAPERS, STUDY NO.2, APRIL 3, 1972
        WASHINGTON, USGPO, 1972, 44P

2788, U.S. CONGRESS, SENATE, COMMITTEE ON FOREIGN RELATIONS
        VIET NAM HEARINGS: WITH AN INTRODUCTION BY J. WILLIAM FULBRIGHT /THE
        NEW YORK, RANDOM HOUSE, 1966; 294P

2789, U.S. DEPT. OF DEFENSE
        PENTAGON PAPERS /THE, THE SECRET HISTORY OF THE VIETNAM WAR
        AS PUBLISHED BY THE NEW YORK TIMES
        NEW YORK, QUADRANGLE BOOKS, 1971, 810P
        NEW YORK, BANTAM BOOKS, 1971, 677P

2790, U.S. DEPT. OF DEFENSE
        PENTAGON PAPERS /THE, THE SENATOR GRAVEL EDITION, VOL I-IV
        THE DEFENSE DEPARTMENT HISTORY OF UNITED STATES
        DECISION-MAKING ON VIET NAM
        BOSTON, BEACON PRESS, 1971

2791, U.S. DEPT. OF DEFENSE
        SETTLEMENT OF THE CONFLICT: HISTORIES OF CONTACTS
        1, 1965-1966
        2, POLISH TRACK
        3, MOSCOW-LONDON TRACK
        1967-1968
        USVR, BOOK 12, VI.C (MATERIALS NOT YET RELEASED TO PUBLIC)

2792, U.S. DEPT. OF DEFENSE
        SETTLEMENT OF THE CONFLICT: NEGOTIATIONS, 1965-1967
        A, THE PUBLIC RECORDS
        B, ANNOUNCED POSITION STATEMENTS
        USVR, BOOK 12, VI.A, VI.B

2793, U.S. DEPT. OF DEFENSE, OFFICE OF THE SECRETARY OF DEFENSE
        UNITED STATES-VIETNAM RELATIONS, 1945-1967
        STUDY PREPARED BY THE DEPARTMENT OF DEFENSE: OSD TASK FORCE, LESLIE
        GELB, CHAIRMAN, ET AL.
        PRINTED FOR THE USE OF THE HOUSE COMMITTEE ON ARMED SERVICES
        WASHINGTON, USGPO, 1971, 12 "BOOKS", VARIOUS PAGINGS; MAPS, CHARTS

2794, U.S. DEPT. OF STATE
        CUỘC XÂM LƯỢC TỪ MIỀN BẮC, HỒ SỞ VỀ CHIẾN DỊCH CHINH PHỤC MIỀN NAM
        VIỆT NAM CỦA BẮC VIỆT
        WASHINGTON, BỘ NGOẠI GIAO HOA KỲ, 1965, 64P

2795, U.S. DEPT. OF STATE
        PHÚC TRÌNH VỀ CUỘC XÂM LƯỢC CỦA BẮC VIỆT VÀO MIỀN NAM VIỆT NAM
        BẠCH THỊ CỦA BỘ NGOẠI GIAO HOA KỲ CÔNG BỐ NGÀY 27-2-1965
        WASHINGTON, 1965, 32P
        PAMPHLET DS VIETNAM 110+

2796, U.S. DEPT. OF STATE
        THREAT TO PEACE, NORTH VIET NAM'S EFFORT TO CONQUER SOUTH VIET NAM /A
        WASHINGTON, DEPT OF STATE, 1961

2797, U.S. EMBASSY, SAIGON, JUSPAO, NORTH VIET NAM AFFAIRS DIVISION
        INDOCTRINATION NOTES ON PEACE TALKS:
        A CALL FOR "VIOLENT REVOLUTION" TO THE END
        VDRN NO. 39, JUL 1968, 8P

2798, U.S. EMBASSY, SAIGON, JUSPAO, NORTH VIET NAM AFFAIRS DIVISION
        POSITION OF NORTH VIET NAM ON NEGOTIATIONS /THE
        VDRN NO. 8, OCT 1967, 12

2799, U.S. EMBASSY, SAIGON, JUSPAO, NORTH VIET NAM AFFAIRS DIVISION
PUBLIC PRESENTATION OF U.S. PRISONERS OF WAR
VDRN NO. 65, AUG 1969, 8P

2800, U.S.-VIỆT NAM DÂN CHỦ CỘNG HÒA
PROTOCOL ON THE DEACTIVATION AND REMOVAL OF MINES IN NORTH VIETNAM
TEXT OF THE PROTOCOL TO BE SIGNED IN CONNECTION WITH THE
VIETNAM AGREEMENT RELEASED JANUARY 24, 1973
WEEKLY COMPILATION PRESIDENTIAL DOCS, JAN 29, 1973, P63-4

2801, U.S.-VIỆT NAM DÂN CHỦ CỘNG HÒA
PROTOCOL ON THE INTERNATIONAL COMMISSION OF CONTROL AND SUPERVISION
TEXT OF THE PROTOCOL TO BE SIGNED IN CONNECTION WITH THE
VIETNAM AGREEMENT RELEASED JANUARY 24, 1973
WEEKLY COMPILATION PRESIDENTIAL DOCS, JAN 29, 1973, P54-8

2802, VĂN HOAN
KẾ HOẠCH KEN-NE-ĐI ĐANG ĐỔ THÊM DẦU VÀO LỬA CÁCH MẠNG Ở MIỀN NAM
HÀ NỘI, SỰ THẬT, 1961, 43P

2803, VIỆT NAM DÂN CHỦ CỘNG HÒA
D.R.V. GOVERNMENT STATEMENT (WITH RESPECT TO THE UNCONDITONAL
CESSATION OF THE AMERICAN BOMBING OF THE ENTIRE TERRITORY
OF THE DEMOCRATIC REPUBLIC OF VIETNAM)
TRANSLATED AND CONDENSED FROM PRAVDA AND IZVESTIA, NOV 3, 1968
CDSP, NOV 20, 1968, P19-20

2804, VIỆT NAM DÂN CHỦ CỘNG HÒA
D.R.V. GOVERNMENT STATEMENT; SOVIET GOVERNMENT STATEMENT
(IN CONNECTION WITH THE MAR. 31, 1968, ORDER OF PRESIDENT JOHNSON
REGARDING PARTIAL CESSATION OF THE BOMBING OF NORTH VIET NAM)
TRANSLATED FROM PRAVDA AND IZVESTIA, APR 4 AND 6, 1968
CDSP, APR 24, 1968, P25-6

2805, VIỆT NAM DÂN CHỦ CỘNG HÒA
STATEMENT OF D.R.V.N. GOVERNMENT ON THE PRESENT STATE OF THE
NEGOTIATIONS RELATING TO THE VIET NAM PROBLEM (OCTOBER 26, 1972)
VCM 6, NOV 1972, P3-6

2806, VIỆT NAM DÂN CHỦ CỘNG HÒA
TUYÊN BỐ CỦA CHÍNH PHỦ TA VỀ VIỆC CHÍNH QUYỀN NICH-XON ĐIÊN CUỒNG
LEO THANG CHIẾN TRANH, THẢ MÌN VÀ PHONG TỎA CÁC CẢNG CỦA NƯỚC
VIỆT NAM DÂN CHỦ CỘNG HÒA
HT 5-1972, P1-4

2807, VIỆT NAM DÂN CHỦ CỘNG HÒA
UNITED STATES INTERVENTION AND AGGRESSION IN VIETNAM DURING
THE LAST TWENTY YEARS
HANOI, FLPH, 1965, 39P

2808, VIỆT NAM DÂN CHỦ CỘNG HÒA, BỘ NGOẠI GIAO
FOUR-POINT STAND OF THE GOVERNMENT OF THE DRV (APRIL 8, 1965) /THE
VS 18-19 (1968), P343-4

2809, VIỆT NAM DÂN CHỦ CỘNG HÒA, BỘ NGOẠI GIAO
MEMORANDUM OF THE D.R.V. GOVERNMENT (SEPT 1965)
VS DEC 1965, P91-99

2810, VIỆT NAM DÂN CHỦ CỘNG HÒA, BỘ NGOẠI GIAO
MEMORANDUM OF THE GOVERNMENT OF THE DEMOCRATIC REPUBLIC OF VIETNAM ON
THE EXPANSION OF THE AGGRESSIVE WAR IN LAOS BY THE U.S. IMPERIALISTS
AND THEIR MOST REACTIONARY SATELLITES IN THE SEATO MILITARY BLOC
HANOI, JAN 5, 1961

2811. VIỆT NAM DÂN CHỦ CỘNG HÒA, BỘ NGOẠI GIAO
       MEMORANDUM OF THE MINISTRY OF FOREIGN AFFAIRS OF THE DEMOCRATIC
       REPUBLIC OF VIET NAM CONCERNING THE MILITARY AGGRESSION OF THE U.S.
       GOVERNMENT IN SOUTH VIET NAM
       HANOI, MINISTRY OF FOREIGN AFFAIRS, 1962

2812. VIỆT NAM DÂN CHỦ CỘNG HÒA, BỘ NGOẠI GIAO
       POLITIQUE D'INTERVENTION ET D'AGRESSION DES ÉTATS-UNIS AU SUD VIETN1M
       HANOI, MINISTÈRE DES AFFAIRES ÉTRANGÈRES, 1962

2813. VIỆT NAM DÂN CHỦ CỘNG HÒA, BỘ NGOẠI GIAO
       STATEMENT BY THE SPOKESMAN OF THE D.R.V. FOREIGN MINISTRY ON
       SO-CALLED "PEACE EFFORTS" MADE RECENTLY BY THE U.S.
       HANOI, MINISTRY OF FOREIGN AFFAIRS, 1966

2814. VIỆT NAM DÂN CHỦ CỘNG HÒA, BỘ NGOẠI GIAO
       STATEMENT OF THE DRVN GOVERNMENT ON THE PRESENT STATE OF THE
       NEGOTIATIONS RELATING TO THE VIETNAM PROBLEM (OCTOBER 26, 1972)
       VNCM 6, NOV 1972, P3-6

2815. VIỆT NAM DAN CHU CONG HOA, BO NGOAI GIAO
       STATEMENTS BY MINISTER XUAN THUY, REPRESENTATIVE OF THE GOVERNMENT
       OF THE DEMOCRATIC REPUBLIC OF VIET NAM AT THE OFFICIAL CONVERSATIONS
       WITH THE REPRESENTATIVES OF THE GOVERNMENT OF THE UNITED STATES OF
       AMERICA (MAY 13-OCTOBER 30, 1968) FIRST TO 28TH SESSION)
       PARIS, PARIS PROVINCE IMPRESSION, 1968
       PAM DS VN 459

2816. VIỆT NAM DÂN CHỦ CỘNG HÒA, BỘ NGOẠI GIAO
       U.S. INTERVENTION AND AGGRESSION IN VIET NAM DURING THE LAST 20 YEARS
       HANOI, FLPH, 1965, 39P
       LC DS557.A7A55

2817. VIỆT NAM DÂN CHỦ CỘNG HÒA, BỘ NGOẠI GIAO
       VINGT ANNÉES D'INTERVENTION ET D'AGRESSION AMÉRICAINE AU VIET NAM
       HANOI, MINISTÈRE DES AFFAIRES ÉTRANGÈRES, 1965, 56P, PHOTOS

2818. VIỆT NAM DÂN CHỦ CỘNG HÒA, QUỐC HỘI
       AGAINST U.S. AGGRESSION; MAIN DOCUMENTS OF THE NATIONAL ASSEMBLY
       OF THE DEMOCRATIC REPUBLIC OF VIETNAM, 3RD LEGISLATURE, 2ND SESSION
       HANOI, FLPH, 1965
       DS557 A7 A29

2819. VIETNAM-AMERICAN FRIENDSHIP ASSOCIATION
       TRANSCRIPT OF THE PROCEEDINGS AT THE MEETING IN CELEBRATION OF THE
       SECOND ANNIVERSARY OF THE INDEPENDENCE OF THE REPUBLIC OF VIET NAM
       NEW YORK, 1947
       DS550 V662* 1947

2820. VIETNAM-AMERICAN FRIENDSHIP ASSOCIATION
       WITH WHOM SHOULD FRANCE NEGOTIATE IF SHE REALLY WANTS TO PUT AN END
       TO THE FRANCO-VIETNAMESE CONFLICT? PRESIDENT HO CHI MINH OR EX-
       EMPEROR BAO DAI?
       NEW YORK, SPECIAL RELEASE, FEB 25, 1948
       DS550 V662W8*

2821. VIETNAMESE STUDIES
       GLIMPSES OF U.S. NEO-COLONIALISM (I)
       VS 26, 1970, 188P

9.6. Relations with France

2822, ASSOCIATION FRANCE-VIETNAM
POUR LA PAIX AVEC LE VIET NAM DANC LE CADRE DE L'UNION FRANCAISE,
LES PROPOSITIONS DU PRESIDENT HO CHI MINH
PARIS, 1946, 23P
DS550 A84P8

2823, AZEAU, HENRI
HO CHI MINH: DERNIÈRE CHANCE, LA CONFÉRENCE FRANCO-VIETNAMIENNE
DE FONTAINEBLEAU, JUILLET 1946
PARIS, FLAMMARION, 1969

2824, DEVILLERS, PHILIPPE
VIETNAMESE NATIONALISM AND FRENCH POLICIES
IN: WILLIAM L. HOLLAND, ED., ASIAN NATIONALISM AND THE WEST
NEW YORK, MACMILLAN, 1953

2825, INSTITUT FRANCO-SUISSE
FRANCE AND VIETNAM
GENEVE, ED. MILIEU DU MONDE, 1947
DS557 A5159

2826, LEVY, ROGER
INDOCHINE ET SES TRAITÉS /L'
PARIS, HARTMANN CENTRE D'ÉTUDES DE POLITIQUE ÉTRANGÈRE 1947, 105P

2827, PHAM VĂN ĐỒNG
DISCOURS DE M. PHAM VAN DONG, PRESIDENT DE LA DELEGATION
VIETNAMIENNE, PRONONCE A L'OUVERTURE DE LA SEANCE INAUGURALE A
FONTAINEBLEAU LE 6 JUILLET 1946
FONTAINEBLEAU, CONFERENCE FRANCO-VIETNAMIENNE, 1946, 8P
DS550 P53

9.7. Relations with Other Non-Communist Countries

2828,
HO GETS BURMESE RICE
ECONOMIST, OCT 8, 1955, P1022-3

2829,
PRESS BOOK ON PRESIDENT HO CHI MINH'S VISIT TO INDIA AND BURMA
HANOI, FLPH, 1958, 63P
DS557 A7 H693

2830, DUNCANSON, DENNIS J.
GENERAL GRACEY AND THE VIETMINH
JOURNAL OF THE CENTRAL ASIAN SOCIETY, OCT 1968, P288-297

2831, HỒ CHÍ MINH
PRESIDENT HO CHI MINH WRITES TO DR. SARVAPALLI RADHAKRISHNAN
PRESIDENT OF THE REPUBLIC OF INDIA
VIET NAM, 1966, P7-10

2832, HỒ CHÍ MINH
TELEGRAM TO MARSHALL CHIANG KAI-SHEK, OCTOBER 28, 1945
USVR 1, C-91

2833, NGUYỄN KHẮC
AN-GIÊ-RI VINH QUANG
HA NOI, PHO THONG, 1963, 35P

2834, ROSIE, GEORGE
        BRITISH IN VIETNAM: HOW THE TWENTY-FIVE YEAR WAR BEGAN /THE
        LONDON, PANTHER BOOKS, 1970

2835, SARDESAI, DAMODAR R,
        INDIAN FOREIGN POLICY IN CAMBODIA, LAOS AND VIETNAM 1947-1964
        BERKELEY, UNIVERSITY OF CALIFORNIA PRESS, 1969

2836, XUÂN THUY & TÔN QUANG PHIỆT
        TÌNH ĐOÀN KẾT Á-PHI, MỘT CỔ VŨ LỚN LAO ĐỐI VỚI PHONG TRÀO CHỐNG
        CHỦ NGHĨA THỰC DÂN VÀ BẢO VỆ HÒA BINH THẾ GIỚI
        HÀ NỘI, SỰ THẬT, 1960, 48P

9.8. Relations with Other Indochina Regimes

2837,
        CAMBODIAN HEAD OF STATE SAMDECH NORODOM SIHANOUK ON A FRIENDSHIP
        VISIT TO DEMOCRATIC REPUBLIC OF VIETNAM
        PR, JUNE 5, 1970, P14-17
2838,
        INDOCHINESE PEOPLES WILL WIN /THE
        HANOI, FLPH, 1970, 150P
        PAM DS VN 550
2839,
        NORTH VIETNAMESE INTERFERENCE IN LAOS
        CURRENT NOTES INTERNATIONAL AFFAIRS (AUSTRALIA) DEC 1965, P817-23
2840,
        SIGNAL VICTORY OF THE MILITANT UNITY OF THE THREE INDOCHINESE PEOPLES
        PEKING, FOREIGN LANGUAGES PRESS, 1970, 115P
        PAM DS VN 544
2841,
        SỰ PHÁT TRIỂN CỦA TÌNH HÌNH LÀO QUA MỘT SỐ VĂN KIỆN CHỦ YẾU
        CỦA NEO LÀO HẮC XAT
        HÀ NỘI, SỰ THẬT, 1962, 149P

2842, CAHIERS ROUGES
        VIET NAM, LAOS, CAMBODGE, MÊME COMBAT!
        DOCUMENTS DE FORMATION COMMUNISTE, NO, 14
        PARIS, F. MASPÉRO, 1970, 72P
        PAM HX VN 14

2843, CAMBODIA
        DOCUMENTS ON VIETCONG AND NORTH VIETNAMESE AGGRESSION
        AGAINST CAMBODIA, 1970
        PHNOM PENH, MINISTRY OF INFORMATION, 1970

2844, HỘI NGHỊ CẤP CAO CỦA NHÂN DÂN ĐÔNG DƯƠNG
        TUYÊN BỐ CHUNG CỦA HỘI NGHỊ CẤP CAO CỦA NHÂN DÂN ĐÔNG DƯƠNG (25-4-70)
        ND 5855, 28-4-1970, P1-2

2845, HONEY, P. J,
        NORTH VIET NAM AND ITS NEIGHBORS
        LONDON, INSTITUTE FOR THE STUDY OF CONFLICT, 1971, 16P

2846, LANGER, PAUL F,
        LAOS: PREPARING FOR A SETTLEMENT IN VIETNAM
        SANTA MONICA, CAL: RAND CORP, FEB, 1969, 12P

2847, LANGER, PAUL F, & JOSEPH J, ZASLOFF
        NORTH VIET NAM AND THE PATHET LAO
        PARTNERS IN THE STRUGGLE FOR LAOS
        CAMBRIDGE, MASS,, HARVARD UNIVERSITY PRESS, 1970, 262P

2848, LANGER, PAUL F, & JOSEPH J., ZASLOFF
        NORTH VIETNAMESE MILITARY ADVISER IN LAOS /THE:
        A FIRST HAND ACCOUNT
        SANTA MONICA, CAL: RAND CORP; JUN, 1968, 49P

2849, LANGER, PAUL F, & JOSEPH J., ZASLOFF
        REVOLUTION IN LAOS: THE NORTH VIETNAMESE AND THE PATHET LAO
        SANTA MONICA, CAL: RAND CORP; SEPT, 1969; 252P

2850, LAOS
        NORTH VIETNAMESE INTERFERENCE IN LAOS
        VIENTIANE, MINISTRY OF FOREIGN AFFAIRS; 1965

2851, NAM NHẬT
        CAM-PU-CHIA CHIẾN ĐẤU
        HANOI, PHỔ THÔNG, 1971, 93P
        DS557 C2N17

2852, QUANG MINH
        AU PAYS DU MILLION D'ÉLÉPHANTS.
        HANOI, ELE, 1961, 150P
        DS557 L2082

2853, SIMON, SHELDON W.
        HOW NORTH VIETNAM PERCEIVED CAMBODIA'S ROLE IN THE INDOCHINA WAR
        IN: WAR AND POLITICS IN CAMBODIA, A COMMUNICATIONS ANALYSIS
        DURHAM, N.C., DUKE UNIV, PRESS, 1974, P74-88

2854, U.S. DEPT, OF STATE
        U.S. REVIEWS NORTH VIETNAM VIOLATIONS OF AGREEMENT ON LAOS
        DEPARTMENT OF STATE BULLETIN, JUNE 24, 1968, P817-820

2855, VIỆT NAM DÂN CHỦ CỘNG HÒA
        GOVERNMENT OF DEMOCRATIC REPUBLIC OF VIETNAM ISSUES STATEMENT
        ON THE PATRIOTIC STRUGGLE OF THE CAMBODIAN PEOPLE
        PR, APR 3, 1970, P18-19

2856, VIỆT NAM DÂN CHỦ CỘNG HÒA
        JOINT STATEMENT OF THE REPUBLIC DEMOCRATIC OF VIETNAM AND
        THE KINGDOM OF CAMBODIA
        PR, JUNE 19, 1970, P15-19

2857, VIỆT NAM DÂN CHỦ CỘNG HÒA
        TUYÊN BỐ CỦA CHÍNH PHỦ TA VỀ VẤN ĐỀ LÀO (9-3-1970)
        ND 5806, 10-3-1970, P1

2858, VIỆT NAM DÂN CHỦ CỘNG HÒA, BỘ NGOẠI GIAO
        PRINCIPAUX DOCUMENTS OFFICIELS DE LA RÉPUBLIQUE DÉMOCRATIQUE DU
        VIET NAM CONCERNANT LE PROBLÈME DU LAOS
        HANOI, MINISTÈRE DES AFFAIRES ÉTRANGÈRES; 1961

2859, ZASLOFF, JOSEPH J,
        PATHET LAO: LEADERSHIP AND ORGANIZATION
        A REPORT PREPARED FOR DEFENSE ADVANCED RESEARCH PROJECTS AGENCY
        SANTA MONICA, CAL,, RAND; R-ARPA, JULY 1973, 176P

9.9. National Reunification Policy and Relations with Other Vietnamese

2860,
        COUP AFTER COUP IN SAIGON
        HANOI, FLPH, 1964, 98P
        CTY DS557 A6 H32
2861,
        HO'S SMALL MERCIES
        ECONOMIST, MAY 28, 1955, P754

2862,
    INDISSOLUBLE BONDS BETWEEN NORTH AND SOUTH /THE
    WOMEN IN VIETNAM, NO, 3/4, 1971, P22-25

2863,
    PROBLEM OF NATIONAL LIBERATION /THE
    HANOI, FLPH, N/D

2864,
    SAO SÁNG MIỀN NAM
    HÃ NỘI, THANH NIÊN, 1956; 35P

2865,
    SOLEMN PLEDGE OF THE THIRTY MILLION VIETNAMESE PEOPLE
    PEKING, FLP, 1965
    PAM DS VIETNAM 85

2866,
    VÉRITÉ SUR L'AFFAIRE DES "REFUGIÉS" AU VIET NAM
    HANOI, ELE, 1955, 55P

2867,
    VIET NAM
    [ON THE VIET NAM FATHERLAND FRONT'S NATIONAL REUNIFICATION PROPOSALS
    NEW STATESMAN AND NATION; NOV 12, 1955, P50

2868, ĐINH XUÂN CẦU
    BÊN KIA BÊN HẢI
    SAIGON, QUỐC GIA VĂN ĐOÀN, 1955

2869, DƯỜNG NGUYÊN
    THIRD SEGMENT AND NATIONAL CONCORD /THE
    VCM 16, SEP 1973, P3-5

2870, FALK, RICHARD & AUSTIN HOYT
    TREE INTERVIEWS ON VIET NAM
    INTERVIEW OF XUAN THUY, BY RICHARD FALK
    INTERVIEW OF MADAME BINH; BY RICHARD FALK
    INTERVIEW OF PRESIDENT THIEU; BY AUSTIN HOYT
    BOSTON, THE ADVOCATES, WGBH/KCET, ON PBS, 1970; 42P
    PAM DS VN 593

2871, HEALY, DENNIS
    SHOULD ALL-VIETNAMESE ELECTIONS BE HELD?
    NEW LEADER; JULY 11, 1955, P8-9

2872, HỒ CHÍ MINH
    MESSAGES OF PRESIDENT HO CHI MINH TO THE SOUTHERN PEOPLE
    HANOI, FLPH, 1957, 24P

2873, HOÀNG PHƯỜNG
    CỘNG SẢN VÀ TÔN GIÁO VIỆT NAM
    SAIGON, HOA NGHIÊM, 1966; 347P

2874, LATIMER, THOMAS
    HANOI'S LEADERS AND THEIR SOUTH VIETNAM POLICIES, 1954-1968
    PH.D. DISSERTATION
    WASHINGTON, D.C., GEORGE WASHINGTON UNIVERSITY; 1972

2875, LIMBOURG, MICHEL
    SITUATION AU VIET NAM /LA
    CAHIERS DU COMMUNISME, OCT 1956, P1013-27

2876, LƯU QUÝ KỲ
    MIỀN NAM YÊU QUÝ
    HÀ NỘI, SỰ THẬT, 1955, 61P

2877, MẶT TRẬN TỔ QUỐC VIỆT NAM
    BỨC THƠ TÂM HUYẾT CỦA MẶT TRẬN TỔ QUỐC VIỆT NAM GỬI ĐỒNG BÀO MIỀN NAM
    HÀ NỘI, NGÀY 10-9-1955, 7P

2878. MẶT TRẬN TỔ QUỐC VIỆT NAM
      VĂN KIỆN VÀ TÀI LIỆU VỀ CUỘC ĐI THĂM MIỀN BẮC CỦA ĐOÀN ĐẠI BIỂU
      MẶT TRẬN DÂN TỘC GIẢI PHÓNG MIỀN NAM VIỆT NAM
      HÀ NỘI, SỰ THẬT, 1963, 185P

2879. MẶT TRẬN TỔ QUỐC VIỆT NAM
      WE WILL WIN! STATEMENT BY THE CENTRAL COMMITTEE OF THE SVNNFL
      (MARCH 22, 1965), STATEMENT BY THE VN FATHERLAND FRONT CENTRAL
      COMMITTEE (MARCH 27, 1965), APPEAL BY THE VN FATHERLAND FRONT CENTRAL
      COMMITTEE (APRIL 6, 1965)
      HANOI, FLPH, 1965, 46P
      DS557 A7 W36

2880. MEAD, DAVID LEE
      RELATIONSHIP BETWEEN NORTH AND SOUTH VIETNAM
      UNILATERAL OR BILATERAL COEXISTENCE?
      THESIS--UNITED STATES INTERNATIONAL UNIVERSITY
      SAN DIEGO, CALIF., 1968, 343P, FILM 2392

2881. NAM MỘC
      AI QUYẾT ĐỊNH THỐNG NHẤT?
      HÀ NỘI, SỰ THẬT, 1955, 16P

2882. NGÔ TÔN ĐẠT
      GENEVA PARTITION OF VIETNAM AND THE QUESTION OF REUNIFICATION
      DURING THE FIRST TWO YEARS, AUGUST 1954 TO JULY 1956 /THE
      PH.D. DISSERTATION
      ITHACA, N.Y., CORNELL UNIVERSITY, 1963

2883. NGUYỄN CHÍ THANH
      WHO WILL WIN IN SOUTH VIETNAM?
      PEKING, FOREIGN LANGUAGES PRESS, 1963

2884. NGUYỄN KIÊN
      SUD-VIETNAM DEPUIS DIEN BIEN PHU /LE
      PARIS, MASPERO, 1963

2885. NGUYỄN TIẾN HƯNG
      NOTE ON NORTH-SOUTH TRADE: A POSSIBLE ECONOMIC APPROACH TO THE
      VIET NAM CONFLICT /A
      AS, APR 1971, P385-386

2886. NGUYỄN VĂN TUỐI
      COMMUNIST STRATEGY: LESSONS FROM EXPERIENCES
      SAIGON, VIET NAM COUNCIL ON FOREIGN RELATIONS, 1968, 12P
      PAM JQ VN 69

2887. PHẠM VĂN BỒNG
      VIET NAM: LUTTE POUR L'APPLICATION DES ACCORDS DE GENÈVE ET
      POUR SON UNITÉ NATIONALE /LE
      HANOI, ELE, 1955, 39P

2888. QUẢNG LỢI
      TÁM NĂM THI HÀNH HIỆP NGHI GIƠ-NE-VƠ VỀ VIỆT NAM
      HÀ NỘI, SỰ THẬT, 1962, 110P

2889. THÁI VI THỦY
      NHẬN DIỆN CỘNG SẢN
      SAIGON, CHI NAM, 1967, 218P
      DS557 A6T37

2890. TRẦN VĂN DINH
      REUNIFICATION, KEY TO PEACE IN VIET NAM
      WAR/PEACE REPORT, DEC 1968

2891. VIỆT NAM CỘNG HÒA
        MEASURE OF AGGRESSION; A DOCUMENTATION OF THE COMMUNIST
        EFFORT TO SUBVERT SOUTH VIETNAM
        SAIGON, 1966

2892. VIỆT NAM CỘNG HÒA
        VIOLATIONS DES ACCORDS DE GENEVE PAR LES COMMUNISTES VIETMINH /LES
        SAIGON, 1959

2893. VIỆT NAM CỘNG HÒA, BỘ TÂM LÝ CHIẾN
        MIỀN BẮC QUA THI CA, TÀI LIỆU TRÍCH TRONG CÁC BÁO XUẤT BẢN TẠI HÀNỘI
        SAIGON, 1966, 56P
        DS557 A5 A226 V.4

2894. VIỆT NAM DÂN CHỦ CỘNG HÒA
        FIRST DOCUMENTS ON THE PHU LOI MASS MURDER IN SOUTH VIET NAM
        BY THE CENTRAL COMMITTEE OF PROTEST STRUGGLE AGAINST THE MASS MURDER
        AT PHU LOI
        HANOI, FLPH, 1959, 77P
        DS557 A6P96 1959

2895. VIỆT NAM DÂN CHỦ CỘNG HÒA
        POSITION OF OUR GOVERNMENT AND THAT OF THE SOUTHERN AUTHORITIES
        VIS-A-VIS CONCRETE PROBLEMS REGARDING PEACE AND THE REUNIFICATION
        OF THE COUNTRY
        VIET NAM ADVANCES, 7-1958, P6-9

2896. VIỆT NAM DÂN CHỦ CỘNG HÒA, BỘ NGOẠI GIAO
        MENEES IMPERIALISTES AU VIỆT NAM CONTRE LA PAIX ET LA RÉUNIFICATION
        HANOI, MINISTÈRE DES AFFAIRES ÉTRANGÈRES, 1958

2897. WHITE, PETER T. & W. E. GARRETT
        SOUTH VIETNAM FIGHTS THE RED TIDE
        NATIONAL GEOGRAPHIC, OCT 1961, P445-489

S.1. THE SOUTH: INTERNAL AFFAIRS

S.1.0. The South: General

2898,
CÁCH MẠNG MIỀN NAM NHẤT ĐỊNH THẮNG LỢI NHỮNG PHỨC TẠP, LÂU DÀI
HANOI, SỰ THẬT, 1963
FILM 2584 NO, 86

2899,
DÉCLARATION DES ANCIENS RÉSISTANTS SUR LA SITUATION AU SUD VIETNAM
MARS 1960
NAM BỘ, MARS 1960
PAM DS VN 11*

2900,
EXPERIENCES OF THE SOUTH VIET NAM REVOLUTIONARY MOVEMENT DURING THE
PAST SEVERAL YEARS, (THE "CRIMP" DOCUMENT), CA. 1963
WORKING PAPER, ITEM 103

2901,
SOUTH VIET NAM '64
VIETNAMESE STUDIES, NO, 1

2902,
SOUTH VIET NAM 1954-1965
VIETNAMESE STUDIES, NO. 8

2903,
SOUTH VIET NAM; REALITIES AND PROSPECTS
VIETNAMESE STUDIES, NO, 18-19

2904,
TUYÊN BỐ CỦA NHỮNG NGƯỜI KHÁNG CHIẾN CŨ VỀ TÌNH HÌNH MIỀN NAM
VIỆT NAM HIỆN NAY
RACE DOC. 1041, 11P

2905,
UNITED FRONT IN COMMUNIST STRATEGY, TACTICS IN SOUTH VIET NAM
N/P, 1962, 22P
FILM 2584, NO, 108

2906, BUCKLEY, TOM
WHAT LIFE'S LIKE IN VIETCONG TERRITORY
NEW YORK TIMES MAGAZINE, NOVEMBER 23, 1969, P48-49, 136-140

2907, BURCHETT, WILFRED G.
MY VISIT TO THE LIBERATED ZONES OF SOUTH VIETNAM, 3D ED.
HANOI, FLPH, 1966, 121P
LC DS557,A6B82 1966

2908, BURCHETT, WILFRED G.
VIET NAM; INSIDE STORY OF THE GUERRILLA WAR,
NEW YORK, INTERNATIONAL PUBLISHERS, 1965, 253P
LC DS557,A6B83

2909, CARVER, GEORGE A., JR,
FACELESS VIET CONG /THE
FOREIGN AFFAIRS, APRIL 1966, P347-372

2910, CHAFFARD, GEORGES
INSIDE VIETCONG TERRITORY
VIET-REPORT, JULY 1965, P3-11

2911, ĐẢNG LAO ĐỘNG VIỆT NAM, XỨ ỦY NAM BỘ
TÌNH HÌNH VÀ NHIỆM VỤ NĂM 1959
NAM BỘ, 1959, 11P
RACE DOC 1025

2912, DO YOUNG CHANG
        NATURE AND CHARACTERICTICS OF THE COMMUNIST REVOLUTION IN SOUTH
        VIETNAM
        PH.D. DISSERTATION
        ANN ARBOR, UNIVERSITY OF MICHIGAN, 1969

2913, DOYON, JACQUES
        VIET CONG /LES
        PARIS, EDITIONS DENOEL, 1968

2914, DUNCANSON, DENNIS J.
        VITALITY OF THE VIET CONG /THE
        SURVIVAL, JANUARY 1967, P14-18

2915, DƯƠNG GIA THOẠI
        SOUTH VIET NAM 1972
        VCM 9, FEB 1973, P14-18

2916, FITZGERALD, FRANCES
        REPORTS & COMMENTS: VIETNAM: BEHIND THE LINES OF THE CEASE-FIRE WAR
        ATLANTIC, APR 1974, P4+

2917, FITZGERALD, FRANCES
        REPORTS & COMMENTS: VIETNAM: RECONCILIATION
        ATLANTIC, JUNE 1974, P14-7+

2918, FITZGERALD, FRANCES
        REPORTS & COMMENTS: VIETNAM: THE CADRES AND THE VILLAGERS
        ATLANTIC, MAY 1974, P4+

2919, JOINER, CHARLES A.
        POLITICS OF MASSACRE: POLITICAL PROCESSES IN SOUTH VIET NAM /THE
        PHILADELPHIA, TEMPLE U. P., 1973

2920, KELLY, GAIL
        ORIGINS AND AIMS OF THE VIET CONG
        NEW POLITICS, WINTER 1966, P5-16

2921, LACOUTURE, JEAN
        "VIETCONG": NAISSANCE ET EXPANSION D'UN MOUVEMENT REVOLUTIONAIRE/LE
        REVUE DE L'ACTION POPULAIRE 190, JUIN-AOUT 1965

2922, LACOUTURE, JEAN
        FACE OF THE VIET CONG /THE
        WAR/PEACE REPORT, MAY 1966

2923, LACOUTURE, JEAN
        REBELS OR PUPPETS?
        ATLAS 9, JUNE 1965, P333-5

2924, LACOUTURE, JEAN
        VIET CONG /THE
        CROSSCURRENTS 15, SUMMER 1965, P355-62

2925, LACOUTURE, JEAN
        VIET CONG: WHO ARE THEY, WHAT DO THEY WANT?
        NEW REPUBLIC, MAR 6, 1964, P21-4

2926, LANSDALE, EDWARD G.
        VIET NAM: DO WE UNDERSTAND REVOLUTION?
        FOREIGN AFFAIRS, V. 43, OCTOBER 1964: 75-86

2927, LE CHAU
        REVOLUTION PAYSANNE DU SUD VIET NAM /LA
        PARIS, MASPERO, 1966

2928. LÊ DUẨN
       BÁO CÁO TRONG HỘI NGHỊ CÁN BỘ QUÂN SỰ Ở NAM BỘ (1949)
       N/A, CITED PASSIM IN HO CHI MINH, ET AL., BÀN VỀ CHIẾN TRANH NHÂN
       DÂN VÀ LỰC LƯỢNG VŨ TRANG NHÂN DÂN

2929. LÊ DUẨN (?)
       "LE DUAN LETTER /THE"
       WORKING PAPER, ITEM 302

2930. LUCE, DON
       NATIONAL LIBERATION FRONT: WHY DO SOUTH VIETNAMESE JOIN? /THE
       WAR/PEACE REPORT, APRIL 1968, P6-8

2931. MẶT TRẬN DÂN TỘC GIẢI PHÓNG MIỀN NAM VIỆT NAM
       REPORT ON PROPAGANDA AND FOREIGN AFFAIRS (15-6-1966)
       VCD 1089, ENGLISH TRANSLATION ONLY

2932. MUNK, MICHAEL
       WHY THE VIETNAMESE SUPPORT THE NLF?
       NEW POLITICS, SPRING 1965, P18-25

2933. NGUYỄN ANH TUẤN
       FORCES POLITIQUES AU SUD VIET NAM DEPUIS LES ACCORDS DE GENEVE 1954
       LOUVAIN, OFFSET FRANKIE, 1967, 364P
       DS557 A6 N5588

2934. NHUẬN VŨ
       MIỀN NAM BẤT KHUẤT
       HANOI, QUÂN ĐỘI NHÂN DÂN, 1961, 129P
       PL4389 N69M6

2935. NHUẬN VŨ
       NHỮNG ĐIỀU TAI NGHE MẮT THẤY Ở MIỀN NAM
       HANOI QUÂN ĐỘI NHÂN DÂN, 1960, 74P
       DS557 A5N63

2936. PHẠM CƯỜNG
       IN THE LIBERATED ZONES
       VS 23 (1970), P99-144

2937. PHAN THẢI
       ELEVEN YEARS IN A SOUTH VIETNAMESE VILLAGE
       VS 8 (1966), P37-49

2938. PHAN THẢI
       SOUTH VIETNAM 1968
       VS 17 (1968), P5-26

2939. PIKE, DOUGLAS
       POLITICS OF THE VIET CONG
       SAIGON, 1968, 52P
       LC DS557.A6P53R

2940. POOL, ITHIEL DE SOLA
       POLITICAL ALTERNATIVES TO THE VIET CONG
       AS, AUG 1967, P555-66

2941. SCHESCH, ADAM
       WHO ARE THE "VIET CONG" ?
       PROGRESSIVE, SEP 1968, P35-39

2942. STEARMAN, WILLIAM L.
       COMMUNIST LEADERSHIP IN SOUTH VIET NAM /THE
       U.S. NATIONAL SECURITY COUNCIL PAPER NO. 13-33444, JAN 23, 1969

2943, TẠ XUÂN LĨNH
       QUANG NGAI: CINNAMON TREES, SUGAR CANES AND REVOLUTIONAY
       TRADITIONS
       VCM 18, NOV 1973, P27-30

2944, TANHAM, GEORGE K.
       COMMUNIST CHALLENGES IN THE PROVINCES /THE
       VIETNAM PERSPECTIVES, NOVEMBER 1965, P4-18

2945, THANH LOAN
       HOW I CAME TO THE REVOLUTION
       VCM 22, MARCH 1974, P25-27

2946, TÔN VỸ
       BY WHOM SHOULD THE SOUTH VIETNAMESE POPULATION BE REPRESENTED?
       VS 12 (1966), P147-169

2947, U.S. EMBASSY, SAIGON, JUSPAO, NORTH VIET NAM AFFAIRS DIVISION
       CAPTURED BATTLE PLAN SHOWS VIET CONG DIFFICULTIES
       (JULY 11, 1967)
       SAIGON, JUSPAO, JAN 19, 1968

2948, U.S. EMBASSY, SAIGON, JUSPAO, NORTH VIET NAM AFFAIRS DIVISION
       LEADERS OF THE PRG-NLF AND AFFILIATED ORGANIZATIONS, MAY 1972
       VDRN NO. 105, JUNE 1972, 26P

2949, U.S. EMBASSY, SAIGON, JUSPAO, NORTH VIET NAM AFFAIRS DIVISION
       LEADERSHIP OF THE PRG, THE NFLSV AND THEIR AFFILIATED ORGANIZATIONS,
       1973 /THE
       VDRN NO. 111, APR 1973, 102P

2950, U.S. EMBASSY, SAIGON, JUSPAO, NORTH VIET NAM AFFAIRS DIVISION
       PROSPECTS FOR THE VIET CONG
       SAIGON, JUSPAO, DEC 1966

2951, VÕ NGUYÊN & LÊ TẤN DANH
       IN THE LIBERATED ZONES OF SOUTH VIETNAM
       VS 8 (1966), P156-179

S.1.1. The South Viet Nam National Front for Liberation

2952,
       FRONT NATIONAL DE LIBERATION DU SUD-VIETNAM /LE
       CAHIER DE L'AMITIE NO. 3
       PARIS, 1968, 48P
2953,
       MƯỜI (10) CÂU HỎI VỀ M.T.D.T.G.P.M.N.V.N.
       TIẾN PHONG (MONTREAL), 8, P15-18

2954, ARNETT, PETER
       NATIONAL LIBERATION FRONT /THE
       CURRENT HISTORY, FEB, 1969, P82-87, 116

2955, ĐẢNG LAO ĐỘNG VIỆT NAM, ĐẢNG BỘ TỈNH THỦ-BIÊN, BAN CHẤP HÀNH
       CHỈ THỊ VỀ VIỆC TỔ CHỨC ỦY BAN MẶT TRẬN DÂN TỘC GIẢI PHÓNG
       IN: A THREAT TO PEACE, PART II, ITEM 5, P94
       WASHINGTON, DEPT. OF STATE BUREAU OF PUBLIC AFFAIRS, DEC 1961

2956, EST & OUEST
       VERITE SUR LE "FRONT NATIONAL DE LIBERATION DU SUD-VIETNAM" /LA
       SUPPLEMENT DE EST & OUEST (PARIS), NO. 377, 1-15 FEVRIER 1967, 55P

2957. LANGGUTH, A, J,
LENGTHENING SHADOW OF THE N,L,F, /THE
NEW YORK TIMES MAGAZINE, APRIL 7, 1968, P29-31, 109-110, 112, 114,
119-120

2958. LÊ TẤN DANH
SOUTH VIET NAM NATIONAL FRONT FOR LIBERATION. (1961-1965) /THE
VS 11 (1967), P154-182

2959. MẶT TRẬN DÂN TỘC GIẢI PHÓNG MIỀN NAM VIỆT NAM
BULLETIN SPECIAL A L'OCCASION DU 7E ANNIVERSAIRE DE LA FONDATION DU
FRONT NATIONAL DE LIBERATION DU SUD VIET NAM, 20 DECEMBRE 1967
N/P, REPRESENTATION DU FRONT NATIONAL DE LIBERATION DU SUD VIET NAM
AU CAMBODGE, 1967, 30P
DS557 A6 M432* 1967

2960. MẶT TRẬN DÂN TỘC GIẢI PHÓNG MIỀN NAM VIỆT NAM
CENTRAL COMMITTEE OF SOUTH VIETNAM NATIONAL FRONT FOR
LIBERATION ISSUES APPEAL
PR, MAY 17, 1968, P18-19

2961. MẶT TRẬN DÂN TỘC GIẢI PHÓNG MIỀN NAM VIỆT NAM
CHƯƠNG TRÌNH CỦA MẶT TRẬN DÂN TỘC GIẢI PHÓNG MIỀN NAM VIỆT NAM
VCD 915 V, 13P

2962. MẶT TRẬN DÂN TỘC GIẢI PHÓNG MIỀN NAM VIỆT NAM
CƯƠNG LĨNH CHÁNH TRỊ CỦA MẶT TRẬN DÂN TỘC GIẢI PHÓNG MIỀN NAM
N/P, 1967, 12P
DS557 A6M431* 1967C

2963. MẶT TRẬN DÂN TỘC GIẢI PHÓNG MIỀN NAM VIỆT NAM
CƯƠNG LĨNH CHÍNH TRỊ CỦA MẶT TRẬN DÂN TỘC GIẢI PHÓNG MIỀN NAM
VIỆT NAM
HANOI, SỰ THẬT, 1967, 38P
DS557 A6C97

2964. MẶT TRẬN DÂN TỘC GIẢI PHÓNG MIỀN NAM VIỆT NAM
DECLARATION OF THE FIRST CONGRESS OF THE NATIONAL LIBERATION FRONT
OF SOUTH VIET NAM (16 FEBRUARY - 3 MARCH, 1962)
VCD 375, ENGLISH TRANSLATION ONLY

2965. MẶT TRẬN DÂN TỘC GIẢI PHÓNG MIỀN NAM VIỆT NAM
DECLARATION OF THE FIRST CONGRESS OF THE SOUTH VIETNAM NATIONAL
FRONT FOR LIBERATION
HANOI, FLPH, 1962, 36P
PAM DS VIETNAM 42

2966. MẶT TRẬN DÂN TỘC GIẢI PHÓNG MIỀN NAM VIỆT NAM
LEADING BODY OF THE SOUTH VIET NAM NATIONAL FRONT FOR LIBERATION
VS 23 (1970), P239-243

2967. MẶT TRẬN DÂN TỘC GIẢI PHÓNG MIỀN NAM VIỆT NAM
MANIFESTO OF THE SVNNFL
VS 23 (1970), P247-254

2968. MẶT TRẬN DÂN TỘC GIẢI PHÓNG MIỀN NAM VIỆT NAM
MỘT SỐ CHÁNH SÁCH LỚN CỦA MẶT TRẬN DÂN TỘC GIẢI PHÓNG MIỀN NAM
VIỆT NAM
BÌNH THUẬN, THÔNG TIN TUYÊN TRUYỀN BÌNH THUẬN, 1965, 21P
VCD 941

2969. MẶT TRẬN DÂN TỘC GIẢI PHÓNG MIỀN NAM VIỆT NAM
MỘT SỐ TÀI LIỆU VỀ TUYÊN NGÔN, CHƯƠNG TRÌNH, LỜI KÊU GỌI CỦA MẶT
TRẬN DÂN TỘC GIẢI PHÓNG MIỀN NAM VIỆT NAM, CỦA CÁC MẶT TRẬN DÂN TỘC
GIẢI PHÓNG CÁC MIỀN VÀ CÁC TỔ CHỨC TRONG MẶT TRẬN
HANOI, SỰ THẬT, 1961, 121P
FILM 2584 NO, 79

2970. MẶT TRẬN DÂN TỘC GIẢI PHÓNG MIỀN NAM VIỆT NAM
MƯỜI CHỦ TRƯƠNG VÀ CHÍNH SÁCH LỚN CỦA MẶT TRẬN DÂN TỘC GIẢI PHÓNG
MIỀN NAM VIỆT NAM
VCD 183, 15P
VCD 940 V, 1962, 15P

2971. MẶT TRẬN DÂN TỘC GIẢI PHÓNG MIỀN NAM VIỆT NAM
N.F.L. OF SOUTH VIET NAM, THE ONLY GENUINE AND LEGAL
REPRESENTATIVE OF THE SOUTH VIET NAM PEOPLE /THE
SOUTH VIET NAM, LIBERATION EDITIONS, 1965, 34P
DS557 A6 F11 1965

2972. MẶT TRẬN DÂN TỘC GIẢI PHÓNG MIỀN NAM VIỆT NAM
N.F.L., SYMBOL OF INDEPENDENCE, DEMOCRACY AND PEACE IN
SOUTH VIETNAM /THE
HANOI, FLPH, 1967

2973. MẶT TRẬN DÂN TỘC GIẢI PHÓNG MIỀN NAM VIỆT NAM
NHỮNG CÂU HỎI VÀ TRẢ LỜI TẠI CUỘC HỌP BÁO CỦA BAN THƯỜNG TRỰC,
UỶ BAN TRUNG ƯƠNG MẶT TRẬN DÂN TỘC GIẢI PHÓNG MIỀN NAM VIỆT NAM
VỀ CHỦ TRƯƠNG TRUNG LẬP CỦA MẶT TRẬN (17-8-1962)
VCD 825, 10P

2974. MẶT TRẬN DÂN TỘC GIẢI PHÓNG MIỀN NAM VIỆT NAM
NHỮNG VĂN KIỆN CHỦ YẾU CỦA MẶT TRẬN DÂN TỘC GIẢI PHÓNG MIỀN NAM
VIỆT NAM
HÀ NỘI, SỰ THẬT, 1967

2975. MẶT TRẬN DÂN TỘC GIẢI PHÓNG MIỀN NAM VIỆT NAM
OUR JUST STRUGGLE
SOUTH VIETNAM LIBERATION EDITION, 1963
CTY DS557 A63087

2976. MẶT TRẬN DÂN TỘC GIẢI PHÓNG MIỀN NAM VIỆT NAM
PERSONALITÉS DU MOUVEMENT DE LIBÉRATION DU SUD-VIETNAM
SUD-VIETNAM, IMP, TRAN PHU, 1965
CTY DS557 A5 S68

2977. MẶT TRẬN DÂN TỘC GIẢI PHÓNG MIỀN NAM VIỆT NAM
PERSONALITIES OF THE SOUTH VIETNAM LIBERATION MOVEMENT
N/P, COMMISSION FOR FOREIGN RELATION OF THE SVNNFL, N/D, 44P
DS557 A7 P48

2978. MẶT TRẬN DÂN TỘC GIẢI PHÓNG MIỀN NAM VIỆT NAM
POLITICAL PROGRAM OF THE SVNNFL, 1967
VS 23 (1970), P268-300

2979. MẶT TRẬN DÂN TỘC GIẢI PHÓNG MIỀN NAM VIỆT NAM
POLITICAL PROGRAMME OF THE SOUTH VIET NAM NATIONAL LIBERATION FRONT
ADOPTED AT THE NLF EXTRAORDINARY CONGRESS IN AUGUST 1967
NEW TIMES, SEP 27, 1967, P33-40

2980. MẶT TRẬN DÂN TỘC GIẢI PHÓNG MIỀN NAM VIỆT NAM
POLITICAL PROGRAMME OF THE SOUTH VIETNAM NATIONAL FRONT FOR
LIBERATION (AUGUST 1967)
VS 18-19 (1968), P353-380

2981. MẶT TRẬN DÂN TỘC GIẢI PHÓNG MIỀN NAM VIỆT NAM
PROGRAM OF THE NATIONAL LIBERATION FRONT
NEW WORLD REVIEW, WINTER 1968, P102-115

2982. MẶT TRẬN DÂN TỘC GIẢI PHÓNG MIỀN NAM VIỆT NAM
PROGRAM OF THE SVNNFL, 1960
VS 23 (1970), P255-267

2983. MẶT TRẬN DÂN TỘC GIẢI PHÓNG MIỀN NAM VIỆT NAM
PROVISIONAL CENTRAL COMMITTEE OF THE PEOPLE'S MOVEMENT FOR LIBERATION
OF SOUTH VIET NAM . COMMUNIQUE OF JANUARY 17, 1962
VCD 374
VCD 374, ENGLISH TRANSLATION ONLY

2984. MẶT TRẬN DÂN TỘC GIẢI PHÓNG MIỀN NAM VIỆT NAM
SOUTH VIETNAM NATIONAL FRONT FOR LIBERATION: DOCUMENTS
SOUTH VIETNAM, GIAI PHONG PUBLISHING HOUSE, 1968
DS557 A6 M436

2985. MẶT TRẬN DÂN TỘC GIẢI PHÓNG MIỀN NAM VIỆT NAM
TUYÊN NGÔN VÀ CHƯƠNG TRÌNH MTDTGPMNVN
VCD 815, 40P

2986. MẶT TRẬN DÂN TỘC GIẢI PHÓNG MIỀN NAM VIỆT NAM
VIET NAM: THREE DOCUMENTS OF THE NATIONAL LIBERATION FRONT
INTRODUCTION BY GABRIEL KOLKO
LONDON, PARTISAN PRESS, 1969, 11P
PAM DS VN 632+

2987. MẶT TRẬN DÂN TỘC GIẢI PHÓNG MIỀN NAM VIỆT NAM
SOUTH VIETNAM NORTH FRONT FOR LIBERATION
VOICE OF JUSTICE /THE
HANOI, FLPH, 1963, 158P
DS557 A6 S72

2988. MẶT TRẬN DÂN TỘC GIẢI PHÓNG MIỀN NAM VIỆT NAM, UỶ BAN TRUNG ƯƠNG
TUYÊN BỐ CỦA UỶ BAN TRUNG ƯƠNG MTDTGPMNVN, 22-3-1965
VCD 830, 17P

2989. NGUYỄN HỮU THỌ
PHÁT HUY NHỮNG THẮNG LỢI TO LỚN ĐÃ GIÀNH ĐƯỢC, GIƯƠNG CAO HƠN NỮA
NGỌN CỜ ĐẠI ĐOÀN KẾT TOÀN DÂN, KIÊN QUYẾT ĐẬP TAN CHÍNH SÁCH TĂNG
VÀ MỞ RỘNG CHIẾN TRANH XÂM LƯỢC CỦA ĐẾ QUỐC MỸ, ĐƯA SỰ NGHIỆP
KHÁNG CHIẾN CỨU NƯỚC ĐẾN TOÀN THẮNG, DIỄN VĂN NGÀY 20-12-1965
VCD 898

2990. NGUYỄN HỮU THỌ
SPEECH *** DELIVERED ON THE OCCASION OF THE 5TH FOUNDING
ANNIVERSARY OF THE N. F. L.
N/P LIBERATION EDITIONS, 1965, 42P
LC DS557.A6N475

2991. NGUYỄN NGỌC THƯỞNG
THAM LUẬN CỦA ÔNG NGUYỄN NGỌC THƯỞNG, GIÁO SƯ, ĐẠI BIỂU ĐẢNG XÃ HỘI
CẤP TIẾN MIỀN NAM VIỆT NAM ĐỌC TẠI ĐẠI HỘI MẶT TRẬN DÂN TỘC GIẢI
PHÓNG MIỀN NAM VIỆT NAM LẦN THỨ NHỨT
BẾN TRE, NHÀ IN CHIẾN THẮNG, 1962, 21P
VC 327 V, E

2992. PIKE, DOUGLAS
HOW STRONG IS THE NLF?
REPORTER, FEBRUARY 24, 1966, P20-24

2993. PIKE, DOUGLAS
VIET CONG: THE ORGANIZATION AND TECHNIQUES OF THE NATIONAL
LIBERATION FRONT OF SOUTH VIETNAM
CAMBRIDGE, MASSACHUSETTS: M, I. T, PRESS, 1966, 490P

2994. RELAZIONI
FRONTE NAZIONALE DI LIBERAZIONE DEL VIET NAM DEL SUD. MITI E REALTA
ROMA, SUPPLEMENTO AL NUMERO DI DICEMBRE 1967 DELLA RIVISTA RELAZIONI
PAM DS VN 581

2995. STERN, SOL
TALK WITH THE FRONT (NLF) /A
RAMPARTS 6, NO, 4, NOV 1967, P31-33

2996. THAYER, CARLYLE A.
ORIGIN OF THE NATIONAL LIBERATION FRONT: DEBATE ON UNIFICATION
WITHIN THE VIET NAM WORKERS' PARTY
VIET NAM REPORT (SAIGON: VIET NAM COUNCIL ON FOREIGN RELATIONS)
JULY 15 AND AUG 1, 1974

2997. THAYER, CARLYLE A.
ORIGINS OF THE NATIONAL FRONT FOR THE LIBERATION OF SOUTH VIET-NAM,
1954-1960: DEBATE ON UNIFICATION WITHIN THE VIET-NAM WORKERS' PARTY
BRISBANE, AUSTRALIA, AUSTRALIAN POLITICAL STUDIES ASSOCIATION
16TH CONFERENCE, QUEENSLAND UNIV., JULY 20-21, 1974, 18+2+VIIP

2998. TÔN VỸ
SOUTH VIETNAM NATIONAL FRONT FOR LIBERATION: PROGRAMME AND PROSPECTS
VS 17 (1968), P27-51

2999. TRẦN CÔNG TƯỜNG
N.F.L., SYMBOL OF INDEPENDENCE, DEMOCRACY AND PEACE IN SOUTH VIET NAM
/THE
HANOI, FLPH, 1967, 93P

3000. TRẦN VĂN GIÀU & LÊ VĂN CHẤT
FRONT NATIONAL DE LIBERATION DU SUD VIETNAM /LE
HANOI, ELE, 1962, 91P
DS 557 A6 T81 1962

3001. U.S. CENTRAL INTELLIGENCE AGENCY
ORGANIZATION, ACTIVITIES AND OBJECTIVES OF THE COMMUNIST FRONT
IN SOUTH VIET NAM /THE
INTELLIGENCE MEMORANDUM 1603/66, SEP 1966

3002. U.S. EMBASSY, SAIGON, JUSPAO, NORTH VIET NAM AFFAIRS DIVISION
LEADERSHIP OF THE NATIONAL LIBERATION FRONT /THE
VDRN NO. 41, AUG 1968, 5P

3003. U.S. EMBASSY, SAIGON, JUSPAO, NORTH VIET NAM AFFAIRS DIVISION
NATIONAL LIBERATION FRONT'S SECOND CONGRESS: A STUDY
SAIGON, USIS, 1964

3004. VAN DER KROEF, JUSTUS M.
WHAT ARE THE AIMS OF THE NLF?
VIETNAM PERSPECTIVES, NOVEMBER 1967, P3-20

3005. VIỆT NAM CỘNG HÒA, BỘ THÔNG TIN CHIÊU HỒI
TRUTH OF THE NATIONAL LIBERATION FRONT IN SOUTH VIET NAM /THE
SAIGON, MINISTRY OF INFORMATION AND CHIEU HOI, 1967

3006. VŨ CẬN
NFL AND THE SECOND RESISTANCE IN SOUTH VIET NAM /THE
VS 23 (1970), P7-98

3007. WARNER, DENIS
NLF'S NEW PROGRAM /THE
REPORTER, OCT 5, 1967, P23-30

S.1.2. The People's Revolutionary Party, the "Central Office for South Viet Nam," and the Viet Nam Workers' Party in the South

3008.
DRAFT OF THE RESOLUTION ADOPTED BY R IN ITS OPEN CONFERENCE
IN OCTOBER 1961 /A
U.S. DEPT. OF DEFENSE INTELLIGENCE INFORMATION REPORT, MAR 17, 1970

3009.
DỰ THẢO TÀI LIỆU HƯỚNG DẪN LÀM CÔNG TÁC PHÁT TRIỂN BẰNG Ở CHI BỘ
VCD 907, 36P

3010,
LỜI TUYÊN THỆ DƯỚI BĂNG KỲ
VCD 363 V, E, 1963?, 1P

3011,
NHIỆM VỤ VÀ QUYỀN HẠN ĐĂNG VIÊN
N/D, 16P
WAT 008

3012,
TIÊU CHUẨN NGƯỜI ĐĂNG VIÊN CỘNG SẢN
VCD 43-43A, V, E, 47P

3013,
TU DƯỠNG TINH THẦN VÀ KHÍ TIẾT CỘNG SẢN, KIÊN QUYẾT SUỐT ĐỜI HY SINH
PHẤN ĐẤU CHO CHỦ NGHĨA CỘNG SẢN
VCD 187, 1961, 26P

3014,
TU DƯỠNG TƯ TƯỞNG CHẤP HÀNH TỐT, 7 NHIỆM VỤ CỦA ĐĂNG VIÊN
VCD 465, 1965?, 15P

3015,
VÀI ĐIỀU THƯỜNG THỨC VỀ CHỦ NGHĨA CỘNG SẢN
RACE DOC 1036, 1960, 24P

3016, ĐĂNG LAO ĐỘNG VIỆT NAM
MANIFESTO OF THE SOUTHERN BRANCH OF THE LAO DONG PARTY OF VIET NAM
ON THE FOUNDING OF THE NATIONAL LIBERATION FRONT OF SOUTH VIET NAM
(20-1-1961)
VCD 867, ENGLISH TRANSLATION ONLY

3017, ĐĂNG LAO ĐỘNG VIỆT NAM, BAN CHẤP HÀNH TRUNG ƯƠNG
THƯ CỦA BAN CHẤP HÀNH TRUNG ƯƠNG ĐĂNG GỌI CÁC ĐỒNG CHÍ ĐĂNG BỘ
MIỀN NAM NHÂN DỊP TẾT NGUYÊN ĐÁN NĂM 1960
BÌNH DƯƠNG, 25-5-1960
RACE DOC, 1038

3018, ĐĂNG LAO ĐỘNG VIỆT NAM, TỈNH ĐĂNG BỘ LONG AN
BỨC THƯ CỦA TỈNH ĐĂNG BỘ LONG AN GỌI ANH CHỊ EM NÔNG DÂN (6-1-1960)
RACE DOC 1029, 8P

3019, ĐĂNG LAO ĐỘNG VIỆT NAM, TỈNH ĐĂNG BỘ LONG AN
KỶ NIỆM 30 NĂM THÀNH LẬP ĐĂNG (1-1960)
RACE DOC 1034, 2P

3020, ĐĂNG LAO ĐỘNG VIỆT NAM, TRUNG ƯƠNG CỤC MIỀN NAM
NGHỊ QUYẾT CỦA R (25-9-1962)
RACE DOC 1055, 43P

3021, ĐĂNG LAO ĐỘNG VIỆT NAM, TRUNG ƯƠNG CỤC MIỀN NAM, BAN TUYÊN HUẤN
BỐN BÀI HỌC VỀ CÔNG TÁC ĐĂNG CỦA HUYỆN ỦY
RACE DOC 1059-1060, 1965, 130P

3022, ĐĂNG LAO ĐỘNG VIỆT NAM, XỨ ỦY NAM BỘ
CHỈ THỊ CỦA R GỌI CÁC 11, 12, 13 VÀ 14 (26-1-1961)
"VỀ ĐẤU TRANH TRUNG TÂM ĐỘT XUẤT CHO KHẨU HIỆU CHÍNH TRỊ HIỆN NAY"
IN, A THREAT TO PEACE, PART II, ITEM 6, P96
RACE DOC 1053, RETYPED FROM ABOVE, 3P

3023, ĐĂNG LAO ĐỘNG VIỆT NAM, XỨ ỦY NAM BỘ
THƠ CỦA XỨ ỦY (6-1-1960)
RACE DOC 1030, 11P

3024, ĐĂNG LAO ĐỘNG VIỆT NAM, XỨ ỦY NAM BỘ
THƠ CỦA XỨ ỦY GỌI TOÀN THỂ CÁC ĐỒNG CHÍ Ở CHI BỘ
RACE DOC 1044, RETYPED FROM ILLEGIBLE VCD 182, 13P

3025. ĐẢNG LAO ĐỘNG VIỆT NAM. XỨ ỦY NAM BỘ
        THƠ CỦA XỨ ỦY NAM BỘ ĐẢNG LAO ĐỘNG VIỆT NAM GỌI CÁC ĐỒNG CHÍ
        ĐẢNG VIÊN, ĐOÀN VIÊN THANH NIÊN LAO ĐỘNG, CÁC BẠN CẢM TÌNH CŨNG
        ĐỒNG BÀO YÊU NƯỚC BỊ ĐÀY ĐỌA TRONG TÙ MỸ DIỆM NHÂN DỊP 30 NĂM
        THÀNH LẬP ĐẢNG
        RACE DOC. 1030, 10P, 6-1-1960

3026. ĐẢNG NHÂN DÂN CÁCH MẠNG VIỆT NAM
        CHỈ THỊ VỀ VIỆC THI HÀNH BẢN ĐIỀU LỆ CHÍNH THỨC CỦA ĐẢNG
        IN: CUỘC XÂM LƯỢC TỪ MIỀN BẮC (ONLY PAGE 1 REPRODUCED)
        WASHINGTON, DEPT. OF STATE, 1965 (?), P58

3027. ĐẢNG NHÂN DÂN CÁCH MẠNG VIỆT NAM
        CONFERENCE TO STUDY CENTRAL COMMITTEE RESOLUTIONS
        CANH MILITARY REGION, BINH-TAN SUBREGION (15-2-1967)
        VCD 1083, ENGLISH TRANSLATION ONLY

3028. ĐẢNG NHÂN DÂN CÁCH MẠNG VIỆT NAM
        CÔNG TÁC CHI BỘ ĐẠI BỘI ĐẢNG NHÂN DÂN CÁCH MẠNG VIỆT NAM
        VCD 1058 V, 1965, 19P

3029. ĐẢNG NHÂN DÂN CÁCH MẠNG VIỆT NAM
        CONSTITUTION OF THE PEOPLE'S REVOLUTIONARY PARTY OF VIETNAM
        VCD 994, 1964, 54P

3030. ĐẢNG NHÂN DÂN CÁCH MẠNG VIỆT NAM
        ĐIỀU LỆ ĐẢNG NHÂN DÂN CÁCH MẠNG VIỆT NAM
        VCD 75; RACE DOC 1061, 72P

3031. ĐẢNG NHÂN DÂN CÁCH MẠNG VIỆT NAM
        DIRECTION OF THE REVOLUTION IN SOUTH VIET NAM /THE
        VCD 858, 1962?, 17P, ENGLISH TRANSLATION ONLY

3032. ĐẢNG NHÂN DÂN CÁCH MẠNG VIỆT NAM
        STATEMENT OF THE PEOPLE'S REVOLUTIONARY PARTY OF VIET NAM (1-1-1962)
        VCD 879, ENGLISH TRANSLATION ONLY, 3P

3033. ĐẢNG NHÂN DÂN CÁCH MẠNG VIỆT NAM
        TIÊU CHUẨN CỦA NGƯỜI ĐẢNG VIÊN ĐẢNG NHÂN DÂN CÁCH MẠNG
        VCD 709 V, E, 38P

3034. ĐẢNG NHÂN DÂN CÁCH MẠNG VIỆT NAM
        TUYÊN BỐ CỦA ĐẢNG NHÂN DÂN CÁCH MẠNG VIỆT NAM NHÂN DỊP THÀNH LẬP ĐẢNG
        1-1-1962
        HT 1-1962, P78-9

3035. ĐẢNG NHÂN DÂN CÁCH MẠNG VIỆT NAM. BAN CHẤP HÀNH TRUNG ƯỜNG
        ĐIỀU LỆ ĐẢNG NHÂN DÂN CÁCH MẠNG VIỆT NAM
        RACE DOC 1061, 1965, 49P

3036. ĐẢNG NHÂN DÂN CÁCH MẠNG VIỆT NAM. BAN TUYÊN HUẤN
        HOW TO BUILD AND MAINTAIN ORGANIZATIONS IN THE CITY
        VCD 1093, ENGLISH TRANSLATION ONLY

3037. ĐOÀN THANH NIÊN NHÂN DÂN CÁCH MẠNG
        CONSTITUTION OF THE PRP YOUTH LEAGUE OF VIET NAM
        TRANSLATION OF DIEU LE DOAN THANH NIEN NHAN DAN CACH MANG
        KIEN TUONG, 1965, 38P
        VCD 601, VCD 957, VCD 993, VCD 1003

3038. HONEY, P. J.
        NORTH VIET NAM'S WORKERS' PARTY AND SOUTH VIET NAM'S PEOPLE'S
        REVOLUTIONARY PARTY
        PACIFIC AFFAIRS, WINTER 1962-63

3039. HONEY, P. J.
        SOUTH VIETNAM'S PEOPLE'S REVOLUTIONARY PARTY
        PACIFIC AFFAIRS, WINTER 1962-63

3040. HỒNG VŨ
      ĐẢNG NHÂN DÂN CÁCH MẠNG VIỆT NAM VỚI SỨ MẠNG LỊCH SỬ GIẢI PHÓNG
      MIỀN NAM
      HT 1-1966, P31-6

3041. LÊ DUẨN (?)
      ĐƯỜNG LỐI CÁCH MẠNG MIỀN NAM
      RACE DOCUMENT 1002

3042. NGUYỄN CHÍ THANH (?)
      NHỮNG VẤN ĐỀ CẦN NẮM VỮNG... CỦA "ĐỒNG CHÍ SÁU" (15-6-1965)
      RACE DOC 1063, 7P

3043. QUÂN ĐỘI GIẢI PHÓNG MIỀN NAM VIỆT NAM
      PHẤN ĐẤU LÀM NGƯỜI ĐẢNG VIÊN ƯU TÚ CỦA ĐẢNG NHÂN DÂN CÁCH MẠNG
      VIỆT NAM
      PHÒNG CHÍNH TRỊ, QUÂN GIẢI PHÓNG MIỀN TÂY TRUNG BỘ, 1966, 104P
      VCD 932

3044. THAYER, CARLYLE
      SOUTHERN VIETNAMESE REVOLUTIONARY ORGANIZATIONS AND THE VIET NAM
      WORKERS' PARTY: CONTINUITY AND CHANGE
      AD HOC SEMINAR ON COMMUNIST MOVEMENTS AND REGIMES IN INDOCHINA
      NEW YORK, SEADAG, ASIA SOCIETY, 1974, 27+X P

3045. TRUNG ƯƠNG CỤC MIỀN NAM
      C.O.S.V.N. RESOLUTION NO. 9
      SAIGON, U.S. MISSION IN VIET NAM, JUSPAO, 1969

3046. TRUNG ƯƠNG CỤC MIỀN NAM
      NGHỊ QUYẾT HỘI NGHỊ TRUNG ƯƠNG CỤC LẦN THỨ 9 (THÁNG 7 NĂM 1969),
      TUYỆT MẬT
      N/A, SEE COSVN RESOLUTION NO. 9, SAIGON, 1969

3047. TRUNG ƯƠNG CỤC MIỀN NAM
      RESOLUTION OF THE CENTRAL OFFICE FOR SOUTH VIET NAM
      VCD 1094, 1966, 60P, ENGLISH TRANSLATION ONLY
      ALSO RELEASED BY JUSPAO, SAIGON, AUG 25, 1967

3048. TRUNG ƯƠNG CỤC MIỀN NAM
      THƯỜNG VỤ CHÍN NAM GỬI CÁC KHU. TỐI MẬT, SỐ 39 CN, 27-9-1962
      VCD 636 V, E

3049. U.S. DEPT. OF STATE
      INTELLIGENCE SUMMARY ON LAO DONG CENTRAL COMMITTEE MEMBERSHIP OF THE
      CENTRAL OFFICE FOR SOUTH VIET NAM
      WORKING PAPER, ITEM 208

3050. VIỆT NAM CỘNG HÒA, BỘ QUỐC PHÒNG
      STUDY OF THE ACTIVATION AND ACITIVITIES OF R, 1960-1964
      TRANSLATED BY THE U.S. COMBINED DOCUMENT EXPLOITATION CENTER
      SAIGON, MINISTRY OF NATIONAL DEFENSE, 1969

      S.1.3. Ideology, Training, Organization, and Administration

3051.
      BINH VẬN TRONG ĐẤU TRANH CHÍNH TRỊ
      CƠ QUAN BINH VẬN BÌNH ĐỊNH
      VCD 942V, 14P

3052.
      CHÁNH SÁCH CỦA ĐẢNG ĐỐI VỚI PHỤ NỮ
      NHÀ IN GIẢI PHÓNG, 1961, 15P
      VCD 78V, E, VCD 153

3053,
CÔNG TÁC PHỦ VẬN
BA TRI, BAN TUYÊN HUẤN BA TRI, 1962, 20P
VCD 56V, E

3054,
ĐẬP TAN ÂM MƯU DỒN DÂN KIỂU MỚI CỦA ĐỊCH; MỞ RỘNG CỦNG CỐ VỮNG
NÔNG THÔN GIẢI PHÓNG
BAN TUYÊN HUẤN MIỀN NAM, 1966, 19P
VCD 926 V

3055,
DỰ THẢO NĂM BƯỚC CÔNG TÁC CÁCH MẠNG
TÀI LIỆU HỌC TẬP CHO LỚP CHI ỦY VIÊN
VCD 75; VCD 75A, V, E, 1959

3056,
DŨNG KHÍ MẠNH
VCD 252, 1963, 55P

3057,
ĐƯỜNG LỐI CÔNG TÁC VẬN ĐỘNG PHỤ NỮ
CD 154 V, E, 1961?, 12P

3058,
GIAI CẤP LÀ GÌ?
VCD 708, 45P

3059,
HAI MƯƠI HAI (22) CÂU HỎI VỀ ĐƯỜNG LỐI CÁCH MẠNG VIỆT NAM Ở MIỀN NAM
TÀI LIỆU HỌC TẬP CHO ỦY VIÊN, ĐẢNG VIÊN VÀ THANH LAO
VCD 306 V, VCD74A, VCD 225

3060,
KẾ HOẠCH VẬN ĐỘNG TỔ CHỨC VÀ ĐÀO TẠO CÁN BỘ PHỤ NỮ
VCD 151 V, E, 1961?, 9P

3061,
LET'S THOROUGHLY GRASP THE MASSES' STAND AND THE PRINCIPLE OF
LEADERSHIP ORIENTED TOWARD THE MASSES, CONCENTRATE OUR EFFORTS
TO BUILD PARTY CHAPTERS IN LIBERATED AREAS AND HEAVILY CONTESTED
VILLAGES AS A STEP TOWARD AUTONOMOUS OPERATION
VCD 1007, 1966, ENGLISH TRANSLATION ONLY; FILM ILLEGIBLE

3062,
LÝ TỰ TRỌNG, NGƯỜI CỘNG SẢN THANH NIÊN
VCD 173, 1956, 44P

3063,
MẤY VẤN ĐỀ CẦN BIẾT VỀ CÁC CHẾ ĐỘ XÃ HỘI
TÀI LIỆU HỌC TẬP CHO CÁC CÁN BỘ XÃ
VCD 471, 1964?, 25P

3064,
MỘT SỐ Ý NGHĨA VỀ VẬN ĐỘNG QUẦN CHÚNG THAM GIA PHONG TRÀO ĐẤU
TRANH CHÍNH TRỊ
VCD 722, 16P

3065,
NẮM VỮNG QUAN ĐIỂM ĐẤU TRANH LÂU DÀI GIAN KHỔ, NHẤT ĐỊNH THẮNG LỢI;
QUYẾT TÂM ĐẨY MẠNH PHONG TRÀO CÁCH MẠNG TIẾN LÊN
VCD 823, 9P

3066,
NEEDS OF THE REVOLUTION (JULY 1962)
VCD 185, ENGLISH TRANSLATION ONLY

3067,
NGHỊ QUYẾT, NGÀY 25-9-1962
RACE DOC. 1055, 41P

3068,
NHÂN SINH QUAN SUỐT ĐỜI HY SINH CHO LÝ TƯỞNG CỘNG SẢN
THÔNG TIN HUYỆN BÌNH ĐẠI, 1961, 11P
VCD 246 V, E

3069,
NHIỆM VỤ CỦA CÁCH MẠNG VIỆT NAM HIỆN NAY
N/P, N/D, 86P
VCD 852

3070,
NHIỆM VỤ VAI TRÒ VÀ ĐẠO ĐỨC CỦA NGƯỜI ĐẢNG VIÊN CỘNG SẢN
VCD 454; VCD 484, 33P

3071,
NHIỆM VỤ, PHƯƠNG HƯỚNG, CÔNG TÁC TRƯỚC MẮT
VCD 254, 1961, 20P

3072,
NHỮNG NGƯỜI CON ƯU TÚ CỦA NAM BỘ THÀNH ĐỒNG
MIỀN NAM, N,X,B, CỞ GIẢI PHÓNG, 1965, 45P
VCD 481

3073,
NỖ LỰC PHẤN ĐẤU GIÀNH THẮNG LỢI TO LỚN CHO CUỘC CHIẾN TRANH
YÊU NƯỚC CỦA TA
VCD 467, 15P

3074,
NỘI DUNG NGUỒN GỐC CHỦ NGHĨA ANH HÙNG CÁCH MẠNG
N,X,B, GIẢI PHÓNG 1965, 52P
VCD 992

3075,
NỘI DUNG VÀ PHƯƠNG PHÁP XÂY DỰNG NỘI TUYẾN
VCD 378, 13P

3076,
ORGANIZING THE MASSES
VCD 857, 1961?, ENGLISH TRANSLATION ONLY

3077,
PHÁT ĐỘNG PHONG TRÀO CHỐNG DO THÁM, GIÁN ĐIỆP, CHỐNG BIỆT KÍCH ĐỂ
BẢO VỆ LỰC LƯỢNG CÁCH MẠNG VÀ TÁNH MẠNG TÀI SẢN CỦA NHÂN DÂN
RẠCH GIÁ, UBMTDTGPMN TỈNH RẠCH GIÁ, 1961, 10P
VCD 172 V, E

3078,
PHÁT ĐỘNG QUẦN CHÚNG VÀ LIÊN HỆ GIA ĐÌNH LÀM BINH VẬN
VCD 205, 1962?

3079,
PHÁT HUY THÀNH TÍCH ĐẦY MẠNH HƠN NỮA CÔNG TÁC QUẢN LÝ VÙNG NÔNG THÔN
PHÁ THẾ KÈM KẸP
BẠC LIÊU, NHÀ IN GIẢI PHÓNG, 1962, 15P
VCD 142

3080,
PHƯƠNG HƯỚNG TIẾN LÊN CỦA CÁCH MẠNG MIỀN NAM
VCD 297, 1963

3081,
PHƯƠNG HƯỚNG TIẾN LÊN CỦA CÁCH MẠNG VIỆT NAM Ở MIỀN NAM VÀ TÌNH
HÌNH NHIỆM VỤ CÔNG TÁC TRƯỚC MẮT. (TÀI LIỆU DỰ THẢO HƯỚNG DẪN HỌC
TẬP CHO ĐẢNG VIÊN, ĐOÀN VIÊN CÁC CƠ QUAN, ĐƠN VỊ VÀ XÃ, DỰA THEO
TÀI LIỆU CỦA B, H, H, R, VÀ CHỈ THỊ R). THÁNG 4 NĂM 1962
VCD 224 V, E, 28P

3082,
PHƯƠNG PHÁP CÔNG TÁC
VCD 488, 1962, 21P

3083,
PHƯƠNG PHÁP TƯ TƯỞNG
BAN HUẤN HỌC MIỀN NAM, 1965, 24P
VCD 922

3084,
PHƯƠNG PHÁP VẬN ĐỘNG QUẦN CHÚNG LÀM CÁCH MẠNG
VCD 380, 1966?, 18P

3085,
STATUS OF THE REVOLUTION IN SOUTH VIET NAM (9-1962)
VCD 257, ENGLISH TRANSLATION ONLY

3086,
TĂNG CƯỜNG BỒI DƯỠNG SỨC DÂN ĐẦY MẠNH ĐẤU TRANH CHÍNH TRỊ
TẤN CÔNG ĐỊCH
VCD 485, 1965?, 11P

3087,
TÍCH CỰC MỞ RỘNG DÂN CHỦ ĐI ĐỜI VỚI ĐỀ CAO KỶ LUẬT
VCD 750, 1966, 5P

3088,
TỔ CHỨC, NHIỆM VỤ LỀ LỐI LÀM VIỆC VÀ HOẠT ĐỘNG CỦA TIỂU TỔ
VCD 456, 1965, 12P

3089,
TU DƯỠNG TINH THẦN KHÍ TIẾT NGƯỜI CÁN BỘ PHỤ NỮ
NHÀ IN NGUYỄN VĂN GIỚI, 1961, 26P
VCD 79 V, E

3090, BETTS, R, H,
VIET CONG VILLAGE CONTROL: SOME OBSERVATIONS ON THE ORIGIN AND
DYNAMICS OF MODERN REVOLUTIONARY WAR
CAMBRIDGE, MASS,, CENTER FOR INTERNATIONAL STUDIES, M,I,T,
AUG 8, 1969

3091, CONLEY, MICHAEL CHARLES
COMMUNIST THOUGHT AND VIET CONG TACTICS
ASIAN STUDIES, MAR, 1968, P206-22

3092, ĐẢNG NHÂN DÂN CÁCH MẠNG VIỆT NAM
ĐƯỜNG LỐI QUẦN CHÚNG CỦA ĐẢNG
VCD 791, 4P

3093, DAVIS, L,L, & A, ADAMS
NLF: SOUTH VIETNAM'S OTHER GOVERNMENT /THE
MINORITY OF ONE, OCT 1968, P12-16

3094, DAVISON, W, P,
SOME OBSERVATIONS ON VIET CONG OPERATIONS IN THE VILLAGES
RM-5267/2-ISA/ARPA
SANTA MONICA, CAL; RAND CORP, MAY, 1968, 195P

3095, ĐOÀN THANH NIÊN CỘNG SẢN ĐỘNG DƯƠNG
BA MƯỜI NĂM CHIẾN ĐẤU VẺ VANG
VCD 787, 1962, 8P

3096, FALL, BERNARD B,
AND STILL THE LITTLE MEN OF THE VIETCONG KEEP COMING
NEW YORK TIMES MAGAZINE, MARCH 6, 1966, P20-21, 54-70

3097, GOURE, LEON
BACKGROUNDER ON VIET CONG MORALE, TRANSCRIPT OF LEON GOURE
SAIGON, RAND, 1966, 48P
PAM DS VN 282+

3098, GROSE, PETER
VIETCONG'S SHADOW GOVERNMENT
NEW YORK TIMES MAGAZINE, JANUARY 24, 1965, P10-11, 64-67

3099, HALBERSTAM, DAVID
VOICES OF THE VIETCONG
HARPER'S MAGAZINE, JAN 1968, P48-52

3100, HOÀNG TÙNG
NHỮNG ĐIỀU KIỆN THUẬN LỢI CỦA CUỘC ĐẤU TRANH YÊU NƯỚC Ở MIỀN NAM
VIỆT NAM
LONG AN, NHÀ IN PHẠM VĂN MẶNG, 1962
VCD 77

3101, KIM CÚC
GIẢI ĐÁP THẮC MẮC VỀ CHỦ NGHĨA XÃ HỘI
LONG AN, THÔNG TIN LONG AN TÁI BẢN, 1965?, 32P
VCD 480

3102, LAMONT, NICHOLAS S,
ON COMMUNIST ORGANIZATION AND STRATEGY IN SOUTH VIETNAM
PUBLIC AND INTERNATIONAL AFFAIRS, PRINCETON
SPRING 1965, P32-50

3103, LÊ DUẦN(?)
DUONG LOI CACH MANG VIET NAM O MIEN NAM (1961)
VCD 74A V, E, VCD 225, VCD 306, RACE DOC, 1002

3104, LEITES, NATHAN
        VIET CONG STYLE OF POLITICS /THE
        SANTA MONICA, CAL, RAND, RM=5487=1ISA/ARPA, MAY 1969

3105, MẶT TRẬN DÂN TỘC GIẢI PHÓNG MIỀN NAM VIỆT NAM
        CHÍNH SÁCH CỦA MTDTGPMNVN ĐỐI VỚI BINH SĨ TRONG QUÂN BỘI MIỀN NAM
        NAM TRUNG BỘ, 1962, 3P
        VCD 86 V, E

3106, MẶT TRẬN DÂN TỘC GIẢI PHÓNG MIỀN NAM VIỆT NAM
        CHÍNH SÁCH KHEN THƯỞNG CỦA MẶT TRẬN (23=9=1963)
        VCD 724

3107, OKA, TAKASHI
        OTHER REGIME IN SOUTH VIETNAM /THE
        NEW YORK TIMES MAGAZINE, JULY 31, 1966, P8=9, 42=47

3108, TRẦN LỰC
        ĐẠO ĐỨC CÁCH MẠNG
        VCD 305, 1962, 22P

3109, U.S. ARMY
        VIETCONG: ITS POLITICAL, MILITARY, INTELLIGENCE ORGANIZATION /THE
        ARMY INFORMATION DIGEST, MAY 1965, P38=45

3110, U.S. EMBASSY, SAIGON, JUSPAO, NORTH VIET NAM AFFAIRS DIVISION
        ACTIVITIES PLAN FOR VILLAGE REVOLUTIONARY ADMINISTRATION /AN
        VDRN NO. 52, FEB 1969, 8P

3111, U.S. EMBASSY, SAIGON, JUSPAO, NORTH VIET NAM AFFAIRS DIVISION
        COMMUNIST GUIDANCE ON "THE NEW PHASE" OF THE "REVOLUTION" IN SOUTH
        VIET NAM
        VDRN NO. 117 , APR 1974, 20P

3112, U.S. EMBASSY, SAIGON, JUSPAO, NORTH VIET NAM AFFAIRS DIVISION
        EFFECT OF U.S. CIVIC ACTION UPON COMMUNIST MORALE AND OPERATIONS
        SAIGON, JUSPAO, AUG 25, 1967

3113, U.S. EMBASSY, SAIGON, JUSPAO, NORTH VIET NAM AFFAIRS DIVISION
        IDEOLOGICAL RE=INDOCTRINATION IS VIET CONG RESPONSE
        TO ALLIED STRENGTH
        SAIGON, JUSPAO, JAN 24, 1968

3114, U.S. EMBASSY, SAIGON, JUSPAO, NORTH VIET NAM AFFAIRS DIVISION
        NEW SITUATION AND MISSION /THE; A VIET CONG TRAINING DOCUMENT
        VDRN NO. 20, MAR 1968, 12P

3115, U.S. EMBASSY, SAIGON, JUSPAO, NORTH VIET NAM AFFAIRS DIVISION
        PEOPLE'S REVOLUTIONARY ADMINISTRATIONS; A PROGRESS REPORT
        VDRN NO. 47, DEC 1968, 13P

3116, U.S. EMBASSY, SAIGON, JUSPAO, NORTH VIET NAM AFFAIRS DIVISION
        PEOPLE'S REVOLUTIONARY COUNCILS IN RURAL AREAS
        VDRN NO. 35, JUN 1968, 8P

3117, U.S. EMBASSY, SAIGON, JUSPAO, NORTH VIET NAM AFFAIRS DIVISION
        PRESSURE ON THE VIET CONG POLITICAL STRUCTURE: DATA FROM CAPTURED
        DOCUMENTS
        SAIGON, JUSPAO, JAN 1968

3118, U.S. EMBASSY, SAIGON, JUSPAO, NORTH VIET NAM AFFAIRS DIVISION
        SUMMER 1969; A VIET CONG STUDY OF THE SITUATION AND PROSPECTS
        VDRN NO. 64, JUL 1969, 10P

3119, U.S. EMBASSY, SAIGON, JUSPAO, NORTH VIET NAM AFFAIRS DIVISION
        VC INFRASTRUCTURE /THE; A BACKGROUND PAPER
        SAIGON, JUSPAO, JUN 1970, 48P

3120, U.S. EMBASSY, SAIGON. JUSPAO. NORTH VIET NAM AFFAIRS DIVISION
        VIET CONG INFRASTRUCTURE: A BACKGROUND PAPER /THE
        SAIGON, JUSPAO, 1970

3121, U.S. EMBASSY, SAIGON. JUSPAO. NORTH VIET NAM AFFAIRS DIVISION
        VIET CONG LOSS OF POPULATION CONTROL
        SAIGON, JUSPAO, 1967

3122, U.S. EMBASSY, SAIGON. JUSPAO. NORTH VIET NAM AFFAIRS DIVISION
        VIET CONG POLITICAL GEOGRAPHY
        VDRN NO. 23, MAR 1968, 10P

3123, U.S. EMBASSY, SAIGON. JUSPAO. NORTH VIET NAM AFFAIRS DIVISION
        VIET CONG POLITICAL GEOGRAPHY OF SOUTH VIET NAM
        VDRN NO. 93, 1971, 28P

3124, U.S. MISSION IN VIET NAM
        NATIONAL LIBERATION FRONT PROPAGANDA: AN ANALYSIS
        SAIGON, USIS, 1962

S.1.4. Organizations Affiliated with the South Viet Nam National Front for Liberation

3125, ĐOÀN THANH NIÊN LAO ĐỘNG MIỀN NAM VIỆT NAM
        ĐIỀU LỆ TẠM THỜI
        VCD 163 V, 1961, 11P

3126, ĐOÀN THANH NIÊN NHÂN DÂN CÁCH MẠNG
        BỐN BÀI VỞ LÒNG CỦA ĐOÀN THANH NIÊN NHÂN DÂN CÁCH MẠNG
        N/P, NHÀ X.B, CHÂU VĂN ĐẮNG, 1962, 17P
        VCD 162V, E

3127, ĐOÀN THANH NIÊN NHÂN DÂN CÁCH MẠNG
        ĐIỀU LỆ ĐOÀN THANH NIÊN NHÂN DÂN CÁCH MẠNG VIỆT NAM
        VCD 601, 7P

3128, ĐOÀN THANH NIÊN NHÂN DÂN CÁCH MẠNG VIỆT NAM
        ĐIỀU LỆ TẠM THỜI
        N.X.B. MIỀN TÂY NAM BỘ, N/D, 23P
        VCD 144 V

3129, HỘI LAO ĐỘNG GIẢI PHÓNG
        CHƯƠNG TRÌNH. ĐIỀU LỆ CỦA HỘI LAO ĐỘNG GIẢI PHÓNG
        NHÀ IN NGUYỄN NGỌC HAY, 1961, 21P
        VCD 23, VCD 65 V; E

3130, HỘI LIÊN HIỆP PHỤ NỮ GIẢI PHÓNG MIỀN NAM VIỆT NAM
        CHƯƠNG TRÌNH VÀ ĐIỀU LỆ HỘI LIÊN HIỆP PHỤ NỮ GIẢI PHÓNG
        VCD 472, 1966?, 23P

3131, HỘI LIÊN HIỆP PHỤ NỮ GIẢI PHÓNG MIỀN NAM VIỆT NAM
        ĐIỀU LỆ HỘI LIÊN HIỆP PHỤ NỮ GIẢI PHÓNG
        N/D, 16P
        WAT 004

3132, HỘI LIÊN HIỆP PHỤ NỮ GIẢI PHÓNG, TỈNH HỘI BÌNH THUẬN
        ĐIỀU LỆ HỘI MẸ CHIẾN SĨ
        BÌNH THUẬN, 1965
        VCD 943 V

3133, HỘI LIÊN HIỆP SINH VIÊN HỌC SINH GIẢI PHÓNG
        ĐIỀU LỆ TÓM TẮT
        N.X.B. THANH NIÊN MIỀN TÂY NAM BỘ, CA, 1962, 15P
        VCD 158 V, E

3134. HỘI LIÊN HIỆP SINH VIÊN, HỌC SINH GIẢI PHÓNG MIỀN NAM
      TUYÊN NGÔN VÀ CƯỜNG LĨNH HÀNH ĐỘNG
      CẦN THƠ, THANH NIÊN CẦN THƠ TÁI BẢN, 1963, 17P
      VCD 265 V, E

3135. HỘI NÔNG DÂN GIẢI PHÓNG
      CHƯƠNG TRÌNH VÀ BIỂU LỆ CỦA HỘI NÔNG DÂN GIẢI PHÓNG
      CONSTITUTION OF THE FARMERS' LIBERATION ASSOCIATION OF SOUTH VIET NAM
      VCD 473, VCD 811, VCD 856, 1966

3136. HỘI NÔNG DÂN GIẢI PHÓNG
      DỰ THẢO CHƯƠNG TRÌNH VÀ BIỂU LỆ TÓM TẮT CỦA HỘI NÔNG DÂN GIẢI PHÓNG
      IN: A THREAT TO PEACE, PART II, ITEM 2, P83 [ONLY PAGE 1 REPRODUCED]
      WASHINGTON, DEPT. OF STATE, BUREAU OF PUBLIC AFFAIRS, DEC 1961

3137. HỘI NÔNG DÂN GIẢI PHÓNG MIỀN NAM VIỆT NAM
      BIỂU LỆ TÓM TẮT
      VCD 811, 12P

3138. HỘI PHỤ NỮ GIẢI PHÓNG MIỀN NAM VIỆT NAM, BAN CHẤP HÀNH TRUNG ƯỚNG
      THƠ GỌI TOÀN THỂ CÁC BÀ MẸ VÀ PHỤ HUYNH TRẺ EM MIỀN NAM VIỆT NAM,
      NGÀY 1 THÁNG 6 NĂM 1963
      N.X.B. VÀM CỎ, 1963
      VCD 285

3139. HỘI THANH NIÊN GIẢI PHÓNG MIỀN NAM VIỆT NAM
      CHƯƠNG TRÌNH ĐIỀU LỆ
      VCD 207 V, 1963, 8P

3140. LIÊN HIỆP CÔNG ĐOÀN GIẢI PHÓNG MIỀN NAM VIỆT NAM
      ĐIỀU LỆ
      VCD 943 V

3141. MẶT TRẬN DÂN TỘC GIẢI PHÓNG MIỀN NAM VIỆT NAM
      LIST OF MEMBER ORGANIZATIONS OF THE SOUTH VIET NAM NATIONAL FRONT
      FOR LIBERATION
      VS 23 (1970), P244-245

3142. MẶT TRẬN DÂN TỘC GIẢI PHÓNG MIỀN NAM VIỆT NAM
      LIST OF ORGANIZATIONS JOINING FORCES WITH THE SOUTH VIET NAM NATIONAL
      FRONT FOR LIBERATION
      VS 23 (1970), P246

3143. TRẦN BỬU KIẾM
      VÌ QUYỀN LỢI HỌC TẬP VÀ TƯỜNG LAI CỦA MÌNH, SINH VIÊN MIỀN NAM
      VIỆT NAM ĐÃ ĐỨNG LÊN CHỐNG LẠI CHẾ ĐỘ MỸ DIỆM
      THAM LUẬN GỌI ĐẠI HỘI SINH VIÊN QUỐC TẾ LẦN THỨ 8, HỌP Ở LENINGRAD
      TRONG THÁNG 8-1962
      MIỀN TÂY NAM BỘ, NHÀ XUẤT BẢN THANH NIÊN, 1962, 21P
      VCD 155 V, E

3144. U.S. EMBASSY, SAIGON, JUSPAO, NORTH VIET NAM AFFAIRS DIVISION
      ORGANIZATIONS AND COMMITTEES FORMED BY THE VIET CONG DURING THE 1968
      LUNAR NEW YEAR OFFENSIVE
      VDRN NO, 21, MAR 1968, 8P

3145. U.S. EMBASSY, SAIGON, JUSPAO, NORTH VIET NAM AFFAIRS DIVISION
      QUANG DA FARMERS' ASSOCIATION /THE: A PROVINCIAL ACTIVITY PLAN
      VDRN NO. 25, APR 1968, 9P

S.1.5. The Alliance of National, Democratic, and Peace Forces

3146, LIÊN MINH CÁC LỰC LƯỢNG DÂN TỘC, DÂN CHỦ VÀ HÒA BÌNH VIỆT NAM
COMMUNIQUE OF THE CONGRESS OF THE VIET NAM ALLIANCE OF NATIONAL
DEMOCRATIC AND PEACE FORCES
VS 23 (1970), P343-349

3147, LIÊN MINH CÁC LỰC LƯỢNG DÂN TỘC, DÂN CHỦ VÀ HÒA BÌNH VIỆT NAM
NATIONAL SALVATION MINIFESTO OF THE VIET NAM ALLIANCE OF NATIONAL,
DEMOCRATIC AND PEACE FORCES
VS 23 (1970), P353-360

3148, LIÊN MINH CÁC LỰC LƯỢNG DÂN TỘC, DÂN CHỦ VÀ HÒA BÌNH VIỆT NAM
POLITICAL PROGRAM OF THE VIET NAM ALLIANCE OF NATIONAL DEMOCRATIC AND
PEACE FORCES
SAIGON, U,S, EMBASSY, JUSPAO; NORTH VIET NAM AFFAIRS DIVISION
VDRN NO. 42, SEP 1968, 7P

3149, LIÊN MINH CÁC LỰC LƯỢNG DÂN TỘC, DÂN CHỦ VÀ HÒA BÌNH VIỆT NAM
POLITICAL PROGRAM OF THE VNANDPF (JULY 31, 1968)
VS 23 (1970), P361-378

3150, LIÊN MINH CÁC LỰC LƯỢNG DÂN TỘC, DÂN CHỦ VÀ HÒA BÌNH VIỆT NAM
STATEMENT OF THE PRESIDIUM OF THE SOUTH VIET NAM NFL ON THE FOUNDING
OF THE VIET NAM ALLIANCE OF NATIONAL, DEMOCRATIC AND PEACE FORCES
VS 23 (1970), P350-352

3151, LIÊN MINH CÁC LỰC LƯỢNG DÂN TỘC, DÂN CHỦ VÀ HÒA BÌNH VIỆT NAM
TEXTS OF THE VIET NAM ALLIANCE OF NATIONAL, DEMOCRATIC AND PEACE
FORCES (VNANDPF)
VS 23 (1970), P341-348

S.1.6. The Provisional Revolutionary Government of the Republic of South Viet Nam

3152,
ĐẠI HỘI ĐẠI BIỂU QUỐC DÂN MIỀN NAM VIỆT NAM, 6, 7, 8-6-1969
ĐOÀN KẾT (PARIS), SỐ 6, THÁNG 7-1969

3153,
DANH SÁCH CHÁNH PHỦ CÁCH MẠNG LÂM THỜI CỘNG HÒA MIỀN NAM VIỆT NAM;
DANH SÁCH CÁC VỊ TRONG HỘI ĐỒNG CỐ VẤN CHÁNH PHỦ CÁCH MẠNG LÂM THỜI
CỘNG HÒA MIỀN NAM VIỆT NAM
IN; ĐẠI HỘI ĐẠI BIỂU, P12-15

3154,
FROM THE NATIONAL FRONT FOR LIBERATION TO THE PROVISIONAL
REVOLUTIONARY GOVERNMENT
VIETNAMESE STUDIES, NO, 23

3155,
P,R,G, AND THE LIBERATED ZONE OF SOUTH VIET NAM /THE
VCM 26, JULY 1974, P4-7

3156, CHÁNH PHỦ CÁCH MẠNG LÂM THỜI CỘNG HÒA MIỀN NAM VIỆT NAM
APPEAL OF THE CONGRESS OF PEOPLE'S REPRESENTATIVES OF SOUTH VIET NAM
VS 23 (1970), P393-406

3157, CHÁNH PHỦ CÁCH MẠNG LÂM THỜI CỘNG HÒA MIỀN NAM VIỆT NAM
FLAG OF THE REPUBLIC OF SOUTH VIET NAM;
ANTHEM OF THE REPUBLIC OF SOUTH VIET NAM
VS 23 (1970), P425-428

3158. CHÁNH PHỦ CÁCH MẠNG LÂM THỜI CỘNG HÒA MIỀN NAM VIỆT NAM
      FUNDAMENTAL RESOLUTION OF THE CONGRESS OF PEOPLE'S REPRESENTATIVES
      OF SOUTH VIET NAM
      VS 23 (1970), P381-392

3159. CHÁNH PHỦ CÁCH MẠNG LÂM THỜI CỘNG HÒA MIỀN NAM VIỆT NAM
      LIST OF MEMBERS OF THE ADVISORY COUNCIL OF THE REPUBLIC OF SOUTH
      VIET NAM
      VS 23 (1970), P419

3160. CHÁNH PHỦ CÁCH MẠNG LÂM THỜI CỘNG HÒA MIỀN NAM VIỆT NAM
      LIST OF MEMBERS OF THE PROVISIONAL REVOLUTIONARY GOVERNMENT
      VS 23 (1970), P417-418

3161. CHÁNH PHỦ CÁCH MẠNG LÂM THỜI CỘNG HÒA MIỀN NAM VIỆT NAM
      PROGRAM OF ACTION OF THE PROVISIONAL REVOLUTIONARY GOVERNMENT OF THE
      REPUBLIC OF SOUTH VIET NAM
      VS 23 (1970), P407-416

3162. CHÁNH PHỦ CÁCH MẠNG LÂM THỜI CỘNG HÒA MIỀN NAM VIỆT NAM
      PROVISIONAL REVOLUTIONARY GOVERNMENT; THE BROADCAST RECORD
      SAIGON, U.S. EMBASSY, JUSPAO, NORTH VIET NAM AFFAIRS DIVISION
      VDRN NO. 63, JUN 1969, 17P

3163. CHÁNH PHỦ CÁCH MẠNG LÂM THỜI CỘNG HÒA MIỀN NAM VIỆT NAM
      SOUTH VIET NAM CONGRESS OF PEOPLE'S REPRESENTATIVES FOR THE FORMATION
      OF THE PROVISIONAL REVOLUTIONARY GOVERNMENT OF THE REPUBLIC OF SOUTH
      VIET NAM
      N/P, GIAI PHONG P.H., 1969, 66P
      PAM DS VN 525+

3164. CHÁNH PHỦ CÁCH MẠNG LÂM THỜI CỘNG HÒA MIỀN NAM VIỆT NAM
      TEXTS RELATING TO THE SETTING UP OF THE REPUBLIC OF SOUTH VIET NAM
      AND ITS PROVISIONAL REVOLUTIONARY GOVERNMENT
      VS 23 (1970), P379-432

3165. CHÁNH PHỦ CÁCH MẠNG LÂM THỜI CỘNG HÒA MIỀN NAM VIỆT NAM
      TUYÊN BỐ VỀ CHƯƠNG TRÌNH HÀNH ĐỘNG CỦA CHÍNH PHỦ CÁCH MẠNG LÂM THỜI
      CỘNG HÒA MIỀN NAM VIỆT NAM
      IN: ĐẠI HỘI ĐẠI BIỂU, P25-32

3166. CHÁNH PHỦ CÁCH MẠNG LÂM THỜI CỘNG HÒA MIỀN NAM VIỆT NAM
      WHO'S WHO OF THE REPUBLIC OF SOUTH VIET NAM
      SOUTH VIET NAM, GIAI PHONG EDITIONS, 1969

3167. ĐẠI HỘI ĐẠI BIỂU QUỐC DÂN MIỀN NAM VIỆT NAM
      HIỆU TRIỆU CỦA ĐẠI HỘI ĐẠI BIỂU TOÀN QUỐC MIỀN NAM VIỆT NAM
      IN: ĐẠI HỘI ĐẠI BIỂU, P16-24

3168. ĐẠI HỘI ĐẠI BIỂU QUỐC DÂN MIỀN NAM VIỆT NAM
      NGHỊ QUYẾT CƠ BẢN ĐẠI HỘI ĐẠI BIỂU QUỐC DÂN MIỀN NAM VIỆT NAM
      IN: ĐẠI HỘI ĐẠI BIỂU, P5-11

3169. KOLKO, GABRIEL
      OTHER SOUTH VIET NAM /THE
      PROVISIONAL REVOLUTIONARY GOVERNMENT'S STRATEGY IN QUANG TRI PROVINCE
      COMMONWEAL, MAR 15, 1974, P35-8

3170. U.S. EMBASSY, SAIGON. JUSPAO. NORTH VIET NAM AFFAIRS DIVISION
      LEADERS OF PRG-NLF AND AFFILIATED ORGANIZATIONS, MAY 1972
      VDRN 105, JUNE 1972, 26P

3171. U.S. EMBASSY, SAIGON. JUSPAO. NORTH VIET NAM AFFAIRS DIVISION
      LEADERSHIP OF THE PRG, THE NFLSV AND THEIR AFFILIATED ORGANIZATION
      VDRN 111, APR 1973, 102P

3172, U.S. EMBASSY, SAIGON. JUSPAO, NORTH VIET NAM AFFAIRS DIVISION
    PROVISIONAL REVOLUTIONARY GOVERNMENT OF THE REPUBLIC OF SOUTH VIETNAM
    PART I. PREPARING TO FORM THE PRG
    PART II. THE FOUNDING CONFERENCE OF THE PRG
    PART III. THE FIRST NINE MONTHS OF THE PRG
    PART IV. THE PRG'S DIPLOMATIC OFFENSIVE
    VDRN NO. 101, JAN 1972, 58+81+77+26P

    S.1.7. Economic and Land Policy

3173,
    CÔNG TÁC TÀI CHÁNH
    VCD 790, 1962, 8P

3174,
    PROVISIONAL REGULATIONS FOR CLASSIFICATION OF RURAL PEOPLE
    VCD 1042, 1966?, ENGLISH TRANSLATION ONLY

3175,
    VẤN ĐỀ ĐOÀN KẾT TOÀN DÂN Ở NÔNG THÔN
    VCD 455, 1964, 9P

3176,
    VIỆC KÊ KHAI BÌNH NGHỊ DIỆN TÍCH SẢN LƯỢNG NÔNG NGHIỆP
    TÀI LIỆU HỌC TẬP CHO HỘI VIÊN NÔNG HỘI VÀ QUẦN CHÚNG NÔNG DÂN
    MÙA 1965-66
    VĨNH LONG, NHÀ IN NGUYỄN VĂN THÀNH, 1965, 8P
    VCD 755

3177, HEYMANN, HANS, JR.
    IMPOSING COMMUNISM ON THE ECONOMY OF SOUTH VIET NAM: A CONJECTURAL
    VIEW
    SANTA MONICA, CA,, RAND, 1971, 15P, P-4569
    PAM HC VN 102+
    ALSO AS, APR 1971, P376-84

3178, LAWRENCE, ROBERT
    ECONOMIC INSURGENCY: THE "OTHER WAR" OF THE VIET CONG
    VIETNAM PERSPECTIVES, FEBRUARY 1967, P35-41

3179, MẶT TRẬN DÂN TỘC GIẢI PHÓNG MIỀN NAM VIỆT NAM
    QUỸ ĐẢM PHỤ "GIẢI PHÓNG"
    VCD 357, 1962, 8P

3180, MITCHELL, EDWARD J.
    INEQUALITY AND INSURGENCY: A STATISTICAL STUDY OF SOUTH VIETNAM
    WORLD POLITICS, APRIL 1968, P421-438

3181, THANH NHO
    VẤN ĐỀ NÔNG DÂN TRONG CÁCH MẠNG DÂN TỘC DÂN CHỦ VÀ CHÁNH SÁCH
    RUỘNG ĐẤT CỦA NHÂN DÂN CÁCH MẠNG VIỆT NAM
    LONG AN, BAN TUYÊN HUẤN LONG AN, 1965, 17P
    VCD 460

3182, U.S. EMBASSY, SAIGON. JUSPAO, NORTH VIET NAM AFFAIRS DIVISION
    RICE TASSELS AND POTATO ROWS: VIET CONG GOALS FOR PRODUCTION
    VDRN NO. 17, FEB 1968, 6P

3183, U.S. EMBASSY, SAIGON. JUSPAO, NORTH VIET NAM AFFAIRS DIVISION
    VIET CONG ECONOMIC AND FINANCIAL MISSIONS IN ONE PROVINCE
    VDRN NO. 49, JAN 1969, 19P

S.1.8. Society and Social Conditions

3184,
PHỤ NỮ GIẢI PHÓNG, SỐ ĐẶC BIỆT KỶ NIỆM 8-3, 1969
MIỀN NAM VIỆT NAM, NHÀ IN TRẦN PHÚ, 1969; 41P, ILLUS
HQ1749 A5P54* 1969

3185,
PHỤ NỮ MIỀN NAM ANH DŨNG; MỘT SỐ THƯ VIẾT VỀ PHỤ NỮ VÀ NHI ĐỒNG
MIỀN NAM CHỌN TRONG TẬP TỪ TUYẾN ĐẦU TỔ QUỐC, IN LẦN 3
HANOI? PHỤ NỮ, 1964, 50P
PL4385 P59

3186,
STRUGGLE OF THE URBAN AREA PEOPLE /THE
TIỀN PHONG (MONTREAL), 5, FEB-MAR 1971, P15-19

3187, BAN LIÊN LẠC ĐỒNG HƯƠNG THÀNH PHỐ HUẾ
HUẾ ANH DŨNG KIÊN CƯỜNG
HA NỘI, 1971, 106P

3188, BAN LIÊN LẠC ĐỒNG HƯƠNG THÀNH PHỐ SÀI GÒN
SAIGON, THÀNH PHỐ HỒ CHÍ MINH
HA NỘI, 1971, 196P

3189, BÍCH THỦY & NGUYỄN THO
NHỮNG NỮ ANH HÙNG MIỀN NAM
HÀ NỘI, NHÀ XUẤT BẢN PHỤ NỮ, 1968, 122P
WAT 007

3190, CAO VĂN LƯỢNG
PHONG TRÀO ĐẤU TRANH CỦA CÔNG NHÂN VÀ LAO ĐỘNG THÀNH THỊ MIỀN NAM
HT 10-1971, P68-73

3191, HỘI PHỤ NỮ GIẢI PHÓNG
PHỤ NỮ PHẢI ĐẤU TRANH CHO SỰ NGHIỆP CÁCH MẠNG ĐỂ TỰ GIẢI PHÓNG
VCD 150, 1961, 13P

3192, LÊ CHÂU
REVOLUTION PAYSANNE AU SUD VIỆT NAM
PARIS, MASPERO, 1966

3193, MẶT TRẬN DÂN TỘC GIẢI PHÓNG MIỀN NAM VIỆT NAM
DỰ THẢO CHÁNH SÁCH CỦA MTDTGPMNVN ĐỐI VỚI CÁC DÂN TỘC ANH EM
Ở MIỀN NAM VIỆT NAM
TRÀ VINH, BAN TUYÊN HUẤN TỈNH TRÀ VINH, N/D, 17P
VCD 22 V, E

3194, NGUYỄN KHẮC VIỆN
PEASANTS' STRUGGLE (1954-1960) /THE
VS 8 (1966), P50-77

3195, NGUYỄN SINH
AT LOC DIEN, A LIBERATED VILLAGE
VCM 26, JULY 1974, P8-10

3196, NGUYỆT HƯỜNG
PHỤ NỮ MIỀN NAM VIỆT NAM TRONG ĐẤU TRANH CHỐNG MỸ-NGỤY
NCLS 137, 3&4-1971, P25-34

3197, PAIGE, JEFFERY M.
INEQUALITY AND INSURGENCY IN VIETNAM, A RE-ANALYSIS
WORLD POLITICS, OCT 1970, P24-37

3198, PHẠM QUANG TOÀN
VAI TRÒ CỦA LÀNG XÃ CHIẾN ĐẤU TRONG CHIẾN TRANH NHÂN DÂN Ở MIỀN NAM
NCLS 136, 1&2-1971, P21-34

3199, QUÂN ĐỘI GIẢI PHÓNG MIỀN NAM VIỆT NAM, ĐƠN VỊ 501
CHỈ THỊ CÔNG TÁC DÂN VẬN CỦA BỘ ĐỘI Ở VÙNG DÂN TỘC MIỀN NÚI,
SO 2/L36 (24-3-1966)
VCD 800, 4P

3200, RAMBO, A. TERRY & NEIL L. JAMIESON III
CULTURAL CHANGE IN RURAL VIETNAM
A STUDY OF THE EFFECTS OF LONG-TERM COMMUNIST CONTROL ON THE SOCIAL
STRUCTURE, ATTITUDES, AND VALUES OF THE PEASANTS OF THE MEKONG DELTA
SEADAG PAPERS ON PROBLEMS OF DEVELOPMENT IN SOUTHEAST ASIA
NEW YORK, THE ASIA SOCIETY, 1973, 85+7P

3201, SELDEN, MARK
NATIONAL LIBERATION FRONT AND THE TRANSFORMATION OF THE VIETNAMESE
SOCIETY /THE
BULLETIN OF CONCERNED ASIAN SCHOLARS, OCT 1969, P33-43

3202, TÔ MINH TRUNG
STUDENTS' AND PUPILS' STRUGGLE /THE
VS 8 (1966), P112-136

3203, TÔ MINH TRUNG
STUDENTS' STRUGGLE IN SOUTH VIETNAM
VS DEC 1965, P48-73

3204, TÔN VỸ
WORKERS' STRUGGLE /THE
VS 8 (1966), P78-111

3205, TRẦN TAM TỈNH, LINH MỤC
CATHOLIQUES ET COMMUNISTES AU SUD VIET NAM
THẾ HỆ, 2-1969, P8-22

3206, U.S. EMBASSY, SAIGON. JUSPAO. NORTH VIET NAM AFFAIRS DIVISION
VIET CONG YOUTH ACTIVITIES
VDRN NO. 11, DEC 1967, 8P

3207, V. T.
MƯỜI (10) CÂU HỎI VỀ VĂN NGHỆ GIẢI PHÓNG
TIẾN PHONG (MONTREAL), 9-10 (1972), P30-34

3208, VIỆT NAM CỘNG HÒA, QUÂN LỰC
COMMUNIST CARNAGE IN HUE
N/P, 1968, 37P
PAM DS VN 272*

3209, VIETNAMESE STUDIES
LITERATURE AND NATIONAL LIBERATION IN SOUTH VIET NAM
VS 14, 1967, 186P

3210, VĨNH LỘC
CÁI GỌI LÀ "PHONG TRÀO ĐÒI TỰ TRỊ" FULRO
PLEIKU-BANMETHUOT, 1965, 104P, ILLUS
DS557 A6V77

3211, VÕ NGUYÊN
NGỌN LỬA CÁCH MẠNG ĐANG RỰC CHÁY Ở NÔNG THÔN MIỀN NAM
HÀ NỘI, SỰ THẬT, 1960, 102P

3212, VÕ NGUYÊN
PHONG TRÀO CÔNG NHÂN MIỀN NAM
(GIỚI THIỆU CUỘC ĐẤU TRANH CHỐNG MỸ DIỆM CỦA GIẢI CẤP CÔNG NHÂN
MIỀN NAM, TỪ THÁNG 7-1954 ĐẾN THÁNG 1-1961)
HANOI, SỰ THẬT, 1961, 145P
FILM 2584 NO. 77

3213, ZASLOFF, JOSEPH J,
        PEASANT PROTEST IN SOUTH VIET NAM
        IN: REVOLUTION IN WORLD POLITICS, ED, BY MORTON KAPLAN
        NEW YORK, WILEY, 1962, P192-206

        S.1.9. Public Security and Revolutionary Violence

3214,
        NHỮNG TỘI ÁC CỦA VIỆT CỘNG TAI MIỀN NAM VIỆT NAM
        N/P, 1961? 158P, ILLUS
        DS557 A6N63

3215, FISHEL, WESLEY R,
        COMMUNIST TERROR IN SOUTH VIETNAM
        THE DIEM REGIME HAS UNDERTAKEN BOLD MEASURES
        NEW LEADER, JULY 4, 1960, P14-15

3216, GEE, KENNETH
        GRAVES OF HUE /THE
        A SHORT STUDY OF THE USE OF TERROR AS A POLITICAL WEAPON BY THE
        COMMUNISTS IN SOUTH VIETNAM
        SYDNEY, FRIENDS OF VIETNAM, 1969, 16P
        PAM DS VN 642

3217, HONEY, P, J,
        SUBVERSION IN THE SOUTH
        CNA 438, NVQR 5, SEP 1962

3218, HOSMER, S, T,
        VIET CONG REPRESSION AND ITS IMPLICATIONS FOR THE FUTURE
        SANTA MONICA, CAL; RAND CORP, JUN 1970, 255P

3219, MALLIN, JAY
        TERROR IN VIET NAM
        PRINCETON, N, J,, VAN NOSTRAND, 1966, 114P
        LC DS557,A6M26

3220, NUTT, ANITA L,
        ON THE QUESTION OF COMMUNIST REPRISALS IN VIETNAM
        SANTA MONICA, CAL,, RAND, P-4416, AUG 1970

3221, PIKE, DOUGLAS
        MASSACRE AT HUE
        BANGKOK, SEATO, 1970, 30P

3222, PIKE, DOUGLAS
        VIET CONG STRATEGY OF TERROR /THE
        SAIGON, U,S, MISSION IN VIET NAM, FEB 1970, 126P

3223, ROLPH, HAMMOND M,
        VIET CONG: POLITICS AT GUNPOINT /THE
        COMMUNIST AFFAIRS, JULY-AUGUST 1966, P3-13

3224, U,S, ARMY
        BLOODY HANDS OF THE VIET CONG
        ARMY, FEB 1962, P67-77

3225, U,S, DEPT, OF STATE, BUREAU OF PUBLIC AFFAIRS, OFFICE OF MEDIA SERV,
        VIET CONG TERROR TACTICS IN SOUTH VIET NAM
        VIET NAM INFORMATION NOTES NO, 7
        WASHINGTON, D,C,, JULY 1967

3226, U,S, EMBASSY, SAIGON
        VIET CONG USE OF TERROR; A STUDY
        SAIGON, 1967, 84P

3227. U.S. EMBASSY, SAIGON. JUSPAO. NORTH VIET NAM AFFAIRS DIVISION
COMMUNIST REPRESSION IN SOUTH VIET NAM (PARTS I-II)
VDRN NO. 97, AUG 1971, 191P

3228. U.S. EMBASSY, SAIGON. JUSPAO. NORTH VIET NAM AFFAIRS DIVISION
REPRESSING COUNTER-REVOLUTIONARIES; THE VIET CONG SYSTEM OF
PUNISHMENT
VDRN NO. 5, OCT 1967 10P

3229. VIỆT NAM CỘNG HÒA
MURDER OF COLONEL HOÀNG THUY NAM, CHIEF OF THE VIETNAMESE MISSION IN
CHARGE OF RELATIONS WITH THE INTERNATIONAL COMMISSION FOR CONTROL
BY THE VIET MINH COMMUNISTS
SAIGON, 1962
DS557 A6 V597 1962A

3230. VIỆT NAM CỘNG HÒA
VIET CONG ATROCITIES AND SABOTAGE IN SOUTH VIET NAM, REV. ED.
SAIGON? 196-8 63P, ILLUS
DS557 A6A1597

3231. WYLLIE, R. G.
TRUTH OF VIET CONG TERROR /THE
SAIGON, MINISTRY OF INFORMATION AND CHIÊU HỒI, 1966, 23P
DS557 A6 V71 NO. 1

S.2. THE SOUTH: MILITARY AND EXTERNAL AFFAIRS

_____ **S.2.0.** General: The War-and-Peace Question and Negotiations

3232,
ĐẤU TRANH CHO MỘT NỀN ĐỘC LẬP, HÒA BÌNH, DÂN CHỦ VÀ TRUNG LẬP
PHÚ YÊN, BAN TUYÊN HUẤN TỈNH PHÚ YÊN X.B., 1965, 10P
VCD 1004,1073, 1048

3233,
TẠI SAO MIỀN NAM VIỆT NAM CẦN PHẢI TRUNG LẬP?
VCD 826, 10P

3234,
TĂNG CƯỜNG ĐOÀN KẾT TOÀN DÂN KIÊN QUYẾT ĐẨY MẠNH CUỘC KHÁNG CHIẾN CỨU
NƯỚC LẦN THỨ HAI ĐẾN TOÀN THẮNG (6-1963)
PHÒNG TUYÊN TRUYỀN, BAN THÔNG TIN VĂN HÓA GIÁO DỤC MIỀN NAM
VCD 955

3235,
TÌNH HÌNH MỚI, NHIỆM VỤ MỚI (5-3-1965)
BAN TUYÊN HUẤN MIỀN NAM, 1965, 21P
VCD 921

3236,
URGENT STEPS FOR SETTLING THE INTERNAL PROBLEMS OF SOUTH VIET NAM
SUMMARY OF THE PRG PROPOSAL DATED JUNE 28, 1973
VCM 15, AUG 1973, P3-4

3237,
VICTOIRE INÉLUCTABLE DU PEUPLE VIETNAMIEN /LA
HANOI, FÉDÉRATION DES SYNDICATS DU VIET NAM, 1965, 134P

3238, CHÁNH PHỦ CÁCH MẠNG LÂM THỜI CỘNG HÒA MIỀN NAM VIỆT NAM
MINISTER NGUYEN THI BINH PUTS FORWARD 7-POINT PROPOSAL FOR PEACEFUL
SETTLEMENT OF VIET NAM PROBLEM
PR, JULY 9, 1971, P16-18

3239, CHÁNH PHỦ CÁCH MẠNG LÂM THỜI CỘNG HÒA MIỀN NAM VIỆT NAM
TUYÊN BỐ 7 ĐIỂM... DO BỘ TRƯỞNG NGUYỄN THỊ BÌNH TRÌNH BÀY TẠI
HỘI NGHỊ PARIS VỀ VIỆT NAM, NGÀY 1 THÁNG 7 NĂM 1971

3240, CHÍNH PHỦ CÁCH MẠNG LÂM THỜI CỘNG HÒA MIỀN NAM VIỆT NAM
CHÍNH PHỦ HOA KỲ VÀ CHÍNH QUYỀN SÀIGÒN VI PHẠM RẤT NGHIÊM TRỌNG,
CÓ HỆ THỐNG, VỚI QUY MÔ LỚN HIỆP ĐỊNH PA-RI VỀ VIỆT NAM
TUYÊN BỐ CỦA C.P.C.M.L.T.C.H.M.N.V.N, NGÀY 25-2-1973
ND 6881, 26-2-1972, P1 & 4

3241, ĐẶNG QUANG MINH
ARITHMETIC OF WAR
(INTERVIEW OF THE SVNNFL REPRESENTATIVE IN THE USSR BY ZINOVI MIRSKY)
NEW TIMES, AUG 25, 1965, P12-4

3242, FOURNIAU, CHARLES
QUESTION DU SUD-VIETNAM /LA
PARIS, ASSOCIATION D'AMITIÉ FRANCO-VIETNAMIENNNE, 1962, 79S

3243, HICKEY, GERALD C.
ACCOMMODATION AND COALITION IN SOUTH VIETNAM
SANTA MONICA, CAL; RAND CORP, JAN, 1970, 65P

3244, HICKEY, GERALD C.
ACCOMMODATION IN SOUTH VIETNAM; THE KEY TO SOCIOPOLITICAL SOLIDARITY
SANTA MONICA, CAL; RAND CORP, OCT, 1967, 28P

3245, HỘI NÔNG DÂN GIẢI PHÓNG
TẤT CẢ ĐỀU CHUẨN BỊ SẴN SÀNG ĐỂ VŨ TRANG TỔNG KHỞI NGHĨA
NHÀ XUẤT BẢN VĂN NGỌC CHINH, 37P
VCD 233

3246, HONEY, P. J,
        WAR IN SOUTH VIET NAM /THE
        CNA 497, NVQR 10, DEC 13, 1963, P6

3247, LÊ VĂN CHẤT
        GUERRE NON DÉCLARÉE AU SUD VIET NAM
        HANOI, ELE, 1962

3248, MẶT TRẬN DÂN TỘC GIẢI PHÓNG MIỀN NAM VIỆT NAM
        CALL FOR RESOLUTE FIGHT TO DEFEAT U.S. AGRESSOR BANDITS AND
        OVERTHROW PUPPET REGIME
        SOUTH VIETNAM N.F.L. CENTRAL COMMITTEE PRESIDIUM
        HOLDS EXTRAORDINARY ENLARGED SESSION
        PR, FEB 23, 1968, P10-12

3249, MẶT TRẬN DÂN TỘC GIẢI PHÓNG MIỀN NAM VIỆT NAM
        FOR PEACE, INDEPENDENCE AND FREEDOM
        STATEMENT OF THE CENTRAL COMMITTEE OF THE NATIONAL LIBERATION FRONT
        OF SOUTH VIET NAM
        CDSP, NOV 27, 1968, P16-7
        TRANSLATED AND CONDENSED FROM PRAVDA, NOV 5, 1968

3250, MẶT TRẬN DÂN TỘC GIẢI PHÓNG MIỀN NAM VIỆT NAM
        PRINCIPLES AND MAIN CONTENT OF THE OVERALL SOLUTION PROPOSED BY THE
        SVNNFL TO THE SOUTH VIET NAM PROBLEM TO HELP RESTORE PEACE IN VIET
        NAM, MAY 8, 1969, (KNOWN AS THE NFL'S 10 POINTS)
        VNC 216, MAY 12, 1969

3251, MẶT TRẬN DÂN TỘC GIẢI PHÓNG MIỀN NAM VIỆT NAM
        STATEMENT OF CENTRAL COMMITTEE OF SOUTH VIETNAM NATIONAL FRONT
        FOR LIBERATION ON THE POLITICAL SETTLEMENT OF THE SOUTH VIETNAM
        PROBLEM
        PR, NOV 15, 1968, P24-25

3252, MẶT TRẬN DÂN TỘC GIẢI PHÓNG MIỀN NAM VIỆT NAM
        STATEMENT OF MR TRẦN BỬU KIỂM, HEAD OF A NFL DELEGATION AT THE 16TH
        PLENARY SESSION OF THE PARIS FOUR-PARTY CONFERENCE ON VIET NAM
        CONCERNING THE 10-POINT OVERALL SOLUTION PUT FORWARD BY THE NFL
        VS 23 (1970), P328-339

3253, MẶT TRẬN DÂN TỘC GIẢI PHÓNG MIỀN NAM VIỆT NAM
        STATEMENT OF THE NFL CENTRAL COMMITTEE ON A POLITICAL SETTLEMENT OF
        THE SOUTH VIET NAM PROBLEM (NOV 3, 1968)
        VS 23 (1970), P321-327

3254, MẶT TRẬN DÂN TỘC GIẢI PHÓNG MIỀN NAM VIỆT NAM
        TUYÊN BỐ CỦA ỦY BAN MTDTGPMNVN NHÂN NGÀY 20-7-1963
        VCD 822, 12P

3255, MẶT TRẬN DÂN TỘC GIẢI PHÓNG MIỀN NAM VIỆT NAM
        VIET NAM ON THE ROAD TO VICTORY
        N/P, LIBERATION PUBLISHING HOUSE, 1965
        LC DS557.A61S6

3256, MẶT TRẬN DÂN TỘC GIẢI PHÓNG MIỀN NAM VIỆT NAM
        WAY TO SETTLEMENT IN VIET NAM /THE
        IMPORTANT PROPOSALS OF THE NATIONAL LIBERATION FRONT OF SOUTH VIETNAM
        CDSP, JUNE 6, 1969, P15-6
        TRANSLATED AND CONDENSED FROM IZVESTIA, MAY 15, 1969

3257, MẶT TRẬN GIẢI PHÓNG MIỀN NAM VIỆT NAM
        GIẢI PHÁP TOÀN BỘ 10 ĐIỂM CỦA M.T.D.T.G.P.M.N.V.N.
        IN: ĐẠI HỘI ĐẠI BIỂU

3258, NGUYỄN CHÍ THANH
        AI SẼ THẮNG Ở MIỀN NAM VIỆT NAM?
        MIỀN NAM, N.X.B. GIẢI PHÓNG IN LẠI, 10P
        VCD 381

3259. NGUYỄN CHÍ THANH (?)
        SPEECH BY ANH SÁU
        MADE AT THE FOURTH CONGRESS OF THE PRP CENTRAL COMMITTEE, 4-1966
        VCD 1085, ENGLISH TRANSLATION ONLY

3260. NGUYỄN HỮU THỌ
        PRESIDENT THO OF S. VIET NAM NLF: ON THE POLICIES OF THE FRONT
        NEW WORLD REVIEW, FEB 1966, P59-62
        REPRINTED FROM VIETNAM COURIER (HANOI), DEC 2, 1965

3261. NGUYỄN THỊ BÌNH
        INTERVIEW WITH MME. NGUYỄN THỊ BÌNH /AN
        WAR/PEACE REPORT, JULY 1969, P7-11

3262. NGUYỄN VĂN VINH
        COMRADE VINH'S TALK
        MADE AT THE FOURTH CONGRESS OF THE PRP CENTRAL COMMITTEE, 4-1966
        VCD 1085; ALSO RELEASED AS WORKING PAPER ITEM 303

3263. O'BALLANCE, EDGAR
        VIET CONG STRATEGY
        UNITED SERVICE INSTITUTION JOURNAL, JULY/SEP 1966, P189-94

3264. PIKE, DOUGLAS
        WAR, PEACE, AND THE VIET CONG
        CAMBRIDGE, MASS., M. I. T. PRESS, 1969, 186P

3265. PORTER, D. GARETH
        COMMUNIST STRATEGY AND THE "NEW PHASE" IN SOUTH VIET NAM
        AD HOC SEMINAR ON COMMUNIST MOVEMENTS AND REGIMES IN INDOCHINA
        NEW YORK, SEADAG, ASIA SOCIETY, 1974, 32P

3266. THOMPSON, ROBERT
        SQUARING THE ERROR
        FOREIGN AFFAIRS, APR 1968, P442-53

3267. THOMPSON, SIR ROBERT G.
        DEFEATING COMMUNIST INSURGENCY: THE LESSONS OF MALAYA AND VIETNAM
        NEW YORK, F. A. PRAEGER, 1966, 171P

3268. U.S. EMBASSY, SAIGON. JUSPAO. NORTH VIET NAM AFFAIRS DIVISION
        NLF THOUGHTS ON PEACE NEGOTIATIONS, WORLD POLICIES:
        A CADRE'S NOTE ON A HIGH LEVEL 1967 REORIENTATION COURSE
        VDRN NO. 14, JAN 1968, 10P

3269. VIETNAMESE STUDIES
        SOUTH VIET NAM, 1968 -- THE D.R.V.N. AT WAR
        VS 17, 1968, 185P

3270. VÕ NGUYÊN GIÁP
        CUỘC CHIẾN TRANH GIẢI PHÓNG CỦA NHÂN DÂN MIỀN NAM CHỐNG ĐẾ QUỐC MỸ
        VÀ TAY SAI NHẤT ĐỊNH THẮNG LỢI
        HÀ NỘI, QUÂN ĐỘI NHÂN DÂN, 1964

3271. VÕ NGUYÊN GIÁP
        NHÂN RÕ ĐẮC ĐIỂM VỀ ĐỊCH, VỀ TA, VỀ TÌNH HÌNH QUỐC TẾ TRONG
        CUỘC CHIẾN TRANH GIẢI PHÓNG CỦA ĐỒNG BÀO MIỀN NAM
        TUYÊN HUẤN, 9-1965

3272. VÕ NGUYÊN GIÁP
        NHẤT ĐỊNH THẮNG LỢI: CUỘC CHIẾN TRANH GIẢI PHÓNG CỦA NHÂN DÂN
        MIỀN NAM CHỐNG ĐẾ QUỐC MỸ VÀ TAY SAI
        HÀ NỘI, QUÂN ĐỘI NHÂN DÂN, 1964, 67P

3273. VÕ NGUYÊN GIÁP
        PEUPLE DU SUD-VIETNAM VAINCRA /LE
        HANOI, ELE, 1965, 137P

3274, VÕ NGUYÊN GIÁP
        SOUTH VIETNAM PEOPLE WILL WIN /THE
        HANOI, FLPH, 1965

S.2.1. The People's Liberation Armed Forces

3275,
        BẢY ĐIỀU TÂM NIỆM CỦA NGƯỜI CHIẾN SĨ GIẢI PHÓNG QUÂN
        VCD 956V
3276,
        DỰ THẢO CÔNG TÁC CHI ĐOÀN TRONG QUÂN ĐỘI GIẢI PHÓNG
        PRP YOUTH LEAGUE CHAPTER WITHIN THE LIBERATION ARMY
        VCD 973, 1966?, 52P
3277,
        TEN (10) YEARS OF THE P.L.A.F,
        SOUTH VIET NAM, GIAI PHONG P. H., 1971, 66P

3278, BERMAN, PAUL
        COHESION AND DEFECTION IN THE VIET CONG
        SANTA MONICA, CA., RAND, NOV 1967

3279, BERMAN, PAUL
        REVOLUTIONARY ORGANIZATION: INSTITUTION-BUILDING WITHIN THE PEOPLE'S
        LIBERATION ARMED FORCES
        LEXINGTON, MA,, D.C. HEATH, 1974, 249P

3280, DONNELL, JOHN C, ET AL,
        VIET CONG MOTIVATION AND MORALE IN 1964: A PRELIMINARY REPORT
        SANTA MONICA, CA,, RAND, 1965(I.E, 1971); 13, 74P

3281, GIẢI PHÓNG QUÂN MIỀN NAM VIỆT NAM, TIỂU ĐOÀN 506
        HUẤN LINH, NGÀY 15-1-1960
        RACE DOC, 1031, 1P

3282, MCLEAN, DONALD B,
        GUIDE TO VIET CONG AMMUNITION
        FOREST GROVE, OR,, NORMOUNT TECHNICAL PUBLICATIONS, 1971, 145P
        UF700 M16

3283, PYE, LUCIAN W,
        PORTRAIT OF THE VIETCONG
        LOOK JAN 23, 1968

3284, QUÂN ĐỘI GIẢI PHÓNG MIỀN NAM VIỆT NAM
        SÁU TIÊU CHUẨN CỦA GIẢI PHÓNG QUÂN MIỀN NAM
        VCD 191 V, E, 1961, 18P

3285, QUÂN ĐỘI GIẢI PHÓNG MIỀN NAM VIỆT NAM
        SỔ TAY CHÍNH TRỊ VIÊN ĐẠI ĐỘI, TÀI LIỆU CÔNG TÁC CHÍNH TRỊ
        VCD 628, 1965, 171P

3286, QUAN DOI GIAI PHONG NHAN DAN VIET NAM
        LỜI KÊU GỌI CỦA QUÂN ĐỘI GIẢI PHÓNG NHÂN DÂN, VIỆT NAM
        KHU VỰC TÂN AN - CHOLON, CHIẾN KHU NGÀY 1 THÁNG 3 NĂM 1957
        (KÝ TÊN: TRUNG TÁ LƯU PHƯỚC NAM)
        RACE DOC, 1003, 5P

3287, QUÂN GIẢI PHÓNG NHÂN DÂN MIỀN NAM VIỆT NAM
        MƯỜI (10) LỜI THỀ DANH DỰ CỦA QUÂN GIẢI PHÓNG MIỀN NAM
        10 ĐIỀU KỶ LUẬT PHÒNG GIAN BẢO MẬT CỦA NGƯỜI QUÂN NHÂN CÁCH MẠNG
        12 ĐIỀU KỶ LUẬT QUAN HỆ ĐỐI VỚI NHÂN DÂN CỦA QUÂN GIẢI PHÓNG MIỀN NAM
        N/S, 9P
        WAT B05

3288. U.S. DEPT. OF STATE. OFFICE OF MEDIA SERVICES
      COMMUNIST-DIRECTED FORCES IN SOUTH VIET-NAM
      WASHINGTON, USGPO, MAY 1967, 8P

3289. U.S. EMBASSY, SAIGON. JUSPAO. NORTH VIET NAM AFFAIRS DIVISION
      CAPTURED DOCUMENTS POINT TO VIET CONG RECRUITMENT PROBLEMS
      SAIGON, JUSPAO, DEC 21, 1967

3290. U.S. EMBASSY, SAIGON. JUSPAO. NORTH VIET NAM AFFAIRS DIVISION
      IT IS BETTER TO RETURN HOME AND CULTIVATE THE LAND THAN TO JOIN THE
      REVOLUTIONARY ARMY; REPORTS ON DESERTION AND RECRUITMENT
      VDRN NO. 56-57, APR 1969, 7P

3291. U.S. EMBASSY, SAIGON. JUSPAO. NORTH VIET NAM AFFAIRS DIVISION
      OUT OF RICE, AMMUNITION AND BANDAGES;
      NOTES OF A VIET CONG VETERAN
      VDRN NO. 13, JAN 1968, 7P

3292. WELLER, JAC
      VIET CONG ARMS AND MEN
      ORDNANCE, MAY-JUNE 1966, P602-610

3293. ZASLOFF, JOSEPH J.
      ORIGINS OF THE INSURGENCY IN SOUTH VIETNAM, 1954-1960;
      THE ROLE OF THE SOUTHERN VIETMINH CADRES
      SANTA MONICA, CAL; RAND CORP, MAY 1968, 45P

S.2.2. Military Strategy and Tactics

3294.
      "SPECIAL WAR" AND THE NATIONAL LIBERATION STRUGGLE IN
      IN SOUTH VIETNAM /THE
      HANOI, FLPH, N/D
3295.
      CHIẾN THUẬT TẬP KÍCH, TÀI LIỆU HUẤN LUYỆN
      MIỀN NAM, 1965, 30P
      VCD 479
3296.
      NHỮNG ĐIỂM CHÍNH VỀ TỔ CHỨC XÂY DỰNG VÀ HOẠT ĐỘNG CỦA DU KÍCH
      VÀ TỰ VỆ (29-12-1963)
      VCD 716
3297.
      VÌ SAO QUÂN VÀ DÂN MIỀN NAM THẮNG LỚN MỸ VÀ NGUY THUA TO TRONG MÙA
      KHÔ 1965-1966
      HANOI, QUÂN ĐỘI NHÂN DÂN; 1966; 40P
      DS557 A6T871

3298. BULLARD, MONTE B.
      POLITICAL WARFARE IN VIETNAM
      MILITARY REVIEW, OCTOBER 1969, P54-59

3299. CASELLA, ALESSANDRO
      VIET CONG STRATEGY; THE MILITANT MOOD
      FEER, MAY 16, 1968, P345-6+

3300. ELLIOTT, DAVID W. P.
      N.L.F.-D.R.V. STRATEGY AND THE 1972 SPRING OFFENSIVE
      INTERNATIONAL RELATIONS OF EAST ASIA PROJECT INTERIM REPORT NO. 4
      ITHACA, CORNELL UNIVERSITY, 1974

3301. FALLACI, ORIANA
      INTERVIEW WITH A VIETCONG TERRORIST /AN
      LOOK APR. 16, 1968, P36-42

3302, GANNETT, BETTY
NLF OFFENSIVE IN VIETNAM /THE
POLITICAL AFFAIRS, MAR 1968, P1-9

3303, HUY NGHIÊM
VẤN ĐỀ "BA VÙNG CHIẾN LƯỢC" TRONG CHIẾN TRANH CÁCH MẠNG MIỀN NAM
TUYÊN HUẤN, 11/12-1972

3304, JOHNSON, CHALMERS
THIRD GENERATION OF GUERRILLA WARFARE /THE
ASIAN SURVEY, JUNE 1968, P435-447

3305, KOMER, ROBERT W.
IMPACT OF PACIFICATION ON INSURGENCY IN SOUTH VIETNAM
SANTA MONICA, CAL; RAND CORP, AUG, 1970, 19P

3306, LÊ HỒNG LĨNH
MẸO DU KÍCH MIỀN NAM
HÀ NỘI, QUÂN ĐỘI NHÂN DÂN, 1964, 54P

3307, LÊ KIM
ĐẾ QUỐC MỸ ĐANG SA LẦY Ở MIỀN NAM VIỆT NAM.
HANOI, QUÂN ĐỘI NHÂN DÂN, 1964, 112P
DS557 A6L38

3308, LEONTYEV, ALEXEI
SOUTH VIET NAM; NOW THE TOWNS
NEW TIMES, FEB 14, 1968, P2-4

3309, NGƯỜI BÌNH LUẬN
TIẾN CÔNG LIÊN TỤC, NỔI DẬY MẠNH MẼ, THẮNG LỢI TO LỚN
ND 5843, 16-4-1970, P2

3310, NGUYỄN NHƯ THIỆT
CHIẾN TRANH DU KÍCH ĐÃ VÀ ĐANG GÓP PHẦN QUAN TRỌNG ĐÁNH BẠI CHIẾN
LƯỢC 'VIỆT NAM HÓA CHIẾN TRANH' CỦA ĐẾ QUỐC MỸ
HT 193, 1-1972, P71-79

3311, ROGERS, ROBERT F.
SHIFTING VIETCONG STRATEGY; BACK TO THE BAMBOO
NEW LEADER, JAN 30, 1967, P15-6

3312, ROLPH, HAMMOND
VIET CONG SEIZE WAR INITIATIVE IN MAJOR OFFENSIVE
COMMUNIST AFFAIRS, JAN-FEB, 1968, P12-14

3313, SAMSON, JACK
VIET CONG TACTICS; "TEN AGAINST ONE"
MILITARY REVIEW, JAN 1967, P89-93

3314, SPARKS, WILL
GUERILLAS IN VIETNAM
COMMONWEAL 76, JUNE 29, 1962, P343-6

3315, TAM VŨ
PEOPLE'S WAR AGAINST SPECIAL WAR
VS 11 (1967), P44-71

3316, U.S. EMBASSY, SAIGON, JUSPAO, NORTH VIET NAM AFFAIRS DIVISION
CAPTURED DOCUMENT CRITIQUE OF NORTH VIETNAMESE ARTILLERY UNIT
(DEC 29, 1967)
SAIGON, JUSPAO, DEC 29, 1967

3317, U.S. EMBASSY, SAIGON, JUSPAO, NORTH VIET NAM AFFAIRS DIVISION
CAPTURED DOCUMENT GIVES INTRUCTIONS ON CITY FIGHTING METHODS
(23 MARCH 1968)
SAIGON, JUSPAO, JUNE 21, 1968

3318. U.S. EMBASSY, SAIGON. JUSPAO, NORTH VIET NAM AFFAIRS DIVISION
CAPTURED DOCUMENT INDICATES FINAL PHASE OF REVOLUTION AT HAND
SAIGON, JUSPAO, JAN 5, 1968

3319. U.S. EMBASSY, SAIGON. JUSPAO, NORTH VIET NAM AFFAIRS DIVISION
CAPTURED DOCUMENT OUTLINES THE VIET CONG PLAN FOR HOAI NHON DISTRICT
BINH DINH PROVINCE TOTAL WARFARE IN THE VILLAGES AND HAMLETS
(SEP 11, 1967)
SAIGON, JUSPAO, JAN 12, 1968

3320. U.S. EMBASSY, SAIGON. JUSPAO, NORTH VIET NAM AFFAIRS DIVISION
PACIFICATION AND THE VIET CONG REACTION
VDRN NO. 12, JAN 1968, 6P

3321. U.S. EMBASSY, SAIGON. JUSPAO, NORTH VIET NAM AFFAIRS DIVISION
PROCESS OF REVOLUTION AND THE GENERAL UPRISING /THE
VDRN NO. 45, OCT 1968, 25P

3322. U.S. EMBASSY, SAIGON. JUSPAO, NORTH VIET NAM AFFAIRS DIVISION
TIME OPPORTUNITY; THE UPRISING APPEAL OF VIET CONG LEAFLETS
VDRN NO. 22, MAR 1968, 16P

3323. VÕ NGUYÊN GIÁP
LIBERATION WAR IN SOUTH VIETNAM; ITS ESSENTIAL CHARACTERISTICS /THE
VS 8 (1966), P5-36

S.2.3. Accounts of Various Military Campaigns

3324.
ĐI GIỮ NƯỚC, TẬP TRUYỆN NGẮN
MIEN NAM, GIAI PHONG, 1971, 108P

3325.
HOAN HÔ CHIẾN THẮNG BÌNH GIÃ, HAI TRẬN ĐÁNH BÌNH GIÃ VÀ AN LAO
HÀ NỘI, QUÂN ĐỘI NHÂN DÂN, 1965, 82P

3326.
IN SOUTH VIETNAM, U.S. BIGGEST OPERATION FOILED
FEBRUARY-MARCH, 1967
HANOI, FLPH, 1967

3327.
IVORY COMB /THE
N/P, GIAI PHONG P.H., 1967, 139P
DS557 A6 P37 1967

3328.
KHE SANH VICTORY
SOUTH VIET NAM, GIAI PHONG P.H., 1968, 11P
PAM DS VN 310

3329.
MƯỜI (10) NĂM CHIẾN THẮNG VỂ VANG CỦA CÁC LỰC LƯỢNG VŨ TRANG NHÂN DÂN
GIẢI PHÓNG MIẾN NAM
HÀ NỘI, QUÂN ĐỘI NHÂN DÂN, 1971, 63P
DS557 A6 M97

3330.
NĂM 1966, QUÂN VÀ DÂN MIỀN NAM THẮNG LỚN, MỸ NGỤY THUA TO
HANOI, QUÂN ĐỘI NHÂN DÂN, 1967, 148P, ILLUS
DS557 A7N17

3331.
NORTH VIET NAM'S BUILDUP IN SOUTH DETAILED IN U.S. AIR FORCE PHOTOS
AVIATION WEEK, FEB 25, 1974, P14-7

3332.
NORTH VIETNAMESE PUSH BUILDUP IN SOUTH; PHOTOGRAPHS WITH TEXT
AVIATION WEEK, MAR 4, 1974, P50-1

3333.
SCENES OF THE GENERAL OFFENSIVE AND UPRISING (TET 1968)
HANOI, FLPH, 1968, 82P

3334,
SOUTH VIET NAM ARMY AND PEOPLE'S GREAT VICTORIES /THE
HANOI, FLPH, N/D

3335,
SOUTH VIET NAM: A GREAT VICTORY, WINTER 1966=SPRING 1967
HANOI, FLPH, 1967

3336,
SOUTH VIET NAM: A MONTH OF UNPRECEDENTED OFFENSIVE AND UPRISING
N/P, GIAI PHONG PUBLISHING HOUSE, 1968

3337,
THƯỢNG TUẦN THÁNG GIÊNG MẬU THÂN ĐÁNH DẤU SỰ THẢM BẠI CỦA CUỘC TỔNG
CÔNG KÍCH CỦA CỘNG SẢN
SAIGON, 1968, 16P
PAM DS VN 267+

3338,
VÀI MẪU CHUYỆN VỀ QUÂN GIẢI PHÓNG MIỀN NAM
HÀ NỘI, QUÂN ĐỘI NHÂN DÂN, 1964, 139P

3339, AGENCE FRANCE PRESSE
VIET NAM: L'HEURE DECISIVE, L'OFFENSIVE DU TET, FEVRIER 1968
PARIS, R. LAFFONT, 1968, 221P
DS557 A6V675

3340, AN BAO MINH
UPRISING IN BẾN TRE
VS 18=19 (1968), P130=150

3341, BÙI TÍN & PHAN THÁI
TWO U.S. DRY=SEASON COUNTER=OFFENSIVES IN 1965=1966 AND 1966=1967
VS 16 (1968), P31=63

3342, CHÂU NGUYÊN
ONG TO ONG VỌ VE, TRUYỆN ANH HÙNG QUÂN ĐỘI GIẢI PHÓNG MIỀN NAM
NGUYỄN VĂN TÚ, TRANH CỦA KIM HUẪN KHIÊM
HÀ NỘI, KIM ĐỒNG, 1965, 22P

3343, ĐẶNG HỒNG NAM
MŨI LAO THÉP, TRUYỆN ẢNH NHỮNG LỰC LƯỢNG VŨ TRANG NHÂN DÂN GIẢI PHÓNG
MIỀN NAM VIỆT NAM
HANOI, QUÂN ĐỘI NHÂN DÂN, 1971, 141P
PL4385 D275

3344, HỒ PHƯƠNG
SỐ PHẬN LỮ DÙ 3 SÀIGÒN
HÀ NỘI, QUÂN ĐỘI NHÂN DÂN, 1971, 98P

3345, HOÀNH SƠN
MIỀN TRUNG TRUNG BỘ ĐÁNH THẮNG ÂM MƯU 'BÌNH ĐỊNH NÔNG
THÔN' CỦA MỸ=NGỤY
HT 11=1971, P73=78

3346, HOÀNH SƠN
THẤT BẠI, BẾ TẮC CỦA MỸ NGỤY TRONG ÂM MƯU "BÌNH ĐỊNH" ĐỒNG BẰNG
SÔNG CỬU LONG
HT 9=1972, P65=69

3347, HỘI VIỆT KIỀU YÊU NƯỚC TẠI CANADA
BẢN TIN ĐẶC BIỆT VỀ CUỘC TẤN CÔNG CỦA CÁC LỰC LƯỢNG VỎ TRANG
NHÂN DÂN GIẢI PHÓNG MIỀN NAM
TIẾN PHONG (MONTREAL) 9=10, PHỤ TRƯƠNG, 1972, 13P

3348, HỮU MAI & KINH LỊCH
CANH DUONG, A MODEL FORTIFIED VILLAGE
VS 9 (1966), P58=71

3349, LEONTYEV, ALEXEI
FIGHTING IN SOUTH VIETNAM /THE
NEW TIMES, MAY 22, 1968

3350, MẶT TRẬN DÂN TỘC GIẢI PHÓNG MIỀN NAM VIỆT NAM
        SOUTH VIET NAM: A MONTH OF UNPRECEDENTED OFFENSIVE AND UPRISING
        N/P, GIAI PHONG PUBLISHING HOUSE, 1968

3351, PIKE, DOUGLAS
        TET OFFENSIVE: A SETBACK FOR GIAP, BUT JUST HOW BIG? /THE
        ARMY 18:4, 1968, P57-61

3352, RACE, JEFFREY
        WAR COMES TO LONG AN: REVOLUTIONARY CONFLICT IN A VIETNAMESE PROVINCE
        BERKELEY, CAL,, U. OF CALIFORNIA PRESS, XXIII, 299P, MAPS, ILLUS

3353, T, V,
        FAILURE OF "PACIFICATION" IN THE MEKONG DELTA /THE
        VCM 6, NOV 1972, P21-24

3354, TẠ XUÂN LÍNH
        ARMED UPRISINGS BY ETHNIC MINORITIES ALONG THE TRUONG SON
        VCM 28, SEP 1974, P15-20; VCM 29, OCT 1974, P18-21

3355, TẠ XUÂN LÍNH
        HOW ARMED STRUGGLE BEGAN IN SOUTH VIET NAM
        VCM 22, MARCH 1974, P19-24

3356, TẠ XUÂN LÍNH, ET AL,
        CUỘC ĐỘNG KHỞI TRÀ BỒNG (28-8-1959)
        NCLS 138, 5&6-1971, P19-27

3357, TÔ MINH TRUNG
        FROM APBAC TO BAGIA: THE DISINTEGRATION OF THE SAIGON ARMY
        VS 11 (1967), P72-111

3358, TÔN VỸ
        ON THE TRI THIEN FRONT
        VS 20, DEC 1968, P109-146

3359, TÔN VỸ
        SECOND BATTLE OF QUANG TRI /THE
        VCM 4, SEP 1972, P9-11

3360, TRẦN THANH DỊCH
        ĐỘI QUÂN ONG: TRUYỆN ANH HÙNG QUÂN GIẢI PHÓNG MIỀN NAM NGUYỄN VĂN TÚ
        HÀ NỘI, UỶ BAN THIẾU NIÊN NHI ĐỒNG TRUNG ƯƠNG, 1968, 10P
        PAM PL VN 125+

3361, TRẦN VĂN GIÀU
        MIỀN NAM GIỮ VỮNG THÀNH ĐỒNG
        LƯỢC SỬ ĐỒNG BÀO MIỀN NAM TRANH ĐẤU CHỐNG MỸ VÀ TAY SAI
        HANOI, KHOA HỌC, 1966-1968, VOL, 2-3 ONLY
        DS557 A6T813

3362, TRƯỜNG SƠN
        BITTER DRY SEASON FOR THE AMERICANS /A
        HANOI, FLPH, 1966, 62P
        LC DS557,A6T75

3363, TRƯỜNG SƠN
        OUR WINTER 1966-SPRING 1967 VICTORY AND THE LESSONS DRAWN FROM IT
        VS 20, DEC 1968, P7-61

3364, U,S, EMBASSY, SAIGON, JUSPAO, NORTH VIET NAM AFFAIRS DIVISION
        AFTER TET: THREE VIET CONG ASSESSMENTS
        VDRN NO, 30-32, APR 1968, 11P

3365, U,S, EMBASSY, SAIGON, JUSPAO, NORTH VIET NAM AFFAIRS DIVISION
        COMMUNISTS' ABORTED PLANS FOR THE SEIZURE OF DANANG /THE
        VDRN 109, DEC 1972, 49P

3366. U.S. EMBASSY, SAIGON. JUSPAO. NORTH VIET NAM AFFAIRS DIVISION
COSVN'S PRELIMINARY REPORT ON THE 1969 AUTUMN CAMPAIGN
VDRN NO. 82, AUG 1970, 18P

3367. U.S. EMBASSY, SAIGON. JUSPAO. NORTH VIET NAM AFFAIRS DIVISION
DAKTO CAPTURED DOCUMENT
SAIGON, JUSPAO, 1967

3368. U.S. EMBASSY, SAIGON. JUSPAO. NORTH VIET NAM AFFAIRS DIVISION
FIGHTING AT TET; A VIET CONG "AFTER ACTION REPORT"
VDRN NO. 27, APR 1968, 6P

3369. V. B.
APRIL OFFENSIVE (MARCH 30 - MAY 1, 1972) /THE
VCM 1, JUNE 1972, P3-6

3370. VIỆT HỒNG
VÀI NÉT VỀ ĐẤU TRANH VỘ TRANG VÀ LỰC LƯỢNG VỘ TRANG Ở NAM BỘ TRƯỚC
CUỘC ĐỒNG KHỞI NGHĨA 1959-1960
NCLS 155, 3/4-1974, P35-55

3371. VIỆT NAM CỘNG HÒA
THƯỢNG TUẦN THÁNG GIÊNG MẬU THÂN, ĐÁNH DẤU SỰ THẢM BẠI CỦA CUỘC TỒNG
CÔNG KÍCH CỦA CỘNG SẢN
SAIGON? 1968, 16P, ILLUS
PAMPHLET DS VIETNAM 267*

3372. VIỆT NAM CỘNG HÒA, BỘ QUỐC PHÒNG. TỒNG TƯ LỆNH Q.L.V.N.C.H.
CHIẾN CỤ VIỆT CỘNG ĐÃ XỬ DỤNG TẠI NAM VĨ TUYẾN 17
WAR MATERIEL USED BY VIETCONG IN SOUTH VIETNAM. TAP I & II
SAIGON, ĐẠI ĐỘI ĐỊA HÌNH AN HÀNH, 1964, 110P

3373. VIỆT NAM DÂN CHỦ CỘNG HÒA, BỘ NGOẠI GIAO
"GUERRE SPÉCIALE" DES ÉTATS-UNITS AU SUD-VIETNAM /LA
HANOI, MINISTÈRE DES AFFAIRES ÉTRANGÈRES, JUILLET 1964, 85P

S.2.4. Relations with the Democratic Republic of Viet Nam, the Viet Nam Workers' Party, and the People's Army of Viet Nam

3374.
DECLARATION OF THE PEOPLE'S REVOLUTIONARY GROUP OF SOUTH VIET NAM
23-9-1965 (ANNIVERSARY OF THE NAM BO RESISTANCE DAY)
VCD 1078, ENGLISH TRANSLATION ONLY
APPARENTLY WORK OF TROTSKYISTS, OF SUSPECT AUTHENTICITY

3375.
HƯỞNG ỨNG ĐỨC CÔNG HÀM NGÀY 22-12-1958 CỦA CHÁNH PHỦ VIỆT NAM
DÂN CHỦ CỘNG HÒA
RACE DOC. 1021, 1P, CA. 1959

3376. BÙI ĐÌNH THANH, ET AL.
TÁM NĂM ĐẤU TRANH ANH DŨNG VÀ GIAN KHỔ CỦA ĐỒNG BÀO MIỀN NAM
HÀ NỘI, SỬ HỌC, 1962, 285P

3377. ĐẢNG LAO ĐỘNG VIỆT NAM, BAN CHẤP HÀNH TRUNG ƯƠNG
THƯ CỦA BAN CHẤP HÀNH TRUNG ƯƠNG ĐẢNG GỌI CÁC ĐỒNG CHÍ ĐẢNG BỘ
MIỀN NAM NHÂN DỊP TẾT NGUYÊN ĐÁN NĂM 1960
BÌNH DƯƠNG, 25-5-1960
RACE DOC. 1038

3378. ĐẢNG LAO ĐỘNG VIỆT NAM, XỨ ỦY NAM BỘ
THƯ CỦA XỨ ỦY NAM BỘ ĐẢNG LAO ĐỘNG VIỆT NAM GỌI CÁC ĐỒNG CHÍ
ĐẢNG VIÊN, ĐOÀN VIÊN THANH NIÊN LAO ĐỘNG, CÁC BẠN CẢM TÌNH CÙNG
ĐỒNG BÀO YÊU NƯỚC BỊ ĐÀY ĐỌA TRONG TÙ MỸ DIỆM NHÂN DỊP 30 NĂM
THÀNH LẬP ĐẢNG
RACE DOC. 1033, 10P, 6-1-1960

3379, HÔ CHÍ MINH
       PRESIDENT HO CHI MINH'S LETTER TO PRESIDENT NGUYEN HUU THO
       PR MAY 17, 1968, P17-18

3380, LÊ DUÂN
       ON THE SOUTH VIETNAMESE REVOLUTION
       EXCERPT FROM; FORWARD UNDER THE GLORIOUS BANNER OF THE OCTOBER
       REVOLUTION
       VS 18-19(1968), P7-15

3381, LÊ XUÂN CHUYÊN
       INTERROGATION OF NVA LT. COLONEL LE XUAN CHUYEN, A FORMER
       OPERATIONS OFFICER WITH TH VIET CONG 5TH DIVISION (1966)
       WORKING PAPER,,, ITEMS 46, 48, 55, 56, 110
       WASHINGTON, U.S, DEPT OF STATE, MAR 1968

3382, LÊ XUÂN CHUYÊN
       KHÂU HIÊU KỲ NIÊM NGÀY 20-7 NGÀY KÝ KÉT HIÊP NGHỊ GIỞ-NE-VƠ
       RACE DOC. 1047, 1P, 1960

3383, LƯU QUÝ KỲ
       NHÂN DÂN MIÊN NAM KHÔNG CÓ CON ĐƯỜNG NÀO KHÁC
       HANOI, SỰ THÂT, 1962, 50P
       PAMPHLET DS VIETNAM 59

3384, U.S, DEPT, OF DEFENSE
       HANOI AND THE INSURGENCY IN SOUTH VIET NAM
       USVR, BOOK 2, IV,A,5, TAB 3, 71P

3385, U.S. DEPT, OF STATE
       WORKING PAPER ON THE NORTH VIETNAMESE ROLE IN THE WAR IN SOUTH
       VIETNAM
       WASHINGTON, DEPT, OF STATE, 1968

3386, U.S, DEPT, OF STATE, BUREAU OF PUBLIC AFFAIRS
       CAPTURED DOCUMENTS, INTERROGATION REPORTS, AND OTHER INTELLIGENCE
       MATERIALS FROM VIET NAM
       ISSUED AS APPENDICES TO "WORKING PAPER,,," ITEMS 1-303
       WASHINGTON, DEPT, OF STATE, MAR 1968

3387, U.S, EMBASSY, SAIGON, JUSPAO, NORTH VIET NAM AFFAIRS DIVISION
       PROBLEMS OF A NORTH VIETNAMESE REGIMENT
       VDRN NO. 2-3, OCT 1967 34P

3388, WARNER, DENIS
       HO'S UNDERGROUND IN SOUTH VIETNAM
       REPORTER, NOVEMBER 30, 1967, P20-22

3389, WEISS, JOSEPH H,
       HOW HANOI CONTROLS THE VIETCONG
       REPORTER, JAN, 11, 1968, P27-28

S.2.5. Relations with Non-Communist Vietnamese

3390, MAI XUÂN TIÊM
       IMAGES OF THE VIET CONG, REMINISCENCES BY MAI XUAN TIEM
       VCM 15, AUG 1973, P24-28

3391, PIKE, DOUGLAS
       POSSIBLE ROLE OF ELECTIONS IN A POLITICAL SETTLEMENT WITH THE NLF
       /THE
       IN: THE ROLE OF ELECTIONS IN VIETNAMESE POLITICAL DEVELOPMENT
       EDITED BY JOHN C, DONNELL AND CHARLES JOINER
       LEXINGTON, MASS,, LEXINGTON BOOKS, 1974

S.2.6. Relations with the Republic of Viet Nam

3392,
CHÁNH SÁCH THANH VẬN
VCD 160V, E, 64P

3393,
KIÊN QUYẾT, LIÊN TỤC, CHỦ ĐỘNG KỊP THỜI, BỀN BỈ, CHỐNG PHÁ KHU
ẤP CHIẾN LƯỢC VÀ GOM DÂN CỦA MỸ DIỆM
VCD 93, 1962

3394,
LỘT TRẦN BỘ MẶT PHÁT XÍT VÀ VƠ VÉT CỦA MỸ DIỆM TRONG VIỆC ĐỔI
GIẤY CĂN CƯỚC
RACE DOC. 1027, CA, 1959

3395,
PROFILE OF AN ADMINISTRATION
BASED ON "THE SINKING SHIP" PUBLISHED BY THE UNION OF VIETNAMESE IN
FRANCE AND OTHER DOCUMENTS
SOUTH VIET NAM, GIAI PHONG EDITIONS, 1971, 109P
PAM DS VN 677

3396,
VIỆT CỘNG LÀ AI?
SAIGON? 1966? 41P, ILLUS
PAMPHLET DS VIETNAM 263

3397, CHÁNH PHỦ CÁCH MẠNG LÂM THỜI CỘNG HÒA MIỀN NAM VIỆT NAM
NEW P.R.G. PROPOSALS FOR PEACE AND NATIONAL CONCORD (MARCH 22, 1974)
VCM 23, APRIL 1974, P3

3398, HỒ QÚY BA VÀ NAM HÙNG
QUỐC SÁCH ẤP CHIẾN LƯỢC CỦA MỸ DIỆM
HANOI, QUÂN ĐỘI NHÂN DÂN, 1962, 77P, ILLUS
PAMPHLET HX VIETNAM 4

3399, HỒ VĂN CHAM
CHIÊU HỒI PROGRAM IN VIET NAM /THE
SAIGON,VIET NAM COUNCIL ON FOREIGN RELATIONS, 1972, 24P
PAM DS VN 670

3400, HOÀNG VIẾT DŨNG,
ĐỀ NGHỊ MỘT KẾ HOẠCH CÁCH MẠNG CHỐNG CỘNG Ở VIỆT NAM
SAIGON, KIM LAI ẤN QUÁN, 1966, 55P
DS557 A6H695

3401, LÊ BÁ THUYÊN
NGỤY QUYỀN SÀI GÒN TRONG CÁI GỌI LÀ 'VIỆT NAM HÓA' CHIẾN TRANH
HT 8-1971, P78-84

3402, LÊ PHỌNG
NGƯỜI QUÂN NHÂN DƯỚI CHẾ ĐỘ VIỆT CỘNG,
SAIGON, HOANG RA, 195-?, 73P
DS557 A7L47

3403, MẶT TRẬN DÂN TỘC GIẢI PHÓNG MIỀN NAM VIỆT NAM
ÂM MƯU MÁNH KHÓE VÀ CÁCH THỨC TỔ CHỨC HOẠT ĐỘNG DO THÁM GIÁN ĐIỆP
CỦA MỸ DIỆM, TÀI LIỆU HỌC TẬP CHO QUẦN CHÚNG NÔNG DÂN
RACH GIÁ, ỦY BAN MTDTGPMNVN, 1961, 10P
VCD 197V, 217E

3404, MẶT TRẬN DÂN TỘC GIẢI PHÓNG MIỀN NAM VIỆT NAM
SVNNFL POLICY TOWARD OFFICERS, SOLDIERS, POLICEMEN, AGENTS AND
FUNCTIONARIES OF SOUTH VIETNAM PUPPET ADMINISTRATION
DS557 A6 M433

3405, MẶT TRẬN DÂN TỘC GIẢI PHÓNG MIỀN NAM VIỆT NAM
TUYÊN BỐ CỦA MTDTGPMNVN SAU VỤ ĐẢO CHÁNH NGÀY 1-1-1963
VCD 323 V, E, 22P (8-11-1963)

3406, MẶT TRẬN DÂN TỘC GIẢI PHÓNG MIỀN NAM VIỆT NAM
      TUYÊN BỐ CỦA NGƯỜI PHÁT NGÔN VIÊN MẶT TRẬN DÂN TỘC GIẢI PHÓNG MIỀN
      NAM VIỆT NAM VỀ CUỘC ĐẢO CHÍNH 1 THÁNG 11 NĂM 1963
      VCD 827, 11P

3407, NGUYỄN QUANG HUY
      ÂM MƯU XÂM LĂNG VÀ THƯƠNG THUYẾT CỦA CỘNG SẢN BẮC VIỆT
      SAIGON, N/P, 1968, 32P
      PAM DS VN 613

3408, NGUYỄN VĂN TƯỞI
      SOUTH VIET NAM AND THE NATIONAL LIBERATION FRONT: AN ASSESSMENT
      SAIGON, COUNCIL ON FOREIGN RELATIONS, DOC, 94, 1968, 8P
      PAM DS VN 756

3409, PHẠM VĂN SƠN
      CUỘC TỔNG CÔNG KÍCH, TỔNG KHỞI NGHĨA CỦA VIỆT CỘNG MẬU THÂN 1968
      SAIGON, QUÂN LỰC V.N.C.H., 1968, 400P
      DS557 A6 P53+

3410, PIKE, DOUGLAS
      POSSIBLE ROLE OF ELECTIONS IN A POLITICAL SETTLEMENT WITH THE NLF
      /THE
      IN: THE ROLE OF ELECTIONS IN VIETNAMESE POLITICAL DEVELOPMENT
      EDITED BY JOHN C, DONNELL AND CHARLES JOINER
      LEXINGTON, MASS,, LEXINGTON BOOKS, 1954

3411, QUỐC ANH
      THỰC CHẤT CỦA MẶT TRẬN GIẢI PHÓNG MIỀN NAM
      SAIGON, XÃ HỘI ẤN QUÁN, 1962, 122P, ILLUS
      DS557 A6Q93

3412, THANH BÌNH
      CRITICAL STATE OF THE SOUTH VIETNAMESE ECONOMY /THE
      VS 16 (1968), P131-148

3413, TÔN VỸ
      IRREMEDIABLE CRISIS OF THE PUPPET REGIME /THE
      VS 11 (1967), P112-153

3414, TÔN VỸ
      SAIGON REGIME'S UNENDING CRISIS /THE
      VS 16 (1968), P97-129

3415, TÔN VỸ
      U,S,-DIEM REGIME /THE
      VS 18-19 (1968), P19-54

3416, TRẦN TÂM
      ANTI-COMMUNISM IN SOUTH VIET NAM
      EASTERN WORLD, JULY 1956, P16

3417, TRỊNH DÌNH THẢO
      MEMORIES OF PRISON, BY TRINH DINH THAO
      VCM 5, OCT 1972, P26-30, VCM 6, NOV 1972, P25-31

3418, VIỆT NAM CỘNG HÒA
      BOGUS WAR OF LIBERATION IN SOUTH VIETNAM /THE
      SAIGON, 1965

3419, VIỆT NAM CỘNG HÒA
      SO-CALLED WAR OF LIBERATION IN SOUTH VIET NAM /THE
      SAIGON, BO NGOAI GIAO, 1965

3420, VIỆT NAM CỘNG HÒA, BỘ NGOẠI GIAO
      ROUTE DE L'HORREUR /LA, HIGHWAY OF HORROR
      SAIGON, MINISTÈRE DES AFFAIRES ÉTRANGÈRES, 1972, 36P
      PAM DS VN 359+

3421. VIỆT NAM CỘNG HÒA, BỘ THÔNG TIN
      M,T,G,P,M,N,, (MẶT TRẬN GIẢI PHÓNG MIỀN NAM), CON ĐẺ CỦA CỘNG SẢN
      BẮC VIỆT
      SAIGON, BỘ THÔNG TIN, 1965, 38P, ILLUS
      DS557 A5A225 V. 4

3422. VIỆT NAM CỘNG HÒA, BỘ THÔNG TIN VÀ THANH NIÊN
      TRUTH OF THE NATIONAL LIBERATION FRONT IN SOUTH VIETNAM /THE
      SAIGON, PUBLISHED BY THE MINISTRY OF INFORMATION AND CHIEU HOI, 1967

S.2.7. Relations with the United States of America

3423.
      CA DAO MIỀN NAM CHỐNG MỸ
      N/P, GIẢI PHÓNG, 1971
      PL4388 C15

3424.
      ĐẾ QUỐC MỸ NHẤT ĐỊNH THẤT BẠI TRONG CUỘC
      'CHIẾN TRANH ĐẶC BIỆT' Ở MIỀN NAM VIỆT NAM
      HÀ NỘI, SỰ THẬT, 1964, 122P

3425.
      ENEMY'S 'PACIFICATION PROGRAM' IS BEING SMASHED /THE
      VIETNAM YOUTH, NOV 1971, P19-20

3426. ĐĂNG NHÂN DÂN CÁCH MẠNG VIỆT NAM
      TUYÊN BỐ CỦA BAN CHẤP HÀNH TRUNG ƯƠNG ĐĂNG NHÂN DÂN CÁCH MẠNG VIỆT
      NAM VỀ VIỆC ĐẾ QUỐC MỸ CÔNG KHAI VÕ TRANG XÂM LƯỢC MIỀN NAM VIỆT NAM
      (NGÀY 16-4-1962)
      VCD 489

3427. ĐINH PHONG
      SURGICAL OPERATION /A
      TO AMERICAN FRIENDS WHO ARE STRUGGLING AGAINST THE DIRTY WAR IN VIET
      NAM
      N/P, SOUTH VIET NAM, GIAI PHONG PUBLISHING HOUSE, 1969, 21P
      PAM DS VN 511

3428. GIGNON, FERNAND
      AMERICAINS FACE AU VIET CONG /LES
      PARIS, FLAMMARION, 1965

3429. HÀ VĂN LÂU
      MIỀN NAM VIỆT NAM; CĂN CỨ QUÂN SỰ CỦA ĐẾ QUỐC MỸ
      HÀ NỘI, SỰ THẬT, 1960, 58P

3430. LÊ HỶ HOAN
      RA SỨC PHẤN ĐẤU KIÊN QUYẾT ĐÁNH BẠI TOÀN BỘ ÂM MƯU XÂM LƯỢC MỚI CỦA
      ĐẾ QUỐC MỸ Ở MIỀN NAM NƯỚC TA (10-7-1961)
      NHÀ IN NGUYỄN NGỌC HAY, 1961
      VCD 141 V, E

3431. LÊ VĂN HẢO
      NHÂN DÂN THÀNH THỊ MIỀN NAM CHỐNG "VIỆT NAM HÓA" CHIẾN
      TRANH, CẠNH BẬC CUỐI CÙNG CỦA CHỦ NGHĨA THỰC DÂN MỚI
      HT 7-1971, P65-74

3432. MARTIN, DONALD F.
      VIET NAM: THE DIFFICULT YEARS
      AIR UNIVERSITY REVIEW, MAR-APR 1965, P51-58

3433. MẶT TRẬN DÂN TỘC GIẢI PHÓNG MIỀN NAM VIỆT NAM
      SOUTH VIET NAM FRONT FOR NATIONAL LIBERATION
      AMERICAN CRIME OF GENOCIDE IN SOUTH VIET NAM
      N/P, GIAI PHONG PUB. HOUSE, 1968, 55P
      LC DS557.A67A67

3434, MẶT TRẬN DÂN TỘC GIẢI PHÓNG MIỀN NAM VIỆT NAM
      STATEMENT OF THE CENTRAL COMMITTEE OF THE SOUTH VIET NAM NATIONAL
      FRONT FOR LIBERATION CONCERNING THE INTENSIFICATION OF THE U.S.
      AGGRESSIVE WAR IN SOUTH VIET NAM (MAR 22, 1965)
      VS 23 (1970), P321-320

3435, MẶT TRẬN DÂN TỘC GIẢI PHÓNG MIỀN NAM VIỆT NAM
      STATEMENT OF THE SOUTH VIETNAM NATIONAL FRONT FOR LIBERATION
      CONCERNING THE INTENSIFICATION AND EXPANSION BY THE U.S. IMPERIALISTS
      OF THEIR AGGRESSIVE WAR IN SOUTH VIETNAM
      SOUTH VIETNAM, MARCH 22, 1965

3436, NGUYỄN PHÚ CƯỜNG
      U.S. "SPECIAL WAR" (1961-1965)
      VS 18-19 (1968), P151-205

3437, NGUYỄN XUÂN LAI
      FAILURE OF "PACIFICATION" /THE
      VS 20, DEC 1968, P191-253

3438, NGUYỄN XUÂN LAI
      THREE YEARS OF U.S. "LOCAL WAR" (1965-1968)
      VS 18-19 (1968), P207-273

3439, NIGHSWONGER, WILLIAM A.
      RURAL PACIFICATION IN VIETNAM
      NEW YORK, PRAEGER, 1966

3440, SOUTH VIET NAM COMMITTEE FOR DENUNCIATION OF THE CRIMES OF THE U.S.
      U.S. IMPERIALISTS' "BURN ALL, DESTROY ALL, KILL ALL" POLICY IN
      SOUTH VIET NAM
      SOUTH VIET NAM, GIAI PHONG EDITIONS, 1967, 42P
      PAM DS VN 224

3441, TÔN VỸ
      STALEY-TAYLOR PLAN (1961-1962) /THE
      VS 11 (1967), P9-43

3442, VIỆT NAM DÂN CHỦ CỘNG HÒA, ỦY BAN TỐ CÁO TỘI ÁC CỦA ĐẾ QUỐC MỸ
      CHÍNH SÁCH "ĐỐT SẠCH, PHÁ SẠCH, GIẾT SẠCH" CỦA ĐẾ QUỐC MỸ VÀ
      TAY SAI Ở MIỀN NAM VIỆT NAM
      HÀ NỘI, SỰ THẬT, 1967

3443, VIETNAMESE STUDIES
      FAILURE OF "SPECIAL WAR", 1961-1965
      VS 11, 1967, 198P

      S.2.8. Relations with Other Countires

3444, CAMBODIA
      LIVRE BLANC SUR L'AGRESSION VIETCONG ET NORD-VIETNAMIENNE CONTRE LA
      RÉPUBLIQUE KHMÈRE, 1970-71
      PHNOM-PENH, MINISTÈRE DE L'INFORMATION, 1971, 118P
      DS557 C28 A14+

3445, CHÁNH PHỦ CÁCH MẠNG LÂM THỜI CỘNG HÒA MIỀN NAM VIỆT NAM
      TUYÊN BỐ CỦA CPCMLTCHMNVN VỀ VẤN ĐỀ LÀO
      ND 5809, 13-3-1970, P1

S.2.9. Miscellaneous

3446,
GIẢI PHÓNG MIỀN NAM
SONGS WITH PIANO ACCOMPANIMENT
"LIBERATING THE SOUTH" (8P) INSERTED AT END
HANOI, MỸ THUẬT & ÂM NHẠC, 1966, 32P
PAMPHLET M 199+

3447,
QUYẾT TỬ QUÂN SAIGON-CHO LON,
TRÊN TRANG SỬ MIỀN NAM, TẬP II
HÀ NỘI, PHỔ THÔNG, 1963, 44P

3448, COLE, R.W., III
PORTRAIT OF AN ENEMY
ARMOR, 76:4, 1967, P23-16

3449, COMMITTEE TO DENOUNCE THE WAR CRIMES OF THE U.S. IMPERIALISTS
CRIMES PERPETRATED BY THE U.S. IMPERIALISTS AND HENCHMEN AGAINST
SOUTH VIET NAM WOMEN AND CHILDREN
SOUTH VIET NAM, GIAI PHONG P.H., 1968, I.P
PAM DS VN 426

3450, DUDMAN, RICHARD
FORTY DAYS WITH THE ENEMY
NEW YORK, LIVERIGHT, 1971, 182P

3451, GRAMONT, SANCHE DE
UNDER VIET CONG CONTROL
SATURDAY EVENING POST, JAN 29, 1960, P27-33, 82

3452, LADD, JONATHAN F.
VIET CONG PORTRAIT
MILITARY REVIEW, JULY 1964, P67-80

3453, MINEAR, RICHARD
DOUGLAS PIKE AND THE NLF
BULLETIN OF CONCERNED ASIAN SCHOLARS, OCT 1969, P44-47

3454, PHAN THUY DUNG, ED,
CATALOGUE OF VIET CONG DOCUMENTS (TO ACCOMPANY DOUGLAS PIKE'S FILM)
SAIGON, 1969, 1 V.
DS557 A6M434+

3455, PIKE, DOUGLAS, COMP,
VIET CONG DOCUMENTS...1957-67, GATHERED BY DOUGLAS PIKE
FILM 2063

3456, RAY, MICHELE
PRISONER IN VIETNAM
NEW TIMES, MAR 29, 1967, P25-7
SLIGHTLY ABRIDGED FROM DER STERN, HAMBURG, MAR 12, 1967

3457, ROLPH, HAMMOND
VIET CONG DOCUMENTS ON THE WAR
COMMUNIST AFFAIRS, SEP-OCT 1967, P18-26, NOV-DEC 1967, P22-34
JAN-FEB 1968, P16-27

3458, SHEEHAN, SUSAN
ENEMY /THE
NEW YORKER, SEP 10, 1966, P62-100

3459, SMITH, GEORGE E,
P.O.W. TWO YEARS WITH THE VIETCONG, INTRODUCTION BY DONALD DUNCAN
NEW YORK, MONTHLY REVIEW PRESS, 1973

3460. THANH LOAN
        HOW I CAME TO THE REVOLUTION
        VCM 22, MARCH 1974, P25-7

3461. TÔN THẤT DƯỜNG TIÊM
        ÂM MƯU VÀ THẤT BẠI CỦA MỸ-NGUY TRÊN MẶT TRẬN TƯ TƯỞNG
        VÀ VĂN HÓA Ở CÁC THÀNH THỊ MIỀN NAM
        HT 1-1971, P61-68

3462. U.S. DEPT. OF DEFENSE. DIRECTORATE FOR ARMED FORCES INFO & EDUCATION
        KNOW YOUR ENEMY: THE VIET CONG
        WASHINGTON, USGPO, 1966, 23P
        LC DS557.A6U52

3463. U.S. MILITARY ASSISTANCE COMMAND. VIETNAM, OFFICE OF INTELLIGENCE
        VIET CONG TERMINOLOGY
        SAN FRANCISCO, 196-, 196P

3464. VIỆT NAM CỘNG HÒA, CỤC TÂM LÝ CHIẾN
        DƯ LUẬN NGOẠI QUỐC VỀ CUỘC TỔNG CÔNG KÍCH CỦA VIỆT CỘNG VÀO CÁC
        ĐÔ THỊ TRONG DỊP TẾT MẬU THÂN
        SAIGON, CỤC TÂM LÝ CHIẾN, 1968, 29P

3465. VIỆT NAM CỘNG HÒA, TỔNG NHA THÔNG TIN BÁO CHÍ
        TỔNG CÔNG KÍCH HAY TỔNG PHẢN BỘI CỦA VIỆT CỘNG
        SAIGON, TỔNG NHA THÔNG TIN BÁO CHÍ, N/D, 96P

3466. VŨ CẬN
        QUANG TRI IN THE FIRST DAYS OF LIBERATION
        VCM 17, OCT 1973, P23-27

3467. WAPNESKA, MONIKA
        DANS LA JUNGLE AVEC LES PARTISANS
        NOUVELLE REVUE INTERNATIONALE, JAN 1966, P202-209

AUTHOR INDEX

HOW TO USE THE AUTHOR INDEX

The number at the right side indicates the category of the book in which an item may be found, the "S" at the very end denoting that an item belongs to the last two chapters of the work, either S.1. or S.2. Authors' names are listed only once for each category even though many names do appear more than once under a certain category.

AUTHOR INDEX

D

F

G

M

N

U

V

X

Y

Z

TITLE INDEX

HOW TO USE THE TITLE INDEX

The number at the right side indicates the category of the book in which an item may be found, the "S" at the very end denoting that an item belongs to the last two chapters of the work, either S.1. or S.2. All titles are individually entered by their first line.

TITLE INDEX

B

D

G

H

L

M

Q

S

T

U